புரட்சியாளர் அம்பேத்கர்
புத்தமதம் மாறியது ஏன்?

ம.வெங்கடேசன்

20.11.1980-ல் சென்னையில் பிறந்தவர். விவேகானந்தா கல்லூரியில் எம்.ஏ. தத்துவவியல் படித்து முடித்தார். ஈ.வெ.ராமசாமி நாயக்கரின் மறுபக்கம், தலித்களுக்காகப் பாடுபட்டதா நீதிக்கட்சி போன்ற நூல்கள் எழுதியிருக்கிறார். தமிழ் இந்து டாட் காம் ஆசிரியர் குழு உறுப்பினராக இருக்கும் ம.வெங்கடேசன் பல்வேறு இதழ்களில் கட்டுரைகள் எழுதிவருகிறார். தொலைக்காட்சி ஊடகங்களில் வலதுசாரி சிந்தனை களை முன்வைத்து வருகிறார்.

புரட்சியாளர் அம்பேத்கர்
புத்தமதம் மாறியது ஏன்?

ம.வெங்கடேசன்

கிழக்கு

புரட்சியாளர் அம்பேத்கர் புத்தமதம் மாறியது ஏன்?
Puratchialar Ambedkar Buddhamadham Maariadu Yaen?
Ma. Venkatesan ©

First Edition: December 2012
Kizhakku First Edition: October 2015
264 Pages
Printed in India.

ISBN: 978-93-84149-37-6
Title No. 857

Kizhakku Pathippagam
177/103, First Floor,
Ambal's Building, Lloyds Road,
Royapettah, Chennai 600 014.
Ph: +91-44-4200-9603

Email : support@nhm.in
Website : www.nhm.in

Printed in India by Repro Knowledgecast Limited, Thane

Kizhakku Pathippagam is an imprint of New Horizon Media Private Limited

This book is sold subject to the condition that it shall not, by way of trade or otherwise, be lent, resold, hired out, or otherwise circulated without the publisher's prior written consent in any form of binding or cover other than that in which it is published and without a similar condition including this the rights under copyright reserved above, no part of this publication may be reproduced, stored in or introduced into a retrieval system, or transmitted in any form or by any means (electronic, mechanical, photocopying, recording or otherwise), without the prior written permission of both the copyright owner and the above-mentioned publisher of this book.

பௌத்தம்
கருணையைப் போதிக்கிறது
சமத்துவத்தைப் போதிக்கிறது
சுதந்தரத்தைப் போதிக்கிறது
பாரத மண்ணில் தோன்றிய மதம்
பாரத கலாசாரத்துக்கு எதிரான மதம் அல்ல
பாரத தேசியத்துக்கு எதிரான மதம் அல்ல

- அம்பேத்கர்

அத்தியாயம்
1

'நான் ஓர் இந்துவாகப் பிறந்துவிட்டேன்; ஆனால், நிச்சயமாக ஓர் இந்துவாக இறக்கமாட்டேன்'.

அம்பேத்கர் இப்படி முழங்கியதும் கூடியிருந்த பல்லாயிரக்கணக்கான மக்கள் விண்ணதிரக் கரவொலி எழுப்பித் தங்களின் சம்மதத்தைத் தெரிவித்தார்கள்.

1935 அக்டோபர் 13. இயோலாவில் நடந்த மாபெரும் மாநாட்டில்தான் அம்பேத்கர் முதன் முதலில் மதம் மாறும் தனது விருப்பத்தை அழுத்தமாகத் தெரிவித்தார்.

தான் எவ்வளவுதான் இந்துமதத்தில் இருந்துகொண்டு போராடினாலும் இந்த உயர்சாதி மக்கள் திருந்தப்போவதில்லை. தீண்டாமைக் கொடுமை ஒழியப்போவதில்லை. இந்து மதத்தில் இருக்கும்வரை என் மக்கள் தீண்டப்படாதவர்களாகவேதான் வாழப் போகிறார்கள்; சாகப் போகிறார்கள். தீண்டாமை அடிமை விலங்கிலிருந்து விடுவிக்கத் தன்னை நம்பியிருக்கும் இந்த மக்களைக் கண்டிப்பாக விடுவித்தே தீரவேண்டும். அதற்கு ஒரே வழி இந்து மதத்தில் இருந்து விடுதலை பெறுவதுதான் என்ற முடிவுக்கு அம்பேத்கர் வந்திருந்தார்.

அம்பேத்கரின் இந்த அறிவிப்பு தாழ்த்தப்பட்டவர்களின் உள்ளக் குமுறலை வெளிப்படுத்தும் அறிவிப்பு. அது நிச்சயமாக பார்ப்பனர் மற்றும் உயர்சாதி இந்துக்களின் மனங்களை உலுக்கும் என்று அம்பேத்கர் எதிர்பார்த்தார். ஆனால், அம்பேத்கரின் இந்த அறிவிப்பால் உயர்சாதி இந்துக்கள் மனம் மாறவில்லை. மாறாக பார்ப்பனர் பலர் மகிழ்ச்சியடையவே செய்தனர். சீர்த்திருத்த எண்ணம் கொண்ட சில இந்துக்கள் மட்டுமே கவலைப்பட்டனர்.

அம்பேத்கரின் இந்த அறிவிப்பைக் குறித்து அக்டோபர் 15ம் தேதி காந்தி தனது கருத்தை வெளியிட்டார். அதை மறுத்து அம்பேத்கர் 'எந்த மதத்தில் இணையப்போகிறோம் என்பது குறித்து முடிவு ஏதும்

எடுக்கவில்லை. எந்தெந்த வழிமுறைகளைக் கடைபிடிக்கப்போகிறோம் என்பதையும் முடிவு செய்யவில்லை. ஆனால், நாங்கள் தீர்க்கமாகக் கலந்து ஆலோசித்து உறுதியாக முடிவு செய்திருப்பது ஒன்றுதான். அதாவது, இந்து சமயத்தினால் எங்களுக்கு நன்மை ஏதும் கிடையாது என்பதே' என்று பதில் அளித்தார்.

இப்படி அம்பேத்கர் தீர்க்கமாக முடிவெடுத்ததற்கு அம்பேத்கரின் சிறுவயது முதல் நடந்த சில நிகழ்ச்சிகளே காரணம்.

ஒருமுறை ஆசிரியர் அம்பேத்கரை வடிவியல் கணிதத்தில் (ஜியோமிதி) ஒரு விதியைக் கரும்பலகையில் எழுதிக் காட்டுமாறு அழைத்தார். உடனே மற்ற எல்லா மாணவர்களும் கூச்சல்போட்டுக் கரும்பலகை அருகே வைக்கப்பட்டிருந்த தங்கள் உணவுப் பாத்திரங்களை ஓடிச் சென்று அகற்றினர். தாழ்த்தப்பட்ட சாதியைச் சேர்ந்த அம்பேத்கர் அந்த உணவுப் பாத்திரத்தைத் தொட்டால் அது தீட்டாகிவிடும் என்று பயந்தனர் அந்த மாணவர்கள்! அவர்கள் அந்தப் பாத்திரங்களைத் தள்ளிவைத்த பிறகே பிறகே அம்பேத்கர் கரும்பலகை அருகே சென்று, அந்த விதிமுறையை நிரூபித்துக் காட்ட முடிந்தது.

ஒருநாள் பொதுக் குடிநீர்நிலையில் எவருக்கும் தெரியாமல் நீர் அருந்தினார். இவர் தண்ணீர் குடித்ததைக் கண்டுபிடித்துவிட்டனர். நாங்கள் குடிநீர் எடுக்கும் இடத்தில் தீண்டாதவனாகிய நீ எப்படி நீர் அருந்தலாம் என்று கேட்டு அவரை நையப்புடைத்தனர்.

அதேபோல் அவர் படித்த பள்ளியில் ஆசிரியர் ஒருவர் தீண்டாத வனாகிய 'நீ படிப்பது வீண்' என்று அடிக்கடி சொல்லிக்கொண்டே இருப்பார். இது அம்பேத்கரை எரிச்சலூட்டியது. ஒருநாள் வழக்கம் போல் அந்த ஆசிரியர் 'நீ படிப்பது பயனற்றது' என்று சொன்னபோது அம்பேத்கர் சினத்துடன், 'உங்கள் வேலையை நீங்கள் பார்த்துக் கொண்டு போங்கள்' என்று கூறினார்.

அம்பேத்கரும் அவருடைய சகோதர சகோதரிகளும் தமது உடைகளைத் தாமே துவைத்துக் கொள்ளவேண்டியிருந்தது. முடி வெட்டிக்கொண்டு சிகை அலங்காரத்தைத் தாங்களே செய்துகொள்ள வேண்டியிருந்தது. ஏனென்றால் எந்த சலவைத் தொழிலாளியும் தாழ்த்தப்பட்டவருடைய துணியைத் துவைத்துத் தரமாட்டார். எந்த நாவிதரும் தாழ்த்தப்பட்ட வர்களுக்கு முடி வெட்டமாட்டார்.

சைடன்ஹாம் கல்லூரியில் பேராசிரியராகப் பணிபுரிந்தபோது பேராசிரியர்களுக்கென வைக்கப்பட்டிருந்த குடிநீர்ப் பானையிலிருந்து அம்பேத்கர் தண்ணீர் குடிப்பதற்குக் குஜராத்திப் பேராசிரியர்கள் சிலர் எதிர்ப்புத் தெரிவித்தனர்.

ஒரு பார்ஸி விடுதியில் தங்கியிருந்தபோது (அதுவும் உரிமையாளர் கேட்டுக் கொண்டதற்கு இணங்க பார்ஸி பெயரில் அறை எடுத்துத் தங்கியிருந்தபோது) அம்பேத்கர் ஒரு தலித் என்ற விஷயம் அக்கம் பக்கத்து பார்ஸிகளுக்குத் தெரிந்துவிடவே அம்பேத்கரை திட்டி மிரட்டி அன்று மாலையே அறையைக் காலி செய்யவைத்துவிட்டனர்.

ஒருமுறை நண்பர்களுடன் சுற்றுலாவுக்குப் போயிருந்தபோது இஸ்லாமியர் வசிக்கும் பகுதியில் இருந்த குளத்தில் முகம் கால் கழுவிக் கொண்டார். அம்பேத்கர் தாழ்த்தப்பட்டவர் என்பது தெரியவந்ததும் அங்கு இருந்த முஸ்லிம்கள் எல்லாரும், தாழ்த்தப்பட்டவனான நீ எப்படி உன் இழிநிலையை மறந்து இந்தக் குளத்தில் இறங்கலாம் என்று சுற்றி வளைத்து மிரட்டினார்கள். கிட்டத்தட்ட அடிதடி ஏற்பட்டு உயிரே போய்விடும் என்று பயப்படும் அளவுக்கு முஸ்லிம்களால் மிரட்டப் பட்டபோது, உங்கள் இஸ்லாம் இதைத்தான் போதிக்கிறதா..? ஒரு தாழ்த்தப்பட்டவர் முஸ்லிமாக மாறியிருந்தால் அவரையும் இப்படித் தான் தடுப்பீர்களா என்று அம்பேத்கர் சினந்து கேட்ட பிறகே அமைதியானார்கள்.

அம்பேத்கர் வழக்கறிஞராகச் செயல்பட்டபோது மூத்த வழக்கறிஞர்கள் தம் நிலையிலிருந்து கீழிறங்கிவந்து தொழில் முறையில் இவரோடு தொடர்புகொண்டு உதவிட முன்வரவில்லை.

இத்தகைய அவமானம் தரும் சம்பவங்களால் அம்பேத்கரின் உள்ளம் என்ன வேதனைப்பட்டிருக்கும் என்பதை நாம் உணர வேண்டும்.

இந்த சம்பவங்கள் அல்லாமல் அவரை மிகவும் வேதனைப்படுத்திய நிகழ்ச்சிகளை நான் விவரிப்பதைவிட வேதனைகளை அனுபவித்த அம்பேத்கரே சொன்னால் இன்னும் வலிமையாக இருக்கும்.

1936 மே 17, ஞாயிற்றுக் கிழமையன்று தானே மாவட்டத்தின் கிழக்கு தெற்குப்பகுதிகளைச் சேர்ந்த தீண்டப்படாதவர்களின் பெரும் மாநாடு கல்யாண் எனும் இடத்தில் ஏற்பாடு செய்யப்பட்டிருந்தது. மதமாற்றம் குறித்த அறிவிப்பை வெளிப்படையாய்த் தெரிவிப்பதற்காக டாக்டர் அம்பேத்கர் அவர்களின் தலைமையில் இம்மாநாடு ஏற்பாடு செய்யப் பட்டிருந்தது.

அம்மாநாட்டில்தான் அம்பேத்கர் தான் இந்துமதத்தில் இருக்கப் போவதில்லை என்று முடிவெடுத்ததற்கான காரணத்தை விரிவாகப் பேசினார்.....

மத மாற்றம் குறித்த எனது கருத்துகளைக் கேட்பதற்காக நீங்களெல்லாம் இங்கே கூடியிருக்கிறீர்கள். எனவே அதைக் குறித்து விரிவான விளக்கம் அளிப்பது அவசியம் என்று நினைக்கிறேன்.

'நாம் ஏன் சமயம் மாற வேண்டும்?' எனும் வினாவைச் சிலர் அடிக்கடி எழுப்பி வருகின்றனர். இதைக் கேட்கும்போதெல்லாம் 'நாம் ஏன் மதம் மாறக்கூடாது?' என்ற எதிர் வினாதான் என் மனத்தில் உடனடியாக எழுகிறது.

மதமாற்றம் ஏன் தேவை என்பதைச்சுட்டும் வகையில் எனது வாழ்க்கையில் நடந்த சிலவற்றை உங்களிடம் சொல்ல விரும்புகிறேன். அவை மதமாற்றம் எனும் பாதையை நான் ஏன் தேர்ந்தெடுத்தேன் என்பதை உங்களுக்கு எளிதில் உணர்த்தும். மேலும் உங்களில் பலருடைய வாழ்க்கையிலும் அத்தகைய நிகழ்ச்சிகள் நடந்திருக்கும் என்பது உறுதி.

நான்கைந்து நிகழ்ச்சிகள் எனது உள்ளத்தில் ஆழமான வடுக்களை ஏற்படுத்தியுள்ளன; இந்து சமயத்தைத் துறந்து வேறு ஏதாவது சமயத்துக்கு மாறியே தீரவேண்டும் என்ற ஆழமான உணர்வை அவை தோற்றுவித்தன. அவற்றுள் இரண்டு மூன்று நிகழ்ச்சிகளை இன்று உங்களிடையே எடுத்துரைக்க விரும்புகிறேன்.

இந்தூர் மாவட்டம் மோப் எனும் ஊரில் எனது தந்தை ராணுவத்தில் பணியாற்றிக் கொண்டிருந்தபோது நான் பிறந்தேன். அப்போது எனது தந்தை சுபேதாராக இருந்தார். படை வீரர்கள் குடியிருப்பில் வசித்து வந்ததால் எங்களுக்கு வெளியுலகத் தொடர்பு அவ்வளவாகக் கிடையாது. தீண்டாமையை அந்த நேரத்தில் நான் அறிந்திருக்க வில்லை. எனது தந்தை பணியிலிருந்து ஓய்வு பெற்ற பிறகுதான் நாங்கள் சாதாராவுக்குக் குடிபெயர்ந்தோம். எனக்கு ஐந்து வயதான போது எனது தாய் காலமாகிவிட்டார்.

சாதாரா மாவட்டம் கோராகாவில் பஞ்சம் தலைவிரித்தாடியபோது அதைச் சமாளிக்க அரசு தொடங்கிய பஞ்ச நிவாரணப் பணித்திட்டத்தில் எனது தந்தைக்கு வேலை கிடைத்தது. அங்கு குளம் வெட்டும் பணி ஆரம்பிக்கப்பட்டது. குளம் வெட்டும் தொழிலாளர்களுக்கு ஊதியம் வழங்குகிற பணியில் எனது தந்தை சேர்ந்திருந்தார். கோரேகாவ் தொழிலாளர் குடியிருப்பில் எனது தந்தை தங்க நேர்ந்ததால் நாங்கள், குழந்தைகள் நால்வரும், சாதாராவில் தனித்துவிடப்பட்டோம்.

அங்கு வந்த பின்னர்தான் தீண்டாமை என்பதை நாங்கள் தெரிந்து கொண்டோம். நாவிதர் எவரும் எங்களுக்கு முடி வெட்ட முன்வர வில்லை. இது எங்களை மிகவும் பாதித்தது. இப்போதும் வாழ்ந்து கொண்டிருக்கும் எனது அக்காதான் வீட்டுக்கு எதிரேயிருந்த திட்டு ஒன்றில் என்னை உட்காரவைத்து முடிவெட்டிவிடுவார். ஊரில் ஏராள மான நாவிதர்கள் இருந்தும் ஏன் ஒருவரும் எனக்கு முடிவெட்ட முன்வரவில்லையென்பது எனக்குப் புரியாத புதிராகவே இருந்தது.

இரண்டாவது நிகழ்ச்சியும் இதே காலகட்டத்தில் நடந்ததுதான். எனது தந்தை கோரேகாவில் இருந்தபோது எங்களுக்கு அடிக்கடி கடிதம் எழுதுவார். ஒரு கடிதத்தில் எங்களை கோரேகாவுக்கு வருமாறு அழைத் திருந்தார். நாங்கள் அதுவரை புகைவண்டியையே பார்த்ததில்லை. ஆகையால், கோரேகாவுக்குப் புகைவண்டியில் செல்லப்போகிறோம் எனும் எண்ணம் எங்களுக்கு உற்சாகமூட்டியது. எங்களுக்குத் தந்தை அனுப்பிய பணத்தில் புதிய ஆடைகள் தைத்து அணிந்துகொண்டு எனது அண்ணன், அக்கா மகள், நான் என மூவரும் கோரேகாவுக்குக் கிளம்பினோம்.

எங்கள் வருகை குறித்துத் தந்தைக்குக் கடிதம் எழுதியிருந்தோம். ஆனால், எங்கள் பணியாளின் கவனக்குறைவாலோ பிழையாலோ அக்கடிதம் போய்ச்சேரவில்லை. இது தெரியாமல், எனது தந்தை புகைவண்டி நிலையத்துக்கு நிச்சயம் வண்டி அனுப்பியிருப்பார் என்று நம்பிக்கொண்டுபோனோம். வண்டியிலிருந்து இறங்கிய உடன்தான், எங்களை வரவேற்க யாரையும் அப்பா அனுப்பவில்லையென்று தெரியவந்தது.

ரயில் நிலையத்தில் தனித்து நின்றோம். இவ்வாறு முக்கால் மணிநேரம் என்ன செய்வதென்று தெரியாமல் காத்துக் கொண்டிருந்தோம். நிலைய அதிகாரி நாங்கள் யாரைப் பார்க்கப்போகிறோம்; எங்கள் சாதி என்ன; நாங்கள் எங்கு செல்ல விரும்புகிறோம் என்றெல்லாம் விசாரித்தார். நாங்கள் மஹர் சாதியைச் சேர்ந்தவர்கள் என்று சொன்னோம். இதைக் கேட்டதுமே அவர் அதிர்ச்சியடைந்து சில அடிகள் பின்வாங்கினார். முதலில் நாங்கள் அணிந்திருந்த நல்ல உடைகளைப் பார்த்து நாங்கள் உயர் சாதிப் பிள்ளைகள் என நினைத்திருந்தார். எனினும் எங்களுக்காகக் கட்டை வண்டி ஒன்று ஏற்பாடு செய்வதாகச் சொன்னார். ஆனால் நாங்கள் மஹர் சாதியைச் சேர்ந்தவர்கள் என்பதால் வண்டிக்காரர் எவரும் எங்களுக்காக வண்டியோட்ட முன்வரவில்லை. மாலை நேரம் 6 அல்லது 7 மணியை நெருங்கிக்கொண்டிருந்தது. இறுதியில் வண்டிக் காரர் ஒருவர் தனது வண்டியில் நாங்கள் பயணம் செய்வதற்கு இணங்கினார். ஆனால், எங்களுக்காக அவர் வண்டி ஓட்டமாட்டார், நாங்களேதான் ஓட்டிக் கொள்ளவேண்டும் என்று தொடக்கத்திலேயே தெளிவாகக் கூறிவிட்டார்.

நாங்கள் ஏற்கெனவே படைவீரர் பகுதியில் வாழ்ந்து வந்தவர்கள். எனவே வண்டியோட்டுவது எனக்கொன்றும் சிரமமாகத் தோன்ற வில்லை. நாங்கள் வண்டியோட்ட ஒப்புக்கொண்டதும் அவர் தனது வண்டியைக் கொண்டுவந்தார். நாங்கள் அதில் ஏறிக்கொண்டு கோரேகாவுக்குப் புறப்பட்டோம். அவர் வண்டியுடன் கூடவே நடந்து வந்தார்.

ஊருக்கு வெளிப்புறத்தை அடைந்ததும் ஓர் ஓடை தென்பட்டது. அதை விட்டால் வேறெங்கும் தண்ணீர் கிடைக்காது என்று கூறி வண்டிக்காரர் அங்கேயே எங்கள் உணவை முடித்துக்கொள்ளுமாறு கூறினார். அவ்வாறே நாங்கள் வண்டியை விட்டிறங்கி சாப்பிட ஆரம்பித்தோம். இடையில் தண்ணீர் தேடி ஓடைக்குப் போனபோது அது கலங்கியும் சாணி கலந்தும் இருந்தது. எனவே, முழுவதும் சாப்பிடாமல் பாதியி லேயே எழுந்துவிட்டோம். இதற்கிடையில் வண்டிக்காரர் ஊருக்குள் சென்று தனது உணவை முடித்துக்கொண்டு வந்து சேர்ந்தார்.

அப்பாவின் ஊர் நோக்கிப் பயணத்தைத் தொடர்ந்தோம். மாலை இருட்டு மேலும் கறுக்கத் தொடங்கியதால் வண்டிக்காரரும் வண்டியில் ஏறி எங்களுக்கருகே அமர்ந்து கொண்டார். விரைவில் நன்கு இருட்டி விட்டது; பல மைல் தூரத்துக்கு மினுக்கும் விளக்குகளோ மனித நடமாட்டமோ ஏதுமில்லை. இருள், தனிமை காரணமாக நாங்கள் மிக அச்சமடைந்தோம். எங்கள் அச்சத்தின் உச்சமாக நாங்கள் வண்டியுரிமை யாளரைச் சரமாரியாகப் பல கேள்விகள் கேட்டோம். நாம் சரியான திசையில்தான் போகிறோமா... உண்மையிலேயே கோரேகாவ் போய்ச் சேருவோமா என்றெல்லாம் கேட்டோம்.

வழியில் ஒரு சுங்கச்சாவடியை நெருங்கியவுடன் நாங்கள் வண்டியி லிருந்து குதித்துவிட்டோம். தாழ்த்தப்பட்டவர்கள் என்று சொன்னால் நீர் கிடைக்காது என்று வண்டியோட்டி சொன்னதால், முஸ்லிம்கள் என்று சொல்லி நீர் கேட்டோம். அப்படியும் எங்களுக்கு அந்த சுங்கச் சாவடியில் நீர் கிடைக்கவில்லை. எங்களிடம் அன்று உணவு இருந்தது. ஆனால், நீர் கிடைக்கவில்லை... அதனால் சாப்பிடவே முடியவில்லை. பட்டினியால் வாடினோம். எங்களுக்கு ஏன் நீர் கிடைக்கவில்லை யென்றால் நாங்கள் தாழ்த்தப்பட்டவர்கள். இந்த சம்பவம் என் மனத்தில் ஆழமாக வலியை ஏற்படுத்தியது.

மூன்றாம் நிகழ்ச்சி நான் பரோடா சமஸ்தானத்தில் பணியாற்றிய காலத்தைச்சேர்ந்தது. நான் பரோடா சமஸ்தானம் அளித்திருந்த உதவித் தொகையில்தான் வெளிநாடு சென்று கல்வி பெற்று வந்திருந்தேன். எனவே, இங்கிலாந்திலிருந்து திரும்பிய பின்னர், ஒப்பந்தத்தின்படி பரோடா தர்பாரில் பணியாற்றுவதற்காக வந்து சேர்ந்தேன். ஆனால், நான் வசிப்பதற்கு பரோடாவில் வீடு எதுவும் கிடைக்கவில்லை. பரோடா நகரத்திலிருந்து இந்துக்களோ முஸ்லிம்களோ எவருமே எனக்கு வீடு கிடைக்காததால் நான் பார்ஸிகளின் தர்மசாலையொன்றில் தங்கத் தீர்மானித்தேன். நான் அமெரிக்காவிலும் இங்கிலாந்திலும் தங்கியிருந்த காலத்தில் அழகிய நிறம் பெற்றுத் திரும்பியிருந்தேன். எனவே அடல்ஜி, சரப்ஜி என்ற பார்ஸி பெயரைச் சொல்லிக்கொண்டு தர்மசாலையில் அறை எடுத்துக்கொண்டேன்.

பார்ஸி மேலாளர் இரண்டு ரூபாய் மாத வாடகைக்கு எனக்கு அறை தரச் சம்மதித்தார். விரைவிலேயே, மேதகு பரோடா மன்னர் கெய்க்வாடு அவர்கள் மஹர் பையன் ஒருவனைக் தமது தர்பாரில் பணிக்கு அமர்த்தியுள்ளார் எனும் செய்தி பரவவே, தொடர்ந்து நான் பொய்யான பெயரில் பார்ஸி தர்ம சாலையில் வசித்து வரும் ரகசியமும் வெளியாகி விட்டது.

நான் அங்கு சேர்ந்த மறுநாளே காலை உணவருந்தி விட்டுப் பணிக்குச் செல்லப் புறப்பட்டுக் கொண்டிருந்தபோது, பதினைந்திருபது பேர் கொண்ட, குண்டாந்தடியேந்திய பார்ஸிகளின் கூட்டம் ஒன்று என்னைச் சூழ்ந்து கொண்டு நான் யாரென்பதைக் கூறாவிடில் என்னைக் கொன்றுவிடுவதாக மிரட்டினர். நான் ஒரு இந்து என்று கூறிய பதில் அவர்களுக்குத் திருப்தி அளிக்கவில்லை. சினமடைந்த அக்கும்பல் என்னைப் பலவாறு வசைபொழிந்து உடனடியாய் அறையைக் காலி செய்யச் சொன்னார்கள். எட்டு மணி நேரம் அனுமதி தருமாறு பணிவுடன் கேட்டுக்கொண்டேன். அன்று முழுதும் எங்கு தேடியும் எனக்குத் தங்க ஓர் இடமும் கிடைக்கவில்லை. ஒவ்வொருவரும் ஏதேதோ சாக்குபோக்குச் சொல்லி எனக்கு இடமளிக்க இயலாத நிலையைத் தெரிவித்தனர்.

ஏமாற்றமும் சோர்வும் என்னைச் சூழ, 'இனியென்ன செய்வது?' என்ற வினா எழுந்தது. என்னால் முடிவு ஏதும் எடுக்க முடியவில்லை. சோர்வும் விரக்தியும் மேலிட ஓரிடத்தில் அமைதியாக அமர்ந்து கண்ணீர் விட்டு அழுதேன். வீடு கிடைக்கும் என்ற நம்பிக்கையை அறவே இழந்து, வேலையை விட்டு விலகுவதன்றி வேறு வழியேதும் இல்லாத தால், ராஜினாமா கடிதத்தைக் கொடுத்துவிட்டு அன்றிரவே பம்பாய்க்குப் புகைவண்டி ஏறினேன்.

எனது வாழ்க்கையில் நான் சந்தித்த இத்தகைய கொடுமையான நிகழ்ச்சி களையும் இன்னல்களையும் உங்களில் பலரது வாழ்க்கையிலும் சந்தித்திருப்பீர்கள். இவ்வாறு மனித நேயமற்ற, ஒரு சமூகத்தில் வாழ்வதில் என்ன பொருள் இருக்கிறது என்று உங்களைக் கேட்க விரும்புகிறேன். மாறாக அவர்களோ உங்களை இழித்தும் பழித்தும் நடத்துவதுடன் உங்களுக்குத் தீங்கிழைக்கும் வாய்ப்புகள் எதையும் தவறவிடுவதில்லை. சிறிதேனும் தன்மதிப்பும் கண்ணியமும் உள்ள மனிதரெவரும் இத்தகைய பேய் மதம் ஒன்றில் தொடர்ந்து வாழ மனம் ஒப்பமாட்டார்கள். அடிமைப் பிழைப்பை நடத்தி வாழ விரும்பும் இழிஞர்கள் மட்டுமே இம்மதத்தில் தொடர்ந்து வாழமுடியும்.

எனது தந்தையும் முன்னோர்களும் பக்தியில் சிறந்த இந்துக்களா யிருந்தும், இந்து சமயம் சுமத்திய கட்டுப்பாடுகளால், அவர்களால்

கல்வியேதும் பெற இயலாமல் போனது. ஆயுதம் ஏந்தவும் அம்மதம் அவர்களை அனுமதிக்கவில்லை. இந்து சமயத்தின் கீழ் சொத்து ஏதும் சேர்ப்பதும் அவர்களால் இயலாததாகும். இந்து சமயத்தில் பற்றோடு வாழ்ந்த எனது தந்தையால் இவை எதையும் பெற இயலவில்லை.

நான் சமஸ்கிருதம் கற்க விரும்பினேன். ஆனால், பாழும் இந்து சமயம் சுமத்திய கட்டுப்பாடுகளால், அதுவும் இயலாது போயிற்று. ஆனால் இப்போதோ கல்வி, சொத்து இவை பெறவும், ஆயுதம் ஏந்தவும் வாய்ப்பு பெற்றுள்ளேன்.

உங்கள் முன்னோர்களையெல்லாம் இழிவுபடுத்திக் கேவலமான வாழ்க்கையில் அவர்களை வாழவைத்து, அவர்கள் மீது பல சிறுமை களைச் சுமத்தி வறுமையிலும் அறியாமையிலும் அவர்களை ஆழ்த்திய பொல்லாப் புன்மைச் சமயத்தின் பிடியில் இனியும் நீங்கள் தொடர்ந்து இருக்கத்தான் வேண்டுமா? உங்கள் முன்னோர்களைப் போன்றே நீங்களும் தாழ்ச்சியும், இழிவும் வறுமையும், சிறுமையும் நிறைந்த வாழ்க்கையை வாழ இசைந்தாலும் தொடர்ந்து வெறுக்கப்பட்டே வருவீர்கள். உங்களை மதிக்கவோ, உங்களுக்கு உதவவோ எவரும் முன்வரமாட்டார்கள்.

இத்தகைய காரணங்களால் மதமாற்றம் என்பது இப்போது, நமக்கு முக்கியமான தேவையாகிறது. நீங்கள் இந்து சமயத்திலேயே தொடர்ந்து இருக்க விரும்பினால், அடிமை நிலைக்கு மேல் சற்றும் உயரமுடியாது. தனிப்பட்ட முறையில் எனக்கேதும் தடைகளில்லை. தீண்டப்படாதவனாகவே தொடர்ந்து இருக்க நான் இணங்கினால், இந்து ஒருவர் அடையக்கூடிய எந்த நிலையையும் நானும் அடையக் கூடும். நான் இந்துவாகவே இருந்தாலும் இல்லாவிட்டாலும் பெரிதாக ஒன்றும் மாற்றமிராது. உயர்நீதிமன்ற நடுவராகவோ சட்டமன்ற உறுப்பினராகவோ ஏன் ஓர் அமைச்சராகவோகூட நான் ஆகமுடியும். ஆனால், உங்கள் அனைவரின் மேம்பாட்டுக்காகவும் முன்னேற்றத்துக் காவும் தான் மதமாற்றம் மிகவும் தேவையென்று எனக்குத் தோன்றுகிறது.

இழிவும் தாழ்ச்சியும் மிக்க இந்த வாழ்க்கையிலிருந்து நீங்கள் விடுபட்டுப் பொன்னொளிர் வாழ்க்கையை அமைத்துக்கொள்ள வேண்டுமானால் மத மாற்றம் தவிர்க்கவியலாத தேவையாகும். இதனால் உங்கள் நிலையை உயர்த்திக்கொள்ள உறுதுணையும் ஒத்துழைப்பும் நல்கும் நண்பர்களும் ஆதரவாளர்களும் உங்களுக்குக் கிடைப்பார்கள் என்று நம்புகிறேன். உங்கள் வாழ்க்கை நிலையை மேம்படுத்த நான் மத மாற்றத்தைத் தொடங்கியாக வேண்டும். இதில் எனது தனி நலன் குறித்தோ முன்னேற்றம் குறித்தோ சிறிதும் கவலை

கொள்ளவில்லை. இன்றைய காலகட்டத்தில் எனது நோக்கம் முற்றிலும் உங்களுடைய மேம்பாடும் நலன்களும் மட்டுமே.'

அம்பேத்கரின் இந்த உள்ளக் குமுறலுக்கான - மதமாற்றத் துக்கான - காரணத்தை மனிதநேயமுள்ள மனிதர்கள் யார்தான் மறுக்கமுடியும்?

அம்பேத்கர் மதம் மாற முடிவெடுத்ததற்கு இச்சம்பவங்கள் மட்டும் முதன்மையான காரணம் அல்ல. முக்கியமான காரணங்கள் வேறுபல இருக்கின்றன. தாழ்த்தப்பட்டவர்கள் இந்துக்கள் இல்லை என்பதை இந்து சனாதனிகள் நிரூபித்த சம்பவங்கள் அவை.

அவற்றைப்பற்றி அடுத்த அத்தியாயத்தில் காண்போம்.

அத்தியாயம்

2

தாழ்த்தப்பட்டவர்கள் இந்துக்கள் அல்ல என்பதை நிரூபித்த சம்பவங்கள் பல உண்டு. அம்மாதிரியான நிகழ்வுகள் கிட்டத்தட்ட இந்தியா முழுவதுமே நடைபெற்றிருக்கின்றன. முக்கியமாக அம்பேத்கரின் மனதில் ஆழமான வடுவை, தான் இந்துவல்ல என்பதை ஆணி அடித்தாற்போலப் புரியவைத்த சம்பவங்கள்தான் கோயில் நுழைவுப்போராட்டங்களும், பொதுக்குளத்தில் தண்ணீர் எடுக்கும் போராட்டமும்.

பம்பாய் டாகுர்துவார் பகுதியில் புதிதாகக் கட்டப்பட்ட ஒரு கோயிலில் தீண்டப்படாதவர்களும் நுழையலாம் என்று 1927 ஜூன் மாதம் அறிவிக்கப்பட்டது. அம்பேத்கர் அக்கோயிலின் அமைப்புக்குழுவின் செயலாளருடன் தொலைபேசியில் தொடர்பு கொண்டு அவரைச் சந்திப்பதற்கான நேரம் விசாரித்துக்கொண்டார். பிறகு சிவதர்கருடன் கோயிலை அடைந்தார். ஆனால் அருகில் வசித்த மக்கள் அவரை அடையாளம் கண்டுகொண்டனர். அனைவரும் சேர்ந்து அவரைத் தாக்கினார்கள். கோயில் செயலாளரின் அழைப்பின்பேரில்தான் இருவரும் வந்துள்ளதாக அம்பேத்கர் விளக்கினார். நீண்டநேரம் விவாதம் நடந்தது. இந்த மோதலுக்குப் பிறகு அம்பேத்கரும் சிவதர்கரும் தங்கள் இருப்பிடத்துக்குத் திரும்பிவிட்டனர்.

டாக்டர் பஞ்சாப்ராவ் தேஷ்முக், பாபாசாகேப் கவாய் ஆகிய இருவரும் அமராவதி நகரில் அம்பாதேவி கோயிலினுள் தீண்டப்படாதோர் நுழைவதற்கான சத்தியாகிரகத்தை ஆரம்பிக்க நிச்சயித்தனர். ஆலயப் பிரவேசக்குழு சார்பில் 13-11-1927 அன்று அமராவதி நகரில் இந்திரபுவன் அரங்கில் ஒரு மகாநாடு நடத்தப்பட்டது. அம்பேத்கர் தலைமை வகித்துத் தன் உரையில் கூறினார் :

‘எந்தக் கடவுளுக்கும் தீண்டப்படாதவரின் ஆலயப் பிரவேசத்தினால் தீட்டு ஏற்பட்டுவிடாது. ஆகவே தீண்டப்படாத சமூகத்தினருக்காகத் தனியாகக் கோயில்கள் கட்டலாம் என்ற கருத்தை எதிர்க்கிறேன்.

இந்துமதம் இந்துக்கள் அனைவருக்கும் உரியது என்றால் அது தீண்டப் படாதவர்களுக்கும் உரியது என்றுதானே பொருள். இந்துமதத்தின் வளர்ச்சிக்குத் தீண்டப்படாதவர்களான வால்மீகி முனிவர், ரோஹிதாஸ், சோகாமேளா முதலிய புனிதர்களும், ஸித்நாக் போன்ற மஹர் சாதி பக்தர்களும் பெரிய அளவில் உதவியிருக்கின்றனர்' என்று கூறினார்.

மகாநாட்டின் இரண்டாம் நாளன்று பரார் நகரைச் சேர்ந்த புகழ்பெற்ற தலைவர் ஜி.எஸ்.காபர்டேயின் அறிவுரையின் பேரில் ஆலயப்பிரவேச சத்தியாக்கிரகத்துக்கான நாள் அடுத்த மூன்று மாதங்களுக்குள் நடத்தப்படுவதற்குத் தள்ளிப் போடப்பட்டது.

பம்பாய் தாதர் பகுதியில் 1928 செப்டம்பரில் கணேசர் திருவிழாவில் தரிசனத்துக்கும் வழிபடவும் தீண்டப்படாதவர் களுக்கும் உரிமை வழங்கப்படவேண்டும் என்று கோரிக்கை எழுப்பப்பட்டது. ஆனால், விழாக்குழுவினர் இதை ஏற்கவில்லை. ஆகவே அந்த விழாவில் தீண்டப்படாதவர்கள் கலந்து கொள்வதைத் தடுக்கப் போக்கிரிகள் ஏற்பாடாகியிருந்தனர். காவல்துறையினரும் தீண்டப்படாதவர்களுக்கு உதவ மறுத்துவிட்டனர். கேலூஸ்கர் குருவும் அம்பேத்கரும் அங்கு சென்று விழா மண்டபத்தில் சாதி இந்துக்களின் போக்கை எதிர்த்தனர். கடைசியில் மாலை 4 மணிக்கு சமாதான உடன்படிக்கை ஏற்பட்டது.

ஆனால், விழாக்குழுவினர் 1929-ல் மேற்படி உடன்படிக்கை ரத்து செய்யப்பட்டுவிட்டதென அறிவித்தனர். அம்பேத்கர், போலே, பிரபோ தன்கர் தாக்கரே ஆகியோர் சென்று மறுபடியும் பேச்சுவார்த்தை தொடங்கினர். பிற்பகல் 3 மணிக்குப் பிறகு தீண்டப்படாதவர்கள் கோயிலுள் செல்ல முடிந்தது.

இம்மாதிரியான கோயில் நுழைவுப் போராட்டங்களைச் சிறிய அளவில் அம்பேத்கர் பங்கெடுத்து நடத்தினார். ஆனால், அவரின் அடிமனதில் நெருப்புப் பொறி ஒன்று பற்றி எரிந்துகொண்டிருந்தது. அந்த நெருப்பு ஒருநாள் எரிமலையாக வெடித்தது. ஆம். அதற்கான இடம்தான் மஹட் நகர்.

மஹடில் என்ன நடந்தது?

பம்பாய் சட்டமன்றத்தில் 4-8-1923 அன்று எஸ்.கே. போலே ஒரு முக்கியமான தீர்மானம் கொண்டுவந்தார். அதன்படி ஆறு, குளம், கிணறு, நீர்த்தேக்கம் முதலிய தண்ணீர் கிடைக்கக்கூடிய பொது இடங்களிலும், பள்ளிக்கூடம், மருத்துவமனை, நீதிமன்றம் போன்ற பொது இடங்களிலும் தீண்டப்படாதோர் பிரவேசிப்பதற்கு யாதொரு தடையும் கூடாது என்று முடிவு செய்யப்பட்டது. பம்பாய் அரசு

தன்னுடைய எல்லாத் துறைகளும் இந்தத் தீர்மானத்தைக் கடைபிடிக்க வேண்டும் என்று ஆணை பிறப்பித்தது. ஆனால், உண்மையில் அந்தச் சட்டம் பின்பற்றப்படவில்லை. அன்றாட சமூக வாழ்வில் தீண்டப் படாதோர் பொது இடங்களுக்கு வர அனுமதிக்கப்படவில்லை.

பொது இடத்துத் தண்ணீர் குடிக்கும் உரிமை அடிப்படை மனித உரிமைகளில் ஒன்று என்பதையும், அதற்குச் சட்டமும் பின்பலமாக இயற்றப்பட்டுவிட்டது என்பதையும் நிரூபிக்க அம்பேத்கர் 'மஹட்' என்ற ஊரில் 'சௌதார்' என்ற பொதுக்குளத்தில் நீரைப் பருகித் தனது மனித உரிமையை நிலைநாட்டிக் கொள்ள நிச்சயித்தார். அப்போதுதான் மற்றவர்களுக்கு இந்த உரிமை சரியாகப் புரியவரும் என்று கருதினார்.

மஹட் என்ற ஊரை தேர்ந்தெடுத்ததற்கு இன்னொரு காரணமும் உண்டு. மஹட் நகரசபை ஏற்கனவே 1924ல் 'இந்தக் குளம் பொதுக்குளமாகும். இதன் தண்ணீரை, தீண்டப்படாதவர்கள் உட்பட, அனைத்து மக்களும் சுதந்தரமாகப் பயன்படுத்திக்கொள்ளலாம்' என்ற ஒரு தீர்மானத்தை நிறைவேற்றியிருந்தது. இதனால் அம்பேத்கர் தனது போராட்டம் சட்டத்தை மீறுவதற்கல்ல. சட்டத்தை நடைமுறைக்குக் கொண்டு வருதவற்காகவே என்று சொல்லமுடிந்தது. தனியார் நீர்நிலைகள் மீது தீண்டப்படாதவர்கள் உரிமை கோர முடியாதென்று அவருக்குத் தெரியும். ஆனால், நகரசபை எல்லைக்குள் இருந்த பொதுக்குளத்தின் மீது, நகரசபையில் சாதகமாகத் தீர்மானம் நிறைவேற்றப்பட்டுவிட்ட நிலையில், ஒரு குடிமகன் அல்லது மனிதன் என்ற முறையில் யாரும் தனது உரிமையை நிலைநாட்டலாம் என்பதே அம்பேத்கரின் கண்ணோட்டம்.

மஹட் நகரில் தீண்டப்படாதோர் மாநாட்டை 19-3-1927 அன்று நடத்தத் தீர்மானிக்கப்பட்டது. இதில் கலந்துகொள்ள குஜராத் மற்றும் மகாராஷ் டிராவிலுள்ள கிராமங்களில் இருந்து சுமார் 5000 பேர் வந்தனர். இத்தகைய சூழ்நிலையில் தண்ணீர்க் கஷ்டம் இருக்கக்கூடாது என்பதற் காக மேல்வகுப்பினரிடமிருந்து 40 ரூபாய்க்கு தண்ணீர் வாங்கி வைக்கப்பட்டது.

மறுநாள் காலை 9மணிக்கு மகாநாடு தொடங்கியது. தீண்டப்படாதவர் களும் சௌதார் குளத்திலிருந்து நீர் எடுத்துக் கொள்ளலாம் என்று மஹட் நகரசபை எடுத்த முடிவை அமல்படுத்த வேண்டும் என்று இந்த மகாநாட்டில் முதல் தீர்மானம் நிறைவேற்றப்பட்டது. அதற்கேற்ப அம்பேத்கர் புறப்பட்டதும் அவரைத் தொடர்ந்து 5000 பேர்களடங்கிய கூட்டம் ஊர்வலமாகச் சென்று சௌதார் குளக்கரையை அடைந்தது. அவர்கள் அக்குளத்தின் இனிய நீரைப் பருகித் தங்கள் உரிமையை நிலைநாட்டினார்கள். பிறகு அனைவரும் மகாநாட்டு அரங்குக்குத்

திரும்பிவிட்டனர். அவர்களது முகத்தில் மகிழ்ச்சியும் உற்சாகமும் ஒளி வீசின.

பிறகு அவர்கள் நான்கைந்து பேர் கொண்ட பல குழுக்களாகப் பிரிந்து நகர்ப்பகுதியைச் சுற்றிப் பார்த்துக்கொண்டிருந்தனர். அதேசமயம் மறுபுறம் சனாதனிகள் தீண்டப்படாதவர்கள் மீது தாக்குதல் நடத்த, தீண்டப்படாதவர்கள் உள்ளூர் வீரேசுவரர் கோயிலுக்குள் நுழையத் திட்டமிட்டுள்ளனர் என்றும் இந்து மதத்துக்குப் பேராபத்து வந்து விட்டது என்றும் பிரசாரம் செய்தனர். திடீரென சனாதனிகள் மகாநாட்டு உணவுக்கூடத்தை முற்றுகையிட்டனர். லத்திக் கம்புகளால் தீண்டப் படாதவர்களைத் தாக்கினர்.

இதையெல்லாம் பார்த்தபோது அம்பேத்கருக்குக் கோபம் பொங்கி வந்தது. ஆனால் இங்கு அம்பேத்கர் விவேகத்தைக் கையாண்டார். நாம் திருப்பி தாக்கக்கூடாது. அகிம்சையைக் கடைபிடிக்கவேண்டும் என்று கட்டளையிட்டார். அதன்படியே தீண்டப்படாதோர் அமைதியாக எல்லா இன்னல்களையும் தாங்கினர்.

கலவரம் அடங்கியதும் காவல்துறை அதிகாரிகளும், மாவட்ட ஆட்சித் தலைவரும் சம்பவம் நடந்த பகுதியைப் பார்வையிட்டனர். காவல் துறையினர் கலவரம் செய்தவர்கள் மீது வழக்குத் தொடர்ந்தனர்.

இதற்கிடையில் பிராமண சமூகத்தினர் பெருமாள் கோயிலில் கூட்டம் நடத்தி, சௌதார் குளத்தைச் சுத்திகரிக்கவேண்டும் என்று முடிவு செய்தனர். அதன்படி அக்குளத்திலிருந்து 108 குடம் தண்ணீர் வெளியே எடுக்கப்பட்டது. ஒவ்வொருவர் வீட்டிலிருந்தும் சாணம், பசுவின் சிறுநீர் பெற்றுக் கலந்து கெட்டிப்படுத்தி, பாலும் தயிரும் கலந்து பானை களில் வைக்கப்பட்டது. பிறகு தண்ணீர்க் குடங்களில் அக்கலவையை ஊற்றி அனைத்தையும் மீண்டும் குளத்தில் கொட்டிவிட்டனர்.

நான்கு நாட்களுக்கு யாரும் குளத்தின் பக்கம் போகவில்லை. பிறகு பொதுமக்கள் அங்கே தண்ணீர் எடுக்க வரத் தொடங்கினர். அக்கூட்டத்தில் முகம்மதியர்களும் இருந்தனர். ஆனால், அவர்கள் தண்ணீரைத் தொடுவதால் குளம் தீட்டுப் பட்டுவிட்டதாக பிராமணர்கள் யாரும் நினைக்கவில்லை.

மஹறட் நகரசபை 4-8-1927ல் புதியதொரு தீர்மானத்தை நிறைவேற்றியது. அதன்படி சௌதார் குளம் பொதுவானது என்று முன்பு எடுத்த முடிவை நகரசபை திரும்பப்பெற்று ரத்து செய்தது.

சௌதார் குளம் சனாதனிகளால் சுத்தி செய்யப்பட்ட செய்தி அறிந்த அம்பேத்கர் மீண்டும் சத்தியாகிரகம் செய்ய முடிவெடுத்து டிசம்பர் 25, 26 ஆகிய இரு நாட்களைத் தேர்ந்தெடுத்தார்.

மஹாட் பகுதி சனாதனிகள் நவம்பர் 27 அன்று வீரேசுவரர் கோயிலில் கூட்டம் நடத்தி டிசம்பரில் நடைபெறவுள்ள தீண்டப்படாதோர் சத்தியா கிரகத்தை எப்படி முறியடிப்பது என்பது பற்றி விவாதித்தனர்.

பின் 12-12-1927 அன்று மஹாட் உரிமையியல் நீதிமன்றத்தில் அம்பேத்கர், சிவதர்கர் ஆகியோர் மீது இடைக்காலத் தடை உத்தரவு பிறப்பிக்குமாறு கேட்டுக்கொண்டு விண்ணப்பித்தனர். நீதிமன்றம் டிசம்பர் 14 அன்று தடை உத்தரவு ஆணை பிறப்பித்து அம்பேத்கர் முதலியவர்களுக்கு நோட்டீஸ் அனுப்பியது. எல்லா அதிகாரிகளும் 19 அன்று அப்பகுதியில் குழுமிவிட்டனர். சௌதார் குளத்தின் நாற்புறமும் போலீஸ் போடப் பட்டது. மகாநாட்டுத் தலைவர்களும் தொண்டர்களும், கூட்டம் கூட்ட மாக மக்களும் 21 அன்றிலிருந்து வந்து சேரத் தொடங்கினர்.

டிசம்பர் 25-ம்நாள் அன்று மஹாட்டிலிருந்து ஐந்து மைல் தொலைவில் உள்ள தாஸ்காம் துறைமுகத்தை வந்தடைந்தார் அம்பேத்கர். அவருக்கு உற்சாக வரவேற்பு அளிக்கப்பட்டது. அதன்பின் அவரிடம் மாவட்ட நீதிபதியிடமிருந்து வந்த கடிதம் ஒன்று தரப்பட்டது. 'உடனே மஹாட் வந்து என்னைச் சந்திக்கவும்' என்று நீதிபதி எழுதியிருந்தார். ஆகவே அம்பேத்கர் தனது நண்பர் ஸஹஸ்ர புத்தேயுடன் சென்று நீதிபதியைச் சந்தித்தார்.

நீதிபதி சத்தியாகிரகத்தைத் தள்ளிப்போடுமாறு கேட்டுக்கொண்டார். அதற்கு அம்பேத்கர் நான் என்னுடைய ஆதரவாளர்களுடன் விவாதித்த பிறகு என்ன முடிவு எடுக்கப்படுகிறதோ அதை உங்களுக்குத் தெரிவிப்பேன் என்றார்.

மாலை 4.30 மணிக்கு மகாநாடு தொடங்கியது. மகாநாட்டில் அம்பேத்கர் பேசியபோது 'நாம் சௌதார் குளத்திலிருந்து நீரெடுத்துப் பருகாவிட்டால் உயிர்போய்விடுமோ என்ற பிரச்னை எதுவும் இல்லை. இதன்மூலம் மற்றவர்களைப்போல் நாமும் மனிதர்கள்தான் என்பதை நிலைநிறுத்தவே விரும்புகிறோம். இந்தக் கூட்டம் சமூக சமத்து வத்துக்குப் பிள்ளையார் சுழி இடுவதற்காக நடத்தப்படுகிறது. அத்தகைய நோக்கம் கொண்ட இயக்கத்துக்கு இங்கே பந்தல் கால் நாட்ட விரும்புகிறோம்.

இந்த மகாநாட்டை அம்பேத்கர் 5-5-1789 அன்று பிரான்ஸ் தேசிய இயக்கத்தினர் பாரிஸ் அருகில் வெர்செயில்ஸ் என்ற இடத்தில் நடத்திய கூட்டத்துடன் ஒப்பிட்டு, 'பிரெஞ்சுப் புரட்சியை நடத்த அவர்களுக்கு ஓர் அமைப்பு தேவைப்பட்டது. நாமும் அதுபோன்றதோர் அமைப்பை உருவாக்க வேண்டும். பிரெஞ்சு தேசிய சபை எடுத்துக்காட்டிய அதே வழிதான் இந்து சமூகம் உயர்வு பெறுவதற்குத் தேவைப்படும் வழியாகும். இரண்டு அடிப்படைக் கொள்கைகளைக் கொண்டு இந்து

சமூகத்துக்குப் புதிய வடிவம் தர வேண்டும். சமத்துவம், சாதியற்ற சமூக அமைப்பு என்பவையே அந்த அடிப்படைகள்' என்று தெரிவித்தார்.

இந்த மாநாட்டில் தான் முக்கியமானதோர் தீர்மானம் இயற்றப்பட்டு அங்கேயே நிறைவேற்றப்பட்டது.

இந்து சனாதானிகள் எந்த மனுநீதி நூலை வைத்து தீண்டாதாரை நசுக்கினார்களோ... எந்த மனுநீதி நூல் சனாதனிகள் மூளையில் ஆணி அடித்தாற்போல் பதிந்து இந்து சமூகத்தைப் பிளவுபடுத்திட வைத்ததோ அந்த மனுநீதி நூலைத் தீயிட்டுக் கொளுத்தவேண்டும் என்ற தீர்மானம் பலத்த கரவொலிக்கிடையில் நிறைவேற்றப்பட்டது. இரவு 9 மணிக்கு மகாநாடு நடக்கும் இடத்தில் பலிபீடம் போல் அமைக்கப்பட்டது. மனுநீதி நூல் அதன்மேல் வைக்கப்பட்டுத் தீண்டப்படாத சாதிச் சாமியார்கள் சிலர் முறைப்படி அதற்கு நெருப்பு மூட்டித் தகனம் செய்தனர்.

மனுநீதி நூலின் தகனம் முடிந்தபின் அம்பேத்கர் எழுந்து 'ஏற்றத் தாழ்வை வற்புறுத்தும் நீதிநெறி இனி பாரதத்தில் செல்லாது என உலகம் தெரிந்துகொள்ளட்டும்' என்று முழங்கினார். மறுநாள் பெயர் கொடுத்திருந்த எல்லோரும் சத்தியாகிரகம் செய்யத் தயாராக இருந்தனர். அன்று மாவட்ட நீதிபதியும் அங்கு வந்து கோர்ட்டில் தாக்கலாகியுள்ள வழக்கைப் பற்றித் தெரிவித்தார். சட்டத்தை மீறினால் தண்டனை கிடைக்கக்கூடும் என்று தெளிவுபடுத்தினார்.

டிசம்பர் 27 அன்று சத்தியாகிரகிகளின் ஆர்வம் உச்சநிலையை எட்டியது. இந்தப் போராட்டம் இந்து சமூகத்தின் போக்கை எதிர்த்து மட்டுமே மேற்கொள்ளப்படுகிறது. அதனால் அரசாங்கத்தை எதிரியாக்கிக் கொண்டு நமது சக்தியை விரையமாக்கிவிடக்கூடாது என எச்சரித்து, சத்தியாகிரகம் ஒத்திவைக்கப்படுகிறது. நாம் போராட்டத்தை முடித்துக் கொண்டுவிட்டதாக இதற்கு அர்த்தமில்லை. நமது கிளர்ச்சி நடை பெற்றுக்கொண்டேதான் இருக்கும் என்று அறிவித்தார்.

அம்பேத்கரின் முடிவைக் கேட்டு அவையினர் திகைத்தனர். சில நிமிடங்களுக்கு நிசப்தம் நிலவியது. பிறகு அனைவரும் எழுந்து நான்கு நான்கு பேர் வீதம் வரிசையாக ஊர்வலம் புறப்பட்டனர். சௌதார் குளத்தை ஒருமுறை வலம்வந்து 12 மணிக்குத் திரும்பினார்கள்.

இரவு 10மணிக்கு சக்கிலியர்சேரியில் கூட்டம் நடைபெற்றது. அத்துடன் அம்மகாநாடு முடிவுற்றது.

சௌதார் குளத்து நீரைப் பயன்படுத்துவது குறித்து நீண்ட நாட்களாக நடைபெற்ற வழக்கில் 1937 மார்ச் 17ஆம் நாள் பம்பாய் உயர்நீதிமன்றம் தீண்டப்படாத வகுப்பு மக்களுக்குச் சார்பாகத் தீர்ப்பு வழங்கியது.

நான்கு ஆண்டுகளுக்கு முன் தாணாவில் துணை நீதிபதி தீண்டப் படாதவர்களுக்கு ஆதரவாக அளித்த தீர்ப்பை பம்பாய் உயர்நீதி மன்றத் தீர்ப்பு உறுதி செய்தது. இந்த சௌதார் குள நிகழ்ச்சி அம்பேத்கரை மிகவும் பாதித்தது. இஸ்லாமியர்களுக்கும் கிறிஸ்தவர்களுக்கும் குளத்தில் தண்ணீர் அள்ளும் உரிமை உள்ளபோது நாம் தண்ணீர் அள்ளக் கூடாதா... அப்படியானால் நாம் இந்து இல்லையா? என்பதே அவர் உள்ளத்தில் எழுந்த கொண்டிருந்த கேள்வி.

சௌதார் குள நிகழ்ச்சி மூலம் மனம் நொந்துபோயிருந்த அம்பேத்கருக்கு மேலும் ஒரு நிகழ்ச்சி அவரின் உள்ளத்தை ரணமாக்கியது. அம்பேத்கர் 1929 ஆகஸ்டில் மாவட்ட குற்றவியல் நீதிமன்றத்தில் ஒரு வழக்கில் வாதாடுவதற்காக ரத்தினாகிரிக்குச் சென்றார். அவர் தீண்டப்படாதவர் என்பதால் அவருடையச் ஆடையைச் சலவை செய்ய அங்கிருந்த சலவையாளர் மறுத்துவிட்டார்.

பிறகு அம்பேத்கர் பம்பாய் அரசு அமைத்த ஸ்டார்ட் கமிட்டிக் குழுவினருடன் பெல்காம், கான்தேஷ், நாசிக் ஆகிய மாவட்டங் களில் சுற்றுப்பயணம் செய்தார். தீண்டப்படாத சமூகத்தைச் சேர்ந்த ஒருவர் ஒரு பள்ளியில் தன் மகனை வகுப்பறைக்கு வெளியில் உட்காரவைக் கிறார்கள் என்று புகார் செய்ததைக் கேட்டு அம்பேத்கர் அங்கு விசாரிக்கச் சென்றார். ஆனால், அவரே தீண்டப்படாதவர்தான் என்பதால் பள்ளித் தலைமையாசிரியர் அவரையே உள்ளே விடவில்லை.

இத்தகைய கசப்பான அனுபவங்கள் ஒருவரை இந்துமதத்தில் இருக்கச் சம்மதிக்கவைக்குமா?

இவற்றையெல்லாம்விட அவர் நடத்திய கோயில் நுழைவு போராட்டம்தான் அம்பேத்கரின் உள்ளத்தில் ஆழமான வடுவை ஏற்படுத்தியது. நாங்களும் இந்துக்கள் தானே என்பதை நிரூபிப்பதற் காக எடுக்கப்பட்ட கோயில் நுழைவுப்போராட்ட முயற்சியானது தாழ்த்தப்பட்டவர்கள் இந்துக்கள் இல்லை என்பதை சனாதனிகள் பறைசாற்றிய நிகழ்ச்சியாகவே ஆகிப்போனது.

இஸ்லாமிய எதிரிகளுக்குப் பயந்து கோயிலை மூடி வைத்திருந்த சரித்திரங்கள் நமக்குத் தெரியும். ஆனால், சொந்த சகோதரர்கள் கோயிலுக்குள் நுழைந்துவிடுவார்களோ என்று பயந்து புகழ்பெற்ற கோயிலை சனாதன இந்துக்கள் மூடி வைத்திருந்ததை அறிவீர்களா?

ஆம். தம் சொந்த இன மக்கள் கோயிலில் நுழையக்கூடாது என்ற காரணத்துக்காக... ஒருநாள்அல்ல. இரண்டுநாள் அல்ல. ஒரு வருடக் காலம் சனாதன இந்துக்கள் கோயிலை மூடி வைத்திருந்தனர். நாசிக்கில் உள்ள காலாராம் கோயிலில்தான் இந்த மனிதநேயமற்ற நிகழ்வு

நடைபெற்றது. தாழ்த்தப்பட்டவர்களுக்கும் கோயிலில் நுழைந்து வழிபட உரிமை உண்டு என்பதை நிலைநாட்டுவதற்காக அம்பேத்கர் ஆரம்பித்த போராட்டம்தான் காலாராம் கோயில் நுழைவுப் போராட்டம்.

1930ல் நாசிக்கில் உள்ள காலாராம் கோயில் நுழைவுப் போராட்டத்தை ஆரம்பித்தார் அம்பேத்கர். தீண்டப்படாத வகுப்பு மக்கள் சத்தியாகிரகக் குழு ஒன்றை அமைத்தார். ஒரு காலக்கெடு கொடுத்து அந்நாளுக்குள் கோயிலைத் தீண்டப்படாத மக்களுக்குத் திறக்காவிடில் சத்தியாகிரகம் செய்வோம் என்று அக்கோயிலின் அறங்காவலர்களுக்கு அறிவிக்கப் பட்டது. அதேவேளையில் அக்கோயிலில் உள்ள இராமனை வழிபடும் உரிமையைப் பெற்றிட நாசிக்கில் அணி திரளுமாறு மக்களுக்கு எழுச்சிமிக்க அறைகூவல் விடப்பட்டது.

கோயில் நிர்வாகம் மறுத்துவிட்டது. சத்தியாகிரகம் ஆரம்பிக்கப் போவதாக அறிவிக்கப்பட்டது. 1930, மார்ச் 2 ஞாயிற்றுக்கிழமை காலை 10 மணிக்கு அம்பேத்கர் தலைமையில் மாநாடு தொடங்கியது. முடிவில் ஊர்வலமாகச் செல்ல முடிவெடுக்கப்பட்டது.

காலாராம் கோயிலின் கிழக்கு வாயில் அருகில் அந்த ஊர்வலம் வந்ததும், மாவட்ட நீதிபதி, மாவட்டக் காவல்துறைக் கண்காணிப் பாளர், நகர நீதிபதி ஆகியோர் அந்த நுழைவாயில் அருகில் வந்தனர். கோயிலின் எல்லா நுழைவாயில்களும் மூடப்பட்டுவிட்டிருந்ததால் ஊர்வலத்தினர் கோதாவரிப் படித்துறைப் பக்கம் சென்றார்கள். அங்கே அந்த ஊர்வலம் ஒரு பொதுக்கூட்டமாக மாற்றப்பட்டது. அன்றிரவு பதினோரு மணிக்குத் தலைவர்கள் கூடிப் பேசினார்கள். அனைத்து அம்சங்களையும் விவாதித்தபின் கோயிலின் வாயில்களின் முன்னர் அமைதியான முறையில் போராட்டத்தை நடத்துவது என்று முடிவு செய்தனர். வரலாற்றுச் சிறப்பு வாய்ந்த அப்போராட்டம் 1930 மார்ச் 3ஆம் நாள் காலை தொடங்கியது.

8000 சத்தியாகிரகிகள் பதிவு செய்திருந்ததில் தேர்ந்தெடுக்கப்பட்ட முதல் குழுவினரான 125 ஆண்களும் 25 பெண்களும் கோயிலின் நான்கு நுழைவாயில்களின் முன்பும் அறப்போரைத் தொடங்குவதற்காக நின்றனர். ஆனால் கோயிலின் எல்லாக் கதவுகளும் மூடப்பட்டுக் கிடந்தன. அருகில் போகக்கூடாது என்பதற்காக வாயில்களில் தடைகளும் ஏற்படுத்தப்பட்டிருந்தன. நுழைவாயில் முன் சத்தியாக் கிரகிகள் அமர்ந்து பக்திப் பாடல்களைப் பாடினார்கள். பஜனை செய்தார்கள். மூவாயிரத்துக்கும் மேற்பட்ட தீண்டப்படாத வகுப்பு மக்கள் அங்கே குழுமினர்.

கோயிலின் ஒவ்வொரு நுழைவாயிலிலும் பலத்த காவலர் பாதுகாப்பு போடப்பட்டிருந்தது. இரண்டு முதல் வகுப்பு நீதிபதிகள் தேவையான நடவடிக்கையை எடுப்பதற்காகக் காலை முதல் அங்கேயே இருந்தனர். காவல் துறைக் கண்காணிப்பாளரான ரினால்ட்ஸ் அவருடைய அலுவலகத்தைக் கோயிலுக்கு எதிரே அதற்கென அமைக்கப்பட்டிருந்த கொட்டகைக்கு மாற்றிக் கொண்டார்.

கோயிலின் நான்கு நுழைவாயில்களும் மூடப்பட்டுவிட்டதால் சாதி இந்துக்களும் கோயிலுக்குள் செல்ல முடியாத நிலை ஏற்பட்டது. அந்த முட்டுக்கட்டையை நீக்குவது எப்படி என்று சாதி இந்துத் தலைவர்கள் ரகசியமாகக் கூடிப் பேசினார்கள். அன்றிரவு நாசிக் குடிமக்கள் கூட்டம் சங்கராச்சாரியார் டாக்டர் குர்த கோட்டி தலைமையில் நடைபெற்றது. வைதிக இந்துக்கள் பெருமளவில் அக்கூட்டத்தில் இருந்ததால் கூட்டம் குழப்பத்தில் முடிந்தது. கூட்டத்தில் கற்களும் செருப்புகளும் வீசப்பட்டன.

இந்த சத்தியாகிரகப் போராட்டம் தொடர்ந்து ஒரு மாதம் நடந்தது. ஏப்ரல் 9-ம் நாள் வந்தது. இராமனின் உருவத்தைத் தேரில் வைத்து ஊர்வலமாக இழுத்துச் செல்லும் நாள் அது. ஆகவே தீண்டப்படாத மக்களுக்கும் சாதி இந்துக்களுக்கும் இடையே ஓர் உடன்பாடு உருவாக்கப்பட்டது. இருதரப்பிலும் உள்ள சிலர் தேரை இழுத்துச் செல்வது என்று முடிவெடுக்கப்பட்டது. அக்காட்சியைக் காண அன்று பகல்பொழுதில் ஆயிரக்கணக்கானவர்கள் கோயிலின் முதன்மை வாயிலருகே கூடினார்கள். தான் தேர்ந்தெடுத்த ஆட்களுடன் அம்பேத்கர் அக்கோயிலின் வாயிலருகே நின்றார். ஆனால், அம்பேத்கரின் போராட்ட வீரர்கள் தேரைத் தொட்டு இழுப்பதற்குள் சாதி இந்துக்களில் இருந்த சிலர் அவர்கள் மீது பாய்ந்து சண்டை யிட்டனர். முன்னரே தாங்கள் ரகசியமாகத் திட்டமிட்டிருந்தவாறு சாதி இந்துக்கள் தேரை இழுத்துக்கொண்டு ஓடினர். முட்கள் நிறைந்த, இருபுறமும் பாதை வசதியில்லாத ஒரு குறுகலான தெரு வழியாக வேண்டுமென்றே தேரை இழுத்துச் சென்றனர். அத்தெருவின் இருமுனைகளிலும் ஆயுதம் ஏந்திய காவல்துறையினர் அரணாக நின்றிருந்தனர்.

கத்ரேக்கர் என்ற பந்தாரி இளைஞன், காவல் துறையின் அரணைத் துணிச்சலாக உடைத்துக்கொண்டு தேரை நோக்கிப் பாய்ந்து சென்றான். அடுத்த நொடியில் தீண்டப்படாத வகுப்பு மக்கள் பெருங்கூட்டமாகத் தங்கள் மீது எறியப்படும் கற்களைப் பொருட்படுத்தாமல் பாய்ந்து முன்னேறிச் சென்று அத்தேரைக் கைப்பற்றினார்கள். படுகாயமடைந்த கத்ரேக்கர் கீழே விழுந்து குருதி வெள்ளத்தில் மிதந்தான். அம்பேத்கரை அவருடைய தோழர்கள் பாதுகாத்தனர். அவரைப் பாதுகாப்பதற்காகப்

24

பிடிக்கப்பட்ட குடைகளும் சின்னாபின்னமாகின. அதனால் அவருக்கு லேசான காயம் ஏற்பட்டது. நாசிக் நகரம் முழுவதும் தீண்டப்படாத மக்களும் சாதி இந்துக்களும் மோதிக்கொண்டனர்.

உடன்பாடு காணுமாறு இருதரப்பினரிடமும் முயற்சிகள் மேற் கொள்ளப்பட்டன. டாக்டர் மூஞ்சே, சங்கராச்சாரியார் டாக்டர் குர்த கோட்டி ஆகிய இருவரும் உடன்பாட்டை உருவாக்கிட முயன்றனர். பெருஞ்செல்வரான பிர்லா1930 ஏப்ரல் மாத மத்தியில் பம்பாயில் அம்பேத்கரைச் சந்தித்து அது தொடர்பாகப் பேசினார். ஆனால் தீண்டப்படாத வகுப்பு மக்கள் தம் கொள்கையில் உறுதியுடன் நின்றனர். அதனால் சாதி இந்துக்கள் புகழ்மிக்க காலாராம் கோயிலை ஓராண்டு காலம் மூடியே வைத்திருக்க நேரிட்டது.

1930ல் டாக்டர் மூஞ்சே அளித்த உறுதிமொழியின் பேரில் அப்போராட்டம் நிறுத்தி வைக்கப்பட்டிருந்தது. அப்பிரச்னையைத் தீர்ப்பதற்காக ஒரு குழுவை அமைப்பதாக 1930ல் மூஞ்சே உறுதி கூறியிருந்தார். பல மாதங்கள் கடந்த பின்னரும் அவர் எந்த நடவடிக் கையும் எடுக்காததால் மீண்டும் அப்போரட்டத்தைத் தொடங்குவது என்று முடிவு செய்தனர்.

1931ல் மீண்டும் தொடங்கியது போராட்டம். அம்பேத்கர் அவர் களிடையே வீர உரை ஆற்றினார். நாசிக்கில் நண்பகலில் தீண்டப் படாத வகுப்பு மக்கள் ஓர் ஊர்வலத்தை நடத்தினர். ஊர்வலத்தின் ஒரு திருப்பத்தில் வைதிகக் கும்பல் ஊர்வலத்தினர் மீது கற்களை வீசியது. இதுவும் கலவரத்தில் முடிந்தது.

அப்போராட்டம் 1935 அக்டோபர் மாத இறுதிவரை நீடித்தது. இதுமட்டு மல்லாமல் அன்றைய பம்பாய் மாகாணத்தில் முழுவதும் தீண்டப்படாத வர்களுக்கு சனாதன இந்துக்கள் விதித்திருந்த மனிதநேயமற்ற சட்டங்கள் அம்பேத்கரின் மனதை இறுக்கியது. ஒருவன் தாழ்த்தப் பட்டவன் என்பதைத் தெரிந்து கொள்ளும் பொருட்டு அவன் கழுத்தைச் சுற்றியோ, இடுப்பைச் சுற்றியோ கறுப்புக் கயிறு அணிய வேண்டு மென்ற விதி மகாராஷ்டிராவில் நிலவி வந்தது.

பம்பாயில் தீண்டப்படாதவர்கள் சுத்தமான துணிகளை உடுத்த அனுமதிக்கப்படவில்லை. கந்தல் துணிகளையே உடுத்தவேண்டும். தீண்டப்படாதவர்களுக்குத் துணிகள் விற்கும்போது அந்தத் துணிகளைக் கந்தலாக்கியும் அழுக்கடையச் செய்தும் விற்பதில் கடைக் காரர்கள் கவனமாக இருந்தார்கள்.

பம்பாய் மாகாணத்தில் சோனார்கள் (பொற்கொல்லர்கள்) தங்கள் வேஷ்டியைத் தார்பாய்ச்சி உடுத்திக்கொள்ள அனுமதிக்கப்பட

வில்லை. ஒருவருக்கு வணக்கம் தெரிவிக்கும்போது நமஸ்காரம் என்ற வார்த்தையை உபயோகிக்க அவர்களுக்கு அனுமதி அளிக்கப்பட வில்லை.

இப்படிச் சட்டங்கள் செய்து தீண்டப்படாதவர்களை மிருகங்களை விடக் கேவலமாக நடத்தினர் சனாதனிகள். இதையெல்லாம் பார்ப்பவருக்கு எப்படி இந்துமதத்தில் இருக்க மனம் விரும்பும் என்பதை நடுநிலையாளர்கள்தான் சிந்திக்க வேண்டும். இவற்றையெல்லாம் அனுபவத்தில் உணர்ந்துதான் - இந்த நாட்டில் தீண்டப்படாதவர்கள்மீது இந்துக்கள் நடத்திய கொடுமைகளைப் பார்த்துத்தான் அம்பேத்கர் மதம் மாற முடிவெடுத்தார்.

இதில் குற்றம் அம்பேத்கருடையது அல்ல. இந்துமத்தை - மனுநூலை - காரணம் காட்டித் தீண்டப்படாதவர்களை அடிமை களைவிட மோசமாக நடத்திய பிராமணர்கள், உயர்சாதி இந்துக்கள்தான் குற்றம் இழைத்தவர்கள். அவர்கள்தான் இதற்கு பதில் சொல்லவேண்டும்.

ஆனால், ஒன்று யோசிக்கத் தோன்றுகிறது! ஏன் அம்பேத்கர் இந்து மதத்தைச் சீர்திருத்த முயற்சி செய்யவில்லை? கேரளத்தில் தோன்றிய நாராயணகுரு போல் இந்துமதத்தை சீர்திருத்த முயன்றிருந்தால் அவர் வெற்றிபெற்றிருக்கலாம் அல்லவா என்ற எண்ணம் நமக்குத் தோன்றலாம்.

ஆனால், உண்மையில் அம்பேத்கர் முதலில் இந்துமதத்தைச் சீர்திருத்தத் தான் முயன்றார். அதற்கான வேலை திட்டங்கள்தான் சௌதார்குளம் போராட்டமும் காலாராம் ஆலய நுழைவுப் போராட்டமும். அம்பேத் கருடைய ஆரம்பகாலச் செயல்பாடுகள், பேச்சுகள் அப்படித்தான் அமைந்திருந்தன.

அடுத்த அத்தியாத்தில் அதைக் காண்போம்.

அத்தியாயம்

3

மதமாற்ற முடிவுக்கு முன்பாக அம்பேத்கரின் எண்ணம் இந்து மதத்தைச் சீர்திருத்திவிடலாம் என்றுதான் இருந்தது. அதற்கான செயல்பாடுகளே சௌதார் குள சத்தியாகிரகமும், ஆலய நுழைவுபோராட்டங்களும். சௌதார் குள சத்தியாகிர மாநாட்டில் அம்பேத்கர் பேசியபோது இப்படிக் குறிப்பிட்டார்:

'நமது இயக்கம் எப்படிப்பட்டது? நமது பலவீனமான நிலைமையை அகற்றுவது மட்டுமே அதன் குறிக்கோள் அல்ல. ஒரு சமூகப் புரட்சியைத் தோற்றுவிப்பதும் அதன் நோக்கமாகும். சமூகப் புரட்சி என்பது மனிதன் தோற்றுவித்த சாதித்தடைகள் அனைத்தையும் அகற்று வதைக் குறிக்கிறது. எல்லோரும் உயர்நிலையை அடைவதற்கு சமத்துவ வாய்ப்புகள் அளிப்பதைக் குறிக்கிறது. குடியுரிமைகள் விஷயத்தில் மனிதனுக்கு மனிதன் பேதம் காட்டாததைக் குறிக்கிறது. இந்துக்கள் அனைவரையும் ஒரே சாதியில் ஒன்றுபடுத்தும் நமது இயக்கத்தில் நாம் வெற்றி பெறவோமேயானால் பொதுவாக இந்திய நாட்டுக்கும் குறிப்பாக இந்து சமூகத்துக்கும் மிகப் பெரிய சேவை செய்தவர்களாவோம்' என்று கூறினார்.

அதுமட்டுமல்லாமல் அம்மாநாட்டில் நிறைவேற்றப்பட்ட தீர்மானங் களும் இந்து மதத்தைச் சீர்த்திருத்தும் வழிமுறைகளைக் கூறியது. நிறை வேற்றப்பட்ட தீர்மானங்களில் முக்கியமானவை: 1) மனுஸ் மிருதியிலும் அதுபோன்ற இதர நூல்களிலும் கூறப்பட்டுள்ள விஷயங்கள் நாகரிகமற்றவையாகவும் மிகவும் இழிவினும் இழிவானவையாகவும் உள்ளன. இந்தக் கூட்டம் அவற்றை மிக வன்மையாகக் கண்டிக்கிறது. இந்தக் கண்டனத்துக்கு அறிகுறியாக அவற்றைத் தீயிலிட்டுக் கொளுத்தத் தீர்மானிக்கிறது. இந்து சமுதாயத்தைச் சீர்திருத்துவதற்கான அடிப்படை யாகப் பின்கண்ட உரிமைப் பிரகடனத்தை வெளியிடுகிறது.

2) அனைத்து இந்துக்களும் ஒரே வர்ணத்தைச் சேர்ந்தவர்களாகக் கருதப்பட வேண்டும். இதற்கான சட்டம் இயற்றப்படவேண்டும்.

பிராமணன், சத்திரியன் போன்ற வருண இனச் சொற்கள் பயன் படுத்துவது தடை செய்யப்படவேண்டும்.

3) இந்து மதக் குருக்களைத் தேர்ந்தெடுப்பதற்கு பரீட்சை நடத்தப்பட வேண்டும். இத்தேர்வில் வெற்றிபெற்றவர்களுக்கே தகுதிச் சான்றிதழ் வழங்கப்படவேண்டும்.

அம்பேத்கரின் தளபதிகளான தியோராவ் நாயக்கும், கதிரேக்கரும் ஜனதா (மக்கள்) என்ற பெயரில் மாதம் இருமுறை இதழைத் தொடங்கினார்கள். ஜனதா பத்திரிகை சமத்துவம், சுதந்தரம், சகோதரத்துவம் என்ற கோட்பாடுகளின் அடிப்படையில் தீண்டப்படாத வகுப்பு மக்கள் இந்துச் சமூகத்தில் இணைந்து இருந்திடவே விரும்புகின்றனர் என்று எடுத்துரைத்தது.

பஹிஷ்க்ருத் பாரத் பத்திரிகையில் 26-6-1927 இதழில் எழுதும்போது அம்பேத்கர் 'நமது இந்து சமூகத்தின் மீது படிந்துள்ள தீண்டாமைக் களங்கத்தைக் கழுவி நீக்க, தீவிர விருப்பமுள்ளவர்கள் இதற்கான (சௌதார் குளம்) சத்தியாகிரகத்தில் கலந்துகொள்ள ஒதுக்கப்பட்டோர் நலச்சபை அலுவலகத்தில் தங்கள் பெயரைப் பதிவு செய்து கொள்ளுங்கள்' என்று அழைப்பு விடுத்தார்.

'மனிதனுக்காக மதமா மதத்துக்காக மனிதனா? தீண்டத் தகாதவர்களெனப்படும் நாம் இந்து மதத்தின் ஓர் அங்கமா, இல்லையா... இம்மாதிரிக் கேள்விக்கு நாம் இறுதியான முடிவு எடுத்தேயாக வேண்டும்' என்று தன் கட்டுரையில் எழுதியிருந்தார்.

மகாராஷ்டிரப் பிராமணரல்லாத சமூகங்களின் தலைவர்களான ஜேதே, ஜவல்கர் என்பவர்கள் அம்பேத்கரைச் சந்தித்து, சௌதார் குள சத்தியாகிரக போராட்டத்தில் பிராமணர்கள் யாரும் கலந்து கொள்ள விடாதபடிச் செய்தால், பிராமணரல்லாத மற்ற அனைத்து சமூகத்தினரும் அவருடைய போராட்டங்களில் பங்கேற்க வருவார்கள் என்று கூறிப் பார்த்தனர்.

அப்போது அவர்களுக்கு அம்பேத்கர் அளித்த பதிலில் இருந்து அம்பேத்கரின் தூய எண்ணத்தைப் புரிந்துகொள்ளமுடியும். அவர் எதன்மீது வெறுப்புக் கொண்டிருந்தார் என்பதையும் எதை சமூகத்தில் இருந்து நீக்க வேண்டும் என்ற நோக்கம் கொண்டிருந்தார் என்பதையும் நாம் அறிந்து கொள்ளலாம். அவர்களின் ஆலோசனையை ஏற்க மறுத்த அம்பேத்கர் அவர்களிடம் 'நான் நடத்தும் இயக்கம் பிராமணர்களுக்கு எதிரானதல்ல. பிராமணர்கள் எல்லோரும் தலித்துகளுக்கு எதிரிகள் என்று கூறமுடியாது. அது பிராமணியத்தைத்தான் எதிர்க்கிறது. பார்ப்பனிய மனப்பான்மை கொண்டிருப்பவர்களே வெறுக்கப்பட

வேண்டியவர்கள். உயர்ந்த சாதி, தாழ்த்த சாதி என்று வேறுபடுத்துவது பிராமணியம். இதுதான் மனிதனைத் தொட்டால் தீட்டு என்ற சிந்தனையை வளர்த்தெடுத்தது. சமூகத்தில் சிலருக்கு இதுதான் சிறப்பு உரிமைகளை அளித்தது. சமனற்ற நிலையைத் தோற்றுவித்தது' என விளக்கினார். மேலும் கூறுகையில் 'சாதியில் உயர்வு தாழ்வு கற்பிக்கும் மனப்பான்மை கொண்ட பார்ப்பனரல்லாதவரை நான் வெறுக்கிற அதே நேரத்தில் இந்த உயர்வு தாழ்வு உணர்வு இல்லாமல் சிறப்பு உரிமைகளையும் அதிகாரத்தையும் விட்டொழித்த பார்ப்பனரை வரவேற்கிறேன்' என்று பதிலளித்தார்.

அம்பேத்கர் இவ்வாறு பதிலளிக்கப் பல காரணங்கள் இருக்கின்றன. அம்பேத்கருடைய போராட்டங்களுக்கு வீரசாவர்க்கர் ஆதரவு அளித்தார். சில பிராமணர்களும் உயர்சாதி இந்துக்களும் ஆதரவு அளித்தனர். 1929, 13,14 தேதிகளில் ரத்தினாகிரி மாவட்ட பஹிஷ்கிருத் சமாஜ் கூட்டம் அம்பேத்கர் தலைமையில் நடைபெற்றது. அதில் தீண்டப்படாதவர்களுக்குப் பூணூல் அணிவிக்கும் சடங்கு நடத்தத் தீர்மானிக்கப்பட்டது. அந்த சமயம் அம்பேத்கர் உடலளவிலும் ஆன்மிக நோக்கிலும் பூணூல் அணிவதன் சிறப்பை விளக்கினார். இதன் மூலம் வேதங்களை ஓதுகிற உரிமையை மீண்டும் பெற்றுவிட்டதாகத் தீண்டப்படாத சமூகத்தினரைப் பாராட்டினார். அவருடைய பிராமண நண்பரான தேவராவ் நாயக் 6,471 பேர்களுக்குப் பூணூல் அணிவித்துக் காயத்திரி மந்திரம் உபதேசித்தார்.

தீண்டப்படாதவர்கள் இந்து மதத்தின் பிரிக்கமுடியாத அங்கம் போன்றவர்கள் என்று நிரூபிப்பதற்காகப் பலமுறை அம்பேத்கர் முயற்சியெடுத்தார். தன்னுடன் தொண்டாற்றி வந்த ஆத்ரேகர் என்பவரின் மகனின் திருமணத்தை வைதிக முறைப்படி நடத்தச் செய்தார். இந்த நிகழ்ச்சிக்கு வைத் என்ற பிராமணர் புரோகிதராக வந்து நடத்திக் கொடுத்தார்.

1929ல் ஆலயப்பிரவேச சத்தியாகிரகத்தைப் பரவலாக ஒரே சமயத்தில் எல்லா இடங்களிலும் ஆரம்பிப்பது எப்படி என்று சிந்தித்து அம்பேத்கர் ஓர் இயக்கத்தைத் தொடங்கினார். ஆலயப் பிரவேசம் மூலம் தீண்டப்படாதவர்களுக்கும் இந்துக்களுக்கும் இடையே இணக்கம் ஏற்படுத்த முடியுமென நினைத்தார். இந்த இயக்கத்தில் லட்சம் பேராவது பங்கேற்பார்கள் என நம்பிக்கை தெரிவித்தார். இந்த சமயம் பாயி நகரைச் சேர்ந்த புகழ்பெற்ற அறிஞர் மகாதேவ சாஸ்திரி திவேகர் பம்பாயில் அம்பேத்கரைச் சந்தித்தார். அவருடைய கேள்விகளுக்குப் பதிலளிக்கையில் அம்பேத்கர் கூறினார்: 'உண்மையான இந்துக்கள் நாங்கள்தான். ஏனெனில் மதத்தின் உண்மையான நுணுக்கம் எங்களுக்குத்தான் தெளிவாகப் புரிகிறது. நாங்கள் சுதந்தர நாட்டினர்' என்று கூறினார்.

அம்பேத்கர் கூறியதற்கு என்ன அர்த்தம் என்று திவேகர் சாஸ்திரி கேட்டதற்கு அம்பேத்கர் பதிலளித்தார் : 'அரசியல் கண்ணோட்டத்தின் படித் தனியான வாக்காளர் தொகுதிகள், தனிப்பட்ட வசதிகள், தனிச் சலுகைகள் என்ற முறையில் சுதந்தரமான என்ற சொல்லைப் பயன் படுத்தினேன். இந்து சமூகத்தில் சமபந்தி போஜனமும் கலப்புத் திருமணமும் அனுமதிக்கப்படவேண்டும். ஆலயப்பிரவேசம் தீண்டாமை ஒழிப்புக்கு முதல் படி போன்றது. மக்களுடைய கருத்துகளில் மாறுதல் கொண்டுவருவதற்காக முதலடி எடுத்துவைப்பது போன்றது இந்த சத்தியாகிரகம். நாம் எங்கும் சமத்துவத்தை நிலைநாட்ட வேண்டும். நான் ஒரு ஜனநாயகவாதி. அதனால் ஒரு சமூகம் இன்னொரு சமூகத்தைக் கொடுமைப்படுத்துவதைக் கடுமையாக எதிர்க்கிறேன்' என்று கூறினார்.

நாங்களும் இந்துக்கள்தான், நாங்களும் மனிதர்கள்தாம் என்பதை நிலைநாட்ட 1930 மார்ச் 2-ம் தேதி அன்று காலாராம் கோயில் நுழைவு சத்தியாகிரகத்தை ஆரம்பிப்பதற்கான வழிமுறைகள் பற்றி முடிவு செய்ய அம்பேத்கர் தலைமையில் மாநாடு நடைபெற்றது. அதில் அவர் பேசிய உரை முக்கியமானதாகும். அவ்வுரையில் அம்பேத்கர் 'இன்று நாம் ஆலயத்தில் நுழையவிருக்கிறோம். இந்தக் கோயிலில் நுழைவது பிரச்னை முழுவதையும் தீர்த்து வைக்காது. நமது பிரச்னை பன்முகத் தன்மை கொண்டது. நமது பிரச்னை அரசியல், சமூக, மத, பொருளா தார, கல்வி இலக்குகளைக் கொண்டது. காலாராம் கோயிலில் நுழைவு இந்துக்களுக்கு ஒரு வேண்டுகோள் ஆகும். காலம் காலமாகச் சாதி இந்துக்கள் நமது உரிமையைப் பறித்தனர். இந்தக் கோயில் நுழைவுச் சத்தியாகிரகம் எழுப்பும் கேள்வி இந்துக்கள் நமது மனிதாபிமான உரிமையை அளிப்பார்களா என்பதுதான். உயர்சாதி இந்துக்கள் நம்மை கேவலப்படுத்தி பூனை, நாய்களைவிடவும் மோசமாக நடத்தினர். மனிதன் என்ற உரிமையை இந்துக்கள் நமக்கு அளிப்பார்களா என்று நாம் அறிந்துகொள்ள விரும்புகிறோம். இந்தக் கேள்விக்கு சத்தியாகிரகம் பதில் அளிக்கும். உயர்சாதி இந்துக்களிடையே ஒரு மன மாற்றத்தைக் கொண்டு வருவதற்காகச் செய்யப்படும் முயற்சிகளில் சத்தியாகிரகமும் ஒன்று. எனவே இந்த முயற்சி வெற்றி பெறுவது இந்து மனோ நிலையைப் பொறுத்து இருக்கும்' என்று கூறினார்.

தீண்டப்படாதவர்களும் இந்துக்கள்தான் என்ற அடிப்படையில் சமூக ஏற்பு பெறுவதற்காகவே இத்தகைய முயற்சிகள் மேற்கொள்ளப் பட்டன.

காந்தியின் அறிக்கைகளைப் பற்றித் தீண்டாமை எதிர்ப்புக் கழகத்தின் பொதுச் செயலாளரான தாக்கருக்கு 1932 நவம்பர் 14ஆம் நாள் லண்டன் செல்லும் வழியில் போர்ட் செயின்ட் துறைமுகத்திலிருந்து ஒரு கடிதம்

எழுதினார் அம்பேத்கர். அக்கடிதம் மிகவும் மதிப்பு வாய்ந்த ஆவண மாகக் கருதப்படுகிறது. எரிச்சலடையும் படியான, புண்படுத்தும் படியான வழக்கமான பாணியில் இல்லாமல் நடைமுறை சார்ந்த இயல்பான இணக்கமான தன்மையில் தீண்டாமையை ஒழித்தல் பற்றி இந்துச் சமூக ஊழியர்களுக்கு ஆக்கபூர்வமான யோசனைகளை அம்மடலில் எழுதியிருந்தார்.

'சட்டத்தினாலோ, தனி வாக்காளர் தொகுதிக்குப் பதிலாகக் கூட்டு வாக்காளர் தொகுதியைத் தேர்தல் சட்டத்தின்மூலம் கொண்டு வருவதாலோ தீண்டப்படாதவர்களையும் சாதி இந்துக்களையும் ஒன்று படுத்திவிட முடியாது. அன்பு ஒன்றே அவர்களை ஒற்றுமையுடன் வைத்திருக்க வல்லதாகும். தன்னுடைய வழிமுறைகளை மாற்றிக் கொள்ளவேண்டும் என்று சாதி இந்துவை உணரச் செய்யாதவரை, நினைக்கச் செய்யாதவரை தீண்டப்படாத மக்களுக்கு விடிவே இல்லை. சாதி இந்துக்களின் சிந்தனையில் ஒரு புரட்சி தோன்ற வேண்டும் என எதிர்பாக்கிறேன்' என்று அக்கடிதத்தில் அம்பேத்கர் எழுதியிருந்தார்.

மேலும் அக்கடிதத்தில் 'தீண்டப்படாத மக்கள் கிராமத்தில் கிணற்றில் தண்ணீர் எடுத்தல், ஊர்ப் பள்ளிகளில் சேர்ந்து படிக்க இடம் பெறல், சத்திரங்களில் தங்கிட உரிமை பெறல், பொதுவழிகளைப் பயன் படுத்தல் போன்ற குடியுரிமைகளைப் பெறுவதற்காகத் தீண்டாமை எதிர்ப்புக் கழகம் இந்தியா முழுவதும் தீவிரமாகப் போராடவேண்டும். அதுதான் இந்துச் சமூகத்தில் ஒரு சமுதாயப் புரட்சியை ஏற்படுத்தும்' என்று தாம் நம்புவதாக அம்பேத்கர் குறிப்பிட்டார்.

1932, செப்டம்பர் 25-ல் பூனா ஒப்பந்தத்தை இறுதி செய்ய நடந்த கூட்டத்தில் நிறைவேற்றப்பட்ட தீர்மானம் அம்பேத்கரின் இடை விடாத போராட்டத்தின் விளைவுதான். நிறைவேற்றப்பட்ட தீர்மானம் சொல்லியது :

இந்துக்களில் எவர் ஒருவரையும் அவரது பிறப்பின் காரணமாகத் தீண்டப்படாதவர் என்று கருதக்கூடாது என்று இந்த மாநாடு தீர்மானிக்கிறது. இதுவரை அவ்வாறு கருதப்பட்டவர்கள் பொதுக் கிணறு, பொதுப்பள்ளி, பொதுச்சாலைகள் மற்றும் ஏனைய பொது அமைப்புகளைப் பயன்படுத்த மற்ற இந்துக்களைப்போல் இவர்களும் அதே உரிமை பெறுவர். வெகுவிரைவில் இந்த உரிமை சட்டரீதியாக அங்கீகரிக்கப்படும். அவ்வாறு அங்கீகாரம் பெறவில்லை எனில் நாடாளுமன்றம் இயற்றும் முதல் சட்டங்களில் ஒன்றாக இது இருக்கும். தீண்டப்படாத வகுப்பினர் என்று அழைக்கப்படுபவர்கள் மீது பழக்க வழக்கத்தால் சுமத்தப்பட்டுள்ள அவர்கள் ஆலயங்களில் நுழைவதைத் தடுப்பது உள்ளிட்ட எல்லாத் தகுதியின்மைகளையும் விரைவில்

நீக்கவேண்டும். அதற்கான அனைத்து சட்டபூர்வமான சமாதான வழிகளில் பாடுபட வேண்டியது எல்லா இந்துத் தலைவர்களின் கடமையாகும் என்று மேலும் ஏற்றுக்கொள்ளப்பட்டது.

பூனா ஒப்பந்தத்தை உறுதிப்படுத்தும் தீர்மானத்தை ஆதரித்து அம்பேத்கர் பேசினார்:

'இந்து சமுதாயத்தில் ஒடுக்கப்பட்ட சாதியினரை ஈர்த்துக் கொள்ளும் பிரச்னைக்குக் கூட்டுத்தொகுதிகள் இறுதியான தீர்வாக இருக்கமுடியும் என்று நான் நம்பவில்லை.

...பரந்த சமுதாயப் பிரச்னைக்கு எந்தத் தேர்தல் ஏற்பாடும் இறுதித் தீர்வாக இருக்கமுடியாது எனக் கருதுகிறேன். இன்று நாம் செய்துவரும் அரசியல் ஏற்பாட்டுக்கு அப்பாலும் சென்று ஒடுக்கப்பட்ட சமூகத்தினர் இந்து சமுதாயத்தின் பிரிக்க முடியாத பகுதியினராக ஆவதற்கு மட்டு மின்றி சமுதாயத்தில் அவர்கள் ஒரு கௌரவமான இடத்தை, சமத்துவ அந்தஸ்தைப் பெறுவதற்குமான வழிமுறைகளைக் கண்டறிவது சாத்தியம் என்றும் நம்புகிறேன்.

....ஒடுக்கப்பட்ட சமூகத்தினர் அறியாமையில் மூழ்கி இருக்கும்வரை, சுயமரியாதை உணர்வைப் பெறாதவரை, இந்து சட்டம் அவர்களுக்கு சாத்தியமாக இருக்கலாம். ஆனால் அவர்கள் கல்வி அறிவு பெறப்பெற இந்த சமூகச் சட்டங்களின்கீழ் சாமர்த்தியமாக நடந்துகொள்ள ஆரம்பிப்பர். இந்து சமுதாயத்திலிருந்து அவர்கள் பிரிந்து போகும் ஒரு பேரபாயமும் உள்ளது. இதை உங்கள் மனதில் இருத்திக்கொள்ளும்படி உங்களை வேண்டிக் கொள்கிறேன். இது விஷயத்தில் ஆவன செய் வீர்களென நம்புகிறேன்' என்று தெளிவாகக் கூறினார்.

1933, பிப்ரவரி *14*-ல் ஆலய நுழைவுக்கான போராட்டத்துக்கு அம்பேத்கரின் ஆதரவை அளிக்கும்படி காந்தி கோரினார். அவ்வாறு செய்ய அம்பேத்கர் மறுத்து இதுபற்றி பத்திரிகைகளுக்கு ஒரு அறிக்கை தயாரித்து அளித்தார். அதில் 'இந்துமதம் தீண்டப்படாதவர்களின் மதமாக இருக்கவேண்டுமெனில் சமூக சமத்துவம் கொண்ட ஒரு மதமாக அது மாறவேண்டும். இந்துமதச் சட்டத்தொகுப்பில் எல்லோரையும் கோயிலில் நுழைய அனுமதிக்கும் ஒரு திருத்தத்தை உட்படுத்தினால் மட்டுமே சமூக அந்தஸ்தில் சமத்துவம் கிடைக்கும்.

.... சமூக சமத்துவம் கொண்ட ஒரு மதமாக இந்துமதம் இருக்க வேண்டுமானால், சட்டத்தொகுப்பில் கோயில் நுழைவுக்கு வகை செய்யும் திருத்தம் போதாது. தேவைப்படுவது என்னவெனில், சதுர்வர்ணம் என்ற கோட்பாட்டை அதனின்று அகற்றி தூய்மைப் படுத்துவதுதான். எல்லா சமத்துவமின்மைக்கும் சாதி

அமைப்புமுறைக்கும் தீண்டாமைக்கும் ஆணிவேர் அதுதான். இவை யெல்லாம் சமத்துவமின்மையின் உருவங்களே. இதைச் செய்யாவிடில், ஒடுக்கப்பட்ட சாதியினர் கோயில் நுழைவை நிராகரிப்பது மட்டு மல்லாமல் இந்துமத நம்பிக்கையையும் நிராகரிப்பர். சதுர்வர்ணமும் சாதி அமைப்பு முறையும் ஒடுக்கப்பட்ட சாதியினரின் சுயகௌர வத்துக்குப் பொருந்தாதவை. அதனுடைய அடிப்படைச் சித்தாந்தமாக அது தொடர்ந்தால், ஒடுக்கப்பட்ட சமூகத்தினர் கீழானவர்களாகவே கருதப்படுவர். சதுர்வர்ணம் மற்றும் சாதி அமைப்புமுறை என்ற தத்துவம் கைவிடப்பட்டு இந்து சாஸ்திரங்களிலிருந்து அகற்றப் பட்டால் மட்டுமே தாங்கள் இந்துக்கள் என்று ஒடுக்கப்பட்ட சாதியினர் சொல்லமுடியும். இதை இந்துக்களின் லட்சியமாக மகாத்மாவும் மற்ற இந்து சீர்திருத்தவாதிகளும் ஏற்றுக்கொள்கிறார்களா?' என்று கேள்வி எழுப்பினார்.

1933 ஆம் ஆண்டு பிப்ரவரி 11ஆம் நாளில் ஹரிஜன் என்ற பெயரில் செய்தித்தாள் ஒன்றினை காந்தி தொடங்கினார். அம்பேத்கரிடம் இது குறித்துக் கருத்துக் கேட்டபோது 'என்னால் இது குறித்துக் கருத்து ஏதும் சொல்ல இயலாது. சாதியமைப்பு முறையின் உடன் விளைவுகளில் ஒன்றுதான் சாதியால் தீண்டப்படாத மக்கள் பகுதி. சாதிகள் இருக்கும்வரை கீழ்சாதியினர் எனப்படுவோர் தொடர்ந்து இருந்து கொண்டுதான் இருப்பார்கள். மீட்சிக்கான வருங்காலப் போராட்டங் களைச் சமாளித்து இந்துக்கள் மேம்பாடு அடைய வேண்டுமெனில், அவர்கள் தம்மிடம் நிலவுகிற கேடுகளும் தீங்கும் நிறைந்த மூடநம்பிக்கைகளைத் தங்கள் சமூகத்திடமிருந்து அறவே களைவது மட்டுமே ஒரே வழியாகும்' என்றார்.

அதற்குப் பிறகு 1933, பிப்ரவரி 18 சனிக்கிழமையன்று தானே மாவட்ட மாநாடு கசராவில் நடைபெற்றது. தலைமை வகித்த அம்பேத்கர் 'இந்து மதத்தில் நமக்கு சமத்துவம் தேவை. நால்வருண முறை வேரோடு துடைத்தெறியப்பட வேண்டும். உயர்சாதி மக்களுக்கே உரிமைகள் யாவுமென்றும், தாழ்சாதி மக்களுக்கு வறுமையே கதியென்றும் இருக்கும் நிலை முடிவுக்கு வரவேண்டும்' என்று கூறினார்.

இந்த சூழ்நிலையில் 1935 அக்டோபர் 26-ல் நாசிக் முற்போக்கு இந்துக்களின் தேர்ந்தெடுக்கப்பட்ட சிலருடன் அம்பேத்கரிடம் ஒரு நேர்காணல் நடத்தினர். அப்போது டாக்டர் குர்த கோட்டி சங்கராச் சாரியார் தலைமையில் நடைபெற்ற நாசிக் இந்து முற்போக்கு குடிமக்கள் மாநாட்டில் நிறைவேற்றப்பட்ட தீர்மானங்களை அம்பேத்கரின் பார்வைக்கு அளித்தனர். அத்தீர்மானங்கள் 1. பொதுக்கோயில்கள், பொது யாத்திரைத் தலங்கள், தீர்த்தங்கள் மிகுந்த சர்ச்சைக்கு உரியனவாக இருப்பதாலும், உடனடி நடைமுறைச் சாதனைகளின் வட்டத்துக்கு

அப்பாற்பட்டவையாய் இருப்பதாலும், இது குறித்து பொதுமக்கள் கருத்தில் உரிய மாற்றம் தோற்றுவிப்பதற்காக இயன்ற முயற்சிகள் யாவும் செய்யப்பட வேண்டும். 2. இந்தச் சிக்கல்களைப் பொறுத்த மட்டில், பொது மக்களிடையே ஆதரவான கருத்தை உருவாக்க முயற்சிகள் மேற்கொள்ளப்பட வேண்டும். அரிசனங்கள் அல்லாத இந்துக்கள் வசிக்கும் பகுதிகளில் அரிசனங்கள் வசிக்கவும், நிலையாகக் குடியமர்த்தவும் பிரசாரத்தின் வாயிலாகவும் ஆக்கப்பணிகள் வாயிலாகவும் தனி முயற்சிகளாகவோ, கூட்டு முயற்சிகளாகவோ இடையறாத கடும் முயற்சிகள் மேற்கொள்ளப்படவேண்டும். மேலும் கிணறுகள், பள்ளிகள், அறச்சாலைகள், உணவு விடுதிகள் போன்ற பொது இடங்களிலெல்லாம் இந்து சமூகத்தில் நிலவும் தீண்டாமை எனும் கொடுமையை எல்லாவகையிலும் அறவே அகற்றும் முயற்சிகள் மேற்கொள்ளப்படவேண்டும்' என்று நிறைவேற்றப்பட்டிருந்தன.

இது குறித்து அம்பேத்கர் அவர்களிடம் பேசியதாவது : 'ஒரு மதத்தின் மெய்யியல் கோட்பாடு யாதாக இருந்தாலும், அதன் அடிப்படைக் கூறாகக் கருதத்தக்கவை ஒழுக்க நெறியையும் சமுதாய நடைமுறை களையும் தீர்மானிக்கும் கோட்பாடுகளே. கருத்தியலில் இந்து மதம் பரப்பிரம்மம் எனும் கருத்தின் அடிப்படையில் அமைந்துள்ளது எனக் கொண்டாலும், இந்து சமுதாயத்தின் வாழ்க்கை நடைமுறைகள் மனு ஸ்மிருதியில் சொல்லப்பட்டிருப்ப தைப்போல் மனிதர்களிடையிலான ஏற்றத்தாழ்வுகளின் அடிப்படை யிலேயே அமைந்துள்ளன. மனித சமுதாயத்துக்கு மதம் தேவையில்லை என்று கருதுவோர் உண்டு. ஆனால், நான் அந்தக் கருத்தை ஏற்கவில்லை. சீரான வாழ்க்கைக்கும் சமுதாயத்தை நன்னெறியில் இருத்தவும் மதத்தின் அடிப்படை தேவை யென்றே கருதுகிறேன். இந்து சமுதாய அமைப்பின் வேராக விளங்குவது மனுஸ்மிருதியில் எடுத்துரைக்கப்படும் தர்மமே. இவ்வாறான நிலையில் தற்போதைய ஸ்மிருதி எனும் மத அடித் தளத்தை அடியோடு அகற்றி மாற்று அடிப்படையை நிறுவினாலன்றி, இந்து சமுதாயத்தில் நிலவும் ஏற்றத்தாழ்வுகளை நீக்குதல் இயலா தென்றே கருதுகிறேன். இந்து சமுதாயம் பிறிதொரு சிறந்த அடித்தளத்தின் மீது புத்துருவம் பெறலாகாதா என எண்ணி ஏக்க முறுகிறேன்' என்று கூறினார்.

இந்து மதத்தை சீர்திருத்தவே தாம் முயன்றதாகவும் ஆனால் துரதிருஷ்ட வசமாகத் தாம் தோல்வியுற்றதாகவும் அம்பேத்கரே பின்னர் கூறியிருக் கிறார். 1942 ஏப்ரல் 26ஆம் நாள் பம்பாய் காம்கார் மைதானத்தில் அவரது பொன்விழா கொண்டாட்டத்துக்கான நிதியளிப்பு நிகழ்ச்சியில் அம்பேத்கர் பேசியபோது 'நான் எனது பொதுவாழ்வைத் தொடங்கிய போதும், அதற்குப் பலகாலம் பின்பும் நல்லதோ கெட்டதோ நாம் இந்து சமூகத்தின் அங்கம்தான் என்று எண்ணி வந்தேன்.

இந்து சமூகத்திலுள்ள தீங்குகளைக் களைந்து, தாழ்த்தப்பட்ட வகுப்பினரையும் சமத்துவ அடிப்படையில் அதில் சேர்த்துக் கொள்ளலாம் என்றுதான் நீண்ட காலம் நம்பி வந்தேன். இதுவே மஹட் சௌதார் குளத்து சத்தியாகிரகமும், நாசிக் ஆலயப் பிரவேச சத்தியாக் கிரகமும் நடைபெற உந்துதலாக இருந்தது. இந்த நோக்கத்துடன்தான் மனுஸ்மிருதியை எரித்தோம், வெகுஜன பூணூல் போராட்டம் நடத்தினோம். ஆனால், அனுபவம் எனக்குக் கற்றுக்கொடுத்தது வேறு. இந்துக்களுடன் தாழ்த்தப்பட்ட வகுப்பினர் சம உரிமையுடன் வாழ முடியாது, இந்து சமுதாயத்தின் அடித்தளமே சமத்துவமின்மைதான் என்று இன்று முழுமையாக நம்புகிறேன்.

இந்து சமுதாயத்தின் ஓர் அங்கமாக நாம் இருக்க இனி விரும்பவில்லை. பிறகு நாம் என்ன செய்வது? பொருத்தமான ஒரு நேரத்தில் அதை முடிவு செய்வோம். இந்து சமூகத்தின் ஓர் அங்கமாக எந்தக் காரணம் கொண்டும் இருக்க முடியாது என்று மட்டும் இப்போதைக்குச் சொல்ல விரும்புகிறேன்' என்று கூறி முடித்தார்.

அம்பேத்கரின் இந்தச் செயல்பாடுகள், சொற்பொழிவுகள் எல்லாமே இந்துமதத்தைச் சீர்திருத்தம் செய்யும்விதமாகவே அமைந்திருந்தன. ஆனாலும் உயர்சாதி இந்துக்கள் மனம் மாறவில்லை. தீண்டப்படா தோரைச் சகோதரர்களாக - தம் சமூகத் தவராக ஏற்றுக்கொள்ளவில்லை. அதனுடைய விளைவுதான் இயோலா மாநாட்டின் மதமாற்ற அறிவிப்பாகும்.

இந்த மதமாற்ற அறிவிப்பைப் பலர் எதிர்த்ததுபோல் தமிழ்நாட்டிலும் தாழ்த்தப்பட்டவர்களில் சிலர் ஏற்கவில்லை. அதையும் பார்ப்போம் (இந்தச் செய்தி இந்த நூலுக்குத் தேவையில்லை என்றாலும் மதமாற்ற அறிவிப்பு ஏற்படுத்திய விளைவுகளை நாம் தெரிந்துகொள்ள வேண்டும்).

அத்தியாயம்

4

அம்பேத்கர் இயோலாவில் மதமாற்றம்பற்றிப் பேசியதும் இந்தியா முழுவதுமே அதிர்வலை ஏற்பட்டது. முக்கியமாகச் சில தீண்டப்படாத தலைவர்களிடையே அந்த அறிவிப்பு அதிர்ச்சியை ஏற்படுத்தியது.

பம்பாயைச் சேர்ந்த தீண்டப்படாத வகுப்புத் தலைவரான தியோக்கர், வேறு ஒரு மதத்தைத் தழுவுவது பயன் தராது. ஏனெனில், இந்து மதத்தில் தீண்டப்படாதவர்கள் இழிந்த நிலையினராக இருக்கிற நிலைமாறி, அவர்கள் மற்றோர் மதத்தில் தீண்டப்படாதவர்களாக இருக்கவேண்டிய நிலை ஏற்படும். எல்லா மதங்களிலும் சமத்துவ மின்மை ஏதோ ஒரு வடிவில் இருந்துகொண்டிருக்கிறது என்று கூறினார்.

தீண்டப்படாதோரின் மற்றொரு தலைவரான கஜ்ரோல்கர் மதமாற்றத் தீர்மானத்தைக் கேட்டு அதிர்ச்சியடைந்தார். தீண்டப்படாதவர்கள் நம்பிக்கையற்றுக் கிடந்த காலத்தில் அவர்களை வழிநடத்திய அம்பேத்கர் 'மதம் மாறுங்கள்' என்று கூறியிருப்பதைவிட அவர்களைத் தற்கொலை செய்துகொள்ளுங்கள் என்று சொல்லியிருக்கலாம்; இச்செய்தி என் போன்றோரின் உள்ளத்தைப் பிளப்பதாகும் என்று கூறினார்.

தமிழ்நாட்டைச் சேர்ந்த ரெட்டைமலை சீனிவாசன் தன் சுயசரிதையில் 'இந்துக்கள் அடக்கத்தினின்று தாழ்த்தப்பட்டார் மதமாற வேண்டு மென்று டாக்டர் அம்பேத்கர் பஹிரங்கமாய்ப் பிரஸ்தாபித்தபோது தாழ்த்தப்பட்டார் இந்துக்கள் அடக்கத்தி லில்லை, தாங்களிருக்கும் மதத்திலிருந்துகொண்டே ஆண்மையான வீரத்துவத்துடன் முன்னேற வேண்டுமென்று உடனே தந்தி மூலமாக பிரஸ்தாபித்தேன். இந்துக்கள் அனுசரிக்கும் நாலு வர்ணங்களிலொன்றிலும் சேர்ந்திராததால் தாழ்த்தப் பட்டார் இந்துக்கள் அடக்கத்திலில்லை என்பது வெளிப்படை.

…இந்து மதவாதிகளென்னும் ஜாதி இந்துக்களும் தமிழ் சமயிகளான தாழ்த்தப்பட்டாரும் ஒரே மதச்சார்பினராவர். ஜாதி இந்துக்கள் செய்யும்

கொடுமையைத் தாளமுடியாமல் தாழ்த்தப்பட்டோர் மதம் மாறிப் போகிறார்கள். துர்பாக்கிய நிலையினின்று சீர்தூக்க வேணுமெனத் தாழ்த்தப்பட்டார் பல நூற்றாண்டுகளாக முறையிட்டதற்கிணங்கி கல்வியிலும் செல்வத்திலும் விருத்தி பெற கவர்ண்மென்டார் பல வருடங்களாக உதவி புரிந்து வருகிறார்கள்.

தாழ்த்தப்பட்டார் சமூகத்தினின்று மதமாறி வேறு சமூகத்தில் சேர்ந்து கொண்டவர்கள் தங்களைத் தாழ்த்தப்பட்டாரோடு சேர்த்து உதவ வேண்டுமென விதண்டாவாதம் கவர்ண்மென்டாரிடம் தொடுத்திருக் கிறார்கள். கவர்ண்மென்டார் சட்டப்படி சமூகங்களின் வரையறையேற் பட்டிருக்கிறது.

ஒரு சமூகத்தவருக்கு கவர்ண்மென்ட்டார் கொடுத்த உதவியை மற்றொரு மதத்தார் பெறக்கூடாது. ஒரு மதத்தினின்று வேறொரு மதத்துக்கு மாறினால் ஒரு சமூகத்தினின்று வேறொரு சமூகத்துக்கு மாறினவர்களாவார்கள். அவர்கள் முன்னிருந்த சமூகத்துக்குக் கிடைத்த உதவியை மாறியிருக்கும் சமூகத்தினின்று பெறக்கூடாது. அப்படிப் பெறச்செய்தால் மதமாறியவர்களே முழு உதவியையுமேற்றுக் கொள் வார்கள். அன்றியும் தங்கள் மதமாற்றும் சூட்சியுமுண்டாகுமென தாழ்த்தப்பட்ட சமூகத்தார் பீதி கொள்ளு கிறார்கள்.

மதம் மாறி வேறு சமூகத்தைச் சேர்ந்தவர்கள் தனிப்பட தங்களுக்கு வேண்டிய உதவியை சர்க்காரிடமிருந்து பெற்றுக் கொள்ளுவது உத்தமம். இந்தக் கருத்தைக் கொண்டு சட்டசபையில் பலதரம் பேசியும் பத்திரிகைகளுக்கெழுதியும் வருகிறேன்' என்று எழுதுகிறார்.

மற்றுமொரு தாழ்த்தப்பட்ட அமைப்பான அனைத்திந்திய ஆதிதிராவிட மகாஜன சபாவின் சார்பில் நுங்கம்பாக்கத்திலுள்ள திராவிட பாடசாலை வளாகத்தில் ஒரு பொதுக்கூட்டம் 1935, டிசம்பர் மாதம் நடைபெற்றது. பண்டிதர் பி.எம்.பழனிச்சாமி பிள்ளை தலைமை தாங்கினார்.

சமயம் சார்ந்த காரியங்களையும் சமூகக் காரியங்களையும் அரசியல் காரியங்களையும் குழப்பிக்கொள்ளலாகாதென்று திரு.வி.ஐ.முனு சாமிப்பிள்ளை குறிப்பிட்டார். டாக்டர் அம்பேத்கர் எழுப்பியுள்ள பிரச்னையைக் குறித்து சிந்திப்பதற்காகவே கூடியிருப்பதாகக் குறிப் பிட்ட முனுசாமிப் பிள்ளையவர்கள் இந்து மதத்தைப் பற்றி எதையுமே அறியாதவர்களாலும் இந்து சமயத்தின்பால் பற்றில்லாதவர்களாலும் இப்பிரச்னை பூதாகரமாக்கப்பட்டுள்ளது என்பதுவே தமது தனிப்பட்ட கருத்து என்று குறிப்பிட்டார்.

....தங்களது மதத்தை மாற்றுவது குறித்து சிந்திப்பதற்கு இக்காலம் பொருத்தமானதன்று எனக் கூறினார். அரசியல் துறையில் தாங்கள்

எவ்வாறு முன்னேறி வருகிறார்களென்பதை அவர்கள் கவனித்திருக்கக் கூடும். சீர்திருத்தக் கேள்விக்கு முடிவு காணப்படுவதற்கு முன்னரே இப்பிரச்னை எழுப்பப்பட்டிருந்தால் தமக்கு எவ்வித ஆட்சேபனையும் இல்லை. ஆனால், தற்போதுள்ள சூழ்நிலையில் மதஞ்சார்ந்த வாக்கு வாதம் தங்களுடைய நிலையைப் பலவீனப்படுத்துவதோடு தங்களது முன்னேற்றத்தையும் பாதிக்கும்' என்று முனுசாமிப்பிள்ளை கூறினார்.

பலர் பேசியபின் எம்.சி.ராஜா பேசினார் : தன்னைப் பொறுத்த வரையிலும் இந்து மதத்தின்பால் முழுநம்பிக்கை தமக்கிருப்பதாகவும் இந்துவாகவே உயிர்விடத் தயாராக இருப்பதாகவும் குறிப்பிட்டார். தாழ்த்தப்பட்ட சமுதாயம் இந்துக்களுடன்தான் சேர்ந்திருக்க வேண்டு மென்றும் மக்கள் தங்களுடைய உரிமைகளை மீண்டும் பெற்றிடப் போராட வேண்டுமென்றும் கூறினார். மேலும் டாக்டர் அம்பேத்கரால் எழுப்பப்பட்ட தர்க்கத்துக்குரிய பிரச்னை குறித்துத் தாம் விரைவில் ஓர் அறிக்கையை வெளியிட இருப்பதாகவும் குறிப்பிட்டார்.

எம்.சி.ராஜா சொன்னதுபோல் 1935, நவம்பர் 12-ம்தேதி ஒரு அறிக்கையை வெளியிட்டார். அதில் '...கிறிஸ்தவக் கொள்கைகளுள் பலவற்றை நான் மனதில் பதித்துக் கொண்டிருப்பினும் நான் ஒருபோதும் எனது மதத்தை மாற்றிக்கொள்ளவில்லை. தங்களது ஆன்ம நலனுக்கு உகந்த வகையில் தாங்கள் விரும்பும் எந்த மதத்தையும் நாடவும் தழுவவும் மக்களுக்கு உரிமையுண்டு.

... பம்பாய் மாநிலத்திலுள்ள ஒடுக்கப்பட்ட இனத்தவரின் பெரும் பகுதியினரின் தலைவராய் விளங்கும் புகழ்பெற்ற கிரிக்கெட் வீரரான திரு.பாலு தமது கவனமானதும் வலிமையானதுமான அறிக்கையைக் கொண்டு மாநாட்டுத் தலைவரை வீழ்த்தியுள்ளார். நாடெங்கிலுமுள்ள நம்மினம் சார்ந்த முன்னணித் தலைவர்களாகிய இராவ் பகதூர் ஆர்.சீனிவாசன் எம்.எல்.சி, இராவ் சாகிப் வி.ஐ.முனுசாமிப்பிள்ளை எம்.எல்.சி, இராவ் சாகிப் எல்.சி.குருசாமி, முன்னாள் எம்.எல்.சி. டாக்டர் இராம்பிரசாத், டாக்டர் சோலோன்கி எம்.எல்.சி, திருவாளர்கள் ஆர்.வி.பிஸ்வாஸ், பி.கே.இராஜ்யோக், என்.எஸ். கஜ்ரோல்கர், சுவாமி ஏ.எஸ்.சகஜானந்தம் எம்.எல்.சி போன்றோரும் ஏனையோரும் இத்தீர்மானத்தை ஏற்க இயலாதென்பதைத் தெளி வாகவே குறிப்பிட்டுள்ளார்கள்.

மேல்சாதியினர் என்று அழைக்கப்படும் சாதி இந்துக்களால் நம்முடைய மக்கள் நாட்டின் பலபகுதிகளில் நடத்தப்படும்விதம் குறித்து நம்மவரில் பலர் கொண்டுள்ள வெறுப்புணர்ச்சியை நானும் பகிர்ந்துகொள்கிற போதிலும் அவ்வாறு வெறுப்புணர்வு கொள்வோர் இன்றுள்ள நிலைமையைச் சுமார் 15 ஆண்டுகளுக்கு முன்பிருந்த நிலைமையுடன்

ஒப்பிட்டுப் பார்த்திட வேண்டுகிறேன். இன்று நிலைமைகள் பேரளவுக்கு முன்னேறியுள்ளன. இந்து இந்தியாவிலுள்ள கல்வியறிவு பெற்ற பெரும் பகுதியினர் தீண்டாமையெனும் வழக்கத்தைக் கண்டித்து சீர்திருத்தம் செய்வோரது அணியில் சேரத் துவங்கியுள்ளனர். நமது நிலை மற்றும் சமூக அந்தஸ்து பற்றிய உணர்வில் ஏற்பட்டுள்ள எழுச்சியை நோக்குங்கால் தீண்டாமை வழக்கம் ஒழிந்துபோகும் காலம் வெகு அருகிலேயே உள்ளது என்று துணிந்து சொல்வேன். பத்தாண்டு காலத்தில் ஒடுக்கப்பட்ட இனத்தவருக்கு ஆதரவாக நிலைமைகள் மாறியிருப்பதையும் ஒடுக்கப்பட்ட இனத்தவரிடை யேயும் பேரெழுச்சி ஏற்பட்டுள்ளதையும் நினைவில் கொள்ள வேண்டும்.

.... உடனடிப் பரிகாரமாக எனக்குத் தோன்றுவது யாதெனில் தீட்டு பற்றி மக்கள் மனதில் உள்ள மூடநம்பிக்கையைச் சட்டபூர்வமாகவும் நிர்வாகரீதியிலும் முழுமையாக ஒழிப்பதுவேயாகும்.

... இந்து மதம் நமது மதம்; அது நமக்குப் புனிதமானது. அதைப் பாதுகாத்து தூய்மைப்படுத்துவது நமது கடமையாகும். இந்து ஐக்கியத்திலிருந்து பிரிந்து செல்ல நாம் விரும்பவில்லை. நாம் விரும்புவதெல்லாம் மேலானதொரு அங்கீகாரமே. சாதி இந்துக் களுடன் சம அந்தஸ்து பெற்றவர்கள் நாம் என்ற அங்கீகாரமே. தீண்டாமை ஒழிப்பே நமது இலட்சியம். நமது நோக்கம் யாதெனில் நாமும் இந்து சமூகத்தின் பிரிக்கப்படாததும், ஒதுக்கப்படாததுமான அங்கமாக மாறுவதேயாம்.

இவ்வாறு அந்த அறிக்கையில் எம்.சி.ராஜா தமது நிலையைத் தெளிவுபடுத்தினார்.

இவ்வாறு எதிர்ப்புகள், ஆதரவுகள் என்று அம்பேத்கருக்குப் பலதரப் பட்ட தந்திகள், அறிக்கைகள், வாழ்த்துக்கள் என வந்தன. அதனால் தமது மதமாற்ற இயக்கத்துக்குத் தம்முடைய மக்கள் எந்த அளவு ஆதரவு தருகிறார்கள் என்பதை அறியும் ஒரே நோக்கத்தோடு பம்பாய் தாதரில் 1936 மே 30- 31 தேதிகளில் ஒரு மாநாட்டைக் கூட்டினார். இதில் 35,000 தீண்டப்படாத மஹர்கள் கலந்துகொண்டார்கள்.

இம்மாநாட்டில் அம்பேத்கர் வரலாற்றுச் சிறப்புமிக்க சொற்பொழிவை ஆற்றினார்.

பலரது உள்ளங்களில் எழுந்த கேள்விகளுக்கு - பல தலைவர்களிடம் இருந்து வந்த விமர்சனங்களுக்கு - அவர் தன்னுடைய பேச்சில் அன்று பதிலளித்தார். அவர் பேசியதாவது :

'நான் அண்மையில் பிரகடனம் செய்த மதமாற்றத்தைப் பற்றிச் சிந்திக்க வேண்டுமென்றுதான் இந்த மாநாடு கூட்டப்பட்டுள்ளது என்பது இப்போது உங்களுக்குத் தெரிந்திருக்கும். இந்த மாநாட்டின் பொருள் எனக்கு மிகவும் நெருக்கமானது. அதுமட்டுமல்ல, உங்கள் எதிர்காலம் முழுக்க முழுக்க இந்தப் பொருளையே சார்ந்திருக்கிறது. இந்தப் பிரச்னையின் தீவிரத்தை நீங்கள் தெளிவாகப் புரிந்துகொண்டு விட்டீர்கள் என்று சொல்வதில் எனக்கு எந்தவிதத் தயக்கமும் இல்லை. இல்லாவிட்டால் இப்படிப் பெருந்திரளாக நீங்கள் இங்கே கூடியிருக்க மாட்டீர்கள். எனக்கு முன் ஒரு மக்கள் வெள்ளத்தைப் பார்ப்பதில் மகிழ்ச்சி அடைகின்றேன்' என்று ஆரம்பித்தார்.

பின்னர் மதமாற்றம் ஏன் தேவை என்பதை விளக்கிப் பேசினார்.

'மதமாற்றப் பிரகடனம் செய்ததிலிருந்து நமது ஆட்கள் பல்வேறு இடங்களில் பல பொதுக்கூட்டங்களை நடத்தியிருக்கிறார்கள். பார்வை களையும் எண்ணங்களையும் உங்களிடம் பரிமாறிக் கொண்டிருக் கிறார்கள்; எல்லாவற்றையும் நீங்கள் அறிவீர்கள் என்று நம்புகிறேன். ஆனால், இன்றுவரை மதமாற்றப் பிரச்சனை பற்றி விவாதிக்கவும் தீர்மானம் செய்யவும் நமக்கு வாய்ப்புகள் கிடைக்கவில்லை. அத்தகைய வாய்ப்புக்காக ஏங்கிக் கொண்டிருந்தேன். இந்த மதமாற்ற இயக்கம் வெற்றியடைய வேண்டுமானால் இதற்காக முன்கூட்டியே திட்ட மிடுதல் மிக மிக அவசியமாகிறது. மதமாற்றம் என்பது சிறுபிள்ளை விளையாட்டல்ல. இது ஒரு பொழுதுபோக்கும் அல்ல. இதன் நோக்கம் மனித வாழ்வை வெற்றிகரமாக்குவதே.

ஒரு படகுக்காரன் பயணம் தொடங்கு முன்னால் எல்லா முன்னேற் பாடுகளையும் எப்படிச் செய்து கொள்கிறானோ, அவ்வாறே நாமும் நமக்குரிய முன்னேற்பாடுகளைச் செய்து கொள்ளவேண்டும். இல்லா விட்டால் மறு கரையை அடைய நம்மால் முடியவே முடியாது. படகில் சரக்குகளை ஏற்றுவதற்கு முன்னால் அந்தப் படகுக்காரன் எத்தனை பயணிகள் படகில் ஏறப்போகிறார்கள் என்பதைத் தெரிந்து கொள்கிறான். நானும் அதே நிலையில்தான் இருக்கிறேன். உறுதியான உண்மைகளைத் தெரிந்து கொள்ளாமல் நான் அடி எடுத்துவைக்க முடியாது. எத்தனை பேர் இந்துமதத்தை விட்டு நீங்கத் தயாராக இருக்கிறார்கள் என்பது தெரியாமல் மதமாற்ற ஏற்பாடுகளை நான் ஆரம்பிக்க முடியாது.

பம்பாயில் சில தொழிலாளர்கள் முன்பாகப் பேசினேன். ஒரு மாநாட்டில் சந்திக்காவிட்டால் பொதுமக்கள் கருத்தைப்பற்றி ஒரு முடிவுக்கு வர என்னால் முடியாது. இப்படிச் சொன்னதும் அவர்கள் மாநாடு கூட்டும் பொறுப்பை ஏற்றுக்கொண்டார்கள். அதற்கான

செலவுகள், உழைப்புபற்றியெல்லாம் அவர்கள் கவலைப்படவில்லை. அவர்கள் பட்ட இன்னல்களைப் பற்றி நமது மதிப்புக்குரிய தலைவரும், இந்த மாநாட்டின் வரவேற்புக் குழுத் தலைவருமான திரு. ரேவ்ஜி டாக்டுஜி டோவாஸ் தம்முடைய சொற்பொழிவில் விவரித்துவிட்டார். வரவேற்புக் குழுவுக்கு மிகவும் கடமைபட்டிருக்கிறேன். கடினமான முயற்சிகளுக்குப் பிறகுதான் இந்த மாநாடு கூட்டப்பட்டிருக்கிறது' என்று கூறினார்

மஹர்களுக்காக ஒரு தனி மாநாடு ஏன் என்ற கேள்விக்கு அப்போது பதிலளித்தார் அம்பேத்கர் :

'மஹர்களுக்காக மட்டுமே ஏன் இப்படி ஒரு மாநாட்டைக் கூட்ட வேண்டுமென்று சிலர் கேள்வி எழுப்பலாம். மதமாற்றப் பிரகடனம் எல்லாவிதமான தீண்டப்படாதவர்களையும் பாதிக்கும். அப்படி இருக்கும் போது தீண்டப்படாத எல்லா வகுப்பினர்களுக்குமான ஒரு பொது மாநாட்டை ஏன் கூட்டியிருக்கக்கூடாது? பிரச்னைகள் மீது விவாதத்தை ஆரம்பிப்பதற்கு முன்பு இந்தக் கேள்விகளுக்கு பதில் சொல்லுவது என் கடமையென்று கருதுகிறேன்.

ஒன்று, இந்த மாநாட்டின் மூலம் அரசிடம் இருந்து எந்தப் பாதுகாப்பையும் நாம் கோரவில்லை. அதேபோல் இந்துக் களிடமிருந்து எந்தச் சமூக உரிமைகளையும் நாம் கோரவில்லை. நம் வாழ்வின் உயர்வுக்கு நாம் என்ன செய்யவேண்டும்? நம் எதிர்கால வாழ்வுக்கான பாதையை நாம் எப்படி வடிவமைத்து கொள்ளப்போகிறோம் என்பதே இந்த மாநாட்டின் முன் உள்ள கேள்வி. இதற்கான தீர்வுகளை அந்தந்த வகுப்புகள் தனித்தனியாகத்தான் கண்டாகவேண்டும். ஏன் தீண்டத் தகாதவர்களுக்கான ஒரு பொது மாநாட்டைக் கூட்டவில்லை என்பதற்கு இதுவும் ஒரு காரணம்.

இன்னொரு காரணமும் உண்டு. மதமாற்றப் பிரகடனம் நடந்து 10 மாதங்கள் ஆயிற்று. இந்தக் கால இடைவெளியில் பொது மக்களிடம் ஒரு விழிப்புணர்வை ஏற்படுத்தப் போதுமான முயற்சிகள் செய்யப் பட்டுள்ளன. பொதுமக்கள் எண்ணத்தை அறியும் தருணம் வந்து விட்டதாகவே உணர்கிறேன்.

என் கருத்துப்படி இப்படி ஒவ்வொரு வகுப்புக்கும் தனித்தனியான கூட்டங்கள் கூட்டுவதுதான் பொதுமக்கள் கருத்தை அறியும் எளிமை யான வழி. மத மாற்றத்தை நடைமுறைக்குக் கொண்டுவர வேண்டு மென்றால் பொதுமக்கள் கருத்தை அறிய வேண்டியது மிக அவசியம்.

இப்படித் தனித்தனியே வகுப்பு வாரியாக மாநாடு நடத்திப் பொது மக்கள் கருத்தை அறிவது அனைத்துத் தாழ்த்தப்பட்டவர்களுக்குமான

ஒரு பொது மாநாட்டின் மூலம் அறிவதை விட எளிதாக இருக்கும். அப்படி அறியப்படும் கருத்து பிரதிநிதித்துவம் வாய்ந்ததாக இருக்கும்; நம்பிக்கைக்குரியதாகவும் இருக்கும். மாறாகப் பொது மாநாடு அப்படிப்பட்ட தெளிவான கருத்துகளைப் பெற வழிவகுக்கும் என்று சொல்ல முடியாது. இதுவே மஹர்களுக்கான தனி மாநாடு கூட்டக் காரணம்.

பிற வகுப்புகளை இதில் சேர்க்காததால் அவர்களுக்கு எதுவும் இழப்பில்லை. இந்த மாநாட்டில் தங்களையும் சேர்க்கவில்லையே என்று அவர்கள் வருந்த நியாயமில்லை. அவர்கள் மதத்தை விட்டு நீங்க முடிவு செய்திருந்தால், இந்த மாநாட்டில் கலந்துகொள்ள முடியாமல் போன காரணத்தால் தங்கள் முடிவை மாற்றிக்கொள்ளப் போவ தில்லை. மஹர்களைப்போல் தங்கள் மாநாடுகளைக் கூட்டவும், எண்ணங்களைப் பரிமாறிக் கொள்ளவும் எந்தத் தடையும் இல்லை. அப்படிக் கூட்டுங்கள் என்றுதான் சொல்லுவேன். என் திறமைக்கேற்ற அளவில் என்னாலான உதவிகளும் செய்வேன். இந்த அளவு அறிமுகம் போதும் என்று நினைக்கிறேன். இனி மையப் பொருள் பற்றி விவாதிக்கலாம்.

ஒரு சாதாரண மனிதனுக்கு இந்த மதமாற்றம் என்னும் விஷயம் மிகமிக முக்கியமானது. ஆனால், அவர்களைப் புரிந்துகொள்வது மிகவும் கடினம். இந்த விஷயத்தில் அவர்களைத் திருப்தி செய்வது அத்தனை எளிதல்ல; ஆகவே, உங்கள் எல்லோருக்கும் திருப்தி ஏற்படாவிட்டால் மதமாற்றம் என்பது நடைமுறைக்குக் கொண்டு வருவது மிகமிகக் கடினமானது. எனவே, என்னால் இயன்றவரை எளிமையாக இந்தப் பொருள்பற்றி உங்களுக்கு விளக்குகிறேன்' என்றார்.

மதமாற்றத்தின் ஸ்தூலமான அம்சம் பற்றி அம்பேத்கர் குறிப்பிடுகையில்,

'மதமாற்றத்தை இரண்டு அம்சங்களில் அணுக வேண்டும். ஒன்று- சமூக அணுகுமுறை மற்றும் மத அணுகுமுறை; ஸ்தூலமான மற்றும் ஆன்மிகமான அணுகுமுறை, எப்படி இருந்தாலும் முதலில் தீண்டாமையின் இயல்பையும் அது நடைமுறையில் எப்படிக் கடைப் பிடிக்கப்படுகிறது என்பதையும் நாம் புரிந்துகொள்ள வேண்டும்; இந்தப் புரிதல் இல்லாமல் மதமாற்றப் பிரகடனத்தின் உண்மையான பொருளை உங்களால் உணரமுடியாது. இதற்கான சரியான புரிதல் ஏற்பட வேண்டு மானால் உங்களுக்கு எதிராக இழைக்கப்பட்ட அநீதிகளின் வரலாற்றை நீங்கள் மறுபடியும் சிந்தித்துச் சீர்தூக்கிப் பார்த்துக் கொள்ளவேண்டும்.

உங்கள் பிள்ளைகளை அரசுப் பள்ளிகளில் சேர்க்கும் உரிமை கோரியதற் காக உங்களை ஜாதி இந்துக்கள் அடித்து நொறுக்கி இருக்கலாம்.

பொதுக் கிணற்றிலிருந்து தண்ணீர் எடுக்கும் உரிமை கோரியபோது அதே நிலை உங்களுக்கு ஏற்பட்டிருக்கலாம். கல்யாண மாப்பிள்ளை குதிரையின் மீது ஊர்வலம் போகும் உரிமையை நீங்கள் கோரிய போது அதேகதி நேர்ந்திருக்கலாம். இவை வெகுசாதாரணமாக நடந்து கொண்டிருக்கின்றன. உங்கள் கண்முன் அத்தகைய சம்பவங்கள் நடந்ததைப் பார்த்திருப்பீர்கள். இப்படிப்பட்ட அட்டூழியங்களை ஜாதி இந்துக்கள் உங்கள் மீது எத்தனையோ வழிமுறைகளில் வெளிப்படுத்தியிருக்கலாம்; அவற்றையெல்லாம் வெளியிட்டால் இந்து அல்லாத பிற பொது மக்கள் வியப்பில் ஆழ்ந்துபோவார்கள்.

தரமுள்ள துணிமணிகளை அணிந்து கொண்டதற்காக உங்களை அடித்துத் துன்புறுத்தியிருக்கிறார்கள். செம்பு போன்ற உலோகப் பாத்திரங்களைப் பயன்படுத்தியதற்காகவும் நீங்கள் சாட்டையடி வாங்கியிருக்கிறீர்கள். தம்முடைய நிலத்தில் பயிர் செய்ததற்காக தீண்டப்படாதவர்களின் வீடுகளையே எரித்துச் சாம்பலாக்கியிருக்கிறார்கள். பூணூல் அணிந்ததற்காகவும் அவர்களுக்கு அடி விழுந்திருக்கிறது. இறந்த விலங்குகளைத் தூக்கிச் செல்ல மறுத்ததற்கும் - அவற்றின் மாமிசத்தை உண்ண மறுத்ததற்கும் காலணிகளுடன் கிராமத் தெரு வழியாக நடந்ததற்கும், ஜாதி இந்துக்களைக் கண்டபோது உடல் வணங்கித் தொழாமல் போனதற்கு, மல ஜலம் கழிக்க வயல்வெளிக்குச் செல்லும் போது செப்புக் குவளையில் நீர்கொண்டு போனதற்கும் இப்படி எல்லாவற்றுக்கும் அவர்களுக்குக் கடுந்தண்டனை விதிக்கப் பட்டது. அண்மையில் ஒரு விருந்தில் சப்பாத்தி பரிமாறியதற்காகவும் அவர்களை அடித்திருக்கிறார்கள்.

அடித்து உதைக்க முடியாது என்னும் பட்சத்தில், 'தள்ளி வைத்தல்' என்னும் கொடுமையான தண்டனையும் தரப்பட்டது. உங்களது அன்றாட வாழ்க்கையை இப்படிச் சகிக்க முடியாத வண்ணம் சிதைத்திருக்கிறார்கள்.

உங்களுக்கு வேலைக்காரர்கள் கிடைக்காத வண்ணம் தடுத்தார்கள். உங்கள் ஆடு மாடுகள் மேய்ச்சலுக்குப் போவதிலும் இடையூறு செய்தார்கள். ஏன் உங்களுடைய ஆட்கள் சில கிராமங்களுக்குள் நுழைவதையே நிறுத்திவைத்தார்கள் என்பதெல்லாம் உங்களுக்குத் தெரியும். ஏன் இப்படியெல்லாம் நடக்கவேண்டும் என்று உங்களில் சில பேருக்குத்தான் புரிந்திருக்கும். இந்தக் கொடுங்கோன்மையின் மூலகாரணம் என்ன, இதன் வேர் எங்கே ஓடிக்கொண்டிருக்கிறது என்பதை அறிவது மிகமிக முக்கியம்' என்று கூறிய அம்பேத்கர் இது சமூகப் போராட்டம் என்றார்.

'மேலே கூறிய நிகழ்வுகளுக்கும் தனிமனிதர்களுடைய நல்ல குணங்களுக்கும், தீய குணங்களுக்கும் எந்த சம்பந்தமும் இல்லை.

பகைமை கொண்ட இரு பிரிவுகளுக்கு இடையிலான மோதல் என்றும் இந்நிகழ்வுகளை எடுத்துக்கொள்ள முடியாது. தீண்டாமைப் பிரச்னை ஒரு வகுப்புப்போராட்டம். ஜாதி இந்துக்களுக்கும், தீண்டப்படாதவர்களுக்கும் இடையிலான போராட்டம். இதனால் ஒரு மனிதன் இன்னொரு மனிதனுக்கெதிராக அநீதி இழைக்கிறான் என்று பொருள் கொள்ள முடியாது. மாறாக ஒரு வகுப்பு இன்னொரு வகுப்புக்கு அநீதி இழைக்கிறது என்பதே இதன் பொருள். இந்த வகுப்புப் போராட்டம் சமூகத் தரத்தோடு தொடர்புடையது. அதாவது ஒரு வகுப்பு இன்னொரு வகுப்புடன் எப்படிப்பட்ட தொடர்புகளை வைத்துக்கொள்ள வேண்டும் என்பதே இந்தப் போராட்டத்தின் குணாம்சம்.

நீங்கள் மற்றவர்களைப்போல் சமமாக நடத்தப்பட வேண்டும் என்று கேட்டாலே போதும். இந்தப் போராட்டம் தொடங்கிவிடும். இல்லாவிட்டால் சப்பாத்தி பரிமாறுவது, தரமுள்ள துணிமணிகளை அணிந்து கொள்வது, பூணூல் தரித்துக் கொள்வது, உலோகக் குவளையில் தண்ணீர் மொண்டு பருகுவது, மாப்பிள்ளை குதிரைச் சவாரி செய்வது போன்ற அற்பக் காரணங்களுக்காகவா ஒரு போராட்டம் நடக்க முடியும்?

இந்த நிகழ்வுகளை நீங்கள் உங்கள் பணத்தைச் செலவிட்டுச் செய்கிறீர்கள். இதில் ஜாதி இந்துக்கள் எரிச்சல் அடைவதற்கு என்ன இருக்கிறது? அவர்களது கோபத்துக்குக் காரணம் மிக மிக எளிமையானது. நீங்கள் அவர்களுக்குச் சமமாக நடக்க முயற்சி செய்கிறீர்கள். உங்கள் சமத்துவம் அவர்களுக்கு அவமானமாகத் தோன்றுகிறது. அவர்கள் பார்வையில் நீங்கள் தரம் குறைந்தவர்கள்; அசுத்தமானவர்கள்; நீங்கள் கீழ்மட்டத்தில் இருந்தாகவேண்டும்; அப்போதுதான் உங்களை அவர்கள் வாழவிடுவார்கள். நீங்கள் எல்லை மீறினால் போராட்டம்தான்.

மேலே கூறிய எடுத்துக்காட்டுகளிலிருந்து இன்னொரு உண்மையும் புலப்படுகிறது. தீண்டாமை என்பது தற்காலிகமானதல்ல; அது நிரந்தரமானது. இன்னும் நேரடியாகச் சொன்னால் ஜாதி இந்துக்களுக்கும் தீண்டப்படாதவர்களுக்குமான போராட்டம் ஒரு நிலையான நடைமுறை விதி; அது தெய்விகமானது. ஏனென்றால் தீண்டாமையை அனுமதிக்கும் மதம் உங்களை அடிமட்டத்தில் வைத்திருக்கிறது. மதம் தெய்விகமானது; அதேபோல் தீண்டாமையும் தெய்விகமானது; நிரந்தரமானது. இப்படித்தான் ஜாதி இந்துக்கள் நினைக்கிறார்கள். காலம் அல்லது சூழலுக்கேற்ப எந்த மாற்றமும் இதில் சாத்தியமில்லை. சமூக ஏணியின் கடைசிப் படியில் நீங்கள் நிற்கிறீர்கள். இதே படியில் தான் நீங்கள் நிரந்தரமாக இருந்தாகவேண்டும். இதன் பொருள்

இந்துக்களுக்கும் தீண்டப்படாதவர்களுக்குமான போராட்டம், எக்காலத்துக்கும் நீடிக்கும் என்பதுதான்.

இந்தப் போராட்டத்திலிருந்து நீங்கள் எப்படி மீளப் போகிறீர்கள், எப்படி உயிர் வாழப்போகிறீர்கள் என்பதுதான் மையமான கேள்வி. இந்தச் சிந்தனை உங்களுக்கு ஏற்படாவிட்டால் உங்களுக்கு விடுதலையே இல்லை. இந்துக்களின் ஆணையை ஏற்று அவற்றுக்கு அடிபணிந்து வாழ ஆசைப்படுவோரும் சரி; இந்தப் பிரச்சனை பற்றிச் சிந்திக்க வேண்டிய அவசியமே இல்லை. ஆனால் சுயமரியாதை யோடும் சமத்துவத்தோடும் வாழ விரும்புபவர்கள் இது பற்றிச் சிந்தித்தாகவேண்டும்.

இந்தப் போராட்டத்திலிருந்து மீண்டு நாம் எப்படி வாழமுடியும்? இந்தக் கேள்விக்குப் பதில் தருவது என்னைப் பொறுத்தவரை கடின மான விஷயமில்லை. எந்தப் போராட்டத்திலும் வலிமை மிகுந்தவன் வெற்றியடைவான் என்பதை இங்கே கூடியிருக்கும் நீங்கள் எல்லோரும் ஒப்புக்கொள்வீர்கள். வலிமை இல்லாதவன் வெற்றியை எதிர்பார்க்க முடியாது என்பது அனுபவங்களால் நிரூபிக்கப்பட்ட பாடம். இதை விளக்க மேலும் எடுத்துக்காட்டுகள் தேவையில்லை' என்றார்.

மேலும் தொடர்கையில் வலிமையை முதலில் அடையுங்கள் என்று அறிவுரை கூறினார் :

'இப்பொழுது நீங்கள் அணுகவேண்டிய கேள்வி இதுதான். இந்தப் போராட்டத்துக்குப் பிறகு நிலைத்திருக்கும் அளவு உங்களிடம் ஆற்றல் இருக்கிறதா? மனிதரிடம் மூன்று வகையான ஆற்றல்கள் இருக்கின்றன. (1) மனித ஆற்றல், (2) செல்வம், (3) அறிவாற்றல். இம்மூன்றில் உங்களிடம் எந்த ஆற்றல் இருக்கிறது? மனித ஆற்றலைப் பொறுத்தவரை ஒன்று தெளிவாக வேண்டும். நீங்கள் சிறுபான்மையினர். பம்பாய் மாகாணத்தின் மொத்த மக்கள் தொகையில் தீண்டப்படாதவர்கள் எட்டில் ஒரு பங்குதான். அந்த எட்டில் ஒரு பங்குதான் அமைப்புரீதியாகத் திரளாதவர்கள், பல பிரிவுகளாகச் சிதறிக் கிடப்பவர்கள். இக்காரணங்களால் இந்தக் குறைந்த அளவு மக்கள் தொகையை வைத்துக்கொண்டு நமக்காக ஒரு வாழிடத்தை வென் றெடுக்க நாம் போராட முடியாது.

நம்மிடம் பணபலமும் இல்லை. மனித ஆற்றலாவது ஏதோ கொஞ்சம் இருக்கிறது, செல்வம் என்பது அறவே இல்லை, உங்களுக்கு வணிகம் இல்லை, தொழில் இல்லை. பணியில்லை, நிலமுமில்லை. உயர் ஜாதிகள் தூக்கி வீசுகிற ரொட்டித் துண்டுகளையே நீங்கள் வாழ ஆதாரமாக நம்பியிருக்கிறீர்கள், உங்களுக்கு உணவில்லை, ஆடைகள் இல்லை. உங்களிடம் செல்வத்தின் வலிமை எப்படியிருக்க முடியும்?

அநீதி இழைக்கப்பட்டால் அவற்றுக்கு பரிகாரம் தேட நீதிமன்றங்களை அணுகும் வலிமைகூட உங்களுக்கு இல்லை; மன வலிமை என்பது இன்னும் மோசம்; நூற்றாண்டுகளாக நீங்கள் உயர் ஜாதிகளுக்குத் தொண்டு புரிந்தது மட்டுமில்லாமல் அவர்கள் இழைக்கும் அவமானங் களையும் அவர்களது கொடுங்கோன்மையையும் எத்தகைய முணு முணுப்பும் புகாரும் இல்லாமலேயே சகித்துக்கொண்டீர்கள். அதனால் பதிலுக்கு பதில் கூறுதல், எதிர்த்துக் கலகம் செய்தல் என்னும் உணர்வுகளே உங்களுக்கு இல்லாமல் போய்விட்டது, தன்னம்பிக்கை, மன உறுதி, லட்சியம் எல்லாம் உங்களிடமிருந்து அடியோடு மறைந்து விட்டன. ஆதலால் நீங்கள் ஆதரவற்ற நிலைக்கு ஆளாகிவிட்டீர்கள். வலிமை குன்றிவிட்டீர்கள். சோகை பிடித்தவர்களாகிவிட்டீர்கள். பெரும் தோல்வி மனப்பான்மையும், விரக்தியுமே உங்களது சூழல் என்று ஆகிவிட்டது. நீங்களும் ஏதாவது செய்ய முடியும் என்பதற்குரிய லேசான ஒரு கீற்றும் உங்கள் உள்ளங்களில் தோன்றவில்லை' என்று கூறி உணர்ச்சியூட்டினார்.

நீங்கள் மட்டும் நசுக்கப்படுவது ஏன்? என்ற கேள்வியை எழுப்பிப் பேசுகையில் :

'நான் விவரித்தவை உண்மையென்றால் அந்த விவரிப்பின் முடிவான தீர்மானத்துக்கும் நீங்கள் வந்தாகவேண்டும். உங்கள் வலிமை ஒன்றை மட்டுமே நீங்கள் நம்பினால் இந்த அடக்குமுறையை எதிர்கொள்ள எப்போதும் உங்களால் முடியாது. நீங்கள் மட்டுமே சிறுபான்மையல்ல. முஸ்லிம்களும் சிறுபான்மைதான். மஹர் - மாங்க் ஜாதிகளைப் போலவே முஸ்லிம்களும் கிராமத்தில் சில வீடுகளே இருக்கின்றன. ஆனால் முஸ்லிம்களுக்குப் தொல்லை தர எவருக்கும் துணிவதில்லை. நீங்கள் மட்டும் எப்போதும் கொடுங்கோன்மைக்குப் பலியாகிறீர்கள். இது ஏன்? ஒரு கிராமத்தில் முஸ்லிம்கள் இரண்டே இரண்டு வீடுகளில் தான் வசிக்கிறார்கள் என்று வைத்துக் கொள்வோம். அவர்களைக் காயப்படுத்த யாருக்காவது துணிவு இருக்கிறதா? பத்து வீடுகளை வைத்திருக்கும் உங்களை முழு கிராமமும் சேர்ந்துகொண்டு வாட்டி வதைக்கிறார்களே! இது ஏன்? இது ஒரு நிரந்தரமான கேள்வி. இதற்கு ஒரு சரியான பதிலைக் கண்டறிய வேண்டும். என் கருத்தில் ஒரே ஒரு பதில்தான் இருக்கிறது. அந்த இரண்டு வீட்டு முஸ்லிம்களுக்குப் பின்னால் இந்திய முஸ்லிம் சமுதாயமே திரண்டு நிற்கிறது. அதனால் அவர்கள் மீது கை வைக்க அனைவருக்கும் அச்சம். அந்த இரண்டு வீட்டு முஸ்லிம்கள் அச்சமில்லாமல் சுதந்தரத்தோடு வாழ்கிறார்கள். எந்த இந்துவாவது அவர்கள் மீது ஆக்கிரமிப்புச் செய்ய முற்பட்டால் பஞ்சாப் முதல் மதராஸ் வரை பரவியுள்ள எல்லா முஸ்லிம்களும் அவர்களின் பாதுகாப்புக்காகப் புறப்படுவார்கள். ஆனால் உங்களுக்கு

ஆதரவாக உங்களைக் காப்பாற்ற, உங்களுக்கு நிதி உதவி வழங்க எவரும் தயாரில்லை. எந்த அரசு அலுவலகமும் உங்களுக்கு ஆதரவுக்கரம் நீட்டப் போவதில்லை என்று இந்துக்களுக்குத் தெரியும். ஜாதி இந்துக்களுக்கும் உங்களுக்கும் மோதல் என்றால் தாசில்தாரும், காவல் அதிகாரியும் பிற எல்லா அதிகாரிகளும் அவர்களுடைய சொந்த ஜாதியைச் சேர்ந்தவர்களுக்குத்தான் விசுவாசமாக இருப்பார்களே ஒழியத் தங்கள் கடமைகள் மீது அவர்கள் அக்கறை காட்டப் போவ தில்லை. இந்துக்கள் உங்களுக்கு எதிராக அத்தனை கொடுங்கோன்மை யையும் கையாளுவதற்குக் காரணம் நீங்கள் ஆதரவு அற்றவர்கள் என்பது தான் - இந்த விவாதத்தில் இரண்டு உண்மைகள் நிறுவப்படுகின்றன.

1. வலிமையில்லாமல் கொடுங்கோன்மையை எதிர்க்க உங்களால் முடியாது. 2. கொடுங்கோன்மையை எதிர்கொள்ளப் போதுமான வலிமை உங்களுக்கு இல்லை. இந்த இரண்டு உண்மைகளை அடுத்து மூன்றாவது உண்மை தானே புலப்படுகிறது. கொடுங்கோன்மையை எதிர்கொள்வதற்கான வலிமையை நீங்கள் வெளியிலிருந்துதான் பெற்றாக வேண்டும். இதை எப்படிப் பெறப் போகிறீர்கள் என்பதுதான் கேள்வி. விருப்பு வெறுப்பு இல்லாமல் இது பற்றி நீங்கள் சிந்திக்க வேண்டும்' என்றார்.

மேலும் அம்பேத்கர் தொடர்கையில்,

ஜாதி வெறியும் மத வெறியும் மக்கள் மனத்திலும் ஒழுக்கத்திலும் ஒரு விசித்திரமான விளைவை ஏற்படுத்தியிருக்கிறது. வறுமை, மக்களின் துயரம் இவற்றைப் பற்றி எவருக்கும் இந்நாட்டில் கவலையில்லை, அப்படிக் கவலைப்படுகிறவர்களும் இவற்றை நீக்க எந்த முயற்சியும் செய்வதாகத் தெரியவில்லை. அதனால் சொந்த ஜாதி, சொந்த மதத்தைச் சேர்ந்தவர்களின் வறுமை, துன்பம் ஆகியவற்றுக்கு எதிராக அவர் களுக்கு உதவுவதற்கு மக்கள் தயார். இது ஒரு வக்கிரமான மனித ஒழுக்கம். இதுதான் இந்நாட்டில் காணப்படும் ஒழுக்கம்.

கிராமங்களில் இந்துக்களால் தீண்டப்படாதவர்கள் அவதிப்படும்போது மற்ற மதங்களைச் சேர்ந்தவர்கள் நன்றாக வாழத்தான் செய்கிறார்கள். தீண்டப்படாதவர்களுக்கு இழைக்கப்படும் அநீதிகள், அடக்குமுறைகள் நியாயமற்றவை என்று எவரும் உணர்ந்ததாகத் தெரியவில்லை என்று சொல்ல முடியாது. உணரத்தான் செய்கிறார்கள். ஆனாலும் உதவி செய்ய முன்வருவதில்லை. இதற்குக் காரணம் என்ன? அவர்கள் ஏன் உங்களுக்கு உதவி செய்யவில்லை என்று கேட்டால் அது எங்கள் வேலை இல்லை என்பார்கள். எங்கள் மதத்தைச் சேராதவர்களின் பிரச்னைகளில் குறுக்கிட எங்களுக்கு உரிமையில்லை என்பார்கள். நீங்கள் அவர்கள் மதத்தைச் சேர்ந்தவர்களாக இருந்தால் அதை அனுமதித்திருக்க மாட்டோம் என்பார்கள்.

இதன் மூலம் உங்களுக்கு ஒன்று தெரிய வேண்டும். இன்னொரு சமூகத்துடன் நெருங்கிய உறவுகளை நிறுவாவிட்டால் - இன்னொரு மதத்தில் சேராவிட்டால் நீங்கள் வெளியிலிருந்து ஆதரவையும் வலிமையையும் பெற முடியாது. நீங்கள் இப்போது இருக்கும் மதத்திலிருந்து விலகவேண்டும். இன்னொரு மதத்தில் சேர வேண்டும். இன்னொரு சமூகத்தில் சேர வேண்டும். அப்படி இல்லையேல் அந்த சமூகத்தின் வலிமையை நீங்கள் பெற முடியாது. வலிமையில்லாத பட்சத்தில் உங்கள் எதிர்காலத் தலைமுறையும் உங்களைப் போலவே அனுதாபத்துக்குரிய சூழலில்தான் வாழ்ந்தாக வேண்டும்.

மத மாற்றத்தின் ஆன்மிகக் கூறுகள் :

உலகியல் அடிப்படையிலான பயன்களுக்காக மதமாற்றத்தின் அவசியம் பற்றி விவாதித்தோம். இனி ஆன்மிகப் பயன் பற்றிப் பார்ப்போம். மதம் ஏன் இருக்கிறது? அது ஏன் அவசியமாகிறது? இந்தப் பிரச்னையை நாம் புரிந்துகொள்ளவேண்டும். மதம் என்றால் என்ன என்று பலர் பலவிதமாக விளக்கம் சொல்லியிருக்கிறார்கள். அவற்றுள் ஒரே ஒரு விளக்கம்தான் பொருள் புரிந்ததாகவும் எல்லோராலும் ஏற்றுக்கொள்ளக் கூடியதாகவும் இருக்கிறது.

எது மக்களைப் பிணைக்கிறதோ அதுவே மதம் - இதுதான் மதம் என்பதற்கு உண்மையான விளக்கம். இது என்னுடைய விளக்கமில்லை; சனாதன இந்துக்களின் தலைவரான திலகர் தந்த விளக்கம். ஆகவே புதிதாக ஒரு விளக்கம் தருகிறேன் என்று யாரும் எண்ணிவிட வேண்டாம்.

திலகரின் விளக்கத்தை வாதத்துக்காக மட்டுமே நான் ஏற்றுக் கொண்டதாக நீங்கள் நினைக்கவேண்டாம். மதத்தைப் பற்றிய என்னுடைய கருதுகோளும் அதுவேதான். சமுதாயத்தை நிர்வகிப்பதற்காகச் சில விதிகளை அதன் மீது திணிக்கிறோம். அதுவே மதம். இந்த விளக்கம் எதார்த்த அடிப்படையிலும் தர்க்க அடிப்படையிலும் சரியாகவே இருக்கிறது. ஆனால் சமூகத்தை ஆளும் அந்த விதிகளின் இயல்புகள் என்னவென்று தெளிவாக்க இந்த விளக்கம் முயலவில்லை. அவ்விதிகளின் இயல்பு எப்படிப்பட்டதாக இருக்கவேண்டும் என்னும் கேள்விக்கு இதில் பதிலில்லை.

மதம் என்றால் என்ன என்ற கேள்விக்கு விதிகளின் இயல்பு பற்றிய இந்தக் கேள்வி முக்கியமானது. எது - மதம் - எது மதமில்லை என்பது மதத்துக்குத் தரப்பட்ட விளக்கத்தைப் பொறுத்து அமைவதில்லை. மாறாக, சமுதாயத்தின் மீது ஆளுமை செலுத்தும் விதிகளின் இயல்புக்கு என்ன நோக்கமோ, அதை அடிப்படையாக வைத்து இந்தப் பிரச்னையை அலசும்போது இன்னொரு பிரச்னையும் எழுகிறது.

மனிதனுக்கும் சமுதாயத்துக்குமான உறவு என்ன? நவீன சமூகத் தத்துவ ஆசிரியர்கள் இந்தக் கேள்விக்கு மூன்றுவிதத்தில் பதில் தந்தார்கள்.

தனிமனித மகிழ்ச்சியைப் பெற்றுத் தருவதே சமுதாயத்தின் இலக்கு என்பது சிலர் கருத்து. இன்னும் சிலர், மனிதனின் இயல்பான பண்புகள், ஆற்றல்கள் ஆகியவற்றின் வளர்ச்சிக்காகவே சமுதாயம் நிலைத் திருக்கிறது. அவன் தன்னைத்தானே வளர்த்துக் கொள்ள அது உதவுகிறது என்றார்கள் வேறு சிலர். தனிமனிதனுடைய மகிழ்ச்சியோ அவனுடைய வளர்ச்சியோ அல்ல லட்சியபூர்வமான சமுதாயத்தைப் படைப்பதே நோக்கமென்று சிலர் சொன்னார்கள்.

இந்து மதத்தின் கருதுகோள் மேலே கூறிய மூன்று கருத்துகளில் இருந்து முற்றிலும் மாறுபடுகிறது. இந்து மதத்தில் தனி மனிதருக்கு இடமில்லை. அதன் அடிப்படைக் கருதுகோள் வகுப்பு சார்ந்தது. ஒரு தனி மனிதன் இன்னொரு தனிமனிதருடன் எப்படி உறவாட வேண்டு மென்று இந்துமதம் கற்பிக்க முயலவில்லை; தனி மனிதனை ஏற்காத எந்த மதத்தையும் நான் ஏற்பதற்கில்லை. ஒரு தனி மனிதனுக்குச் சமுதாயம் என்பது தேவைதான். ஆனால் சமூக நலன் மட்டுமே ஒரு மதத்தின் லட்சிய எல்லையாக இருக்க முடியாது. தனி மனித நலனும் முன்னேற்றமும் மதத்தின் முக்கிய நோக்கங்களாக இருந்தே தீரவேண்டும் என்பதே என் கொள்கை. தனிமனிதன் என்பவன் சமுதாயத்தின் அம்சம்தான். ஆனால் அவனுக்கும் சமுதாயத்துக்குமான தொடர்பு உடலுக்கும், உறுப்புகளுக்கும் இடையிலான தொடர்பு, வண்டிக்கும் சக்கரங்களுக்கும் இடையிலான தொடர்பு போன்றதோ ஆகாது.

ஒரு சொட்டு நீர் கடலில் விழும்போது அது கடலுடன் ஐக்கியமாகிறது. அதுபோல் சமுதாயத்தில் வாழ்கிற மனிதர்கள் சமுதாயத்தில் ஐக்கிய மாவதில்லை. மனித வாழ்க்கை சுதந்தரமானது. அவன் சமுதாயத் துக்குத் தொண்டு புரிவதற்காக மட்டுமே பிறக்கவில்லை. சுய மேம் பாடும் அவனுடைய நோக்கமாகும். இதனால்தான் வளர்ச்சி பெற்ற நாடுகளில் ஒருவன் இன்னொருவனை அடிமை கொள்ளலாகாது என்னும் கருத்தோட்டம் நிலவுகிறது.

தனி மனிதனுக்கு முக்கியத்துவம் தராத மதத்தை நான் ஏற்கமாட்டேன். இந்து மதம் தனி மனித முக்கியத்துவத்தை ஏற்பதில்லை. எனவே, அதை நான் ஏற்பதற்கில்லை. ஒரு பிரிவு மட்டுமே அறிவை ஈட்ட முடியும். இன்னொரு பிரிவு ஆயுதம் மட்டும்தான் பயன்படுத்த முடியும். மூன்றாம் பிரிவு வணிகம் செய்ய வேண்டும். நான்காம் பிரிவு முதல் மூன்று வகுப்புகளுக்கும் ஏவல் செய்ய வேண்டும் என்று விதிக்கும் ஒரு மதத்தை நான் ஏற்பதற்கில்லை. ஒவ்வொருவருக்கும் அறிவு, ஆயுதம்,

பணம் எல்லாம் தேவை; சிலருக்கு மட்டுமே கல்வி தந்து மற்றவர்களை இருளில் வீழ்த்தும் நோக்கம் கொண்ட மதம் மதமே அல்ல. மக்களை மன அளவில் அடிமைத்தனத்தில் ஆழ்த்துகிற மதத்தை சதி என்றுதான் சொல்லவேண்டும்.

ஒரு வகுப்பு ஆயுதம் வைத்திருக்கலாம் என்றும், இன்னொன்று அதைத் தொடவே கூடாது என்றும் சொல்லுகிற மதம் அந்த இன்னொரு வகுப்பை மீளாத அடிமைநிலையில் வைத்திருக்கும் ஒரு தந்திரமே தவிர வேறில்லை என்பேன். சொத்து சேர்க்கும் பாதையை ஒரு வகுப்புக்கு மட்டுமே திறந்துவிடுவது, பிறரின் அன்றாடத் தேவைகளுக்குக்கூட முன்கூறிய வகுப்பைச் சார்ந்திருக்க வேண்டும் என்று சொல்லுகிற மதம் மதமே அல்ல. அது ஒரு யதேச்சதிகாரம். இதைத்தான் இந்து மதம் சதுர்வர்ணம் என்கிறது. சதுர்வர்ணத்தின் மீது என் கருத்துகளை நான் தெளிவாகத் தெரிவித்திருக்கிறேன்.

இந்து மதம் உங்களுக்குப் பயன் அளிக்கக்கூடியதா என்பதை நீங்களே எண்ணிப் பார்த்துக் கொள்ளுங்கள். மதம் என்பதன் அடிப்படை நோக்கம் தனி மனிதனின் ஆன்மிக வளர்ச்சிக்கான சூழலை உருவாக்குவதுதான். இதை ஏற்றுக்கொண்டால் இந்து மதத்தின் மூலம் உங்கள் ஆன்மிகம் ஒருபோதும் மேம்பாடு அடையாது என்பது தெளிவாகிறது. தனிமனிதனை உயர்த்துவதற்கு மூன்று காரணிகள் வேண்டும். அவை: 1. அனுதாபம், 2.சமத்துவம், 3.சுதந்தரம். இந்து மதத்தில் இவற்றில் ஏதேனும் ஒன்றாவது உண்டா? உங்கள் அனுபவத்தை வைத்துப் பதில் சொல்லுங்கள்' என்று கேள்வி கேட்டார்.

இந்து மதத்தில் உங்கள் மீது அனுதாபம் உண்டா என்று கேள்வி கேட்டு அதற்கு அம்பேத்கர் பதிலளித்தார்.

அனுதாபம் இந்து மதத்தில் அறவேயில்லை. நீங்கள் எங்கு சென்றாலும் உங்களை எவரும் அனுதாபத்தோடு பார்ப்பதில்லை. இந்த விஷயத்தில் உங்கள் அனைவருக்குமே அனுபவம் உண்டு. உங்களை இந்துக்கள் எப்போதும் சகோதரத்துவத்துடன் நடத்தியதில்லை. அயல் நாட்டுக் காரர்களைவிடக் கேவலமாகத்தான் நடத்தியிருக்கிறார்கள். இந்துக் களும் தீண்டப்படாதவர்களும் பக்கம் பக்கமாக வாழ்கிற ஒரு கிராமத்தில் இரு சாராரையும் சகோதரர்கள் என்று யாராவது சொல் கிறார்களா? ஏதோ எதிரெதிர் முகாம்களில் முட்டிமோதிக் கொள்வதற் காகத் தயார் நிலையில் இருக்கும் இரு படைகள் என்றுதானே சொல்லு கிறார்கள். இந்துக்களுக்கு எள்ளளவும் உங்கள் மீது நேசமில்லை.

முஸ்லிம்கள் மீதாவது அவர்களுக்கு ஓரளவு நேசம் உண்டு. உங்களை விட முஸ்லிம்களை அவர்கள் நெருக்கமாக வைத்திருக்கிறார்கள். இந்துக்களும் முஸ்லிம்களும் உள்ளூர் குழுக்களிலும்,

சட்டமன்றங்களிலும், வணிகத்திலும் ஒருவருக்கொருவர் உதவிக் கொள்ளுகிறார்கள். ஜாதி இந்துக்கள் அத்தகைய அனுதாபத்தை உங்கள் மீது காட்டியதாக ஒரு சான்று தர முடியுமா? அவர்களுடைய மனங்களில் உங்கள் மீது வெறுப்பைத்தான் வளர்த்துக் கொண்டிருக் கிறார்கள். இந்த வெறுப்பால் எத்தகைய பயங்கர விளைவுகள் ஏற்பட்டுள்ளன? நீதி கேட்டு நீதிமன்றம் போகிறவர்களையும் உதவி கேட்டு காவல் நிலையத்தை அணுகுபவர்களையும் கேட்டுப் பாருங்கள். அவர்கள் கதை கதையாகச் சொல்வார்கள். நீதிமன்றத்தில் உங்களுக்கு நியாயம் கிடைக்கும் என்றோ, காவல் நிலையத்தில் சரியாக நடந்து கொள்ளுவார்கள் என்றோ நீங்கள் நம்புகிறீர்களா? இல்லை யென்றால் உங்கள் மீது வெறுப்பை வளர்த்துக் கொள்வதற்கான காரணம்தான் என்ன? இந்துக்களுக்கு உங்கள்மீது அனுதாபம் இல்லை. தங்களிடம் உள்ள அதிகாரத்தை அவர்கள் சரியாகப் பயன்படுத்த மாட்டார்கள் என்பதும் உங்களுக்குத் தெரியும். இத்தகைய வெறுப்புக்கு இடையில் வாழ்வதில் என்ன பயன்?

இந்து மதத்தில் உங்களுக்கு சமத்துவம் உண்டா என்று கேள்வி கேட்டு அதற்கு அம்பேத்கர் பதிலளித்தார்.

இப்படி ஒரு கேள்வியைக் கேட்கவே கூடாது. தீண்டாமை என்றாலே சமத்துவமின்மை என்றுதான் பொருள். தீண்டாமையை உலகில் வேறு எங்கும் பார்க்க முடியாது. உலக வரலாற்றில் இத்தகைய ஏற்றத்தாழ்வு எந்தக் காலத்திலும் இருந்ததில்லை. இதனால் உயர்வு மனப் பான்மையும் தாழ்வு மனப்பான்மையும் ஏற்பட்டு ஒருவர் மகளை இன்னொருவருக்குத் திருமணம் செய்வது ஒருவர் இன்னொருவருடன் நன்றாக அமர்ந்து உண்ணுவது கூட முடியாத செயலாகிறது. இந்து மதத்தில் இவை சர்வ சாதாரணம். ஒருவன் இன்னொரு மனிதனைத் தீண்டக்கூடாது என்று தள்ளி வைக்கும் கீழ்த்தரமான மரபு இந்து மதத்தையும் இந்து சமுதாயத்தையும் தவிர வேறு எங்காவது இருக்கிறதா? ஒரு மனிதனை இன்னொருவன் தீண்டுவதால் அவன் அசுத்தமாகிப் போகிறான்; அந்தத் தீண்டுதலால், தண்ணீருக்குக் கூடத் தீட்டு வந்துவிடுகிறது; அவன் கடவுளைத் தொழவும் அருகதை அற்றவன் என்று இங்கு நிலவுகிற மரபு மனித சமுதாயத்தில் வேறு எங்காவது உண்டா? தீண்டப்படாதவர்களையும் தொழுநோயாளி களையும் ஒரே மாதிரிதானே நடத்துகிறார்கள்? தொழுநோயாளியைப் பற்றிய நினைப்பே மக்களுக்கு அருவருப்பைத் தருகிறது. என்றாலும் அவன் மீது மக்களுக்கு இரக்கம் உண்டு. உங்களைப் பொறுத்தவரை அருவருப்பும் வெறுப்பும் மட்டுமே உண்டு. ஆகவே தொழு நோயாளியை விடவும் கீழான நிலையில் நீங்கள் இருக்கிறீர்கள்.

இன்றும்கூட, உண்ணா நோன்பை முடிக்கிற ஒருவர் மஹர் என்கிற வார்த்தையை யாராவது உச்சரிக்கக் கேட்டுவிட்டால் போதும் அடுத்த

நொடியே உணவைக் கையால் தொடுவதில்லை. அந்த அளவு உங்கள் உடலுக்கும், உங்கள் சொற்களுக்கும் கேவலமான பொருள் கூறப்படுகிறது. இந்து மதத்தில் தோன்றிய களங்கம் என்று தீண்டா மையைச் சிலர் வர்ணிக்கிறார்கள். இந்தக் கூற்றில் அர்த்தமேயில்லை. எந்த இந்துவும் இந்த மதத்தில் இப்படி ஒரு களங்கம் இருப்பதாக நினைப்பதில்லை. பெரும்பான்மை இந்துக்கள் உங்களைத்தான் களங்கம் என்று கருதுகிறார்கள். நீங்கள் அசுத்தமானவர்கள் என்றுதான் கருதுகிறார்கள். இந்நிலை உங்களுக்கு வரக் காரணம் என்ன? இந்துக்களாக நீடிப்பதால்தான் இந்நிலை உங்கள் மீது திணிக்கப் பட்டிருக்கிறது.

உங்கள் சமூகத்தில் இருந்து பலர் முஸ்லிம் மதத்துக்குப் போய் விட்டார்கள். அவர்களைத் தீண்டப்படாதவர்கள் என்றோ, தங்களுக்குச் சம அந்தஸ்தில் இல்லாதவர்கள் என்றோ இந்துக்கள் கருதுவதில்லை; கிறிஸ்தவ மதத்துக்கு மாறியவர்கள் நிலையும் அதுதான். திருவிதாங்கூரில் அண்மையில் நிகழ்ந்த ஒரு சம்பவம் இங்கே குறிப்பிடத்தக்கது. 'தீயா' என்று அங்கே அழைக்கப்படுகிற தீண்டப்படாதவர்கள் குறிப்பிட்ட சில தெருக்களில் செல்லக்கூடாது என்று ஒரு விதி இருந்தது. சில தினங்களுக்கு முன் அவர்களில் சிலர் சீக்கிய மதத்தைத் தழுவினார்கள். உடனே அவர்கள் மீதிருந்த தடை நீக்கப்பட்டது. இதிலிருந்து என்ன தெரிகிறது? நீங்கள் தீண்டப் படாதவர்களாகவும் சரிசமம் அற்றவர்களாகவும் கருதப்படுவது நீங்கள் இந்துவாக இருக்கும்போதுமட்டும்தான்.

இப்படியொரு சமத்துவமின்மை, அநீதி நிலவுகிறது. சில இந்துக்கள் தீண்டதகாதவர்களைத் தேற்ற முயல்கிறார்கள். நீங்கள் படிப்பாளி யாகுங்கள்; சுத்தமாக இருங்கள்; அப்போது உங்களைத் தொடுவார்கள்; சமமாக நடத்துவார்கள் என்கிறார்கள். படித்த, பணமுள்ள, சுத்தமான மகரும் படிக்காத ஏழ்மையான அசுத்தமான மகரைப் போலவே மோசமாகத்தான் நடத்தப்படுகிறார் என்பது உங்களுக்கும் தெரியும். இன்னொன்று படிப்பும் சொத்தும், நல்ல ஆபரணங்களும் ஆடைகளும் பெற முடியாத ஒருவன் சமத்துவத்தை மட்டும் எங்கிருந்து பெறுவான்? அறிவு, சொத்து, துணிமணிகள் என்பவை ஒருவனுக்குப் புற அடை யாளங்கள்; இவற்றுக்கும் சமத்துவத்துக்கும் முடிச்சுப் போடக்கூடாது என்பதுதான் கிறிஸ்தவத்திலும் இஸ்லாமிலும் கற்பிக்கப்படுகிற கோட்பாடு. காரணம் அந்த மதங்கள் மனித நேயத்தை அடிப்படையாகக் கொண்டவை. மனிதனை மனிதன் மதிக்கவேண்டும்; அவமரியாதை செய்தல் கூடாது; எல்லோரையும் சரிசமமாக நடத்தவேண்டும் என்றுதான் அந்த மதங்கள் போதிக்கின்றன. இத்தகைய போதனைகள் இந்து மதத்தில் அறவே இல்லை.

மனித நேயத்தையே வலியுறுத்தாத ஒரு மதத்தால் என்ன பயன்; அதில் நீடிப்பதில்தான் என்ன நன்மை இந்தக் கேள்விக்குப் பதில் சொல்ல முற்படும் சில இந்துக்கள் உபநிஷதங்களை மேற்கோள் காட்டு கிறார்கள். கடவுள் எல்லோரிடத்திலும் நீக்கமற நிறைந்து இருக்கிறார் என்று உபநிஷதம் சொல்கிறது என்கிறார்கள். இந்த இடத்தில் ஒன்றைக் கூறிவிடவேண்டும். மதமும் விஞ்ஞானமும் இரண்டு வேறுபட்ட விஷயங்கள். ஒரு கோட்பாடு விஞ்ஞானக் கோட்பாடா மதக் கோட்பாடா என்பதை ஆராயவேண்டும். கடவுள் எல்லோரிடத்திலும் நீக்கமற நிறைந்திருக்கிறார் என்பது விஞ்ஞானக் கோட்பாடு; மதக் கோட்பாடு அல்ல. இந்துக்கள் மேலே கூறிய கோட்பாடுகளின்படி நடப்பதில்லை. அதற்கு மாறாக எங்கும் நிறைந்துள்ளார் என்பது தத்துவக் கோட்பாடு அல்ல - அது இந்து மதத்தின் கோட்பாடு என்று இந்துக்கள் வலியுறுத்தினால் நான் அவர்களுக்கு மிகச் சுலபமாகப் பதில் சொல்லுவேன் - இந்துக்களிடையே நிலவுகிற இழிநிலை உலகில் வேறு எங்குமே கிடையாது. சொல்லும், செயலும் இரண்டு துருவங்கள் அளவு முரண்படுகிற மிகக் கொடுமையானவர்கள் இந்துக்கள். அவர்கள் நாவில் ராம நாமமும் கக்கத்தில் கூரிய வாளும் இருக்கின்றன. அவர்கள் முனிவர்களைப் போல் பேசுகிறார்கள். கசாப்புகாரர்களைப் போல் நடந்து கொள்கிறார்கள். கடவுள் எங்கும் இருக்கிறார் என்று சொல்லிவிட்டு சக மனிதனை விலங்குகளைவிடக் கேவலமாக நடத்துகிற வேடதாரிகளின் நட்பு உங்களுக்கு வேண்டாம். எறும்பு களுக்கு ஒரு பக்கம் சர்க்கரை போடுவது, இன்னொரு பக்கம் சக மனிதர்களுக்கு குடிநீர் உரிமையை மறுப்பது, அவர்களைக் கொலையும் செய்வது என்று வாழும் வேடதாரிகளுடன் எந்த உறவும் வைத்துக் கொள்ளாதீர்கள். அவர்கள் உறவால் என்னென்ன தீய விளைவுகள் ஏற்பட்டுள்ளன என்பதை உங்களால் கற்பனை செய்துகூடப் பார்க்க முடியவில்லை.

உங்களுக்கு மரியாதையில்லை; சமூகத் தகுதியில்லை; இந்துக்கள் மட்டுமே உங்களை மதிப்பதில்லை என்று சொல்வதற்கில்லை; முஸ்லிம்களும் கிறிஸ்தவர்களும்கூட அப்படித்தான். அவர்களும் உங்களைப் பொறுத்தவரை அதே தீண்டாமையைக் கடைப்பிடிக் கிறார்கள். எனவே, நாம் இந்துக்கள் கண்களுக்கு மட்டுமன்றி எல்லோர் கண்களுக்கும் இந்தியா முழுமையிலும் கீழினும் கீழான நிலையில் இருக்கிறோம். இத்தகைய வெட்கங் கெட்ட சூழலில் இருந்து நீங்க வேண்டுமானால் உங்கள் மீது சுமத்தப்பட்ட களங்கத்தைத் துடைத் தெறிய வேண்டுமானால் வாழ்வை கவுரவமுள்ளதாக மாற்றிக் கொள்ள வேண்டுமானால் அதற்கு ஒரே வழிதான் உண்டு. இந்து மதத்தையும், இந்து சமுதாயத்தையும் தொலைத்துத் தலை முழுகுவதுதான் அந்த வழி.

இந்து மதத்தில் உங்களுக்குச் சுதந்தரம் உண்டா என்று கேள்வி கேட்டு அதற்கு அம்பேத்கர் பதிலளித்தார்.

பிற குடிமக்களைப் போலவே வணிகம் செய்யும் உரிமையைச் சட்டம் உங்களுக்கு உறுதி செய்திருக்கிறது என்று சிலர் சொல்லுகிறார்கள். அவ்வாறே தனிமனித சுதந்தரமும் உண்டு என்கிறார்கள். நீங்கள் ஆழமாகச் சிந்திக்கவேண்டும். அவர்கள் சொல்லுவதில் ஏதேனும் அர்த்தம் இருக்கிறது? மூதாதைகள் செய்த தொழிலைத்தான் செய்ய வேண்டும் என்று விதித்திருக்கிற சமுதாயத்தில் வணிகம் செய்யும் உரிமை உண்டு என்றால் அதில் ஏதாவது பொருள் இருக்கிறதா? சொத்து சேர்ப்பதற்கான எல்லா வழிகளையும் அடைத்துவிட்டு உங்கள் சொத்தை நீங்கள் அனுபவியுங்கள் என்றும், உங்கள் பணத்தை யாரும் தொட மாட்டார்கள் என்றும் சொல்லுவதில் என்ன பயன்? பிறப்பிலேயே நீங்கள் களங்கம் உள்ளவர்கள் என்று கற்பித்துவிட்டு எந்தப் பணிக்கும் தகுதி அற்றவர்கள் என்றும் விதித்துவிட்டு உங்களுக்கு வேலை செய்யும் உரிமை உண்டு என்று சொல்வதில்தான் என்ன பயன்? ஆக இந்த உரிமைகள் எல்லாம் உங்களைப் பார்த்துச் சிரிப்பதாக எனக்குத் தோன்றுகிறது.

சட்டம் பல்வேறு உரிமைகளை உறுதி செய்யலாம். ஆனால் சமுதாயம் அனுமதித்தால்தானே நீங்கள் அவற்றை அனுபவிக்க முடியும்? தீண்டப்படாதவர்களுக்குக் கவுரவமான துணிமணிகளை அணிந்து கொள்ளும் உரிமையைச் சட்டம் வழங்கியிருக்கிறது. இந்த உரிமையால் என்ன பயன்? அப்படி அணிந்து கொள்ள இந்துக்கள் அவர்களை அனுமதிப்பதில்லை. உலோகக் குவளையில் தண்ணீர் அள்ளவும், உலோகப் பாத்திரங்களில் சமைக்கவும், பரிமாறவும், கூரைகளை ஓடுகளால் வேய்ந்து கொள்ளவும் சட்டம் அனுமதிக்கிறது. ஆனால், சமுதாயம் அனுமதிப்பதில்லை. வெறும் உரிமைகளால் என்ன பயன்? இப்படிப் பல்வேறு உரிமை மீறல்களை அடுக்கிக்கொண்டே போகலாம். சமுதாயத்தால் அனுமதிக்கப்பட்ட உரிமைதான் உண்மையான உரிமை. சட்ட அனுமதியுண்டு; சமுதாய அனுமதியில்லை என்றால் அது உரிமையே அல்ல.

தீண்டப்படாதவர்களுக்குச் சட்டம் உறுதி செய்திருப்பதைவிட அதிகபட்சமான சமூக விடுதலை தேவைப்படுகிறது. அது இல்லாவிட்டால் சட்டரீதியான சுதந்தரத்தால் எந்தப் பயனும் இல்லை. உங்களுக்குப் பௌதிக சுதந்தரம் இருக்கிறதல்லவா, எங்கு வேண்டுமானாலும் போகலாம்; என்ன வேண்டுமானாலும் பேசலாம்; அவை சட்டம் விதித்திருக்கிற கட்டுப்பாடுகளை மீறாத அளவில் சரி என்று சிலர் சொல்லுகிறார்கள்; இந்தச் சுதந்தரத்தால்தான் என்ன பயன்? மனிதனுக்கு உடல் மட்டுமில்லை; உள்ளமும் உண்டு. பௌதிக

விடுதலை என்றால் என்ன? சுதந்தர எண்ணம், சுதந்தரச் செயல் இவையே பௌதிக விடுதலை. ஒரு கைதியின் விலங்குகளை அகற்றி அவனை விடுதலை செய்துவிடுகிறார்கள்; இதன் உள்ளர்த்தம் என்ன? அவன் விருப்பப்படி எதையும் செய்யலாம் என்பதுதானே? உடல் திறன் அளவுக்குத் தகுந்தபடி அவன் செயல்படலாம் என்பதுதானே? மனத்துக்கு விடுதலை இல்லையென்றால் இந்த உடல் விடுதலை யானால் அவனுக்கு என்ன பயன்? மன விடுதலைதான் உண்மையானது. மன விடுதலையற்றவன் விலங்குகளால் பிணிக்கப்படாத நிலையிலும் ஓர் அடிமைதான். அவனது மனம் சுதந்தரமாக இல்லையென்றால் அவன் சிறைவாசம் புரியாவிட்டாலும் கைதிதான். மன விடுதலை யில்லாதவன் உயிரோடு உலவினாலும் பிணம்தான். மன விடுதலை அல்லது சிந்தனைச் சுதந்தரம் ஒருவனது இருப்புக்குச் சான்றாகத் திகழ்கிறது. ஒருவனது சிந்தனைச் சுதந்தரத்தின் சுடர் அணைக்கப்பட்டு விட்டது என்றும் அல்லது அவனது மனம் விடுதலையாகிவிட்டது என்றும் எப்படித் தெரிந்து கொள்வது? சுய உணர்வோடு தன்னுடைய உரிமைகள், பொறுப்புகள், கடமைகள் ஆகியவற்றை எவன் உணர்கிறானோ சூழ்நிலையின் அடிமையாக எவன் இல்லையோ, சூழலைத் தனக்கேற்ற முறையில் மாற்றிக் கொள்ள எப்போது முனைகிறானோ, அவனையே நாம் சுதந்தரமானவன் என்கிறோம். பழக்கங்கள், மரபுகள், சம்பிரதாயங்கள், போதனைகள் போன்றவை அவனது முன்னோர்களிடமிருந்து வந்தவை என்பதற்காக அவற்றின் அடிமையாக மாறிவிடாதவன் எவனோ அவனே சுதந்தரமான மனிதன். அவற்றுக்கு சரணாகதி அடையாதவன் எவனோ - எதனையும் காரண காரிய அறிவுடன் பரிசோதித்துத் தெரிந்து கொள்பவன் எவனோ அவனே சுதந்தர மனிதன்.

தன் உரிமைகளைப் பாதுகாத்துக் கொள்ளவும், பொதுமக்களின் விமர்சனங்களுக்கு அஞ்சாமல் இருக்கவும் பிறரது கைப்பாவை ஆகாத வண்ணம் அறிவும் சுயமரியாதையும் உள்ள ஒருவனையே நான் சுதந்தர மான மனிதன் என்பேன். பிறர் ஏவலுக்குத் தகுந்தபடி தனது வாழ்வை அமைத்துக் கொள்ளாமல் எத்தகைய வாழ்வை நடத்த வேண்டும் என்று விரும்புகிறானோ அது பற்றித் தன்னுடைய சொந்த தர்க்க நியாயங் களுக்கு உட்பட்ட முறையில் அவற்றின் மீது தன் வாழ்க்கை முறையை அமைத்துக் கொள்பவனையே நான் சுதந்தரமானவன் என்பேன். தனக்குதானே எஜமான் எவனோ அவனே சுதந்தர மனிதன்.

மேலே கூறியவற்றின் பின்னணியில் நீங்கள் சுதந்தரமானவன் தானா? உங்கள் நோக்கங்களை நீங்களே நிறைவேற்றிக் கொள்ளும் சுதந்தரம் உண்டா? உங்களுக்கு உரிமையில்லை என்பது மட்டுமல்ல அடிமையை விடவும் கேவலமான நிலையில் நீங்கள் இருக்கிறீர்கள். உங்கள் அடிமைத்தனத்துக்கு ஈடு இணையேயில்லை.

இந்து மதத்தில் இருக்கும் ஒருவர் பேச்சு உரிமையை இழந்துவிடத் தயாராக இருக்கவேண்டும். வேதங்களின்படி நடக்கவேண்டும்; வேதங்கள் ஒரு நடத்தையை அனுமதிக்கவில்லை என்றால் ஸ்மிருதிகள் என்ன சொல்கின்றன என்று பார்க்க வேண்டும்; அவற்றிலும் தெளிவு ஏற்படாவிட்டால் மகான்கள் எடுத்துக் கொடுத்த பாதையைப் பின்பற்ற வேண்டும். இந்து மதத்தில் உணர்வு, தர்க்கம், சிந்தனை ஆகிய எதற்கும் இடம் கிடையாது; ஓர் இந்து வேதங்களுக்கோ ஸ்மிருதிகளுக்கோ மகான்களுக்கோ அடிமையாக இருக்கவேண்டும். தன்னுடைய சொந்தத் தர்க்கத்தை அவன் பயன்படுத்தக்கூடாது. இந்து மதத்தின் அங்கமாக இருக்கும்வரை உங்களுக்குச் சிந்தனை உரிமையே கிடையாது.

இந்துமதம் உங்களை மட்டுமே சிந்தனை அடிமைத்தனத்தில் தள்ளிவிட வில்லை. பிற வகுப்பினரைக்கூட அப்படித்தான் ஆக்கி வைத்திருக் கிறது என்று சிலர் வாதம் செய்வது உண்மைதான். எல்லா இந்துக் களுமே சிந்தனை அடிமைத்தனத்தில்தான் ஆழ்ந்து போய்க் கிடக்கின்றனர். இதை வைத்து எல்லோர் துன்பங்களும் ஒரே மாதிரி யானவை என்று முடிவு செய்ய முடியாது. இந்தச் சிந்தனை அடிமைத் தனம் ஜாதி இந்துக்களைப் பொறுத்தவரை அவர்களுக்கு உலகாயத மகிழ்ச்சிக்கு இடையூறாக இருந்ததில்லை. வேதங்கள், ஸ்மிருதிகள், மகான்கள் என்னும் மூன்று அதிகாரிகளுக்கு எல்லா ஜாதி இந்துக்களும் அடிமைகளே. ஆனாலும் இந்துச் சமூக அமைப்பில் அவர்களுக்கு ஓர் உயர்ந்த பீடம் அளிக்கப்பட்டுள்ளது. பிறர் மீது அவர்கள் ஆளுமை செய்ய முடியும். உயர் ஜாதிகளின் நலன் மற்றும் முன்னேற்றத்துக்காக ஜாதி இந்துக்களே உற்பத்தி செய்துகொண்ட மதம்தான் இந்துமதம். அவர்கள் மதம் என்று அழைக்கும் ஓர் அமைப்பில் உங்களுக்கு ஓர் அடிமைப் பாத்திரத்தைத்தான் கொடுத்திருக்கிறார்கள். அடிமை எண்ணத்திலிருந்து நீங்கள் தப்பித்துவிடாமல், இருக்க எல்லா விதமான முன்னேற்பாடுகளையும் மத அமைப்பிலேயே செய்து வைத்திருக்கிறார்கள்.

எனவே, இந்தச் சிந்தனை அடிமைத்தனத்தை உதறிவிட்டு வெளியே வருவது மிகமிக அவசியமாகிறது. இப்படி இந்தச் சிறையை உடைத்துக்கொண்டு வெளியே வரும் அவசியம் பிற இந்துக்களுக்கு இல்லை. இப்படித்தான் இந்துமதம் உங்கள் முன்னேற்றத்தை இரண்டு விதத்தில் சிதைத்துவிட்டது. உங்கள் சிந்தனைச் சுதந்தரத்தைப் பறித்து உங்களை அடிமையாக்கிவிட்டது; புற உலகிலும் உங்களுக்கு அடிமை நிலையே வழங்கப்படுகிறது. எனவே விடுதலை தேவை என்றால் நீங்கள் மதம் மாறுவதைத்தவிர வேறு வழியில்லை' என்றார்.

மேலும் தீண்டப்படாதோரும் ஜாதியைக் கடைபிடிக்கிறார்களே என்ற கேள்விக்குப் பதிலளித்து அம்பேத்கர் பேசுகையில் :

தீண்டாமை ஒழிப்பு இயக்கத்தின் மீது ஒரு விமர்சனம் வைக்கப் பட்டுள்ளது. தீண்டப்படாதோர் மத்தியிலும் பல உட்பிரிவுகள், ஜாதிகள் இருக்கின்றன; அவற்றைச் சேர்ந்தவர்கள் தத்தம் விவகாரங்களில் ஜாதியத்தைக் கடைப்பிடிக்கிறார்கள். ஆக அவர்களும் ஒருவகையில் தீண்டாமையைக் கடைபிடிக்கிறார்கள் என்பது விமர்சனம்;

சான்றாக மஹர்களும் மாங்குகளும் ஒரே இடத்தில் ஒன்றாக அமர்ந்து உண்ணுவதில்லை. இந்த இரண்டு ஜாதிகளும் மலம் அள்ளுவோரைத் தொடுவதில்லை. இப்படி இருக்கும்போது உயர் ஜாதிகள் தீண்டாமையை அனுசரிக்கக்கூடாது என்று எப்படி எதிர்பார்க்க முடியும் என்னும் கேள்வி அடிக்கடி கேட்கப்படும் கேள்வி. முதலில் உங்களுக்குள் இருக்கும் ஜாதி அமைப்பை உடையுங்கள். பிறகு நால்வர்ண ஜாதி அமைப்பினால் ஏற்படும் குறைகளைத் தீர்த்துக் கொள்ள எங்களிடம் வாருங்கள் என்கிறார்கள். இந்த விமர்சனத்தில் உண்மை இருப்பதை ஏற்றுக்கொள்ளத்தான் வேண்டும்.

அதே மதம் ஒட்டுமொத்தமான தீண்டாமைக்கு இது சமாதானமாக அமைய முடியாது. தீண்டப்படாதவர்களும் தீண்டாமையைக் கடைப் படிப்பதுண்டு. அவர்களிடையே ஜாதியும் உண்டு. ஆனால், இந்தக் குற்றங்களுக்கு அவர்கள் பொறுப்பல்ல. ஜாதியும் தீண்டாமையும் அவர்களிடம் இருந்து தோன்றியவை அல்ல. உயர் ஜாதி இந்துக் களிடமிருந்து தோன்றியவை. இவற்றை நடைமுறையில் கொண்டு வந்தவர்கள் ஜாதி இந்துக்கள். எனவே, இந்த ஜாதியத் தீண்டாமை என்னும் மரபுக்கும் பொறுப்பு அவர்கள்தானே தவிர தீண்டப்படாத வர்கள் அல்ல. எனவே, தீண்டப்படாதவர்களிடையே நிலவும் இந்தக் கொடுமையான உள் ஜாதியத்துக்கு அதைக் கற்பித்தவர்களே பொறுப் பேற்கவேண்டுமே தவிர கற்றுக் கொண்டவர்கள் அல்ல. முன்னே கூறிய விமர்சனத்துக்கு இப்படி ஒரு பதில் உண்டு.

மேலோட்டமாகப் பார்க்கும்போது இந்தப் பதில் சரியானதுதான் என்று தோன்றுகிறது. ஆனால் இந்தப் பதில் எனக்கு திருப்திகரமாக இல்லை. ஜாதியும் தீண்டாமையும் நமக்குள் வேர் பிடித்ததற்கு நாம் காரண மில்லை. என்றாலும்கூட இத்தகைய விஷ வேர்களை நாம் கண்டிக் காமல் இருப்பதும் தொடர்ந்து அனுசரித்து வருவதும் சரியில்லை. ஜாதி, தீண்டாமை இரண்டையும் நாம் உருவாக்கவில்லையென்றாலும் அதை வேரறுப்பதில் நமக்கு நிச்சயம் பொறுப்புண்டு. இந்தப் பொறுப்பை நாம் எல்லோரும் உணர்ந்திருக்கிறோம் என்பதில் எனக்கு மகிழ்ச்சி.

மஹர்களிடையே ஜாதியத்தை ஆதரித்து எந்தத் தலைவரும் வாதாடு வதில்லை. ஒப்பிட்டுப் பார்ப்பதென்றால் இந்த விஷயத்தில் தலைவர் களை ஒப்பிட்டுப் பார்க்கவேண்டும். மஹர் சமூகத்துப் படித்த

வர்க்கத்தைப் படித்த பிராமணர்களோடு ஒப்பிட்டுப் பாருங்கள். ஜாதி ஒழிப்பில் கல்வி பெற்ற மஹார் சமூகத்தினர் கூடுதல் முனைப்புக் காட்டுவது தெரியவரும். இந்தப் படித்த மஹார்கள் மட்டும்தான் ஜாதி ஒழிப்பில் ஆர்வம் காட்டுகின்றார்கள் என்று சொல்லிவிடமுடியாது. படிக்காத மஹார்களும் ஜாதி ஒழிப்பில் முன்னணியில் நிற்கிறார்கள். இதையும் நாம் நிரூபிக்க முடியும். இன்றைய தினம் மஹார் - மாங்க் ஜாதிகள் ஒன்றாக அமர்ந்து உண்ணுவதை எந்த மகரும் எதிர்ப்பதில்லை. இதில் எனக்கு முழுத் திருப்தி. மஹார்கள் ஜாதி ஒழிப்பில் ஒரு குறிப்பிட்ட எல்லையைக் கடந்துவிட்டார்கள். அதற்காக அவர்களுக்கு மனமார்ந்த பாராட்டுகள்.

ஜாதியையும் தீண்டாமையையும் எத்தகைய முயற்சிகள் மூலம் அழித்து ஒழிப்பதில் வெற்றி பெறமுடியும் என்று நீங்கள் எண்ணிப் பார்ப்பது உண்டா? வெறும் சேர்ந்து உண்பது அல்லது இங்கொன்றும் அங்கொன்றுமாகக் கலப்புத் திருமணங்கள் மூலம் மட்டுமே ஜாதியத்தை ஒழித்துவிட முடியாது. ஜாதியம் என்னும் நோயின் மூல வேர்கள் இந்து மத போதனைகள் தான். ஜாதி என்பது ஒரு மனநிலை; அது ஒரு மன நோய். நாம் வாழும் இந்து மதத்தில் நாம் ஜாதியத்தைக் கடைப்பிடிக் கிறோம்; தீண்டாமையை அனுசரிக்கிறோம். ஏன் இந்து மதம் நம்மை அப்படிச் செய்ய வைக்கிறது? ஒரு கசப்பான பொருளை இனிப்பாக மாற்ற முடியும். உப்பு கரிப்பதையும் மாற்ற முடியும். ஆனால், நஞ்சை அமிர்தமாக மாற்ற முடியாது. இந்து மதத்தில் இருந்துகொண்டே ஜாதிகளை ஒழிப்பேன் என்பது நஞ்சை அமிர்தமாக்குவது போலத்தான்.

சுருக்கமாகச் சொன்னால் ஒரு மனிதனை இன்னொருவன் இழிவாக நடத்தவேண்டும் என்று கற்பிக்கும் மதத்தில் நாம் இருக்கும்வரை ஜாதி அடிப்படையிலான பிரிவினை உணர்ச்சி, பாரபட்ச உணர்வு நம் இதயத்திலிருந்து அறவே அகற்றப்பட முடியாது. தீண்டப்படாதவர் களிடையே ஜாதியமும் தீண்டாமையும் ஒழிக்கப்படவேண்டுமானால் மத மாற்றம் ஒன்றுதான் மாற்று மருந்து.'

பெயர் மாற்றமும் மத மாற்றமும் நமக்குத் தேவை என்பதை வலியுறுத்தி அம்பேத்கர் பேசுகையில் :

மதமாற்றத்துக்கு ஆதரவான வாதங்களை நான் இதுவரையில் உங்கள் முன் வைத்தேன். இது உங்கள் சிந்தனையைத் தூண்டும் என்று நம்புகிறேன். இந்த விவாதம் ஆழமானது என்று கருதுவோருக்கும் இதே சிந்தனை நாட்டத்தை இன்னும் எளிய மொழியில் விவரிக்க விரும்புகிறேன். மத மாற்றத்தில் அப்படியென்ன புதுமை இருக்கிறது? ஜாதி இந்துக்களோடு நீங்கள் கொள்ளும் சமூக உறவுகள் எத்தகையவை? இந்துக்களிடமிருந்து முஸ்லிம்களும் கிறிஸ்தவர்களும் எப்படிப்

பிரிந்து வாழ்கிறார்களோ, அப்படித்தான் நீங்களும் பிரிந்து வாழ்கிறீர்கள். முஸ்லிம்களோடும் கிறிஸ்தவர்களோடும் சேர்ந்துண்ணல், கலப்பு மணம் புரிதல் ஆகியவற்றை இந்துக்கள் வைத்துக் கொள்வதில்லை. உங்க ளோடும் அப்படித்தான். நீங்களும் இந்துக்களும் இரண்டு தனித்தனிப் பிரிவுகளாகவே வாழ்கிறீர்கள்.

எனவே மத மாற்றத்தால் ஒரு சமூகம் இரண்டாகப் பிரிந்து விட்டது என்று எவரும் சொல்லப் போவதில்லை. இன்று எப்படி இருக்கிறீர் களோ, அதே போலத்தான் மத மாற்றத்துக்குப் பின்பும் இருக்கப் போகிறீர்கள். இந்த மதமாற்றத்தால் எந்தப் புதுமையும் ஏற்பட்டுவிடப் போவதில்லை. அப்படியிருக்கும்போது மதமாற்றம் என்றாலே சிலர் அஞ்சுவதை என்னால் புரிந்து கொள்ள முடிவதில்லை.

மத மாற்றத்தின் முக்கியத்துவம் உங்களுக்குப் புரியாமல் இருக்கலாம். பெயர் மாற்றத்தின் முக்கியத்துவம் நிச்சயம் புரிந்திருக்கும். யாரேனும் ஒருவரை நீங்கள் யார் என்னவென்று கேட்டால் அரிஜன் என்கிறீர்கள். மஹர் என்று யாருமே சொல்வதில்லை. சூழல்களின் அவசியத்தால் தான் நாம் பெயர் மாற்றம் செய்து கொள்கிறோம். பெயர் மாற்றத்துக் கான காரணம் மிக மிக எளிமையானது.

ஒருவன் தீண்டத்தக்கவனா, இல்லையா என்பது அவனுடைய ஜாதி மூலம் தெரிய வருகிறது. ஜாதி தெரியாவிட்டால் அது தெரியப் போவதில்லை. தீண்டப்படாதவன் என்று தெரியாதபட்சத்தில் அவன் மீது வெறுப்புத் தோன்றப் போவதில்லை. இன்னின்ன ஜாதிகளைச் சேர்ந்தவர்கள் என்பது தெரியாமல் பயணம் செய்கிறபோது ஜாதி இந்துக்களும் தீண்டப்படாதவர்களோடு நட்போடுதான் பழகுவார்கள். ஜாதி தெரிந்துவிட்டால் அந்த நட்பு மாறிவிடும். முதலில் அவர்கள் வெற்றிலை பாக்கு, பீடி, சிகரெட், பழங்கள் ஆகியவற்றைப் பரிமாறிக் கொண்டிருப்பார்கள். தாம் பேசிக்கொண்டிருக்கும் மனிதன் தீண்டப் படாதவன் என்று தெரிந்துவிட்டால் அந்தக் கணமே ஜாதி இந்துவின் மனத்தில் வெறுப்பு உற்பத்தியாகத் தொடங்குகிறது. முதலில் அவனுக்குக் கோபம் வரும். தொடக்கத்தில் தோன்றிய தற்காலிக நட்பு இறுதியில் வசைச் சொற்களிலும் கை கலப்பிலும் முடியும். நிச்சயம் உங்களுக்கு இத்தகைய அனுபவங்கள் நேர்ந்திருக்கும். ஏன் நேர்ந்தது என்னும் உண்மையும் தெரிந்திருக்கும்.

உங்கள் ஜாதியைக் குறிக்கும் பெயர்கள்கூட அசுத்தமானவை என்று கருதப்படுகின்றன. அவற்றை உச்சரிக்கும்போதே ஜாதி இந்துக்களுக்கு வாந்தி வருவது போன்ற ஒரு வேதனை. இதனால் பிறரை ஏமாற்ற மஹர் என்று சொல்வதற்குப் பதிலாக சொக்கமேளா என்று சொல்லு கிறீர்கள். ஆனால் மக்கள் ஏமாறுவது இல்லை. சொக்கமேளா

என்றாலும் சரி அரிஜன் என்றாலும் சரி நீங்கள் யாரென்று அவர்களுக்குத் தெரியும். ஆகவே பெயர் மாற்றம் அவசியமானது என்பதை உங்கள் பழக்கத்தின் மூலமாக நீங்கள் நிரூபித்துவிட்டீர்கள். பெயர் மாற்றத்துக் கான தேவையை நீங்கள் உணரும்போது மத மாற்றத்துக்கான தேவைக்கு எப்படித் தடை சொல்ல முடியும்? மதமாற்றம் பெயர் மாற்றம் போன்றதுதான். மத மாற்றத்தின்போதே பெயர் மாற்றமும் நடந்துவிடுகிறது. அது உங்களுக்கு நன்மையாகவும் இருக்கிறது.

முஸ்லிம், கிறிஸ்தவர், புத்த மதத்தினர், சீக்கியர் என்பது மத மாற்றம் மட்டுமல்ல பெயர் மாற்றமும் கூட. இதுதான் உண்மையான பெயர் மாற்றம். நீங்கள் மேற்கொள்ளப்போகும் புதிய பெயரில் எந்தவித இழிவும் இருக்காது. இந்தப் பெயர் மாற்றம் ஒரு மகத்தான மாற்றம். புதிய பெயரின் மூலப் பெயர்களை யாரும் கண்டறியப் போவதில்லை. சொக்கமேளா - அரிஜன் என்ற பெயர் மாற்றங்களில் அர்த்தமே இல்லை. உங்கள் பழைய பெயருக்குள்ள அதே இழிவு இந்தப் பெயர் களுக்கும் உண்டு. அதே வெறுப்பு இவற்றின் மீதும் காட்டப்படும். இந்து மதத்தில் இருக்கும்வரை இப்படிப் பெயர் மாறிக்கொண்டே இருக்க வேண்டியதுதான்.

மாற வேண்டும் என்று நினைக்கும் தாழ்த்தப்பட்டவர் தன்னை இந்து என்று சொல்லிக் கொள்வதில் எந்தப் பலனும் இல்லை. இந்து என்று ஒருவர் இருப்பதாக எவருமே ஏற்பதேயில்லை. மஹர் என்று உங்களை நீங்கள் அழைத்துக் கொள்வதிலும் எந்தப் பயனும் இல்லை. மஹர் என்று உங்களை நீங்கள் அழைத்துக் கொள்வதால் எவரும் உங்களை நெருங்கப் போவதில்லை. இன்று ஒரு பெயரும் நாளை ஒரு பெயரு மாக, கடிகாரத்தின் ஊசல்போல் வாழ்வதில் என்ன லாபம்! ஆகவே மத மாற்றத்தின் மூலம் உங்கள் பெயரையும் நிரந்தரமாக மாற்றிக் கொள்ளுங்கள்.

மதம் மாறுதலைப் பற்றிப் பல உயர்சாதி இந்துக்கள் வைத்த விமர்சனத்துக்கு அம்பேத்கர் பதிலளித்துப் பேசுகையில் :

மதமாற்ற இயக்கம் தொடங்கியதிலிருந்தே பல எதிர்ப்புகள். அந்த எதிர்ப்புகளில் ஏதேனும் உண்மை இருக்கிறதா என்று பரிசோதிப்போம். மத அடிப்படையில் வாழ்வதாகப் பாசாங்கு செய்யும் சில இந்துக்கள் உங்களுக்கு உபதேசம் செய்கிறார்கள். மதம் என்பது பொழுதுபோக்கு அல்ல. உடை மாற்றுவதுபோல் மதத்தை மாற்ற முடியாது. நீங்கள் இந்து மதத்திலிருந்து விலகி வேறு மதத்துக்குப் போக இருக்கிறீர்கள். இந்து மதத்தில் நீடிக்கும் உங்கள் முன்னோர்கள் எல்லோரும் முட்டாள்களா என்றெல்லாம் அறிவாளிகள் என்று தம்மை நினைத்துக்கொள்ளும் சிலர் கேட்பார்கள். அவர்கள் கேள்வியில் எந்த அர்த்தமும் இல்லை.

முன்னோர்கள் மதம் என்பதற்காக அதிலேயே நீடிக்கவேண்டும் என்று நினைப்பது மடமை. அறிவாளிகள் அந்தச் செயல்பாட்டை ஏற்க மாட்டார்கள். முன்னோருடைய மதங்களிலிருந்து மாறக்கூடாது என்று வாதிடுபவர்களுக்கு சரித்திரம் தெரியாது என்றே அர்த்தம்; பழைய ஆரிய மதத்துக்கு வேத மதம் என்று பெயர். அதில் மூன்று குணாம்சங்கள் உண்டு. 1. மாட்டு இறைச்சி உண்ணுதல், 2.மது அருந்துதல், 2.கேளிக்கைகளில் ஈடுபடுதல். இம்மூன்றும் அன்றைய மரபுகள். இந்திய மக்கள் பல்லாயிரம் பேர் இப்படித்தான் வாழ்ந்தார்கள். சில பிராமணர்கள் இன்றும்கூட அந்த வாழ்க்கைக்குத் திரும்பிப் போக முடியாதா என்று கனவு காண்கிறார்கள்.

பழைய மதக்கொள்கைகளையே பின்பற்றவேண்டும் என்றால் ஏன் இந்திய மக்கள் ஒரு காலத்தில் இந்து மதத்திலிருந்து புத்த மதத்துக்கு மாறினார்கள்? ஏன் ஜைன மதத்துக்கு மாறினார்கள்? நம் முன்னோர்கள் பழைய இந்து மதத்தில் இருந்தார்கள் என்பது உண்மைதான். ஆனால், அப்படி இருக்கவே விரும்பினார்கள் என்பதை என்னால் ஒப்புக்கொள்ள முடியாது. நால் வர்ண அமைப்பு நீண்ட காலம் இந்நாட்டில் நீடித்துள்ளது. இவ்வமைப்பில் பிராமணர்கள் மட்டுமே கல்வி கற்க முடியும். சத்திரியர்கள் மட்டுமே போரிட முடியும். வைசியர்கள் மட்டுமே பொருளீட்ட முடியும், சூத்திரர்கள் ஏவல் பணி மட்டுமே செய்ய முடியும். இதுதான் அன்றைய விதி. சூத்திரர்களுக்குக் கல்வி யில்லை, சொத்தில்லை, போர்க்கருவிகளும் இல்லை. இப்படி உங்கள் முன்னோர்கள் வறுமையிலும் பாதுகாப்பற்ற சுழலிலும் வளரும்படி கட்டாயப்படுத்தப்படவில்லை. இவற்றைத் தன்னிச்சையாக ஏற்றுக் கொண்டு வாழ்ந்தார்கள் என்று எந்தப் புத்தியுள்ள மனிதனும் சொல்ல மாட்டான். அதே மதம் உங்கள் முன்னோர்களால் இந்த மதத்தை எதிர்த்துக் கிளர்ச்சி செய்யவும் முடியவில்லை. அப்படி முடிந்திருந்தால் அவர்கள் மதத்தைத் தன்னிச்சையாக ஏற்றுக் கொண்டவர்கள் என்பதை நாம் நம்ப முடியும்; அன்றிருந்த சூழலை ஆராயும்போது கட்டாயத்தின் பெயரிலேயே நமது முன்னோர்கள் இந்துக்களாக இருந்தார்கள் என்பது தெரிகிறது.

ஆக இந்துமதம் நம் முன்னோர்களின் மதம் அல்ல; மாறாக அவர்கள் மீது திணிக்கப்பட்ட அடக்குமுறை; இந்த அடக்குமுறையை எதிர்த்துக் கிளர்ச்சி செய்ய அவர்களிடமும் எந்தச் சாதனங்களும் இல்லை. ஆகவே அவர்கள் கட்டாயத்தின் காரணமாக அடிமைகளாக வாழ்ந்தார்கள். அவர்களைக் குற்றம் சொல்வதில் பயனில்லை. அவர்கள் அனுதாபத்துக்குரியவர்கள். இன்றைய தலைமுறை மீது எந்தவிதமான அடிமைத்தனத்தையும் புகுத்த முடியாது. இவர்களுக்கு எல்லா சுதந்தரங் களும் உள்ளன. இந்தச் சுதந்தரச் சுழலிலும்கூட தங்களைத் தாங்களே

விடுவித்துக் கொள்ளாவிட்டால் இவர்களை என்னவென்று சொல்வது? கேவலமானவர்கள், அடிமைகள், சார்ந்து வாழவே பிறந்தவர்கள் என்றுதான் இவர்களைக் குறித்து வருந்தவேண்டும்.

முன்னோர் வழியாக வந்தது என்பதற்காக இந்து மதத்தில் விடாப் பிடியாக நீடிப்பது மடையர்களுக்குதான் பொருத்தமாக இருக்கும். எந்த அறிவாளியும் அப்படியொரு வாதத்தை முன் வைக்க மாட்டான். இந்த வாதம் விலங்குகளுக்குப் பொருந்தும். மனிதர்களுக்கு அல்ல. மனிதர்களுக்கும் விலங்குகளுக்கும் என்ன வித்தியாசம்? மனிதன் முன்னேறுவான், விலங்கால் முன்னேற முடியாது. மாற்றம் இல்லாமல் நமது முன்னேற்றம் சாத்தியமில்லை. மத மாற்றம் என்பது ஒருவகை மாற்றம்தான், மத மாற்றம் இல்லாமல் முன்னேற்றம் இல்லை யென்றால் மத மாற்றமும் மிக மிக அவசியமாகிறது. முன்னேறும் மனிதனுக்கு முன்னோர் மதம் என்பது ஒரு தடைக்கல்லே அல்ல.

மதமாற்றத்துக்கு எதிராக இன்னொரு வாதமும் உண்டு. மத மாற்றம் என்பது ஒரு தப்பித்தல் மார்க்கம் என்பதுதான் அது. இன்று சில இந்துக்கள் இந்து மதத்தைச் சீர்திருத்த முன்வந்திருக்கிறார்கள். இந்தச் சீர்த்திருத்தத்தினால் தீண்டாமையும், ஜாதியும் ஒழிந்துவிடும். எனவே, இந்தக் கட்டத்தில் மதம் மாறுவது சரியில்லை என்கிறார்கள்.

இந்தச் சமூக சீர்திருத்தவாதிகள் பற்றி ஒருவர் என்னதான் நல்ல அபிப்ராயம் கொண்டிருந்தாலும் சரி, எனக்கு அவர்களை நினைத்தால் ஒவ்வாமைதான் ஏற்படுகிறது. அவர்கள் மீது எனக்குத் துளியும் மரியாதை கிடையாது. அவர்களோடு எனக்கு நிறைய கசப்பான அனுபவங்கள் உண்டு. இப்படிப்பட்டவர்கள் தங்கள் ஜாதியிலேயே வாழ்ந்து தங்கள் ஜாதிக்குள்ளேயே திருமணம் செய்து, தங்கள் ஜாதியி லேயே செத்தும் போகிறவர்கள். ஆனால், இவர்கள்தான் ஜாதியை ஒழித்துக் கட்டப் போகிறோம் என்று பொய் முழக்கங்களைச் சொல்லி மக்களை முட்டாள் ஆக்குகிறார்கள். தீண்டப்படாதவர்கள் அவர்களை நம்ப மறுத்தால் அதிர்ச்சி அடைகிறார்கள். விந்தையாக இல்லையா இது?

இவர்களது முழக்கங்களைக் கேட்கும்போது நீக்ரோக்களின் விடுதலைக்காக அமெரிக்க வெள்ளையர்கள் செய்த முயற்சிகள் நினைவுக்கு வருகின்றன. பல ஆண்டுகளுக்கு முன்பு அமெரிக்க நீக்ரோக்கள் இந்தியத் தீண்டப்படாதோர் போலவேதான் வாழ்ந் தார்கள். வித்தியாசம் என்னவென்றால் நீக்ரோவின் அடிமைத்தனம் அங்கே சட்டத்தால் விதிக்கப்பட்டது. இங்கோ அது மதத்தால் உருவானது.

சில அமெரிக்க சீர்திருத்தவாதிகள் நீக்ரோ அடிமைத்தனத்தை ஒழிக்க முயற்சி செய்தார்கள். அவர்களோடு இந்துச் சமூக சீர்திருத்தவாதிகளை

ஒப்பிட முடியுமா? வெள்ளை அமெரிக்க சீர்திருத்தவாதிகள் தமது சொந்தபந்தங்களை எதிர்த்து நீக்ரோ விடுதலைக்காகப் போர் புரிந்தார்கள். அடிமை முறையை ஆதரித்த காரணத்தால் தங்கள் இனத்தைச் சார்ந்த வெள்ளையர்களையே ஆயிரக்கணக்கில் கொன்று குவித்தார்கள். ரத்தத்தைச் சிந்தித் தியாகம் புரிந்தார்கள். வரலாற்றுப் பக்கங்களில் இந்த நிகழ்வினைப் படிக்கும்போது அவர்களையும் இந்திய சீர்திருத்தவாதிகளையும் எந்தவிதத்திலும் ஒப்பிட முடியாது என்பது புரியும். அவர்கள் எங்கே... இவர்கள் எங்கே?

இந்துச் சீர்திருத்தவாதிகளை அதாவது தீண்டப்படாதவர்களின் மீட்பவர்களைப் பார்த்து ஒரு கேள்வி கேட்க வேண்டும். வெள்ளையர்கள் அடிமைத்தனத்தை ஒழிக்க அமெரிக்காவில் தங்கள் சொந்தச் சகோதரர்களை எதிர்த்தே போரிட்டார்களே, அதேபோல் இங்கே உங்கள் இந்துச் சகோதரர்களுடன் ஓர் உள்நாட்டுப் போர் நடத்த நீங்கள் தயாரா? தயார் இல்லை என்றால் சீர்திருத்தம் என்று வாய்கிழியப் பேசுவதில் என்ன பயன்? தீண்டப்படாதவர் பிரச்னைக்காகப் போராடிய இந்துக்கள் மகாத்மா காந்தியைத்தான் மகத்தான தலைவராகக் கொண்டிருக்கிறார்கள். எந்த அளவு மகாத்மா போக முடியும்? பிரிட்டிஷ் அரசாங்கத்தை எதிர்த்து அகிம்சைப் போரைத் தலைமை தாங்கி நடத்தும் அவர் தீண்டப்படாதோரை நசுக்கும் ஜாதி இந்துக்களின் உணர்வைக் காயப்படுத்துவதற்குக் கூடத் தயாரில்லையே. அவர்களுக்கு எதிராக ஓர் அறப்போர் நடத்தவும் தயாரில்லையே. சட்டரீதியான நடவடிக்கை எடுக்கக்கூட அவர் முன்வரவில்லையே. எனவே இத்தகைய சீர்திருத்த வாதிகளால் எந்தப் பயனும் கிடைக்கப்போவதில்லை.'

தீண்டப்படாதோருக்கு அறிவுரை கூறும் இந்துக்களுக்குப் பதிலளித்து அம்பேத்கர் பேசுகையில் :

'தீண்டப்படாதோர் நடத்தும் பொதுக்கூட்டங்களில் சில இந்துக்கள் பங்கேற்று ஜாதி இந்துக்களைக் கடுமையாகக் கண்டிக்கிறார்கள். சிலர் தீண்டப்படாதோருக்கு அந்த மேடையில் இருந்தபடியே அறிவுரை சொல்கிறார்கள். சகோதரர்களே, தூய்மையாக வாழுங்கள். கல்வி கற்றுக் கொள்ளுங்கள். நீங்கள் உங்களையே சார்ந்திருங்கள் என்றெல்லாம் பேசுகிறார்கள். உண்மையில் ஜாதி இந்துக்களே இந்த அவல நிலைக்குப் பொறுப்பேற்க வேண்டும். அவர்களே தவறு செய்தவர்கள். தவறு செய்த ஜாதி இந்துக்களை ஒன்றாகத் திரட்டி அவர்களைத் தண்டிக்க யாரும் தயாரில்லை. சிலர் இந்துக்களோடு சேர்ந்துகொண்டு இந்து மதத்தில் இருந்தபடியே உங்கள் போராட்டத்தைத் தொடருங்கள் என்று உபதேசம் செய்கிறார்கள். அவர்களுக்கு வரலாற்றிலிருந்து சில எடுத்துக்காட்டுகள் காண்பிக்க விரும்புகிறேன். சென்ற உலகப் போரின்போது ஓர் அமெரிக்கச் சிப்பாய்க்கும்

ஆங்கிலச் சிப்பாய்க்கும் நடந்த உரையாடலைப் படித்திருக்கிறேன். இந்த நேரத்தில் அந்த உரையாடல் மிகப் பொருத்தமாகத் தெரிகிறது. போர் எவ்வளவு நாள் நீடிக்கும் என்று அவர்கள் பேசிக் கொண்டிருந்தார்கள்.

அமெரிக்கன் கேட்ட கேள்விக்கு ஆங்கிலேயன் மிகவும் பெருமையாகப் பதில் சொன்னான்: 'கடைசி பிரஞ்சுக்காரன் கொல்லப்படும்வரை நாம் போரிடுவோம்.' அதேபோல்தான் தீண்டப்படாதோர் விடுதலைக்காக இறுதி மூச்சுவரை போராடுவோம் என்று இந்து சமூகச் சீர்திருத்த வாதிகள் பேசுகிறார்கள். அதாவது, கடைசி தீண்டப்படாதவன் இறக்கும் வரை போராடப் போகிறார்கள். அவர்களுடைய பிரகடனத்தை இப்படித்தான் நான் பொருள்கொள்கிறேன்.

பிறரை அழிப்பதற்காகவே ஒரு போர் என்றால் அந்தப் போரில் நாம் வெற்றி பெறவே முடியாது. போரில் நாமே சாகப் போகிறோம் என்றால் தவறான இடத்தில் இருந்துகொண்டு அப்படிப் போராடுவதில் பயன் என்ன? இந்துச் சமூகத்தைச் சீர்திருத்துவது நமது நோக்கமல்ல. அந்த வேலை நம்முடைய வேலையுமல்ல. நமது நோக்கம் நமது விடுதலை மட்டுமே. மற்றவை நமக்குத் தொடர்பில்லாதவை. மதமாற்றத்தின் மூலம் விடுதலை பெற முடியும் என்னும்போது இந்து சமூகத்தைத் திருத்தும் பொறுப்பு நமக்கு ஏன்? நமது சக்தி, நமது சொத்து முதலிய வற்றை அந்த மேடையில் நாம் ஏன் தியாகம் செய்யவேண்டும்? நமது மைய நோக்கம் இந்து சீர்திருத்தம் என்று தவறாகப் புரிந்து கொள்ளக் கூடாது. நமது நோக்கம் தீண்டப்படாதோரின் சமூக விடுதலை. மதமாற்றமல்லாமல் வேறு வழிகளில் இதனை வென்று எடுக்க முடியாது. தீண்டப்படாதோருக்கு சமத்துவம் தேவை. இதுவும் நமது இயக்கத்தின் நோக்கம்தான். இந்தச் சமத்துவத்தை இந்து மதத்தில் நீடிப்பதன் மூலம்தான் பெறமுடியும் என்பதில்லை.

எனக்குத் தெரிந்தவரை சமத்துவத்தை இரண்டு வழிகளில் அடைய முடியும். ஒரு வழி இந்துவாக இருந்துகொண்டே அதை வென்றெடுப்பது. இரண்டு மதமாற்றம்.

இந்துவாக இருந்து கொண்டே சமத்துவம் பெற வேண்டுமானால் நாம் சுத்தமானவர்களாக ஆனால் மட்டும் போதாது. சேர்ந்துண்ணல், கலப்பு மணம் ஆகியவையும் நடைபெறவேண்டும். இதன் பொருள் நால் வர்ணம் ஒழிக்கப்படவேண்டும். பிராமண மதத்தை வேரோடு சாய்க்க வேண்டும். இது நடக்கக்கூடிய காரியமா? நடக்க முடியாது என்னும் போது இந்து மதத்தில் இருந்துகொண்டே சமத்துவத்தை எதிர்பார்க்க முடியுமா? உங்கள் முயற்சிகளில் நீங்கள் வெற்றி பெற முடியுமா?

இதைவிட மதமாற்றப் பாதை சுலபமானது. இந்தச் சமூகம் முஸ்லிம் களைச் சமமாக நடத்துகிறது. கிறிஸ்தவர்களையும் அப்படியே நடத்துகிறது. சமூக சமத்துவம் மத மாற்றத்தின் மூலம் சுலபமாகப் பெறப்படும்.

இந்தச் சுலபமான வழியை ஏற்பதற்கு என்ன தயக்கம்? மத மாற்றத்தால் இருசாராருக்கும் மகிழ்ச்சியே ஏற்படும். நீங்கள் இந்துவாக இருக்கும் வரை அசுத்தம் செய்கிறீர்கள் என்னும் குற்றச்சாட்டிலிருந்து மீள்வதற் காகப் போராட வேண்டியிருக்கும். குடிநீர், உணவு, கலப்பு மணம் ஆகியவற்றுக்காகவும் போராட வேண்டியிருக்கும். இந்த மோதல் நீடிக்கும்வரை நீங்களும் இந்துக்களும் ஒருவருக்கொருவர் பரம்பரைப் பகைவர்களாகவே இருப்பீர்கள்.

மதம் மாறினால் இந்த மோதல்களுக்கான அடிப்படை வேர்கள் அடியோடு மறைந்து போகும். அவர்கள் கோயில்களுக்குள் நீங்கள் நுழைய வேண்டிய தேவையும் இல்லை. அதற்காகப் போராட வேண்டிய அவசியமும் இல்லை. சேர்ந்துண்ணல், கலப்பு மணம் ஆகிய சமூக உரிமைகளுக்காகப் போராட வேண்டிய கட்டாயமும் இல்லை. இந்த மோதல்கள் நின்றுவிடும்போது உங்களுக்கிடையில் அன்பும், நட்பும் உருவாகும். இந்துக்களுக்குள் இன்று நிலவும் உறவுகளையும் கிறிஸ்தவர்கள் முஸ்லிம்கள் ஆகியவர்களோடு இந்துக்களின் உறவு களையும் ஒப்பிட்டுப் பாருங்கள்.

உங்களைப் போலவே கிறிஸ்தவர்களையும் முஸ்லிம்களையும் இந்துக்கள் தமது கோவில்களுக்குள் அனுமதிப்பதில்லை. அவர் களிடையே சேர்ந்துண்ணல், கலப்பு மணம், ஆகியவையும் இல்லை. இருந்தபோதும் அந்த இரு மதத்தாருக்கும் இந்துக்களுக்கும் இடையே நேசமும் அன்பும் இருக்கத்தான் செய்கின்றன. இந்த வேறுபாட்டுக்குக் காரணம் என்ன? நீங்கள் இந்து மதத்தில் இருக்கும்வரை உங்கள் சமூக, மத உரிமைகளுக்காக இந்து சமூகத்துடன் போராட வேண்டி யிருக்கிறது. இந்து மதத்திலிருந்து வெளியேறிவிட்ட காரணத்தால் முஸ்லிம்களுக்கும் கிறிஸ்தவர்களுக்கும் இந்தப் போராட்டத்தின் அவசியமும் போய்விட்டது. இந்து சமூகத்தில் எந்தச் சமூக உரிமையும் அவர்களுக்கும் இல்லைதான். அதாவது சேர்ந்துண்ணல், கலப்பு மணம் போன்றவை; அதற்காக இந்துக்கள் அவர்களைத் தாழ்வாகவும் நடத்து வதில்லை. எனவே மதமாற்றத்தின் மூலம் சமத்துவம் வென்றெடுக் கப்படும் எனலாம். இந்துக்களுக்கும் தீண்டப்படாதோருக்கும் இடையி லான நட்பும் நேசமும் பாதுகாக்கப்படும். அப்படி இருக்கும்போது இந்த எளிய மகிழ்ச்சிகரமான வழியின் மூலம் சமத்துவம் பெறுவதில் நீங்கள் ஏன் தயக்கம் காட்டவேண்டும்? பிரச்னையை இந்தக் கோணத்தில் அணுகுங்கள். மதமாற்றமே விடுதலைப் பாதைக்கான

சரியான வழி. அதுவே இறுதியில் சமத்துவத்தை நமக்கு ஈட்டித் தருவது. சமத்துவம் என்பது தப்பி ஓடும் பாதை ஆகாது. கோழையின் பாதையும் ஆகாது. மாறாக அது அறிவாளிகளின் மார்க்கம்.

மத மாற்றத்துக்கெதிராக இன்னொரு வாதமும் வைக்கப் பட்டிருக்கிறது. ஜாதி அமைப்பில் விரக்தி அடைந்து போய், மத மாற்றம் செய்துகொள்வது வீண் முயற்சி என்று சில இந்துக்கள் சொல்கிறார்கள். நீங்கள் எங்கே சென்றாலும் அங்கேயும் ஜாதி பயம் இருக்கிறது என்பது அவர்களுடைய வாதம். இஸ்லாமிலும் கிறிஸ்த வத்திலும் ஜாதியம் இருக்கிறது என்கிறார்கள்.

துர்பாக்கியவசமாக இந்நாட்டில் மற்ற மதங்களிலும் ஜாதி அமைப்பு ஊடுருவிவிட்டது உண்மைதான். இந்த மாபெரும் பாவத்தை அணு அணுவாக வளர்த்தவர்கள் இந்துக்களே. ஜாதியம் முதன்முதலில் இந்து மதத்தில்தான் தோன்றியது. பிறகு பிற மதங்களையும் தொற்றியது. இஸ்லாமிலும் கிறிஸ்தவத்திலும் ஜாதிகள் இருப்பது உண்மை யானாலும் அவற்றை இந்து மத ஜாதியத்தோடு ஒப்பிடுவது சரியில்லை. இரண்டுக்கும் பெருத்த வேறுபாடு உண்டு. கிறிஸ்தவத்திலோ இஸ்லாமிலோ அவர்களது சமூக அமைப்பின் தலையான அம்சமாக ஜாதியம் இருக்கிறது என்று யாரும் சொல்லமுடியாது.

நீங்கள் யார் என்று ஒரு முஸ்லிமைக் கேட்டால் நான் ஒரு முஸ்லிம் என்று பதில் வரும். அதே கேள்விக்கு நான் ஒரு கிறிஸ்தவன் என்று கிறிஸ்தவத்தில் பதில் வரும். அவர்களுக்கு அதுவே போதும். அதற்குள் எந்த ஜாதி என்று யாரும் கேட்பதில்லை. அதே கேள்வி இந்துவைக் கேட்டால் இந்து என்னும் பதிலுடன் எவரும் திருப்தி அடைந்து விடுவதில்லை. எந்த ஜாதியென்று அடுத்த கேள்வி கிளம்பும். இதற்குப் பதில் சொல்லாமல் ஒருவனுடைய சமூகத் தகுதியைத் தெரிந்து கொள்ளவோ தெரிவிக்கவோ முடியாது. இதிலிருந்து தெரிவது என்ன வென்றால் இந்து மதத்தில் ஜாதியத்துக்கு அதிகபட்ச முக்கியத்துவம் உண்டு. மற்ற இரு மதங்களிலும் அப்படியில்லை.

இன்னொரு வேறுபாடும் உண்டு. இந்துக்கள் அனுசரிக்கும் ஜாதி அமைப்பு முறை இந்து மதத்தின் அடிப்படையாக உள்ளது. பிற மதங்களில் அப்படி இல்லை. ஜாதி அமைப்பை நான் கைவிடப் போகிறேன் என்று ஓர் இந்து அறிவிக்க முடியாது. அவனுடைய மதம் அதை ஏற்றுக்கொள்ளாது. ஆனால் இஸ்லாமிலும் கிறிஸ்தவத்திலும் ஜாதி ஒழிப்பு இயக்கங்களை ஏற்படுத்தினால் மதம் அதற்குத் தடை சொல்லாது. இந்துக்கள் தமது மதத்தை ஒழித்தால் ஒழிய ஜாதியை ஒழிக்க முடியாது. ஜாதியை ஒழிக்க இஸ்லாமிலும் கிறிஸ்தவத்திலும் மத ஒழிப்பு தேவையில்லை. மாறாக அந்த மதங்கள் அத்தகைய

இயக்கங்களைப் பெருமளவுக்கு ஆதரிக்கும். ஆகவே வாதத்துக் காகக்கூட இப்படியெல்லாம் ஜாதிகள் எல்லா இடத்திலும், எல்லா மதத்திலும் இருக்கின்றன என்றும் இந்துவாக இருப்பதே சிறந்தது என்றும் சொல்ல முடியாது. ஜாதி அமைப்பு முறை பயனற்றது என்று சொல்லும்போது அந்த அமைப்புக்குப் பலம் இல்லாத இன்னொரு சமூகத்தை ஏற்பதுதான் சரியான பாதை. அந்த இன்னொரு அமைப்பில் மிக எளிய முறையில் ஜாதிகளை ஒழித்துவிடலாம் என்னும்போது அதுவே சரியான பாதை.

மத மாற்றத்தால் என்ன நடந்துவிடப்போகிறது என்று சில இந்துக்கள் கேட்கிறார்கள். அதைவிட உங்கள் நிதிநிலையையும் கல்வி தகுதியையும் வளர்த்துக்கொள்ளுங்கள் என்கிறார்கள். இந்த அறிவுரை யால் நம்மில் சிலர் குழப்பம் அடையலாம். திகைத்து நிற்கலாம்; ஆகவே அந்த வாதத்தை இங்கு விவாதத்துக்கு எடுத்துக் கொள்ள வேண்டியது அவசியம் என்று கருதுகிறேன். ஒன்று உங்கள் நிதி நிலைமையும், கல்வி சூழலையும் யார் முன்னேற்றம் அடையவைக்கப் போகிறார்கள்? அவற்றை நீங்களே வளர்த்துக் கொள்ள வேண்டுமா? அல்லது இந்த வாதத்தை வைப்பவர்கள் உங்களிடம் அந்தத் தகுதிகளை வளர்க்கப் போகிறார்களா? உங்களுக்கு உபதேசிப்பவர்கள் உதட்டளவில் அல்லாமல் வேறு எந்த உருப்படியான காரியத்தையும் செய்யப் போவதில்லை. அவர்கள் பக்கம் இருந்து எந்த முயற்சியும் இந்தத் திசையை நோக்கி நடைபெறப்போவதில்லை.

ஒவ்வொரு இந்துவும் தமது சொந்த ஜாதியின் பொருளாதார நிலைமையை வளர்த்துக் கொள்வதிலேயே குறியாக இருக்கிறான். அவனுடைய பார்வை சொந்த ஜாதிப் பார்வையாகக் குறுகிப் போயிருக்கிறது. பிராமணப் பெண்களுக்கு மகப்பேறு விடுதிகள், பிராமண மாணவர்களுக்கு உபகாரச் சம்பளங்கள், பிராமண ஜாதியைச் சேர்ந்த வேலையில்லாதோருக்கு வேலைகள் இவற்றை நிறுவுவதி லேயே பிராமணர்கள் ஈடுபட்டிருக்கிறார்கள். பிராமண ஜாதிகளில் ஒன்றான சரஸ்வத் பிராமணர்கள் இதையே செய்து கொண்டிருக் கிறார்கள். காயஸ்தர்களும், மராட்டியர்களும் இதே வேலையில் இருக் கிறார்கள். ஆக அவரவர் தன்னுடைய ஜாதிகளுக்காக இருக்கிறார். புரவலரே இல்லாத ஜாதிகள் கடவுளின் கருணைக்காகக் காத்திருக் கின்றன. நீங்கள் நீங்களாகத்தான் எழுந்திருக்கவேண்டும். உங்களுக்கு உதவ யாரும் முன்வரப்போவதில்லை. இன்றைய சமூகத்தின் நிலை இதுதான். இந்தச் சூழலில் அவர்களுடைய அறிவுரையைக் கேட்பதால் பயன் என்ன? உங்களைத் திசை திருப்பி உங்களுடைய நேரத்தை வீணடிப்பதே அவர்களின் நோக்கம். உங்களை நீங்கள் முன்னேற்றிக் கொள்ளவேண்டுமானால் இத்தகைய வதந்திகளை நம்பாதீர்கள். இந்த

வதந்திக்காரர்கள் உங்களுக்கு உபதேசம் செய்ய எந்த உரிமையும் இல்லை. இதுபோதும் என்றாலும் நான் இத்துடன் நிறுத்துவதாக இல்லை. மேலும் சில பதில்கள் சொல்லவே விரும்புகிறேன்.

மத மாற்றத்தால் மட்டுமே என்ன நேர்ந்துவிடப் போகிறது என்று சில இந்துக்கள் கேட்கும் கேள்வி எனக்கு வியப்பூட்டுகிறது. இந்தியாவில் சீக்கியர்களாகவும் முஸ்லிம்களாகவும் கிறிஸ்தவர்களாகவும் உள்ளவர்களில் பெரும்பான்மையினர் முன்னாள் இந்துக்களே. அதிலும் பெரும்பான்மை சூத்திரர்களும் தீண்டப்படாதவர்களும்தான்.

இந்து மதத்தை விட்டு நீங்கி சீக்கியத்துக்கும் கிறிஸ்தவத்துக்கும் போனவர்கள் எந்த முன்னேற்றமும் அடையவில்லை என்றா இவர்கள் சொல்லவருகிறார்கள். மதமாற்றம் அப்படி மாறியவர்களுடைய சூழலில் முன்னேற்றத்தைக் கொண்டு வந்திருக்கும்போது தீண்டப்படாதோருக்கு மட்டும் அப்படிப்பட்ட முன்னேற்றம் ஏற்படப் போவதில்லை என்பதா இவர்களுடைய கருத்து? அவர்களே சிந்திக்கட்டும்.

மதமாற்றத்தால் ஒன்றுமே நேரப் போவதில்லை என்பதில் இன்னொரு பொருள் மதம் என்பதே அர்த்தமற்றது என்பதாகும். மதமே அர்த்த மற்றதாகப் போகும்போது இந்து மதத்தில் தீண்டப்படாதவர் நீடிக்க வேண்டும் என்று ஏன் வாதிடவேண்டும். எனக்குப் புரியவில்லை. அவர்கள் கருத்துப்படி மதத்தில் எந்த உள்ளார்ந்த பொருளும் இல்லை என்றால் விலகப் போகிற மதம் குறித்தும் சேரப் போகிற மதம் குறித்தும் அவர்கள் ஏன் வீணாக வாதிட வேண்டும்?

மதமாற்றத்தால் என்ன நேர்ந்துவிடப் போகிறது என்பவர்கள் இன்னொரு கேள்வியையும் கேட்கவேண்டும். சுயாட்சியால் என்ன நேர்ந்து விடப்போகிறது? சுயாட்சி கிடைத்தால் நிதி மற்றும் கல்வி முன்னேற்றம் கிடைக்கும் என்று தீண்டப்படாதோரைப் போலவே இந்திய மக்கள் எல்லோருமே நினைக்கிறார்கள். ஆக சுயாட்சியால் நாடு முழுமைக்கும் பலன் உண்டு என்னும்போது மதமாற்றத்தால் நிச்சயம் தீண்டப்படாதோர்க்குப் பலன் உண்டு. இந்தப் பிரச்னை பற்றி ஆழ்ந்து சிந்திப்போர் இந்தியாவுக்கு சுயாட்சி அவசியம் என்பது போல் தீண்டப்படாதோருக்கு மதமாற்றமும் அவசியம் என்பதை ஏற்றுக்கொள்வார்கள். மதமாற்றம், சுயாட்சி இரண்டின் இறுதி நோக்கமும் ஒன்றுதான். அவற்றில் எள்ளளவும் வேறுபாடு இல்லை, விடுதலை என்பதே இரண்டுக்கும் இலக்கு, மனித குலத்தின் மறுவாழ்வுக்கு விடுதலை அவசியம் என்றால் முழுச் சுதந்தரத்தைப் பெற்றுத் தரவல்ல மதமாற்றம் தீண்டப்படாதோருக்கு அவசியமற்றதாக இருக்கமுடியாது' என்றார்.

முன்னேற்றமா மத மாற்றமா? எது முதலில் என்பதை அம்பேத்கர் விளக்குகையில் : பொருளாதார முன்னேற்றமா மதமாற்றமா? எதை முதலில் தொடங்குவது என்று ஆராய்வது அவசியமாகிறது. பொருளாதார முன்னேற்றம்தான் முதலில் என்பதை நான் ஏற்பதில்லை. இப்படிப்பட்ட கேள்வியே வறட்டுத்தனமானது. அரசின் முன்னேற்றமா சமூக முன்னேற்றமா என்று கேட்பதைப் போன்றதுதான் இது. ஒரு சமுதாயத்தின் முன்னேற்றம் அல்லது வளர்ச்சிக்கே பல வழிகள் கையாளப்படுகின்றன. இந்த வழிகள் ஒவ்வொன்றுக்கும் ஒவ்வொரு முக்கியத்துவம் உண்டு. அவற்றில் எந்த விஷயத்துக்கு முன்னுரிமை தரவேண்டும் என்பதைக் கண்டுபிடிப்பதற்கான அளவுகோல் எதுவும் இல்லை. அப்படித்தான் கண்டுபிடிக்கவேண்டும் என்று வலியுறுத்துவோருக்கு என் பதில் மத மாற்றமே பொருளாதார முன்னேற்றத்தை விட முதலில் மேற்கொள்ளவேண்டிய நடவடிக்கை என்பதுதான். தீண்டப்படாதோர் என்னும் களங்கத்தைச் சுமந்துகொண்டு எப்படி நீங்கள் பொருளாதார முன்னேற்றத்தை அடைய முடியும்? நீங்கள் ஒரு கடை வைக்கிறீர்கள். கடையின் சொந்தக்காரர் ஒரு தீண்டப்படாதவர் என்பது பிறருக்குத் தெரிகிறது. அப்படியிருக்கும்போது ஒரு தீண்டப்படாதவன் கடையின் பொருள் வாங்க யாராவது முன்வருவார்களா? ஒருவன் வேலைக்கு விண்ணப்பம் போடுகிறான். அந்த விண்ணப்பக்காரன் தீண்டப்படாதவன் என்று தெரிகிறது. அந்த விண்ணப்பதாரனுக்கு வேலை கிடைக்காது. ஒரு நிலம் விற்பனைக்கு வருகிறது. உங்களில் ஒருவர் அதை வாங்க முன்வரவேண்டும். வாங்குபவர் தீண்டப்படாதவர் என்று தெரிந்தால் விற்பவர் விற்க முன்வர மாட்டார். பொருளாதார முன்னேற்றத்துக்கு நீங்கள் எந்த முயற்சி எடுத்தாலும் சரி தீண்டாமை காரணமாக அந்த முயற்சி தோல்வியைத்தான் சந்திக்கும். தீண்டாமை என்பது முன்னேற்றப் பாதைக்கு ஒரு நிரந்தரமான தடைக்கல். அதை அகற்றினால் ஒழிய உங்கள் பாதை எளிதாக இருக்காது. மத மாற்றமல்லாமல் வேறு வந்த வழியிலும் அந்தத் தடைக்கல்லை அகற்ற முடியாது.

உங்களில் சில இளைஞர்கள் கல்வி கற்க முயல்கிறார்கள்; எங்கிருந்தெல்லாம் பெறுவது சரியென்று தோன்றுகிறதோ அங்கிருந்தெல்லாம் நிதி பெறுகிறார்கள். இப்படிப் பணம் பெற முடிவதன் மீதான ஆசையினால் அவர்கள் தீண்டப்படாதோராகவே நீடிக்கிறார்கள். அப்படி நீடிப்பதன் மூலம் சிறிது முன்னேற்றமும் காண்கிறார்கள். இந்த இளைஞர்களை நான் கேட்கிறேன். படிப்பு முடிந்து தகுதியான வேலை உங்களுக்குக் கிடைக்காவிட்டால் அந்தக் கல்வியை வைத்துக்கொண்டு என்ன செய்வீர்கள்? நம்மில் பெரும்பான்மை படித்த மக்கள் இன்று வேலை இல்லாமல் நிற்கிறார்கள்; என்னைப் பொறுத்தவரை இந்த வேலையின்மைக்குத் தீண்டாமை மட்டுமே காரணமாகும்.

தீண்டாமை காரணமாக உங்கள் தகுதிகளை யாரும் மதிப்பதில்லை. உங்கள் திறமைகளுக்கு எந்த வாய்ப்பும் கிடைப்பதில்லை. தீண்டாமை காரணமாக ராணுவத்தில் இருந்து கூட நீங்கள் வேலை நீக்கம் செய்யப்படுகிறீர்கள். காவல் துறையிலும் உங்களுக்கு வேலை கிடைப்பதில்லை. ஏன்? ஒரு பியூன் வேலைகூட உங்களால் பெற முடியவில்லை. தீண்டப்படாதவர் என்பதாலேயே உங்களுக்குப் பதவி உயர்வும் கிடைப்பதில்லை. தீண்டாமை என்பது ஒரு சாபம். அதன் காரணமாக நீங்கள் பழிக்கப்படுகிறீர்கள். உங்கள் தகுதிகள் குப்பையில் வீசப்பட்டு விடுகின்றன. இந்தச் சூழலில் இதற்கு மேலும் எந்தத் தகுதிகளை நீங்கள் வளர்த்துக் கொள்ளப் போகிறீர்கள்? அப்படியே வளர்த்துக் கொண்டாலும் அதனால் என்ன பயன்? கல்வித் தகுதிகளால் உங்கள் தகுதிகள் மதிக்கப்பட வேண்டும் என்று உண்மையாகவே நீங்கள் விரும்பினால் உங்கள் கல்வி உங்களுக்குப் பயன்படவேண்டும். பொருளாதார முன்னேற்றத்துக்கான கதவுகள் உங்களுக்காகத் திறக்கப்பட வேண்டும். தீண்டாமை விலங்குகளை நீங்கள் தகர்த்தெறிய வேண்டும்' என்றார்.

அம்பேத்கர் மத மாற்றம் குறித்த ஐயப்பாடுகளை விளக்கிப் பேசுகையில்,

மத மாற்றத்தின் விமர்சகர்கள் முன்வைத்த வாதங்களை நாம் இதுவரை அலசிக்கொண்டிருந்தோம். மத மாற்றத்தின் அனுதாபிகளும் சில ஐயங்களைக் கிளப்புகிறார்கள். அவற்றுக்கு விளக்கம் சொல்வது முக்கியம். ஒன்று கிராம ஊழியரின் பரம்பரை உரிமைகளின் கதி என்ன வாகும் என்று சில மஹர்கள் கவலைப்படுகிறார்கள். நீங்கள் மதம் மாறினால் கிராம ஊழியர் என்னும் தகுதியில் நீங்கள் செய்யும் ஊழியங்களை இழந்து விடுவீர்கள் என்று மஹர்கள் ஜாதி இந்துக்களால் அச்சுறுத்தப்படுகிறார்கள். கிராம ஊழியர் முறை நீக்கப்படுவது பற்றி எனக்குக் கொஞ்சம்கூடக் கவலையில்லை என்பதை நீங்கள் அறிவீர்கள். கடந்த 10 ஆண்டுகளாக இந்தக் கிராம ஊழியத்தால் மஹர்கள் எத்தனை சோகமான தலைவிதியைச் சுமக்க வேண்டியிருக்கிறது என்று வாதாடியிருக்கிறேன். அந்த ஊழியம் ஒழிக்கப்பட்டால் விடுதலைப் பாதை உங்களுக்காகத் திறந்துவிடப்படுகிறது என்று பொருள்.

கிராம ஊழிய உரிமை தேவை என்று உங்களில் சிலர் நினைக்கலாம். மத மாற்றத்தால் அதற்கொன்றும் கேடு வந்துவிடாது என்று உறுதி சொல்கிறேன். கிராம ஊழியம் பற்றிய 1850 ஆம் ஆண்டுச் சட்டத்தை எடுத்துக் கொள்வோம். அது என்ன சொல்கிறது? மதமாற்றத்தில் சொத்து வாரிசு உரிமை பாதிக்கப்படுவதில்லை என்றுதான் சட்டம் சொல்கிறது. இந்தச் சட்ட விளக்கம் போதாது என்று கருதுபவர்கள் நாகர் மாவட்டத்தின் சூழல்களை அலசிப் பார்க்கலாம். அந்த

மாவட்டத்தில் மஹார் வகுப்பைச் சேர்ந்த பலர் கிறிஸ்தவ மதத்தில் சேர்ந்துவிட்டார்கள். ஒரே குடும்பத்தில் சிலர் கிறிஸ்தவர்கள், சிலர் மஹார்கள் என்னும் நிலையுண்டு. இப்படி கிறிஸ்தவ மதத்துக்கு மாறியவர்களுக்கு கிராம ஊழிய உரிமை மறுக்கப்படவில்லை. நாகர் மாவட்ட மஹார்கள் இந்த உண்மையை உறுதி செய்வார்கள். எனவே, மத மாற்றத்தால் ஊழிய உரிமை பறிபோகுமென்று எவரும் அஞ்சத் தேவையில்லை.

இரண்டாவது சந்தேகம் அரசியல் உரிமை பற்றி. நாம் மதம் மாறினால் நம்முடைய பாதுகாப்பு அரண்கள் என்னாகும் என்று சிலர் அஞ்சுகிறார்கள். தீண்டப்படாதோருக்கு எத்தகைய அரசியல் அரண்கள் கிடைத்துள்ளன என்பது எனக்குத் தெரியாமல் இல்லை. இந்த உரிமைகளைப் பெறுவதற்காக என்னைப்போல் இன்னல் அனுபவித்த வரும் முயற்சி எடுத்தவரும் எவரும் இல்லை. இருப்பினும் வெறும் அரசியல் உரிமைகள் மீதே சார்ந்திருப்பது சரியில்லை. மேலும் அவை நிரந்தரமானவையும் அல்ல. பிரிட்டிஷ் அரசு அளித்த வகுப்பு வாரி ஆணைப்படி நமக்கு வழங்கப்பட்ட அரசியல் அரண்களின் ஆயுள் 20 வருடம்தான். புனா ஒப்பந்தத்தில் அப்படி எந்தக் கால எல்லையும் வரையறுக்கப்படவில்லை. ஆனாலும் அவை நிரந்தரமானவை என்று எவரும் சொல்ல முடியாது. இந்த அரண்கள் நீக்கப்பட்டால் என்ன நேரும் என்பதை இவற்றையே சார்ந்திருப்போர் சிந்திக்க வேண்டும். நமது அரசியல் உரிமைகள் பறிபோகும் காலத்தில் நமது சமூக பலத்தையே நாம் சார்ந்திருக்க வேண்டும். முன்பே சொன்னது போல் இந்த சமூக பலம் நம்மிடம் மிகவும் குறைவு. மதமாற்றத்தின் மூலம் அல்லாமல் இந்தப் பலத்தை நாம் வென்றெடுக்க முடியாது. கால காலத்துக்கும் நமக்கு நன்மை விளைவிப்பவற்றைத் தற்காலிக நன்மைக்காக விட்டுக் கொடுக்கும் மார்க்கம் உங்களை இன்னல் களுக்கே இட்டுச் செல்லும். இந்தச் சூழலில் எது நிலையான நன்மை தரும் என்று சிந்திக்கவேண்டும். மதமாற்றம் நிலையான இன்பத்தைப் பெற்றுத்தரும்.

மதம் மாறினால் அரசியல் உரிமைகள் மாறிப்போகும் என்றாலும் நாம் தயங்கக்கூடாது. மத மாற்றத்தால் அரசியல் அரண்களுக்கு பெரிதாகத் தீமை ஒன்றும் நேர்ந்துவிடாது. மதமாற்றத்தால் அரசியல் அரண்கள் குலைந்துவிடும் என்னும் வாதத்தை என்னால் புரிந்து கொள்ள முடியவில்லை. நீங்கள் எங்கே சென்றாலும் உங்கள் அரசியல் உரிமை களும் அரண்களும் உங்களைத் தொடரும் என்பதில் சந்தேகமேயில்லை. நீங்கள் முஸ்லிம்களாக மாறினால் முஸ்லிம்களுக்கு உள்ள அரசியல் உரிமைகள் உங்களுக்குக் கிடைக்கும். அப்படியே கிறிஸ்தவர்களாக மாறினால் கிறிஸ்தவர்களின் அரசியல் உரிமைகள் கிடைக்கும்.

சீக்கியர்களாக மாறினாலும் அப்படித்தான். அரசியல் உரிமைகள் மக்கள் தொகை அடிப்படையிலானது. எந்தச் சமுதாயத்தில் மக்கள் தொகை அதிகரிக்கிறதோ அதன் அரசியல் அரண்களும் அதற்கேற்ப அதிகரிக்கும். நாம் இந்துச் சமுதாயத்தை விட்டு நீங்கினால், நமக்கு ஒதுக்கப்பட்ட 15 இடங்கள் இந்துக்களுக்குத் திரும்பப் போய்விடும் என்று தவறாகப் புரிந்துகொள்ளவேண்டாம்.

நாம் முஸ்லிம்களாக மாறினால் முஸ்லிம்களுக்கு ஒதுக்கப்பட்ட இடங்களின் அளவு மேலும் 15 அதிகரிக்கும்; கிறிஸ்தவர்களாக மாறினாலும் அதே அளவு அதிகரிக்கும். சுருங்கச் சொன்னால் நாம் எங்கே சென்றாலும் நமது அரசியல் உரிமைகள் நம்மைத் தொடரும். எனவே, யாரும் அஞ்சத் தேவையில்லை.

மாறாக, நாம் இந்துக்களாகவே இருக்கிறோம். மதம் மாறவில்லை என்றால் நமது உரிமைகள் பாதுகாப்பாகவா இருக்கப் போகின்றன? தீண்டாமைத் தடைச்சட்டம் ஒன்றைக்கொண்டு வந்து தீண்டாமையைக் கடைபிடிப்போரைத் தண்டிப்பதையும் நடைமுறையாக்குகிறார்கள் என்று வைத்துக்கொள்வோம். நாங்கள் அதைத் தடுத்துவிட்டோம். இந்தச் சட்டத்தின் முன் நீங்கள் எல்லாம் தீண்டப்படாதோர் அல்லர் என்று உங்களிடம் சொல்வதாக வைத்துக் கொள்வோம். அதன் உள்ளர்த்தம் என்ன? மற்ற பின்தங்கிய ஜாதிகள் போலவே நீங்களும் ஏழைகள். நீங்களும் பின்தங்கியவர்கள். மற்ற பின்தங்கிய ஜாதிகளுக்கு எந்த அரசியல் அரசாணையும் நாங்கள் உருவாக்கித் தரவில்லை. உங்களுக்கு மட்டும் அவற்றின் தேவையென்ன என்று உங்களை இந்துக்கள் கேட்கக்கூடும். அதற்கு நீங்கள் எப்படிப் பதிலளிப்பீர்கள்? இந்தக் கேள்விகளுக்கு கிறிஸ்தவர்களும் முஸ்லிம்களும் எளிதாகப் பதில் சொல்லி விடுவார்கள். எங்களுக்கு அரசாங்கம் அரசியல் அரண் தந்திருப்பதற்குக் காரணம் நாங்கள் ஏழைகள், கல்வியறிவு இல்லாத வர்கள், பின்தங்கியவர்கள் என்பதால்தான். எங்கள் மதம் வேறு, எங்கள் சமுதாயம் வேறு என்று அவர்கள் பதில் சொல்வார்கள். அதன் உள்ளர்த்தம் என்ன? எங்கள் மதம் வேறாக இருக்கும்வரை எங்களுக் குரிய அரசியல் உரிமைகளை நீங்கள் தந்தாகவேண்டும் என்பதுதான் அதன் அர்த்தம்.

ஆகவே இந்து மதத்தில் குறைந்த பட்சம் இந்துச் சமூகத்தில் வாழ்பவர்கள் உங்கள் சமூகம் வேறு; அரசியல் அரண்களுக்கான உரிமைகளுக்கு நீங்கள் பாத்தியதை உள்ளவர்கள் என்னும் நிலைப்பாட்டை நீங்கள் எடுக்க முடியாது.

என்றைக்கு நீங்கள் விடுதலையாகிறீர்களோ மதமாற்றத்தின் வாயிலாக இந்து சமுதாயத்தின் அடிமைகள் என்னும் நிலையிலிருந்து சுதந்தரம்

அடைகிறீர்களோ அந்த நாளில் மேலே சொன்ன நிலைப்பாட்டை நீங்கள் எடுக்க முடியும். அத்தகைய சுதந்தர நிலைப்பாட்டை எடுத்து அரசியல் அரண்களை, அரசியல் கோரிக்கைகளைக் கோராமல் போனால் உங்கள் அரசியல் உரிமைகளுக்குப் பாதுகாப்பு இல்லை. எனவே மதமாற்றம் என்பது அரசியல் அரண்களைப் பலப்படுத்திக் கொள்வதற்கான ஒரு பாதை; ஒருபோதும் அது தடை ஆகாது என்று புரியும். இந்து மதத்தில் நீடித்தால் உங்கள் அரசியல் அரண்களை நீங்கள் இழந்து விடுகிறீர்கள். அந்த அரண்கள் தேவையென்றால் நீங்கள் மதம் மாறுங்கள். மதமாற்றத்தால் நிரந்தரமான அரசியல் அரண்கள் உங்களுக்குக் கிடைக்கும்.

என்னைப் பொறுத்தவரை நான் முடிவெடுத்துவிட்டேன். நான் மதம் மாறப்போவது நிச்சயம். உலகாயத லாபங்களுக்காக நான் மதம் மாற விரும்பவில்லை. தீண்டப்படாதவராக இருந்தால் அடைய முடியாது என்று எனக்கு எதுவுமே கிடையாது. என் மத மாற்றத்துக்கான நோக்கம் முழுக்க முழுக்க ஆன்மிகமானது. இந்து மதம் என்னுடைய மனசாட்சிக்கு ஒத்து வரவில்லை. என்னுடைய சுயமரியாதைக்கு ஏற்றதாக இல்லை. உங்களைப் பொறுத்தவரை மத மாற்றத்தால் ஆன்மிகப் பயனும் உண்டு. லௌகீகப் பயனும் உண்டு. லௌகீகப் பயன்களுக்காக மத மாற்றம் என்றாலே சிலர் கேலி செய்யலாம். சிலர் சிரிக்கலாம். அப்படிக் கேலி செய்பவர்களும் சிரிப்பவரும் முட்டாள்கள். இறப்புக்குப் பிறகு என்ன நடக்கப்போகிறது, ஆன்மாவுக்கு என்ன நடக்கப்போகிறது, என்ன நடக்காது என்பன போன்ற போதனைகள் பணக்காரர்களுக்கு வேண்டுமானால் பயன் அளிக்கலாம். அத்தகைய மதத்தைப்பற்றி அவர்கள் ஓய்வாக உட்கார்ந்து சிந்திக்கலாம். அல்லது களிப்பில் மூழ்கலாம். வாழ்நாளிலேயே எல்லா இன்பங்களும் நுகர்பவர்கள் அப்படிப்பட்ட மதம்தான் உண்மையான மதம் என்று நினைப்பது இயல்பானது. மரணத்துக்குப் பிறகும் மகிழ்ச்சிகள் உண்டு என்று போதிக்கும் மதம் அவர்களுக்கு உவப்பாகத் தான் இருக்கும். ஆனால் நீங்கள் அந்த மதத்தில் இருப்பதனால் மண்ணுக்குக் கேடாய் மதிக்கப்படுகிறீர்கள். உணவு, உடை போன்ற அடிப்படைத் தேவைகள் கூட மறுக்கப்படுகிறீர்கள். மனிதர்களாகவே நீங்கள் நடத்தப்படுவதில்லை. இந்நிலையில் இருக்கும் நீங்கள் மதத்தை உலகியல் பார்வையோடு அணுகாமல் உங்கள் கண்களை மூடிக் கொண்டு வானத்தையா பார்த்துக்கொண்டு இருக்க முடியும்? பணக் காரர்களுக்கும் சோம்பேறிகளுக்கும் உரிய வேதாந்தத்தால் ஏழைகளாகிய உங்களுக்கு என்ன பயன்?

மதம் என்பது மனிதனுக்காகவே, மனிதன் மதத்துக்காக அல்ல; மதம் மனிதனுக்காக மனிதனால் ஏற்கப்பட வேண்டுமானால் மதம்

மாறுங்கள். அமைப்புரீதியாகத் திரள வேண்டுமானால் மதம் மாறுங்கள். வலிமை பெற வேண்டுமானால் மதம் மாறுங்கள். சமத்துவம் கிடைக்க வேண்டுமானால் மதம் மாறுங்கள். விடுதலையடைய வேண்டுமானால் மதம் மாறுங்கள். உங்கள் குடும்ப வாழ்க்கை மகிழ்ச்சிகரமாக இருக்க வேண்டுமானால் மதம் மாறுங்கள். உங்களை மனிதர்களாகவே நடத்தாத அந்த மதத்தில் ஏன் இன்னும் இருக்கவேண்டும்? உங்களைக் கல்வி கற்க அனுமதிக்காத மதத்தில் நீங்கள் ஏன் இருக்கவேண்டும்? உங்களுக்குத் தண்ணீரை மறுக்கும் மதத்தில் ஏன் இருக்க வேண்டும்? உங்களைக் கோவிலுக்குள் நுழைய அனுமதி மறுக்கும் மதத்தில் ஏன் இருக்கவேண்டும்? உங்களுக்கு வேலை வாய்ப்பை வழங்க மறுக்கும் ஒவ்வொரு சட்டத்திலும் உங்களை அவமதிக்கும் மதத்தில் ஏன் இருக்க வேண்டும்?

மனிதனுக்கு மனிதன் நேர் வழியிலான தொடர்புகள் கொள்வதைத் தடுக்கும் மதம் மதமேயல்ல. அது அடக்குமுறையின் வடிவம். மனித உயிருக்குக்கூட கவுரவம் தராத மதம் மதமே அல்ல. அது ஒரு நோய்; விலங்குகள் தொடுவதை அனுமதிக்கும் மதம் மனிதன் தொடுவதை அனுமதிக்க மறுத்தால் அது மதம் அல்ல அது கேலிக் கூத்து. ஒரு வகுப்புக்குக் கல்வியுரிமை மறுத்து, அதற்குச் சொத்துரிமை மறுத்து, ஆயுதம் வைத்திருக்கும் உரிமை மறுத்து நிற்கும் ஒரு மதம் மதமே அல்ல. அது மனித உயிர்களின் வாழ்வை ஏளனத்துக்கு ஆளாக்கும் கொடுமை. கல்வியறிவு இல்லாதவர்கள், செல்வாதாரம் இல்லாத வர்கள் அப்படியே நீடிக்கவேண்டும் என்று கட்டாயப்படுத்தும் மதம் மதமேயல்ல, அது ஒரு தண்டனை.

என் அறிவுக்கு எட்டியவரை மதமாற்றத்தால் நேரக்கூடிய எல்லாச் சிக்கல்களையும் அலசிவிட்டேன். விளக்கிவிட்டேன்; இந்த ஆராய்ச்சி மிகவும் நீண்டதாக இருக்கலாம். இத்தகைய விளக்கமான ஆராய்ச்சி தேவையென்று நான் முதலிலேயே முடிவு செய்து விட்டேன். மதமாற்றத்தின் எதிரிகள் என்னென்ன வாதங்கள் வைப்பார்களோ அவற்றுக்குப் பதில் அளிக்க வேண்டியது என் கடமை. என் கருத்துப்படி மத மாற்றப் பிரகடனத்தின் முக்கியத்துவத்தை உணராமல் யாரும் மதம் மாறக்கூடாது. அதனால்தான் எல்லாவித ஐயங்களுக்கும் தீர்வாக அமையும் இந்தப் பிரச்னையை இத்தனை விரிவாக அலசினேன்.

என் கருத்துகளை நீங்கள் எவ்வளவு தூரம் ஏற்பீர்கள் என்று எனக்குத் தெரியாது. ஆனால், அவற்றை ஆழ்ந்து சிந்திப்பீர்கள் என்னும் நம்பிக்கை எனக்கு உண்டு. பொது மக்களைத் திருப்தி செய்வதன் மூலம் அவர்களது செல்வாக்கைப் பெறுவது ஒரு சாதாரண மனிதனுக்கு மகிழ்ச்சி தரலாம். ஒரு தலைவன் அந்த வழியைப் பின்பற்ற முடியாது. மக்களுக்கு எது நல்லது, எது கெட்டது என்பதை அறிந்து

அச்சப்படாமல் ஆதரவைப் பற்றிக் கவலைப்படாமல் அதைச் சொல்பவனே தலைவன் என்பது என் கருத்து. நீங்கள் விரும்பாவிட்டாலும் சரி. உங்களுக்கு நல்லது எதுவோ அதைச் சொல்வதே என் கடமை. நான் என் கடமையைச் செய்தாகவேண்டும். இதோ இப்போது அதைச் செய்துவிடுகிறேன். முடிவு உங்கள் கையில்! உங்கள் பொறுப்பை நீங்கள்தான் சுமக்க வேண்டும்.

இந்த மதமாற்றத்தை நான் இரண்டு பகுதிகளாகப் பிரித்துக் கொண்டேன். இந்து மதத்தை விட்டு வெளியேறுவதா, இல்லை நீடிப்பதா என்பது அதன் முதல் பகுதி; இந்து மதத்தைக் கைவிட வேண்டுமானால் எந்த மதத்தைத் தேர்ந்தெடுப்பீர்கள் அல்லது ஒரு புதிய மதத்தை உருவாக்குவீர்களா என்பது இரண்டாம் பகுதி; இன்று முதல் பகுதி பற்றி முடிவு செய்தாகவேண்டும். அதை முடிவு செய்யாமல் இரண்டாம் பகுதிக்குப் போகமுடியாது. அப்படிப் போவது வீண் முயற்சி. எனவே நீங்கள் முதல் பகுதியை முடிவு செய்ய வேண்டும். இன்னொரு வாய்ப்பை இந்த விஷயத்தில் என்னால் உங்களுக்கு வழங்க முடியாது. உங்கள் முடிவைப் பொறுத்து எனது எதிர்காலத்திட்டத்தைத் தீட்டுவதாக இருக்கிறேன். மத மாற்றத்துக்கு எதிராக நீங்கள் முடிவு செய்தால் இந்தப் பிரச்னைக்கு நிரந்தரமாக விடை கொடுத்துவிடுவேன். அதற்குப் பிறகு நான் என்ன செய்யவேண்டுமோ அதைச் செய்து கொள்வேன். மத மாற்றத்துக்கு ஆதரவாக முடிவு செய்தால், அந்த மதமாற்றம் அமைப்புரீதியாகப் பெருந்திரளாக இருக்கும் என்று நீங்கள் உறுதியளிக்கவேண்டும். மத மாற்றத்துக்கு ஆதரவாக முடிவு செய்திருந்தால் தங்களின் விருப்பத்துக்கு ஏற்றபடி சேரப்போகிற மதத்தை நிர்ணயம் செய்துகொள்ளும் முயற்சிகளுக்கு குறுக்கீடு செய்ய மாட்டேன். இந்த விஷயத்தில் நீங்கள் எல்லோரும் என்னுடன் ஈடுபடவேண்டும்.

எந்த மதத்தை நான் ஏற்பதாக இருந்தாலும் அதற்கான முயற்சிகளில் விசுவாசமாக ஈடுபடுவேன். அந்த மதத்தில் மக்களின் நன்மைக்காக உழைக்கவும் தயாராக இருக்கிறேன். நான் சொல்கிறேன் என்பதற்காக உணர்ச்சிவயப்பட்டு என்னை நீங்கள் பின்பற்றிவிடக்கூடாது. உங்கள் அறிவுக்கு அது ஏற்றது என்றால் மட்டுமே நீங்கள் சம்மதம் சொல்லலாம்; என்னோடு நீங்கள் ஒன்றுபடாவிட்டாலும் நான் அதற்காக வருந்தப் போவதில்லை. இத்துடன் பொறுப்பு தீர்ந்தது என்றுதான் நினைப்பேன்.

நீங்கள் இங்கு எடுக்கும் முடிவு உங்கள் எதிர்காலத் தலைமுறைக்கு நல்ல பாதையைத் திறந்துவிடும். விடுதலை பெறுவது என்று நீங்கள் முடிவு எடுத்தால் உங்கள் வருங்கால சந்ததிகளும் விடுதலை பெறும். அடிமையாக இருக்க முடிவு எடுத்தால் உங்கள் எதிர்காலப் பரம்பரையும் அடிமைத்தனத்திலேயே மூழ்கிக்கிடக்கும். எனவே, உங்கள் பொறுப்பு தான் மிக மிகச் சிக்கலானது. மிக மிக கடினமானது.

கடைசியாக அம்பேத்கர் நிறைவுரையில் உங்களுக்கு நீங்களே விளக்காக இருங்கள் என்று பேசினார்.

'இந்த மாநாட்டில் உங்களுக்கு என்ன செய்தி தருவது என்று சிந்தித்துக் கொண்டிருக்கும்போது மகா பரிநிர்வாணத்துக்கு முன்னதாக நமது பிக்குகள் சங்கத்தில் மகான் புத்தர் சொன்ன செய்தி நினைவுக்கு வந்தது. மகா பரிநிர்வாண சுத்தத்தில் இந்தச் செய்தி மேற்கோள் காட்டப் படுகிறது. அப்போதுதான் நோய்வாய்ப்பட்டு மீண்டிருந்த பகவான் புத்தர் மரத்தின் அடியிலுள்ள தமது இருக்கையில் இளைப்பாறிக் கொண்டிருந்தார். அவரது மதிப்புக்குரிய சீடர் ஆனந்தர் புத்தரிடம் சென்றார். அவரை வணங்கிவிட்டு அவரிடம் சொன்னார்: பிரபுவே நோய்வாய்ப்பட்ட போதும் ஆரோக்கியமாக இருந்தபோதும் தங்களைப் பார்த்திருக்கிறேன். ஆனால், இப்போது நீங்கள் அனுபவித்த நோய் என்னை மிகவும் பாதித்துவிட்டது. உலோகம் போல் என் உடல் கனக்கிறது. உள்ளத்தில் அமைதி இல்லை. தம்மத்தில் என் மனத்தை நிலைநிறுத்த முடியவில்லை. ஆனால் சங்கத்துக்கு சேதி சொல்லாமல் தாங்கள் பரிநிர்வாணம் அடையமாட்டீர்கள் என்பதால் ஒருவித ஆறுதலோ மனநிறைவோ ஏற்படுகின்றது.'

அதற்குப் பகவான் இப்படிப் பதிலளித்தார்: ஆனந்தா சங்கம் என்னிட மிருந்து என்ன எதிர்பார்க்கிறது. ஒளிவு மறைவு இல்லாமல் திறந்த மனத்துடன் நான் தம்மத்தில் பிரசாரம் செய்துவிட்டேன்; சில ஆசிரியர்களை போல் ததாகர் எதையும் ஒளிக்கவில்லை; மறைக்க வில்லை. இனி பிக்கு சங்கத்துக்குச் சொல்வதற்கு ததாகரிடம் என்ன இருக்கிறது. எனவே சூரியன் தனக்குத்தானே ஒளி தந்துகொள்வது போல் நீ உனக்குள்ளே சுடர் விடுவாயாக! பூமியைப் போல் பிறரிடம் இருந்து வரும் ஒளியை நீ சார்ந்திருக்கக்கூடாது. உண்மையாக இரு. உண்மையில் மட்டுமே நீ புகலிடம் தேட வேண்டும். எவரிடமும் சரணாகதி அடையாதே.'

புத்தரின் சொற்களில்தான் நானும் அடைக்கலம் அடைகிறேன். உங்களுக்கு நீங்களே வழிகாட்டியாக இருங்கள். உங்களது தர்க்கத்தில் தான் நீங்கள் புகலிடம் தேட வேண்டும். பிறரது சொற்களுக்குச் செவி சாய்க்காதீர்கள். பிறருக்கு உடன்பட்டு விடாதீர்கள். உண்மையாக இருங்கள். உண்மையில் மட்டுமே புகலிடம் தேடுங்கள். எதற்கும் அடிமைப்பட்டுவிடாதீர்கள். பகவான் புத்தரின் இந்தச் செய்தியை நீங்கள் இந்தக் கணத்தில் நினைவில் நிறுத்தினால் போதும். உங்கள் முடிவு தவறாக இருக்காது என்பது நிச்சயம்' என்றார்.

இந்த நீண்ட சொற்பொழிவில் எல்லா விமர்சனங்களுக்கும் அம்பேத்கர் பதிலளித்துள்ளார் என்பதை நாம் புரிந்துகொள்ள முடியும். அம்பேத்கர்

முதலில் இந்துமதத்தைச் சீர்திருத்திவிடலாம் என்றுதான் கருதினார். அது முடியாத காரியம் என்பது உயர்சாதி இந்துக்களின் நடத்தைகளின் மூலம் பின்னர் அவருக்குப் புரிந்தது. அதனால் அம்பேத்கர் இந்துமதச் சீர்திருத்தம் என்பதை விட்டுவிட்டு மதமாற்ற வேலையில் முழுமூச்சாக இறங்கினார்.

இதற்குப் பிறகு அம்பேத்கரின் மதமாற்றம் குறித்து எம்.சி.ராஜா, டாக்டர் மூஞ்சே ஆகியோருக்கிடையே நிகழ்ந்த கடிதப் போக்குவரத்து குறித்தும் எம்.சி.ராஜாவுக்கு பதிலளிக்கும் முகமாக அம்பேத்கர் ஒரு அறிக்கை வெளியிட்டார்.

1936, ஆகஸ்ட் 15-ம் தேதி ஜனதா எனும் மராத்தி இதழில் அந்த அறிக்கை வெளியிடப்பட்டது. அதில், 'தீண்டப்படாத மக்கள் சீக்கிய மதத்தைத் தழுவவிருப்பது தொடர்பாய் ராவ்பகதூர் எம்.சி.ராஜா, டாக்டர் மூஞ்சே ஆகியோருக்கிடையே நிகழ்ந்த கடிதப் போக்குவரத்து அண்மையில் செய்தித் தாள்களில் வெளியானது. அதை நான் படித்துப் பார்த்தேன்.

... திரு.ராஜா இந்து மதத்தைத் துறக்கவில்லையென்றால், அவரை யாரும் வற்புறுத்தப் போவதில்லை. எனவே, மத மாற்றம் குறித்துக் குறைகூற அவருக்கு உரிமை ஏதுமில்லை. 'நான் இந்துவாக வாழ்ந்து இந்துவாகவே சாவேன்' என்று திரு.ராஜா கூறுகிறார். அதற்கு அவருக்கு முழு உரிமையுண்டு. ஆனால், அவருக்கு ஒன்றைக் கூறிக் கொள்ள விரும்புகிறேன். அவர் செய்தித்தாள்களில் அறிக்கை விடுவதில் தமது திறமையைப் புலப்படுத்தலாம். இந்து மதத்தின் பால் அவருக்குள்ள ஆழ்ந்த பற்றையும் வெளிப்படுத்தலாம். ஆனால் அவராகப் பிறிதொரு மதத்துக்கு மாறாதவரையில் அவர் தொடர்ந்து 'பறையராக' வாழ்ந்து 'பறையராகவே' சாவார் என்பதில் ஐயமில்லை.

அவர் இந்து மதக் கட்டுக்குள் தொடர்ந்து இருக்கும்வரை, அவரது பிறந்த சாதி காரணமாக அவர்மீது சுமத்தப்பட்டுள்ள தீண்டாமை எனும் கறையில் ஒரு சிறு துளியும் அகற்றப்படமாட்டாது. ஆன்மிகக் காரணங்களுக்காகத்தான் மத மாற்றம் நிகழ வேண்டுமென்று கூறுவது பொருள் அற்ற வெட்டிப் பேச்சாகும். ஆன்மிகக் காரணங்களுக்காகத்தான் அவர் இந்து மதத்திலேயே தொடர்ந்து இருக்க விரும்புகிறாரா என்று திரு.ராஜாவைக் கேட்க விரும்புகிறேன்.

ஆன்மிக மனநிறைவு என்பது தவிர வேறு எதிலும் அவருக்கு நாட்டமில்லையென்றால், சட்டமன்றங்களில் இட ஒதுக்கீடு பெறுவதால் கிடைக்கும் பொருளியல், அரசியல் நலன்கள் குறித்து அவர் ஏன் அக்கறை காட்ட வேண்டும்? இந்துவாக வாழ்ந்து இந்துவாக இறப்பதில் அவர் அக்கறை கொண்டிருக்கிறார் எனில் ஒதுக்கீட்டு இடங்களில் ஏன் அவர் நாட்டம் செலுத்த வேண்டும்? இவ்வாறு அம்பேத்கர் அவ்வறிக்கையில் குறிப்பிட்டிருந்தார்.

மேலும் அதே அறிக்கையில் காந்திக்கும் பதில் சொல்லியிருந்தார்.

'எனது நிலைப்பாட்டைத் தம்மால் புரிந்துகொள்ள முடியவில்லை என்று திரு.காந்தி கூறுகிறார். எனக்கோ அவரது வாக்கையும் செயலையும் புரிந்துகொள்வதுதான் கடினமாயிருக்கிறது. 'தீண்டப் படாத மக்களின் மேம்பாடு என்பது தனித்ததொரு விவகாரம்' என்று கூறுகிறார். காந்தியடிகள் பயன்படுத்தும் இந்த மொழி ஒரு துறவி மற்றொரு துறவியிடம் கூறப்படுவதாயிருந்தால் ஒருவேளை அவர் களால் இதனைப் புரிந்து கொண்டிருக்கக்கூடுமோ என்னவோ. ஆனால் அன்றாட நடைமுறைச் சமுதாயக் கோட்பாடுகளைப் பின்பற்றும் என்னைப் போன்ற எளிய மக்களுக்கு, இத்தகைய மகாத்மாத்தனமான மொழி பொருளற்றதாகத் தோன்றுகிறது.

சமயம் என்பது பண்ட மாற்றத்துக்குரியதோர் பொருள் அல்ல என்று திரு.காந்தி கூறுகிறார். இத்துணைக்காலம் கடந்த கட்டத்தில் இத்தகையதொரு போக்கில் திரு.காந்தி பேசுவது நாணயக் குறைவான தொரு செயலே என்று சுட்டிக்காட்ட விரும்புகிறேன். புனா ஒப்பந்தத்தின்போது ஒருவருக்கொருவர் விட்டுக்கொடுத்தல் என்ற கோட்பாட்டை ஏற்றுக் கொண்டவராகவே திரு.காந்தி பேசினார். தமது அடிப்படை உரிமைகளுக்காகப் போராடுகிற மக்கள், ஆன்மிக அமைதி பெறுதல் எனும் பசப்பு வார்த்தைகளில் ஏமாந்து தமது அன்றாட அடிப் படைத் தேவைகளான உணவு, நீர் போன்றவற்றைப் பறிகொடுக்கும் காலம் மலையேறிவிட்டது.

தீண்டப்படாத மக்கள் தங்களது மதத்தைப் பண்டமாற்று செய்வதாகத் திரு.காந்தி கூறுகிறார். ஆனால் மத மாற்றம் இயக்கம் என்பது அத்தகைய தன்னல நோக்குடனோ சில தனிப்பட்ட நலன்களுக் காகவோ தோற்றுவிக்கப்பட்டதன்று என்பதை அவர் புரிந்துகொள்ள வேண்டும்.

திரு.காந்தியின் கருத்துப்படி, இந்துக்கள்தான் பிராயச்சித்தம் செய்ய வேண்டுமாம். தீண்டாமையை ஒழிக்க இந்துக்கள் தாமாகவே முன்வந்து பாடுபடவேண்டுமாம். தீண்டாமையை அகற்றுவதற் காகவோ, தமது மேம்பாட்டுக்காகவோ தீண்டப்படாத மக்கள் எப்பணியையும் மேற்கொள்ளாமல் கையைக் கட்டிக்கொண்டு அமர்ந்து, இறைவா, இந்துக்களுக்கு அறிவையும் துணிவையும் ஒளியையும் தந்து அவர்களது பாவச்செயல்களை மன்னிப்பீராக. அவர் களுடைய பாவங்களுக்கு மன்னிப்பு வழங்கித் தமது சமுதாயத்தைச் சீர்திருத்தம் செய்வதற்கு வேண்டிய வலிமையையும் அறிவையும் அவர் களுக்குக் கொடுப்பீராக என்று தொழுது கொண்டிருந்தால் போதுமாம். தீண்டப்படாத மக்களுக்குக் காந்தியடிகளின் தூய அறிவுரை இதுதான்.

இத்தகைய பசப்பு உரைகளால் எவருக்கும் நன்மை விளைந்திடாது. எந்தவொரு சிக்கலுக்குமான தீர்வும் கிடைத்துவிடாது. அறிவுள்ள எவரும் இத்தகையதொரு ஆலோசனைக்குச் செவிசாய்க்கமாட்டார்கள்.

ஏதாவதொரு பகுதியில் பிளேக் போன்றதொரு கொள்ளைநோய் பரவிக் கொண்டிருப்பதாகக் கொள்வோம். அவர்களிடையே சென்று 'அருமை உடன்பிறப்புகளே, அமைதியாய் நின்று எனது அறிவுரையைக் கேளுங்கள். இக்கொள்ளை நோய்க்கு நீங்கள் அஞ்ச வேண்டாம். ஒரு காலத்தில் நகராட்சி மன்றக்குழு உறுப்பினர்கள் தங்கள் கடமையைச் செய்யத் தவறியமைக்காக வருந்தி மன்னிப்புக் கோருகிறேன். பிளேக் நோயை ஒழிப்பதற்கென்றொரு திட்டத்தைத் தீட்டத்தான் போகிறார்கள். அதுவரையில் நீங்கள் பொறுமை காக்க வேண்டும். அவசரப்பட்டு உங்கள் வீட்டையும் அடுப்பங் கரையையும் துறந்து வெளியேறலாகாது' என்றொரு மூடன் அறிவுரை கூறினால் எப்படி யிருக்கும்? இத்தகையதோர் ஆலோசனையில் எத்தகைய அறிவீனம் காணப்படுகிறதோ அத்தன்மையானதுதானே தீண்டப்படாத மக்களுக்கு காந்தியார் நல்கும் அறிவுரையும்?' என்று காட்டமாகப் பதில் அளித்தார்.

இவ்வாறு அம்பேத்கர் பலருக்கு பதிலளித்துக் கொண்டிருந்த வேளையில், இயோலா மதமாற்ற அறிவிப்புக்குப் பின்னர் அம்பேத் கரைச் சமரசம் செய்யும் முயற்சிகளும் நடந்தன.

அம்பேத்கரை மதம் மாறுவதிலிருந்து தடுக்க, பம்பாய் இந்துமகா சபாவின் செயற்குழுவின் அவசரக்கூட்டம் நடந்தது. அக்கூட்டத்தில் மதம் மாறவேண்டாம் என்று அவரைக் கேட்டுக்கொண்டு ஒரு தீர்மானம் நிறைவேற்றப்பட்டது. மோ.வா.கேல்கரின் தலைமையில் ஒரு தூதுக்குழு 24-10-1935 அன்று அம்பேத்கரைச் சந்தித்தது. அம்பேத்கர் தீண்டப்படாதவர்களுக்கு மதம் மாறுவதைத் தரவிர வேறு வழியில்லை. அவர்களை மதம் மாறும்படி நான் அறிவுறுத்தியது அவர்களது நன்மையைக் கருத்தில் கொண்டுதான் என்றும், மதம் மாறுவதால் நாட்டுக்கு எந்தத் தீங்கும் ஏற்படாது என்றும் உறுதி யளித்தார் : எனது கடமை மூன்று இலக்குகளைக் கொண்டுள்ளது. முதலாவது நாடு. இரண்டாவது தீண்டப்படாதோர் சமூகம். அதற்குப் பிறகுதான் இந்து சமூகம் என்றும் மதம் மாறும் தருணம் வரும்போது இந்துமதத் தலைவர்கள் அனைவருடனும் விவாதிப்பேன். நாங்கள் எந்த முடிவெடுத்தாலும் வீரரைப்போல் கௌரவமான முறையில் வெளிப்படையாக நடந்துகொள்வோம் என்று உறுதியளித்தார்.

மகாராஷ்டிரத்தில் மதச் சுத்திகரிப்பு இயக்கத்தின் தலைவரான விநாயக் மஹாராஜ் மசூர்கா, மதம் மாறிய ஆயிரக்கணக்கான இந்துக்களைச்

சுத்திகரித்து அவர்களுக்கு மீண்டும் இந்துமதத்தில் தீட்சையளித்து வந்தார். நவம்பர் முதல் வாரம் அவர் தாமாகவே சென்று அம்பேத்கரைச் சந்தித்தார். இந்தச் சந்திப்பு மூன்று மணிநேரம் நடைபெற்றது. மசூர்கா சொன்னார் : இந்தியாவில் இந்துவே இல்லாது போனால் பிறகு இந்த நாட்டின் பெயர் இந்துஸ்தான் என்று இருக்க முடியாது.

அதற்கு அம்பேத்கர் பதிலளித்தார் : உங்களைப்போல் எனக்கும் வருத்தமுண்டு. ஆனால் இதற்கான காரணங்களை நீக்குவதோ உங்கள் கையில் உள்ளது. இதற்கென நீங்கள் ஒரு ஐந்தாண்டுத் திட்டத்தைச் செயல்படுத்தவேண்டும் என்றுகூறிய அம்பேத்கர் திட்டத்துக்கான வழிமுறையையும் சொன்னார் : 'என் கருத்துப்படி, இந்து மதத்தில் தற்போதுள்ள நான்கு வருண அமைப்பை ஒழித்துவிட்டு ஒரே வருண அமைப்பை நிலைநாட்ட வேண்டும். பிறப்பைக் கொண்டு சாதியை நிச்சயிக்கக்கூடாது என்று அறிவித்து ஒரு தீர்மானம் புனேயில் நடைபெற உள்ள இந்து மகாசபை மகாநாட்டில் நிறைவேற்றுங்கள் பார்ப்போம்' என்றார்.

மசூர்கர் இந்து சமூகத்தின் வருண அமைப்பை ஒழிப்பதை ஆதரிக்கவில்லை. அப்போது அம்பேத்கர் வேறொரு ஆலோசனை சொன்னார் : அப்படியானால் நீங்கள் மிகவும் எளிதான, அருமையான காரியம் ஒன்று செய்யலாம். மிகச் சிறிய விஷயம்தான். செய்து காட்டுங்கள் பார்க்கலாம். எங்களைச் சேர்ந்த கே.கே.ஸகட் என்பவரை ஓராண்டுக்கு சங்கராச்சாரியாரின் இருக்கையில் அமர்த்துங்கள். புனே நகரின் சித்பவான் என்ற தீவிரப் பிராமண வகுப்பினர் நூறுபேர் அவருக்கு பாதபூஜை செய்யட்டும். இவ்வளவு சிறிய விஷயத்தை உங்களால் செய்து காட்ட முடியுமானால் சமத்துவத்தை நிலைநாட்டமுடியும் என்று உங்கள் உள்ளத்தில் நம்பிக்கை ஊற்றெடுப்பதன் அடையாளமென அச்செயலை நாங்கள் கருதுவோம். மேலும் மதம் மாறுதல் குறித்த எங்கள் முடிவை ஒத்திவைப்போம். ஸகட் என்பவரின் பெயரை இவ்விஷயத்தில் குறிப்பிட்டது ஏன் என்று அம்பேத்கர் தெளிவுபடுத்துகையில், 'அவர் மாட்டே குருஜியின் முதன்மையான சீடர். மேலும் கேசரி கட்சி அவரைத்தான் தீண்டப்படாதவர்களின் ஒரே தலைவரென அறிவித்துள்ளது.' ஆகவே அம்பேத்கர் அவர் பெயரைக் குறிப்பிட்டார். மசூர்கர் விடைபெற்றுச் சென்றார். பிறகு அந்த விஷயம் என்ன ஆனது என்பது தெரியவில்லை.

1936 மே மாதம் வார்தா வந்திருந்தபோது ஒடுக்கப்பட்ட வகுப்பு மக்களின் தலைவர்களான புருசோத்தம கார்படே, சங்கர் ராவ் சோனாவானே, கோமாஜி தெம்பாரே ஆகியோர் டாக்டர் அம்பேத்கரைச் சந்தித்துச் மத மாற்றம் குறித்துக் கருத்துரையாடினர். அவர்களிடம்

சந்தேகத்துக்கு இடமின்றித் தெளிவாக அவர் தெரிவித்த கருத்துகள் முக்கியமானவை.

அம்பேத்கர் கூறுகிறார்: 'நான் இதுவரை எவரிடமும் இஸ்லாத்துக்கோ கிறிஸ்தவத்துக்கோ ஆதரவு தேடவில்லை. வேறு எவரேனும் தனது சொந்தப் பொறுப்பில் இஸ்லாத்துக்கோ பிற மதமொன்றுக்கோ ஆதரவு தேடுவாரென்றால் அவர் ஏமாற்றப்படுவது உறுதி என்பதையும் அதற்கு நான் பொறுப்பாக மாட்டேன் என்பதையும் தெரிவித்துக்கொள்கிறேன். மத மாற்றம் குறித்து நான் அறிக்கை விடுத்தது மெய்தான். ஆனால், இதுவரை குறிப்பிட்ட எந்தவொரு மதத்திலும் சேருமாறு நான் யாரிடமும் கூறியதில்லை. அதுவரை நாமனைவரும் மதமாற்றத்தின் தேவை குறித்துத் தொடர்ந்து பிரச்சாரம் செய்து வருதல் அவசியம். அதே சமயம் எந்தவொரு குறிப்பிட்ட மதத்துக்காகவும் பிரசாரம் செய்யக்கூடாது. நான் எப்போது அறிவிக்கிறேனோ அப்போதுதான் நாம் ஏழுகோடி மக்களும் ஒட்டுமொத்தமாக மத மாறவேண்டும்.'

அம்பேத்கர் மதம் மாறுவது என்று முடிவெடுத்தாலும் எந்த மதத்தில் மாறுவது என்பதை உடனடியாக முடிவெடுத்து விடவில்லை. அவருடைய இயல்பே தீர ஆராய்வதுதான். எதையும் முழுவதுமாக தெரிந்துகொள்வதுதான். வேறுமதங்களுக்கு மாறினால் என்ன விளைவுகள் தீண்டப்படாதோருக்கு ஏற்படும் என்பதை நன்கு அறிந்தவர் அம்பேத்கர்.

1936, ஜனவரி 11,12 தேதிகளில் புனாவில், மராட்டிய மாநில தீண்டப்படாத சமுதாய இளைஞர்களின் மாநாடு நடைபெற்றது. அதில் சென்னை மாநிலத்தின் புகழ்பெற்ற தலைவர் பேரா. என். சிவராஜ் மாநாட்டுக்குத் தலைமை வகித்தார்.

பேரா. சிவராஜ் தமது தலைமை உரையில், ஒடுக்கப்பட்ட மக்கள் தீண்டாமையிலிருந்து விடுபடுவதற்கான ஒரே வழி இந்து மதத்திலிருந்து விலகுதலே; இதற்காக நாம் ஏற்கெனவே இருக்கும் வேறு மதங்கள் ஒன்றில் சேர வேண்டுமென்பதில்லை. புதிய மதம் ஒன்றைத் தொடங்கலாம். அல்லது ஆரியர்கள் இந்நாட்டுக்கு வந்து மதத்தையும் இழிவழக்குகள் பலவற்றையும் பரப்புவதற்குப் பன்னெடுங்காலத்துக்கு முன்பாகவே இங்கு திராவிடர்கள் பின்பற்றி வந்த மதத்தைப் புதுப்பிக்கலாம் என்று கூறினார்.

மாநாட்டில் அம்பேத்கர் உரையாற்றினார். டாக்டர் அம்பேத்கர் தமது உரையில் 'மத மாற்றத்தின் மூலம் தற்போதைய நரகத்திலிருந்து சமத்துவம் என்னும் சொர்க்கத்தை அடைந்துவிட முடியும் என்று தவறான நம்பிக்கை கொள்ளவேண்டாமென்று மக்களுக்கு எச்சரிக்கை விடுத்தார்.

'கிறிஸ்தவமோ, இஸ்லாமோ, சீக்கியமோ அன்றிப் பிற எந்த மதத்துக்கோ நாம் மாறினாலும் நமது நலன்களைப் பெற நாம் தொடர்ந்து போராடியே தீரவேண்டும் எனும் உண்மையை நாமனை வரும் நன்கறிவோம்.

இஸ்லாத்தில் சேருவதன்மூலம் நாமனைவரும் நவாபுகள் ஆகிவிடு வோமென்றோ கிருத்துவத்தில் சேருவதன் மூலம் நாமனைவரும் போப்பாண்டவராகி விடமுடியுமென்றோ கனவு காண்பது அறிவீனம். எங்கு சென்றாலும் போராட்டமே நம்மை எதிர்நோக்கியுள்ளது' என்று கூறினார்.

மேலும் இது வெறும் உணவுப் பிரச்னையன்று என்பதால் இந்து மதத்துக்குள் இருந்துகொண்டே சமத்துவத்துக்கான போராட்டத்தைத் தொடர்ந்து நடத்தி வெற்றி காண்பதற்கான சமரச வழி ஒருபோதும் நிறைவுபெறாது என்றும் கூறினார். நமது போராட்டத்தின் பின்னணியில் தெளிவான உயரிய இலக்கு உள்ளதென்பது இன்று ஐயத்துக்கிட மின்றித் தெளிவாகியுள்ளது. இல்லையெனில் பணம் கொடுத்து நம்மை மாற்றும் முயற்சிகள் தோன்றியிருக்கமாட்டாது. நிஜாம் அவர்கள் ஏழுகோடி ரூபாய் தர முன்வருவதாகத் தகவல்கள் தெரிவிக்கின்றன. இறைவன் செயலன்றி இத்தகைய நிகழ்ச்சிகள் நடைபெறாதென்றும் அவர் மேலும் கூறினார்.

1936 ஏப்ரலில் நடைபெற்ற சீக்கிய மதத் தொண்டு மாநாட்டில் கூட அம்பேத்கர் பேசும்போது 'இந்து மதத்தைவிட்டு வெளியேறுவது என்று முடிவு செய்துவிட்டபோதிலும் வேறு எந்த மதத்தில் சேருவது என்பதைப்பற்றி இன்னும் முடிவு செய்ய வில்லை' என்று குறிப்பிட்டார்.

1937, ஜனவரி 14-ல் டைம்ஸ் ஆப் இந்தியாவின் நிருபரிடம் அளித்த நேர்காணலில் 'இந்து மதத்திலிருந்து விலகும் உத்தேசம் குறித்து ஏதேனும் முடிவெடுத்துள்ளாரா என்று கேட்கப்பட்ட போது, இந்து மதத்திலிருந்து விலக வேண்டும் எனும் தமது முடிவில் எவ்வித மாற்றமும் இல்லையென்றும், ஆனால் எந்தப் புதிய மதத்தைத் தழுவுவது என்பது குறித்து இறுதி முடிவு ஏதும் எடுக்கப்படவில்லை' என்றும் தெரிவித்தார். இவ்வாறு அம்பேத்கர் தெளிவாக குறிப்பிட்டிருந் தாலும் இஸ்லாமியர்கள் வேண்டுமென்றே சில வதந்திகளைப் பரப்பிவந்தனர்.

இயோலா மாநாட்டுக்குப் பிறகு லாகூரில் பஞ்சாபி மொழிப் பத்திரிகை ஒன்றில் ஒரு செய்தி வெளியாயிற்று. அம்பேத்கரும் அவருடைய தொண்டர்களும் விரைவில் முகம்மதியர்களாக மதம் மாறப்போ கிறார்கள் என்று பீர் ஜமாத் அலி கூறியிருப்பதாக அப்பத்திரிகையில்

தெரிவிக்கப்பட்டிருந்தது. அம்பேத்கரிடம் அச்செய்தி பற்றிக் கேட்ட போது, 'பம்பாயில் பீர் ஜமாத் அலி என்னை வந்து பார்த்தார். அச்சந்திப்பின்போது அவர் இஸ்லாம் மதத்தைத் தழுவுவதற்கான வாய்ப்புகள் பற்றிப் பேசினார். ஆனால் அதுபற்றி உறுதியான முடிவு எதுவும் அப்போது எடுக்கப்படவில்லை' என்று பதில் சொன்னார்.

1937-ல் தேர்தல் நெருங்கிக்கொண்டிருந்த வேளையில், சிந்து மாகாணத்தில் தீண்டப்படாத இந்துவாயிருந்து இஸ்லாமியராக மாறிய ஷேக் மஸ்ஜித் சிந்தி என்பவரால் பரபரப்பூட்டும் ஒரு செய்தி பரப்பப் பட்டது.

முஸ்லிமாக மாறிய எனக்கு முஸ்லிம்கள் வாக்களிக்கப் போகிறார்களா இல்லையா? இஸ்லாமிய மதத்துக்கு மதம்மாறி வந்தவர்களை முஸ்லிம்கள் மதிக்கிறார்களா இல்லையா என்பதை அரிசனங்கள் கூர்ந்து கவனித்துக் கொண்டிருக்கிறார்கள். சிந்து தேர்தலுக்குப் பிறகுதான் அம்பேத்கர் இஸ்லாமிய மதத்தைத் தழுவுவது பற்றிய தன்னுடைய முடிவினை அறிவிப்பார்' என்பதே ஷேக் மஸ்ஜித் சிந்தி பரப்பிய செய்தியாகும். தேர்தலில் ஷேக் மஸ்ஜித் சிந்தியை எதிர்த்துப் போட்டி யிட்ட சர்.ஷா நவாஸ்கான் பூட்டோ என்பவர் ஷேக் மஸ்ஜித் கூறுவது உண்மையா என்பதைத் தெளிவுபடுத்துமாறு அம்பேத்கருக்குத் தந்தி கொடுத்தார். அம்பேத்கர் பூட்டோவுக்கு அனுப்பிய பதில் தந்தியில், அத்தகையதொரு வாக்குறுதியை ஷேக் மஸ்ஜித்துக்கோ வேறு ஒருவருக்கோ அளிக்கவில்லை என்றும், அக்கூற்று பொய்யானது என்றும் குறிப்பிட்டிருந்தார்.

1946, நவம்பர் 2-ல் புதிய இந்திய அரசாங்கத்தில், தாங்கள் தனிப் பிரதிநிதித்துவம் பெறவில்லையெனில், இந்தியாவிலுள்ள ஷெட்யூல்டு வகுப்பினர் தங்களை முஸ்லிம் சமூகத்தோடு இணைத்துக்கொள்ளும் சாத்தியப்பாடு உள்ளது. திருப்திபெற முடியவில்லையெனில், இஸ்லாம் மதத்தைத் தழுவும்படி தமது மக்களுக்கு டாக்டர் அம்பேத்கர் ஆலோசனை கூறியுள்ளார் என்று டொரன்டோ பல்கலைக்கழக இந்திய மாணவரும் முன்னாள் லாகூர் பத்திரிகையாளருமான திரு. அமீன்டரீன் கூறியதாக டொரன்டோவிலிருந்து செய்தி வெளியானது. அதைப்பற்றி அம்பேத்கரிடம் கேட்டபோது அவர் அதை மறுத்து, 'அந்த மாதிரியான ஆலோசனையை நான் அளிக்கவில்லை, ஆனால் அத்தகைய நிலைமை எழலாம். எனது மக்களில் பலர் இந்த விஷயத்தை ஆழமாகப் பரிசீலித்துக் கொண்டிருக்கின்றனர். காங்கிரஸும் காந்தியும் நிலைமையைப் புரிந்துகொண்டு தீண்டப்படாதவர்களுக்கு இந்துக்களிடமிருந்து அரசியல் சுதந்தரம் அளிக்க ஒப்புக்கொள்வார்கள் என்று நாங்கள் நம்புகிறோம்.

..... என் சொந்தக் கருத்துப்படி, திரு.காந்தியும் காங்கிரஸும் அவர்களுக்கு அரசியல் சுதந்தரம் அளித்தால், மேலும் அதிகமான ஐக்கியம் இருக்கும் என எண்ணுகிறேன். ஆனால், தீண்டப்படாதவர்களை காங்கிரஸ் ஆதிக்கத்தின்கீழ் கொண்டு வரவும் அவர்களை இந்துக்களின் அரசியல் அடிமைகளாக ஆக்கவும் திரு.காந்தியும் காங்கிரஸும் முயன்றால், தீண்டப்படாதவர்கள் கிளர்ச்சி செய்து, வேறு ஒரு சமூகத்துடன் சேர்ந்து தங்களது விமோசனத்தைத் தேட முயல்வார்கள்' என்று கூறினார்.

மதமாற்றத்தின் நோக்கம் தீண்டப்படாதோரின் விடுதலை என்பதே அம்பேத்கரின் குறிக்கோளாய் இருந்தது. அதற்காக அவர் எந்த எல்லையையும் மீறத் தயாராக இருந்தார். ஆம் பிரிட்டிஷ்காரர்களுக்கே எச்சரிக்கை விடுத்தார்.

1941ஆகஸ்ட் 16-ம் தேதி நாசிக் மாவட்டம் சின்னாறில் ஒரு கூட்டத்தில் அம்பேத்கர் பேசியதாவது :

நான் பிரிட்டிஷாருக்கு விசுவாசமாக இருந்து வந்துள்ளேன். ஏனென்றால் தாழ்த்தப்பட்ட மக்கள் நாலாபுறமும் எதிரிகளால் சூழப்பட்டுள்ள நிலைமையில், ஒரே நேரத்தில் அவர்களால் பல முனைகளில் போராட முடியாது. எனவேதான், ஜாதி இந்துக்களின் 2000 ஆண்டுகால கொடுங்கோன்மையையும் அடக்குமுறையையும் எதிர்த்துப் போராடி தாழ்த்தப்பட்ட மக்களுக்கு சம உரிமை பெறுவதற்கு முன்னுரிமை கொடுத்தேன்.

பல ஆண்டுகளாக இந்து சமூகத்தின் மீதும் அதன் கொடுமைகளின் மீதும் பயங்கரத் தாக்குதல் நடத்திவந்துள்ளேன். ஆனால், இதைவிட நூறு மடங்கு வலிமையான, பயங்கரமான தாக்குலை பிரிட்டிஷாரின் மீது தொடுப்பேன்.... பிரிட்டிஷாருக்கு நான் காட்டும் விசுவாசத்தைப் பயன்படுத்திக்கொண்டு என்னுடைய மக்களையே நசுக்கவும், எமது மக்களிடமிருந்து அவர்கள் தமது கையில் வைத்துள்ள கடைசி எலும்புத் துண்டையும் அந்தப் பிரிட்டிஷ் அரசு பறித்தால் இந்தத் தாக்குதல் நடைபெறும்.

அதேபோல் 1942 ஏப்ரல் 26-ம் தேதி பம்பாய் காம்கார் மைதானத்தில் பிரிட்டிஷ் அரசாங்கத்துக்கும் இந்துக்களுக்கும் ஓர் எச்சரிக்கை விடுத்தார் டாக்டர் அம்பேத்கர்.

'அதிகார மாற்றத்தின்போது, தாழ்த்தப்பட்ட வகுப்பினருக்கு தகுந்த உத்தரவாதம் தரவேண்டும் என்பதை பிரிட்டிஷ் அரசாங்கம் நினைவில் கொள்ளவேண்டும். அவ்வாறு செய்யவில்லை யென்றால் தாழ்த்தப் பட்ட வகுப்பினர் தமது சக்திகளையெல்லாம் திரட்டி பிரிட்டிஷாருக்கு

எதிராகப் போரிடுவார்கள். தாழ்த்தப்பட்ட வகுப்பினருக்கு போதுமான உத்திரவாதத்தை இந்துக்கள் அளித்தால் அவர்களுடன் தோளோடு தோள் சேர்ந்து போரிடுவார்கள். இல்லையென்றால் அவர்களுடன் எத்தகைய சமரசமும் கிடையாது' என்றார்.

அதுமட்டுமல்லாமல் தீண்டப்படாதவர்களுக்கு எதிரியாக அம்பேத்க ரால் காட்டப்பட்ட காங்கிரஸுக்கும் இந்துமகா சபைக்கும் ஒரு அறைகூவல்விடுத்தார்.

1944 ஆகஸ்ட் 26ம்நாள் தாழ்த்தப்பட்ட வகுப்பு அமைப்புகள் பல தமக்கு அளித்த வரவேற்புக்கு கல்கத்தாவில் பதிலளித்துப் பேசிய அம்பேத்கர், 'தாழ்த்தப்பட்ட வகுப்பாரின் நியாயமான கோரிக்கைகளை இந்து மகாசபை ஏற்றுக்கொள்வதாக இருந்தால் தானும் இந்து மகாசபையில் சேர்ந்து கொள்ளத் தயார் என்று கூறினார். இத்தகைய நியாயமான தாழ்த்தப்பட்டவர்களின் கோரிக்கையை காங்கிரஸ் கட்சி ஏற்றுக் கொண்டாலும் அக்கட்சியில் சேர்ந்துகொள்ள தமக்கு எவ்விதத் தயக்கமும் இல்லை என்றார். ஆனால், இந்த அமைப்புகள் தாழ்த்தப் பட்ட வகுப்பினருக்கு நண்பர்களா எதிரிகளா என்பதுதான் கேள்வி' என்றார்.

அம்பேத்கர் இந்து மகாசபையைக் குறிப்பிட்டதற்கு காரணம் இந்து மகாசபையின்மேல் ஒரு காலகட்டத்தில் அவருக்கு நம்பிக்கை இருந்தது. இந்து மகாசபையின் ஊழியர்கள் 1929-லேயே இந்து சங்கம் என்ற ஓர் அமைப்பை நிறுவியிருந்தனர். இதன் ஆலோசகர் குழுவில் வீர சாவர்க்கர், டாக்டர் ஜெயகர், கேசவ்ராவ் ஜேதே, அனந்தஹரி கத்ரே ஆகியவர்களுடன் டாக்டர் அம்பேத்கரும் இடம் பெற்றிருந்தார். அதன் பிறகு அவர் வெளியேறிவிட்டார்.

அம்பேத்கரின் மதமாற்றம் பொருளாதாரத்தை மட்டுமே குறிக்கோளாக வைத்து எடுக்கப்பட்டதல்ல. 1946 நவம்பர் 20-ம் தேதி பம்பாய் 'குளோப்' பத்திரிகைக்கு அம்பேத்கர் பிரத்தியேகப் பேட்டியளித்தார். அதில்தான் அம்பேத்கர் இப்படிக் குறிப்பிட்டார் :

'பொது உரிமைகள், தனிச்சலுகைகள் என்ற பிரகடனத்தின் அடிப்படையிலும் சமுதாயத் தகுதியின்மைகள் அனைத்தையும் போக்குதல் என்னும் பிரகடன அடிப்படையிலும் தாழ்த்தப்பட்ட வகுப்பினர் இந்து சமுதாயத்தினரோடு ஒன்றிணைய முடியாதா? என்ற கேள்வி கேட்கப்பட்டது.

அதற்கு அம்பேத்கர் அளித்த பதில் : இந்து சமுதாயத்தினரோடு தாழ்த்தப் பட்ட வகுப்பினர் ஒன்றிணைவது என்ற விஷயம் உண்மையிலேயே இந்து சமுதாயத்தினரின் விருப்பங்களைச் சார்ந்திருக்கிறது.

தீண்டப்படாதவர்கள் எப்போதுமே அதை விரும்பினார்கள். அதற்காக முயற்சி செய்யவும் செய்தார்கள். எனினும், தாழ்த்தப்பட்ட வகுப்பினர்கள் இந்து சமுதாயத்தின் 'எல்லைக்கு வெளியே உள்ளவர்கள்' என்று எப்போதுமே கருதும் இந்துக்களின் கண்ணோட்டத்தை மாற்றுவதில் அவர்கள் வெற்றி பெறவே இல்லை.

இந்து சமுதாயத்துடன் தாழ்த்தப்பட்ட வகுப்பினர் இணைந்து போதல், ஒன்றிணைதல் என்பது வீணான நம்பிக்கை என்றும், அது ஒரு கனவுதான் என்றும் தாழ்த்தப்பட்ட வகுப்பினர் உணர ஆரம்பித்ததால் தான் அவர்கள் தனித்தொகுதிகள் கேட்க முடிவு செய்தார்கள்.

கோயில்கள் மற்றும் உணவகங்களைத் திறந்து விடுதல் போன்ற மேலோட்டமான நடவடிக்கைகள் மூலம் அல்லாமல் கலப்புத் திருமணம், கலப்பு விருந்து போன்ற முழு இணைவு என்ற பதத்துக் கேற்ற வகையில் உண்மையிலேயே பயனுள்ள செயல்கள் மூலம் இந்துக்கள், தாழ்த்தப்பட்ட வகுப்பினரை ஒன்றிணைத்துக் கொள்ள முடியுமானால், தீண்டப்படாதவர்கள் எப்போதுமே இதற்கு ஆயத்தமாகவும் தயாராகவும் இருக்கிறார்கள்.

தாழ்த்தப்பட்ட வகுப்பினரை இந்து சமுதாயத்தில் இணைப்பது பற்றிப் பேசுகிறபோது, கலப்புத் திருமணம் மற்றும் கலப்பு விருந்து ஆகியவற்றுக்குள்ள தடைகளை அகற்றுவது குறித்தும் பேசுகிறோம் என்பதைத் தாழ்த்தப்பட்ட வகுப்பினர் ஏற்றுக் கொள்ளும்படிச் செய்வது இந்துவின் பொறுப்பாகும்.

இதே பிரச்னைக்கு இன்னொரு கோணம் இருக்கிறது. இப்போது இந்துக்கள் பெற்றிருக்கும் அதே சமுதாய அந்தஸ்துக்கு தீண்டப்படாதவர்களும் உயர்ந்தால்தான், இந்து சமுதாயத் துடனான அவர்களது இணைப்பு எளிதில் நடைபெறும் என்பது தாழ்த்தப்பட்ட வகுப்பினரின் கருத்தாகும். இன்றைக்குள்ள இழிந்த நிலையில் எவ்வளவு பெரிய சமுதாய சீர்திருத்தவாதியாக இருக்கும் எந்த இந்துவும்கூட, ஒரு தீண்டப்படாதவருடன் சேர்ந்து உணவு உட்கொள்ளவோ கலப்பு மணம் புரிந்துகொள்ளவோ விரும்பமாட்டார். ஆனால் இந்த அரசியல் உரிமைகளின் விளைவாக, தீண்டப்படாதவர்கள் சிறந்த கல்வியறிவாளர்களாகி, நன்னிலைக்கு உயர்ந்து, அரசாங்கத்தில் அதிகாரிகளாகவும் நிர்வாகிகளாகவும் பொறுப்பேற்க ஆரம்பித்தால், அவர்களுக்கும் இந்துக்களுக்குமிடையே கலப்புமணம், கலப்பு விருந்து ஆகியவற்றுக்கான வாய்ப்புகள் அதிகரிக்கும்.

இந்தக் கண்ணோட்டத்தில் தீண்டப்படாதவர்கள் விரும்புகிற அரசியல் பாதுகாப்புகள், அவர்களைத் தங்களோடு ஒன்றிணைத்துக் கொள்ள விழையும் இந்துக்களின் விருப்பத்துக்கு எந்தவிதத்திலும்

முரண்பட்டதல்ல. தீண்டப்படாதவர்கள் தனித்தொகுதிகள் பெற்றிருப் பதனால் அவர்களைத் தங்களோடு சமுதாயரீதியில் ஒன்றிணைத்துக் கொள்வதில் இந்துக்களுக்கு என்ன இடையூறு இருக்கமுடியும் என்பதை என்னால் புரிந்துகொள்ள முடியவில்லை. அது கலப்பு மணம் செய்து கொள்வதிலோ, பொது விருந்து உண்பதிலோ அவர்களுக்குத் தடையாக இராது. ஆகவே, தாழ்த்தப்பட்ட வகுப்பினரின் தனிப் பிரதி நிதித்துவக் கோரிக்கையின்பால் காங்கிரஸ் கொண்டுள்ள கண்ணோட்டம் அறியாமை மற்றும் பிடிவாதத்தையே குறிக்கிறது.

....தீண்டப்படாதவர்கள் இஸ்லாத்தைவிட கிறிஸ்தவ மதத்தையே தழுவவேண்டும் என்று யோசனை தெரிவித்து ரெவரண்ட் கார்டன் லிவிங்ஸ்டன் வெளியிட்ட அறிக்கை குறித்து அம்பேத்கர் கீழ்க்காணும் கருத்துக்களைத் தெரிவித்தார்.

ஒரு மதம் மனிதர்களுக்கு வழங்கவேண்டிய ஆன்மிக தர்மத்தையோ சமூக, மத வழிபாட்டு ஒற்றுமையையோ இந்து மதம் இன்றைக்கு இருக்கிற நிலையில் தீண்டப்படாதவர்களுக்கு அளிக்கவில்லை என்று தீண்டப்படாதவர்களிடையேயுள்ள சிந்தனையாளர்கள் வட்டாரம் நம்புகிறது.

இரண்டாவதாக, ஓரிடத்திலிருந்து பிடுங்கி மற்றோரிடத்தில் நாற்று நடுவதைப்போல மனிதப் பண்பை முற்றிலுமாக மாற்றுவது அவ்வளவு எளிதல்ல என்று தாழ்த்தப்பட்ட வகுப்பிலுள்ள சிந்தனையாளர் பிரிவு கருதுகிறது. இது ஒரு கடினமான நடவடிக்கை. இதனை எளிதாக எடுத்துக்கொள்ளக்கூடாது. இது ஒரு திட்டமிட்ட செயலாக இருக்க வேண்டும். முறைப்படுத்தி நிறைவேற்ற இதற்குக் காலம் பிடிக்கும்.

மூன்றாவதாக, காலப்போக்கில் இந்து மதம் தன்னையே சீர்திருத்திக் கொள்ளும். அது ஏற்றுக்கொள்ளத்தக்கதாக ஆகும் என்று மிகுந்த சந்தேகங்கள் இருந்தாலும்கூட தீண்டப்படாதவர்கள் எண்ணினார்கள். ஆகவே இந்த இடைக்காலத்தில், இத்தனையாண்டு காலமாக இந்து மதத்தின் இயல்பான கொடுமைகள், அடக்குமுறைகள், அநீதிகள் ஆகியவற்றினால் தீண்டப்படாதவர்கள் அனுபவித்து வரும் துன்ப துயரங்களை அவர்கள் தாங்கிக் கொள்கிற அளவு போதுமான அரசியல் பாதுகாப்புகள் கிடைத்தால், தீண்டப்படாதவர்கள் இருக்கிற இடத்திலேயே தொடர்ந்து இருக்கத் தயாராக இருக்கிறார்கள். ஆனால் இந்தியா முழு சுதந்தரம் அடைந்து அதில் பெரும்பான்மை இந்துக்கள் அடாதவழிகளில் அரசியல் அதிகாரத்தைத் தங்கள் கைகளில் எடுத்துக் கொண்டால், இப்போது இருப்பதைவிட அதிகமாகத் தாங்கள் இன்னலுற வேண்டியிருக்கும் என்றும் அஞ்சுகிறார்கள். இந்தச் சூழ்நிலையை இந்துக்கள் அங்கீகரிக்க மறுத்தால், தீண்டப்படாதவர்கள்

விரும்புகிற அரசியல் பாதுகாப்புக்களை அவர்களுக்குத் தர மறுத்தால், வேறு ஏதாவதொரு மதத்துக்குத் தீண்டப்படாதவர்கள் மாறுவது அவசர அவசியப் பிரச்னையாக எழும் என்பதில் எனக்குச் சந்தேகமே இல்லை.

நான்காவதாக, இந்துமதத்தைவிட்டு வெளியேறுவதாக தாழ்த்தப்பட்ட வகுப்பினரிடையேயுள்ள அறிவுஜீவிகள் ஒப்புக்கொண்டாலும், அவர்கள் எந்த மதத்தைத் தழுவுவது என்பதில் ஒட்டுமொத்த உடன்பாடு கொண்டிருப்பதாகக் கூற முடியாது.

கடைசியாக, (ரெவ.லிவிங்ஸ்டன் யோசனை கூறியிருப்பதுபோல்) ஆயத்தப் பயிற்சி ஏதும் இல்லாமலேயே ஐந்து கோடித் தீண்டப் படாதவர்களைத் தங்கள் மதத்தில் இணைத்துக்கொள்ள கிறிஸ்தவர்கள் அனுமதிக்கலாமா என்ற பிரச்னையைப் பொறுத்தவரை, அந்த எதிர்ப்பை எழுப்புகிறவர்கள் உண்மையான மதமாற்ற வரலாற்றில் தீண்டப்படாதவர்களின் மதமாற்றம் மட்டும்தான் ஒரே நிகழ்வாக இருக்கும் என்பதை உணராதவர்களாக இருக்கிறார்கள் என்று கூற விரும்புகிறேன்.

இன்றைக்கு கிறிஸ்தவர்களிடையேயும் கிறிஸ்தவர்கள் அல்லாதவர் களிடையேயும் மதம் என்பது பரம்பரையாக ஏற்றுக் கொள்ளப்படுகிற ஒன்றுதான். ஒரு கிறிஸ்தவர் தன் தந்தையின் சொத்துக்களையும் அதோடுகூட தந்தையின் மதத்தையும் பாரம்பரியமாகப் பெறுகிறார். கிறிஸ்தவ மதத்தோடு பிற மதங்களை ஒப்பிட்டு அவற்றின் ஆன்மிகக் கொள்கைகளுக்கேற்ப தனது முடிவை அவர் எப்போதுமே எடுப்ப தில்லை. வரலாற்று பூர்வமாகவே, கிறிஸ்தவ மதமாற்றமானது பெரும் எண்ணிக்கையிலேயே நடைபெற்றிருக்கின்றன. அத்தகைய மதமாற்றங்கள் ஆன்மிகக் கொள்கைகளை உணர்ந்ததன் அடிப் படையில் நிகழவில்லை.

தீண்டப்படாதவர்கள் மதம் மாறுவார்களேயானால், வெவ்வேறு மதங்களின் ஆன்மிகக் கொள்கைகள், சமூகப் பார்வைகள் ஆகிய வற்றைப் பற்றி நன்கு ஆராய்ந்த பின்னர்தான் மதமாற்றம் நிகழும். எனவே, தீண்டப்படாதவர்களின் மதமாற்றம் ஏதோ வியாபாரரீதியில் நடைபெறுகிறது என்று யாரும் எள்ளளவும் ஐயப்படத் தேவையில்லை. அப்படி இல்லாமல் தீண்டப்படாதவர்களின் மதமாற்றத்தினால் அவர்களுக்கு ஆன்மிக மற்றும் சமூக குணாம்சங்களைத் தவிர வேறு ஏதாவது நன்மைகள் கிட்டுமானால் அவை தற்செயலானவையாக இருக்குமே தவிர திட்டமிடப்பட்டதல்ல' என்று கூறினார்.

அம்பேத்கர் எந்த மதத்தில் மாறுவது என்பது பற்றி யோசிக்கையில் அவர் முன் இருந்த மதங்கள் சீக்கியம், பௌத்தம், இஸ்லாம், கிறிஸ்தவம் ஆகியவைதாம்.

ஆனால், அம்பேத்கரின் உள்ளத்தில் மதமாற்றம் முடிவான உடன் அவர் தேர்ந்தெடுத்தது சீக்கிய மதமே என்பது பலருக்கு வியப்பளிக்கக்கூடிய செய்தியாகும்.

ஆம். அவர் முதலில் தேர்ந்தெடுத்தது சீக்கிய மதத்தைத்தான்.

1935 அக்டோபர் 26-ல் நாசிக் முற்போக்கு இந்துக்களின் தேர்ந்தெடுக்கப் பட்ட பேராளர்கள் அம்பேத்கரிடம் ஒரு நேர்காணல் நடத்தினர். அப்போது அம்பேத்கர் புத்தசமயத்தை நாங்கள் ஏற்றுக் கொள்வதில் சில இடர்ப்பாடுகள் உள்ளன. அரிசன சமுதாயம் முழுமையும் வலிமையான தொரு சமுதாயத்துடன் இணைய வேண்டுமென்று விரும்புகிறேன். ஆரிய சமாஜத்துடன் இணைவதில்லை என முடிவு செய்துள்ளோம். சீக்கிய மதத்தில் சேருவதுபற்றி யோசித்துப் பார்க்க விரும்புகிறோம் என்று அவர்களிடத்தில் கூறினார்.

இயோலா மதமாற்ற அறிவிப்புக்குப்பின் அம்பேத்கருக்கு பல மதத்தினரும் தந்தி அனுப்பினர். சீக்கிய பொற்கோயிலின் செயற்குழுத் துணைத்தலைவர் சர்தார் தலிப்சிங் தோபியா அவர்களும் அம்பேத் கருக்குத் தந்தி அனுப்பியிருந்தார்.

அதில் 'சீக்கிய மதம் ஒரேயொரு கடவுள்தான் உண்டென்று நம்புகிறது. இம்மதத்தில் எல்லோரும் ஒருவருக்கொருவர் சமமான மரியாதை கொடுத்து நடந்துகொள்வார்கள்' என்று தெரிவித் திருந்தார்.

அம்பேத்கர் அவருக்குப் பதில் எழுதுகையில் ' நான் சீக்கிய மதத்தைப் பற்றி ஆராய்ந்து வருகிறேன்' என்று குறிப்பிட்டார். அவர் சீக்கிய மதத்தினர் நடத்திய ஒரு குர்பானி பஜன் நிகழ்ச்சிக்கு 13-1-1936 அன்று வந்திருந்தார். மேலும் அவர் 1936 ஏப்ரல் மாத நடுவில் சீக்கிய மிஷன் மகாநாட்டிலும் கலந்துகொண்டார்.

அமிர்தசரஸில் ஏப்ரல் 13, 14 அன்று நடைபெற்ற சீக்கிய மிஷன் மாநாட்டில் உரையாற்றிய டாக்டர் அம்பேத்கர் சீக்கியர்களிடையே நிலவும் சமத்துவக் கோட்பாட்டைப் பாராட்டி, தாம் இந்து மதத்திலிருந்து விலகுவதாகத் தீர்மானித்துவிட்டபோதிலும், எங்கு சேர்வதென முடிவு செய்யவில்லை எனக் குறிப்பிட்டார்.

1936 சனவரி 13ம்நாள் இரவு டாக்டர் அம்பேத்கரும் டாக்டர் சோலங்கியும் சீக்கியர்களின் பஜனையில் கலந்துகொண்டனர். அங்கு சீக்கிய மதத்தலைவர்கள் அம்பேத்கர் சீக்கிய மதத்தை ஏற்றுக் கொள்ளவேண்டுமென்று கேட்டுக்கொண்டனர்.

நாசிக்கில் நடைபெற்ற ஒரு பொதுக்கூட்டத்தில் அமர்த்தப்பட்ட ஒரு தூதுக்குழுவினர் அம்பேத்கரைத் தொடர்ந்து தீண்டாமையை

அகற்றிடத் தனிப்பட்ட முறையிலும் கூட்டாகவும் தாங்கள் போராடப் போவதாக உறுதிகூறினார்கள். அத்தூதுக் குழுவின் தலைவரான ஆர்.ஜி.பிரதான் தங்களுடைய முயற்சி கட்டாயம் வெற்றிபெறும் என்று கூறி அம்பேத்கரின் மதமாற்ற முடிவினை மாற்றிட முயன்றார்.

அப்போது அம்பேத்கர் ' 'சமூகத்துக்கு மதம் தேவையில்லை என்று சிலர் நினைக்கின்றனர். அக்கருத்தில் எனக்கு உடன்பாடில்லை. வாழ்க்கைக்கும் சமூக நடைமுறைக்கும் மதத்தின் அடிப்படைகள் கட்டாயம் தேவை என்று கருதுகின்றேன். இந்து சமூக அமைப்பின் அடித்தளமாக மனு ஸ்மிருதியில் சொல்லப்பட்டிருக்கிற தருமம்தான் இருக்கிறது. அவ்வாறிருக்க தற்போது ஸ்மிருதியை அடித்தளமாகக் கொண்டிருக்கிற மத அமைப்பை மாற்றி அவ்விடத்தில் நல்லதோர் அடித்தளத்தை அமைக்காதவரையில் இந்து சமூகத்தில் இருக்கின்ற சமத்துவம் அற்ற நிலையை அகற்றிட முடியாது என்றே எண்ணு கின்றேன். அத்தகைய நல்ல அடித்தளத்தின் மீது இந்துச் சமூகம் தன்னை மறுசீரமைப்பு செய்துகொள்ளும் என்ற நம்பிக்கை எனக்கில்லை' என்று அக்குழுவினரிடம் விளக்கினார்.

ஐந்தாண்டு காலத்துக்குள் மதமாற்றம் மேற்கொள்ளப்படும் என்று அம்பேத்கர் அப்போது சொன்னார். இதற்கிடையில் சாதி இந்துக்கள் அவர்களுடைய ஆக்கப்பூர்வமான செயல்களின் விளைவுகள் மூலம் அவருக்கு நம்பிக்கையூட்டினால் மதமாற்ற முடிவினை மறு ஆய்வு செய்வேன் என்றும் அம்பேத்கர் கூறினார். அவருடைய வகுப்பு மக்களைச் செல்வாக்குமிக்க ஏதாவதொரு வகுப்புடன் இணைத்திட விரும்புவதாகவும், சீக்கிய மதத்தைத் தழுவிட எண்ணங்கொண்டு இருப்பதாகவும் அவர் மேலும் விளக்கினார்.

1936-ம் ஆண்டு அம்பேத்கர் அவருடைய மகனையும், அவருடைய அண்ணன் மகனையும் அமிர்தசரஸில் இருந்த குருத்துவாரா மந்திருக்கு அனுப்பிவைத்தார். அவர்களைச் சீக்கியர்கள் நம்பிக்கையுடன் வரவேற்றனர். குருத்துவாராவில் அவர்கள் சீக்கியரின் இனிமையான விருந்தோம்பலில் ஒன்றரை மாதகாலம் இருந்தனர்.

மத மாற்ற நோக்கில் எந்த மதத்தைத் தேர்ந்தெடுப்பது என்பது குறித்து டாக்டர் அம்பேத்கர் பல்வேறு மாநிலங்களிலுள்ள தமது சக பணியாளர்களுடன் கலந்தாலோசனை நடத்தி வந்தார். அம்பேத்கர் சீக்கிய சமயத்தைத் தழுவலாம் என்று முடிவு செய்திருந்தார். ஆனால், அவருடைய நண்பர்களும் சக பணியாளர்களும் அவர் சீக்கிய சமயத்தில் இணைவது குறித்து, இந்து சமயத் தலைவர்களின் ஆதரவை நாடவேண்டும் என்று கருதுகின்றனர். ஏனெனில், சீக்கிய சமயம் புறச்சமயமல்ல என்று இந்து சபைத் தலைவர்கள் கருதுகின்றனர். இந்து

சமயத்திலிருந்தே சீக்கிய சமயம் தோன்றியது. மேலும் இந்துக்களுக்கும் சீக்கியர்களுக்கும் இடையே திருமணங்கள் நடைபெற்று வருகின்றன. சீக்கியர்களும் இந்து மகாசபையில் உறுப்பினராகச் சேர அனுமதிக்கப் படுகிறார்கள்.

இதன் காரணமாக, இந்து மகாசபையின் செய்தித் தொடர்பாளரான டாக்டர் மூஞ்சே பம்பாய்க்கு அழைக்கப்பட்டார். 1936 ஜூன் 18 இரவு ஏழரை மணிக்கு டாக்டர் அம்பேத்கர் தமது நண்பர் இருவர் முன்னிலையில், ராஜகிருகத்தில் டாக்டர் மூஞ்சேயுடன் உரையாடினார். மனந்திறந்த அவ்வுரையாடலில் டாக்டர் அம்பேத்கர் சிக்கல்கள் யாவையும் பற்றித் தெளிவுபடுத்தினார். மறுநாள் டாக்டர் அம்பேத்கரது கருத்துகளின் தொகுப்பு ஓர் அறிக்கையாக டாக்டர் மூஞ்சேவிடம் அளிக்கப்பட்டது. டாக்டர் மூஞ்சே அந்த அறிக்கையின் நகலை இந்துத் தலைவர்களுக்கு அவர்களின் ஒப்புதலுக்காக அனுப்பினார். அந்த அறிக்கைக்கு ஒப்புதல் தந்து கடிதம் எழுதியவர்களில் டாக்டர் எம்.ஆர்.ஜெயகர், சேத்ஜீகல் கிஷோர் பிர்லா, சர்.சி.விஜயராகவாச் சாரியார், ராஜா நரேந்திரநாத் முதலானவர்கள் குறிப்பிடத்தக்கவர்கள். அறிக்கைக்கு இந்து மகாசபையின் ஒப்புதலைத் தெரிவித்தார்கள்.

டாக்டர் அம்பேத்கர் அளித்த அந்த அறிக்கை:

ஒடுக்கப்பட்ட வகுப்பு மக்களிடையே ஆதரவு பெற்று வரும் மத மாற்ற இயக்கம் குறித்து இந்துக்கள் அக்கறை கொள்ளாதிருக்க முடியாது. இந்துக்களின் நிலையிலிருந்து பார்த்தால், ஒடுக்கப்பட்ட மக்கள் மத மாற்றம் செய்வதைக் கைவிடுமாறு ஊக்குவிப்பதே சரியான செயல். அது முடியாதெனில், ஒடுக்கப்பட்ட வகுப்பு மக்களின் அடுத்த நடவடிக்கை என்ன என்பதில் இந்துக்கள் அக்கறை காட்டவேண்டும். ஏனெனில் இது இந்நாட்டின் எதிர்காலத்தின் மீது மிகப் பெரிய தாக்கத்தை விளைவிக்கக்கூடியதாக இருக்கும். அவர்களை இந்து சமயத்திலேயே இருந்துவிடுமாறு செய்ய முடியவில்லையென்றால், அவர்கள் இந்துக்களுக்கோ இந்நாட்டுக்கோ பெரிதும் தீங்கு விளைவிக்காததொரு மதத்துக்கு மாறுவதற்கு இந்துக்கள் வழிநடத்தி உதவவேண்டும்.

ஒடுக்கப்பட்ட மக்களே தனியொரு புதிய மதத்தைத் தோற்றுவிப்பதற்கு வாய்ப்பு இல்லை. பெரும்பாலும் இப்போதுள்ள சமயங்களில் ஒன்றைத்தான் அவர்கள் தழுவக்கூடும். எவ்வாறாயினும் இந்தக் கருத்தோட்டத்தின் அடிப்படையிலேயே இந்துக்கள் செயல்படலாம். ஒடுக்கப்பட்ட வகுப்பு மக்கள் எந்தச் சமயத்தைத் தழுவ வாய்ப்பு மிகுதி என்பதே முதல் வினா. எதில் சேர்ந்தால் அவர்களுக்கு நலன்கள் மிகுதியோ அந்த மதத்தில்தான் அவர்கள் சேருவார்கள் என்பது தெளிவு.

ஒடுக்கப்பட்ட வகுப்பினர் தேர்ந்தெடுக்கக்கூடிய சமயங்கள் மூன்று. அவை.1) இஸ்லாம் 2) கிறிஸ்தவம் 3) சீக்கியம்.

இவற்றுள் ஒடுக்கப்பட்ட மக்களின் தேவைகள் அனைத்தையும் அளிக்கக்கூடியது இஸ்லாம். நிதிவளத்தைக் கருதினால் இஸ்லாம் சமயத்தில் அது ஏராளமாக உண்டு. சமுதாய நோக்கில் பார்த்தால் அது நாடு முழுவதும் பரந்து விரவியுள்ளது. எல்லா மாநிலங்களிலும் இஸ்லாமியர்கள் உள்ளனர். எனவே மதம் மாறிவரும் ஒடுக்கப்பட்ட வகுப்பு மக்களின் நலன்களை அவர்கள் பேண முடியும். தேவையான உதவிகள் செய்ய இயலும். அரசியல் நோக்கில் பார்த்தால், இஸ்லாமியருக்கு உள்ள உரிமைகள் யாவும் மதம் மாறும் ஒடுக்கப்பட்ட வகுப்பு மக்களுக்கும் கிடைக்கும். மதம் மாறுவதால் ஏற்கனவே உள்ள உரிமைகள் எதிலும் இழப்பு நேராது.

கிறிஸ்தவ சமயமும் இதே அளவுக்கு வசீகரமானதாகத் தோன்றுகிறது. இந்திய கிறிஸ்தவர்கள் எண்ணிக்கையில் குறைவானவராயிருப்பதால் அவர்களிடமிருந்து நிதிவளம் கிடைக்க வாய்ப்பு குறைவுதான் என்றாலும் அமெரிக்கா, இங்கிலாந்து போன்ற கிறிஸ்தவ நாடுகளி லிருந்து ஏராளமான பொருளுதவி கிடைக்க வாய்ப்புண்டு. ஒடுக்கப் பட்ட வகுப்பினர் கிறிஸ்தவ சமயத்தைத் தழுவினால் அந்நாடுகள் ஏராளமான நிதியை வாரி வழங்கத் தயாராகவுள்ளன. சமூக நோக்கில் பார்த்தால், இந்திய கிறிஸ்தவர்கள் எண்ணிக்கையில் குறைவானவர் களாயிருப்பதால் போதிய ஆதரவை அவர்கள் தர இயலாது என்றாலும், கிறிஸ்தவ சமயத்துக்கு அரசாங்கத்தின் ஆதரவு உண்டு.

அரசியல் நோக்கில், இஸ்லாத்தில் சேருவதால் கிடைக்கும் உரிமைகள் யாவும் கிறிஸ்தவத்திலும் கிடைக்கும். முஸ்லிம்களைப் போன்றே கிறிஸ்தவர்களுக்கும் சட்டமன்றங்களில் இட ஒதுக்கீடுகள், பணி உரிமைகள் ஆகியன அரசியலமைப்புச் சட்டத்தில் ஏற்றுக் கொள்ளப் பட்டுள்ளன. இஸ்லாத்துடனும் கிறிஸ்தவத்துடனும் ஒப்பிடும்போது சீக்கியத்தில் கவர்ச்சிகள் அவ்வளவாக இல்லை. எண்ணிக்கையில் குறைவாக 40 லட்சம் மக்களே கொண்ட சீக்கிய சமூகத்தினர் நிதியுதவியேதும் செய்துவிட இயலாது. சீக்கியர்களில் பெரும்பாலோர் பஞ்சாப் மாநிலத்தில்தான் வாழ்கின்றனர். ஆதலால் நாடெங்கிலும் வாழும் பெரும்பாலான ஒடுக்கப்பட்ட வகுப்பு மக்களுக்கு அவர்களிட மிருந்து சமுதாய ஆதரவு ஏதும் கிடைப்பதற்கில்லை. அரசியல் நோக்கில், இஸ்லாத்துடனும் கிறிஸ்தவத்துடனும் ஒப்பிடுகையில் பெரியதொரு பின்னடைவும் உண்டு. சட்டமன்ற இட ஒதுக்கீடு, பணியிட உரிமை ஆகியவை சீக்கியர்களுக்கு பஞ்சாப் மாநிலத்தில் மட்டுமே உண்டு.

நமது அடுத்த கேள்வி, 'ஒடுக்கப்பட்ட வகுப்பு மக்கள், இஸ்லாம், கிறிஸ்தவம், சீக்கியம் ஆகிய மூன்று சமயங்களில் எதில் சேருவது இந்துக்களின் கண்ணோட்டத்தில் மிக உயர்ந்ததாக இருக்கும்' என்பதாகும். சீக்கியமே என்பதே தெளிவான விடையாகும். ஒடுக்கப் பட்ட மக்கள் இஸ்லாத்திலோ கிறிஸ்தவத்திலோ சேர்ந்தால் அவர்கள் இந்து சமயத்திலிருந்து மட்டுமல்ல, இந்துப் பண்பாட்டிலிருந்தும் வெளியேறிவிடுவார்கள். மாறாக அவர்கள் சீக்கிய மதத்துக்கு மாறினாலும், இந்துப் பண்பாட்டையே தொடர்ந்து பின்பற்றுவார்கள். எல்லாவகையிலும் இது இந்துக்களுக்குப் பெருத்த நலனே.

மத மாற்றத்தினால், நாட்டுக்கு என்ன விளைவு என்பதை நாம் கவனத்தில் கொள்ளவேண்டும். ஒடுக்கப்பட்ட வகுப்பு மக்கள் இஸ்லாத்துக்கோ கிறிஸ்தவத்துக்கோ மாறுவார்களெனில் நாட்டு நலன்கள் பெரிதும் பாதிக்கப்படும். அவர்கள் இஸ்லாத்தில் சேருவார் களெனில் இஸ்லாமியர்களின் எண்ணிக்கை இரு மடங்காகிவிடும். இஸ்லாமியர்களின் மேலாதிக்கம் பெருகிவிடுமோ எனும் அச்சம் மெய்யாகிவிடும். அவர்கள் கிறிஸ்தவத்துக்கு மாறுவார்களெனில் கிறிஸ்தவர்களின் எண்ணிக்கை ஐந்தாறு கோடிக்கு மேல் பெருகிவிடும். அது நாட்டையாளும் பிரிட்டானியர்களுக்கு நாட்டின் மீது மேலும் பிடிப்பை மிகுதியாக்கவே உதவும்.

மாறாக, அவர்கள் சீக்கிய சமயத்தைத் தழுவினால், இந்நாட்டின் வருங்கால நலன்களுக்குத் தீங்கு ஏதும் நிகழாது. நாட்டின் வருங்கால நலன்களுக்கு உதவியாகவே இருப்பார்கள். அவர்கள் இந்திய தேசியத்திலிருந்து விலகிவிடமாட்டார்கள். மாறாக நாட்டின் அரசியல் முன்னேற்றத்துக்கு உதவியாக இருப்பார்கள். எனவே, ஒடுக்கப்பட்ட வகுப்பு மக்கள் பிற சமயத்துக்கு மாறுவதென்று முடிவு செய்தால் சீக்கிய சமயத்துக்கு மாறுவதே நாட்டின் நலன்களுக்கு உகந்ததாகும்.

ஒடுக்கப்பட்ட வகுப்பு மக்கள் சீக்கிய சமயத்துக்கு மாறுவதுதான் இந்துக்களுக்கு உகந்ததெனில் இஸ்லாமிய, கிறிஸ்தவ சமயங்களுக்கும் ஒப்பான உயர்நிலையை சீக்கிய சமயம் பெறுவதற்கு உதவ இந்துக்கள் தயாராயுள்ளனரா என்பது மூன்றாவது கேள்வி. அதாவது சீக்கிய சமயத்தில் சேருவதில் உள்ள பின்னடைவுகளை நீக்க அவர்கள் தயாரா யிருக்க வேண்டும். சீக்கிய சமயத்தில் சேருவதிலுள்ள பின்னடைவுகள், பொருளாதார, சமூக, அரசியல் என மூவகையானவை. சீக்கியத்தின் சமூகப் பொருளாதார, அரசியல் பின்னடைவுகளை நீக்குவதில் அவர்கள் நிச்சயமாக உதவ முடியும். இவற்றுள் மிக அவசரமாக, உடனடியாக நீக்கப்பட வேண்டியது அரசியல் பின்னடைவுதான். ஏனெனில் சீக்கிய சமயத்தில் சேருவதற்குப் பெரும் தடையாக இருப்பது அதுவே. நல்லவேளையாக அரசியல் பின்னடைவுக்குத் தீர்வு காண்பது

ஓர் எளிய செயல்தான். பஞ்சாப் தவிர பிற மாநிலத்துக்கான தாழ்த்தப் பட்ட வகுப்பினர் பட்டியலில், சீக்கியர் என்பவர் ஒடுக்கப்பட்ட வகுப்பினரிலிருந்து சீக்கிய சமயத்துக்கு மாறியவர் என்பதையும் சேர்த்து விடுவோமாயின், சீக்கியர்களாக மாறும் ஒடுக்கப்பட்ட வகுப்பினர் களுக்கும் அவர்கள் மாறாமலேயிருந்திருந்தால் கிடைத்திருக்கக்கூடிய அரசியல் உரிமைகள் யாவும் கிடைக்கும். வகுப்புவாரி ஒதுக்கீட்டில், பல்வேறு வகுப்புகளின் பங்கீடு பற்றிப் பலதரப்பு மக்களிடையேயும் ஒப்பந்தம் ஒன்று காணப்பட்டால் ஒப்பந்தத்துக்கேற்பப் பங்கீடுகளை மாற்றியமைப்பதற்கு அரசாங்கம் கடமைப்பட்டதாகும்.

ஒடுக்கப்பட்ட மக்களோடு ஒப்பந்தம் ஒன்றைச் செய்துகொள்ள இந்துக்கள் முன்வருவார்களெனில் இம்மாற்றத்தை எளிதில் செய்து விடமுடியும். இதற்கு பூனா ஒப்பந்தத்தில் பெரிய மாற்றங்கள் ஏதும் செய்ய வேண்டியதில்லை. இதற்கென இட ஒதுக்கீட்டையும் அதிகரிக்க வேண்டியதில்லை. ஒடுக்கப்பட்ட வகுப்பு மக்களுக்கான மொத்த ஒதுக்கீட்டில் மாறுதல் ஏதுமிராது. சீக்கியரல்லாத ஒடுக்கப்பட்ட வகுப்பு மக்களும் சீக்கியச் சமயத்தைத் தழுவி சமமான தகுதிநிலையில் போட்டியிடலாம் என்பதொரு மாற்றம் மட்டுமே செய்யப்பட வேண்டும். சீக்கியர்களாக மாறும் ஒடுக்கப்பட்ட மக்களின் பின்னடைவை நீக்குவதொன்றே இம்மாற்றத்தின் நோக்கமாகும்.

இந்த ஆலோசனையை எதிர்க்க முனையும் இந்துக்கள் பின்வரும் வினாக்களுக்கு விடையளித்தாக வேண்டும்:

1. பூனா ஒப்பந்தத்தின்படி ஒடுக்கப்பட்ட வகுப்பினருக்கு ஒதுக்கப்பட்ட இடங்களை இந்துக்கள் திரும்பப்பெற இயலாது. அவர்கள் முஸ்லிம் களாகவோ, கிறிஸ்தவர்களாகவோ மாறினால் இவ்விடங்கள் முஸ்லிம் களுக்கோ கிறிஸ்தவர்களுக்கோதான் போகுமென்பதுடன் முஸ்லிம்கள் அல்லது கிறிஸ்தவர்களது மக்கள்தொகை கூடும். இதன் விளைவாக சட்டமன்றங்களில் அச்சமயத்தவர்களுக்கான ஒதுக்கீடு கூட்டப்பட வேண்டுமெனும் கோரிக்கையும் எழும். ஆக இந்த ஒதுக்கீடுகள் பிற சமயத்துக்குப் போய்விடுமெனில், இவை சீக்கியர்க்குப் போவதில் இந்துக்களுக்கு என்ன தடையிருக்க முடியும்?

2. அரசியலமைப்புச் சட்டத்தின்கீழ் உள்ள உரிமைகள் எவையும் இஸ்லாத்துக்கோ கிறிஸ்தவத்துக்கோ மாறுவதால் பறிபோகாது எனில், சீக்கியராய் மாறும் ஒடுக்கப்பட்ட மக்கள் மட்டும் ஏன் தமது அரசியல் உரிமைகளை இழக்கவேண்டும். இது இஸ்லாத்துக்கோ கிறிஸ்த வத்துக்கோ மாறுவதை ஊக்குவித்து, சீக்கியத்துக்கு மாறுவதைத் தண்டிப்பதாகாதா? இது ஒடுக்கப்பட்ட வகுப்பு மக்களைக் கிறிஸ்த வத்துக்கோ இஸ்லாத்துக்கோ விரட்டும் செயலாகும். இதை அனுமதிப்பது இந்துக்களின் நலன்களுக்கு உகந்ததாகுமா?

3. இப்போதைய நிலையிலேயே கூட சீக்கிய சமயத்துக்கு மாறும் ஒடுக்கப்பட்ட வகுப்பு மக்கள் தமது அரசியல் உரிமைகளை இழந்து விடமாட்டார்கள். ஏனென்றால் சட்டமன்றங்களில் அவர்களுக்கு ஒதுக்கீடு செய்ய வழிவகுக்கும் பூனா ஒப்பந்தத்தின்படி, இவ்வுரிமை களைப் பெற அவர்கள் இந்து சமயத்தைத்தான் பின்பற்ற வேண்டு மென்ற நிபந்தனை ஏதுமில்லை. அவர்களுக்கான ஒதுக்கீடுகள் அவர்கள் குறிப்பிட்ட வகுப்பினராகவோ இனத்தவராகவோ இருப்பதன் அடிப்படையிலேயே கிடைத்தவை. ஆனால், சீக்கியர் களிடையே இந்துக்களின் மீது பகையுணர்வு தோன்ற ஏன் இடம் கொடுக்கவேண்டும்?

4. பல்வேறு மாநிலங்களின் பல்வேறு அரசியல் உரிமைகளுக்கான தாழ்த்தப்பட்ட வகுப்பினர் பட்டியலில் சீக்கியர்களையும் சேர்க்கலா மென்பது கடுமையான முன்மொழிவு அன்று. மாறாக அத்தகையதொரு ஒப்பிசைவை வழங்கத் தவறுவதே விசித்திரமான நிலைமையாகும். அரசியல் உரிமைகளுக்காக பஞ்சாபில் சீக்கியர்களுக்கு ஒப்பிசைவு வழங்கப்படும்போது இதே ஒப்பிசைவைப் பிற மாநிலங்களிலும் ஏன் வழங்கலாகாது?

பஞ்சாபில் வாழும் ஒடுக்கப்பட்ட வகுப்பு மக்கள் சீக்கிய சமயத்துக்கு மாறுவதால் தமது அரசியல் உரிமைகளை இழக்கமாட்டார்கள் என்றால் பிற மாநிலங்களில் வாழும் ஒடுக்கப்பட்ட வகுப்பு மக்களுக்கு மட்டும் இவ்வுரிமை ஏன் மறுக்கப்பட வேண்டும்?

இவ்வாறு அந்த அறிக்கையில் அம்பேத்கர் குறிப்பிட்டிருந்தார். இதைப் படிக்கும்போது மதமாற்றம் நிகழும்போதுகூட நாட்டின் நலனை முதன்மையானதாகக் கருதிய அம்பேத்கர் பாரத நாட்டின் உண்மையான உயர்ந்த சிறந்த குடிமகன் அல்லவா?

காந்தி, ராஜாஜி, மாளவியா போன்றோர் தீண்டப்படாதோர் சீக்கிய மதத்தில் இணைவதை எதிர்த்து அறிக்கைவிட்டனர். அதற்குப் பதிலாக 1936, ஆகஸ்ட் 15-ம் தேதி ஜனதா எனும் மராத்தி இதழில் அம்பேத்கர் அறிக்கைவிட்டார்.

அதில் '...தீண்டப்படாத மக்கள் சீக்கிய சமயத்தைத் தழுவுவது குறித்துத் தீவிரமாக எண்ணிக்கொண்டிருக்கிறார்கள் எனில், தீண்டப் படாத மக்களின் இச்செயல்பாடு சாத்தான் தன்மை வாய்ந்ததுதான் என்பது குறித்து இந்துக்கள்தான் தமக்குள் ஆய்வு செய்து ஒரு முடிவுக்கு வரவேண்டும். மாபெரும் பார்ப்பனரான இராசகோபாலாச்சாரி, சீக்கிய மதத்துக்கு மாறுவதை சாத்தான் தன்மை வாய்ந்தது என்று கூறியிருக் கிறார். அவர் தமது அறிவு, உணர்வுகளையெல்லாம் துறந்துதான் இப்படிப் பேசினாரா என்பதை இந்து சமயத்தின் வருங்காலத்தில் அக்கறை கொண்டுள்ள இந்து மக்கள்தான் முடிவு செய்யவேண்டும்.

...தீண்டப்படாத மக்கள் சீக்கிய சமயத்தைத் தழுவுவதை சங்கராச்சாரியார் டாக்டர் குர்த கோட்டி போன்ற முன்னணி இந்துத் தலைவர்கள் ஆதரிக்கின்றனர். உண்மையில், தீண்டப்படாத மக்கள் சீக்கிய சமயத்தைத் தழுவலாம் எனும் கருத்தை முன்னிறுத்திப் பிரசாரம் செய்தவர்களும், என்னை இதன்பால் ஊக்குவித்து ஈடுபடுத்தியவர்களும் இத்தகைய இந்து சமயத் தலைவர்கள்தாம். இந்துப் பண்பாடு, நாகரிகம் ஆகியவை குறித்து எனக்கிருந்த பொறுப்புணர்வு காரணமாகவே நானும் இக்கருத்தால் ஈர்க்கப்பட்டு அதை ஏற்றுக் கொண்டேன். செய்தித்தாள்களில் வெளிவந்த கடிதப் போக்குவரத்து குறித்த எனது கருத்துகளைப் படித்த பின்னர், தீண்டப்படாத மக்கள் சீக்கிய சமயத்துக்கு மாறுதல் குறித்து திரு.காந்தி, திரு.எம்.சி.ராஜா, திரு. இராசகோபாலாச்சாரி ஆகியோர் கடைபிடிக்கும் கொள்கை இந்து சமுதாயத்தின் எதிர்கால நலன்களுக்கு உகந்ததா என்பதை இந்துக்கள் தமது விருப்பத்தின்படி முடிவு செய்து கொள்ளலாம்' என்று குறிப்பிட்டார்.

அதன்பிறகு அம்பேத்கர் அவருடைய தொண்டர்களடங்கிய ஒரு குழுவினரைச் சீக்கிய சமய நெறிகளைக் கற்பதற்காக அமிர்தசரஸில் இருந்த சீக்கிய மத நிறுவனத்துக்கு 1936 செப்டம்பர் 18-ம் நாள் அனுப்பினார். அக்குழுவினரிலிருந்த 13பேர்களில் கற்றறிந்த அறிஞர் எவரும் இல்லை. அம்பேத்கரின் கோட்பாடுகளை உய்த்துணர்ந்தவர் யாருமில்லை.

அக்காலகட்டத்தில் அம்பேத்கர் சீக்கிய மத அமைப்புகளுடனும் அதன் தலைவர்களுடனும் நெருக்கமான தொடர்பு கொண்டிருந்தார். அதன் காரணமாக சீக்கிய சமயத்தைப்பற்றிக் கற்க அமிர்தசரஸ் சென்ற பயிற்சிக் குழுவினர் ஆர்வமிகுதியினால் சீக்கிய மதத்திலேயே சேர்ந்து விட்டனர். ஆனால் அம்பேத்கரின் நோக்கம் அதுவன்று. அவர்கள் பம்பாய் வந்து சேர்ந்தபோது அவர்களை எவரும் விருப்பமுடன் வரவேற்கவில்லை.

சீக்கிய மத அமைப்பின் பொறுப்பாளர்களுக்கும் அம்பேத் கருக்கும் இடையே உடன்பாடு எதுவும் ஏற்படவில்லை. அதனால் இருதரப் பினரும் அவர்களின் நிலைப்பாட்டிலிருந்து பின்வாங்கி விலகிச் சென்று விட்டனர்.

மதம் மாறுவதில் சீக்கிய சமயத்துக்கு இடமில்லை என்பது தெளிவானவுடன் அம்பேத்கர் முன் இருந்த இஸங்கள் :

கிறிஸ்தவம் - இஸ்லாம் - கம்யூனிஸம் - பௌத்தம்

இதில் கிறிஸ்தவ மதத்தை பற்றி அம்பேத்கர் என்ன முடிவெடுத்தார் என்பதை அடுத்த அத்தியாயத்தில் காண்போம்.

அத்தியாயம்

5

அம்பேத்கரின் மதமாற்ற அறிவிப்பு ஒரு சில இந்துக்களுக்கு அதிர்ச்சியூட்டுவதாக இருந்தாலும் கிறிஸ்தவ பரப்புநர்களிடம் உற்சாகத்தையே ஏற்படுத்தியது. ஆடுகளைப் பார்த்து ஓநாய்கள் ஏங்குவதுபோல தீண்டப்படாதவர்களின் மதமாற்றத்தை எதிர்பார்த்து தங்கள் சமயத்துக்கு அவர்கள் மதமாற்றம் செய்துகொள்ளமாட்டார்களா என்று கிறிஸ்தவர்கள் ஏங்கிக்கொண்டிருந்தனர்.

பிஷப்.ஜே.டபிள்யூ,பிகெட் என்பவரும் ஸ்டான்லி ஜோன்ஸ் என்பவரும் பலமுறை அம்பேத்கரைச் சந்தித்துக் கிறிஸ்தவ மதத்தை ஏற்பது குறித்துச் சாதகமாக யோசித்துப் பார்க்குமாறு வேண்டினர்.

காட்ஃப்ரே எட்வர்ட் பிலிப்ஸ் 1936 ஜூலையில் ‘தீண்டப்படாதவர்களின் தாகம்’ என்ற நூலை வெளியிட்டார். இந்நூலில் தீண்டப்படாத சமூகத்தினரை மதமாற்றம் செய்வதற்கு கிறிஸ்தவ சமயப்பரப்பாளர்கள் என்னென்ன செய்யவேண்டும் என்பது விளக்கமாக விவாதிக்கப்பட்டிருக்கிறது. அம்பேத்கர் வெளிப்படையான முறையில் கிறிஸ்தவ மதத்துக்கு ஊக்கம் தரவில்லை என்று நூலாசிரியர் தெளிவாக எழுதியுள்ளார்.

டாக்டர் ஸ்டான்லி ஜோன்ஸுடன் தான் பேசியதைக் குறிப்பிட்டு டாக்டர் பிலிப்ஸ் எழுதுகையில் ‘டாக்டர் அம்பேத்கர் ஜோன்ஸிடம் சொன்னார். கிறிஸ்தவர்கள் முதலில் தமக்குள் நிலவும் சாதி வேறுபாட்டைக் களைந்திருப்பார்களேயானால் நாங்கள் கிறிஸ்தவ மதத்தில் நாட்டம் கொண்டிருப்போம். ஆனால் இது முடியாத காரியமாகிவிட்டது. அம்பேத்கர் கூறியது தேள் கொட்டியதுபோல் வேதனை தரக்கூடியது. ஆனால் விஷயம் என்னவோ உண்மைதான்’ என்று தெரிவித்துள்ளார்.

அம்பேத்கர் பைபிளை ஆழ்ந்த ஈடுபாட்டுடன் கற்றிருந்தார். விவிலிய இலக்கிய நூல்களைப் பெருமளவில் அவர் திரட்டி வைத்திருந்தார். ஒரு கட்டுரையில் அவர் தன்னை மோசஸுடன் ஒப்பிட்டிருந்தார். ஆனாலும் அம்பேத்கருக்கு கிறிஸ்தவத்தில் பெரிய ஈர்ப்பு எப்போதுமே

இருந்ததில்லை. எப்போதுமே கிறிஸ்தவத்தில் அவருக்கு நம்பிக்கை யில்லை.

உதாரணமாக ஒன்றைச் சொல்லலாம். வேறோர் மதத்துக்கு மதம் மாறிச் சென்ற இந்துக்களை மீண்டும் இந்து மதத்துக்கு மதம் மாற்றிய இந்து சமயப் பிரசாரகர்களைக் கோவா அரசு கைது செய்தபோது அதனை எதிர்த்துத் தந்தி மூலம் அனுப்பப்பட்ட அறிக்கையில் அம்பேத்கரும் கையெழுத் திட்டிருந்தார்.

1938 ஜனவரி 1-ம்தேதி ஷோலாப்பூரில் அம்பேத்கர் ரெவரண்ட் கங்காதர் ஜாதவ் தலைமையில் கிறிஸ்தவர்கள் கூட்டத்தில் சொற்பொழி வாற்றினார். அதில் 'நான் கற்ற ஒப்பீட்டின்படி இருவருடைய ஆளுமைகள் என்னைக் கவர்கின்றன. ஒருவர் புத்தர். இன்னொருவர் கிறிஸ்து' என்றார்.

மேலும் அம்பேத்கர் கூறுகையில், 'எந்த மதம் மனிதனுக்கு மனிதன் நடந்துகொள்ளும் பண்பையும் அவனது கடமையையும் அதே சமயம் சமத்துவம், சகோதரத்துவம், சுதந்தரம் ஆகிய கருத்துக்களின் அடிப் படையில் கடவுளுக்கும் அவனுக்குமுள்ள உறவை அறிவுறுத்து கிறதோ அத்தகைய மதமே எனக்குத் தேவை.

...தென்னிந்தியாவில் உள்ள உங்கள் சர்ச்சுகளில் ஜாதி அமைப்பை பின்பற்றுகிறார்கள். அரசியலிலும் பின்தங்கி இருக்கிறார்கள். மஹார் இளைஞர்கள் கிறிஸ்தவர்களாக மாறினால் அவர்களது உதவிச் சம்பளம் பறிக்கப்படுகிறது. ஆக கிறிஸ்தவர்களாக மாறுவதில் பொருளாதார லாபம் இல்லை. இந்திய கிறிஸ்தவர்கள் சமூக அநீதிகளை அகற்று வதற்காக எப்போதும் போராடியது இல்லை' என்று அவர்களிடத்தில் வெளிப்படையாகக் கூறினார்.

இப்படி அம்பேத்கர் வெளிப்படையாகக் கூறக் காரணம் உண்டு.

1944 செப்டம்பர் மாதம் அம்பேத்கர் சென்னை வந்தார். அப்போது அம்பேத்கரிடம் தமிழ்நாடு தீண்டப்படாத வகுப்பினர் கிறிஸ்தவ சங்கம் ஒரு விண்ணப்பத்தைக் கொடுத்தது. 'தீண்டப்படாத வகுப்புகளிலிருந்து நாங்கள் கிறிஸ்தவ மதத்துக்கு வந்துள்ளோம். ஆனால் இந்து மதத்தில் இருக்கிற தீண்டப்படாத வகுப்பினர்களின் நிலையைப் போலவே எங்களுடைய சமூகப் பொருளாதார நிலைகள் இருக்கின்றன என்று அந்த விண்ணப்பத்தில் கூறியிருந்தனர். மேல் சாதிகளிலிருந்து கிறிஸ்த வர்களாக மதம் மாறியவர்கள் மதம் மாறிய பிறகும் தங்கள் சாதியை விட்டுவிடாமல் இருக்கிறார்கள். மேல்சாதிக் கிறிஸ்தவர்கள் தீண்டப் படாத வகுப்பிலிருந்து மதம் மாறிய கிறிஸ்தவர்களை இழிவாக நடத்துகின்றனர். உயர்சாதிக் கிறிஸ்தவர்களின் இந்த மேலாதிக்க மனப்போக்கினைப் பாதிரிகள் எவ்வகையிலும் போக்கிட முயல

வில்லை. மேல்சாதி கிறிஸ்தவர்களாலும் பிற சாதிகளாலும் அடிமை களாக நடத்தப்படும் நிலையிலிருந்து எங்களை விடுவிக்க வேண்டும்' என்று அம்பேத்கரிடம் வேண்டுகோள் வைத்தனர்.

ஆரம்பத்திலிருந்தே மதமாற்றத்துக்கு கிறிஸ்தவத்தைத் தேர்ந்தெடுப்பதற்கான சிந்தனையை அவர் மனதில் வைக்கவே இல்லை.

அம்பேத்கரின் மதமாற்றத்தின் நோக்கமே சுதந்தரம், சமத்துவம், சகோதரத்துவம் என்பதுதான். இந்தக் கொள்கையை அடிப்படையாக வைத்துத்தான் எல்லா சமயங்களையும் ஆராய்ந்தார்.

கிறிஸ்தவ சமயத்தில் இந்தக் கொள்கைகள் இருந்தனவா? இவை கடைபிடிக்கப்பட்டனவா என்பது பற்றியெல்லாம் அம்பேத்கருக்குப் பல புரிதல்கள் இருந்தன.

கிறிஸ்தவ சமயத்தில் சுதந்தரம் உண்டா?

கிறிஸ்தவ சமயத்தில் சமத்துவம் உண்டா?

கிறிஸ்தவ சமயத்தில் சகோதரத்துவம் உண்டா?

என்ற கேள்விகளை எல்லாம் அப்போதே அம்பேத்கர் ஆராய்ந்து பார்த்திருக்கிறார்.

கிறிஸ்தவ அமைப்புகள் சேவை செய்வதைப் பாராட்டும் அம்பேத்கர் அவர்களின் சேவை எதை நோக்கியது என்பதையும் காட்டுகிறார் :

'கிறிஸ்தவ சமய அமைப்புகளின் கோணத்திலிருந்தும் தீண்டப்படாதோர் கோணத்திலிருந்தும் பார்த்தால், இந்தியாவில் கிறிஸ்தவ சமயம் என்ன சாதித்தது என்பது பரிசீலிப்பதற்கு ஏற்ற விஷயமாக ஆகிறது.

இந்திய மக்களுக்குச் சேவை செய்வதற்கும் தமது அரவணைப்புக்குள் வந்தவர்களுக்குப் பாதுகாப்பு அளிப்பதற்கும் கிறிஸ்தவ சமய அமைப்புகள் முயற்சி மேற்கொண்டு வருகின்றன என்பதை மறுக்க முடியாது. இந்த அமைப்புகள் இந்தியாவில் செய்துவரும் எல்லாப் பணிகள் பற்றியும் விவாதித்துக் கூறுவது இந்த இடத்தில் சாத்தியமல்ல. இந்த சமய அமைப்புகளின் பணிகள் ஐந்து தலைப்புகளில் அடங்குகின்றன.

1) குழந்தைகள் மத்தியில்

2) இளைஞர் மத்தியில்

3) வெகுஜனங்கள் மத்தியில்

4) பெண்கள் மத்தியில்

5) நோயாளிகள் மத்தியில்

இந்த அமைப்புகள் ஆற்றியுள்ள பணிகள் மிகப் பரந்தவை. கல்வியளிப்பதிலும் நோயாளிகளுக்கு உதவுவதிலும் அவர்களின் பணிகள் எந்த அளவில் உள்ளன என்பதைப் பின்வரும் புள்ளி விவரங்கள் எடுத்துக்கூறும்:

கிறிஸ்தவ மருத்துவ சேவை

1. மருத்துவமனைகள்	256
2. மருந்தகங்கள்	250
3. காசநோய்ச் சிகிச்சை ஆரோக்கிய நிலையங்கள்	10
4. தொழுநோயாளிகளுக்கான இல்லங்கள்	38
5. மருத்துவப் பள்ளிகள்	3
6. மருத்துவமனைகளில் உள்ள படுக்கைகள்	12,000
7. ஆரோக்கிய நிலையத்திலுள்ள படுக்கைகள்	755
8. வெளிநாட்டு மருத்துவர்கள்	350
9. உள்நாட்டு மருத்துவர்கள்	390
10. செவிலியர் - வெளிநாட்டவர்	300
11. செவிலியர் - உள்நாட்டவர்	900
12. பயிற்சி செவிலியர்	1800
13. அறுவை சிகிச்சைகள் - பெரியவை	44,000
14. பிரசவங்கள் - மொத்தம்	32,000
15. உள் - நோயாளிகள்	2,85,000
16. புற - நோயாளிகள்	26,00,000

கிறிஸ்தவக் கல்விப் பணி

	பள்ளிகள்	மாணவர்கள்
1. ஆரம்பப் பள்ளிகள்	13,330	6,11,730
2. மேல்நிலைப் பள்ளிகள்	302	67,229
3. கல்லூரிகள்	31	11,162
4. இறைமையியல் கல்லூரிகளும் பயிற்சிப் பள்ளிகளும்	25	586
5. பைபிள் பயிற்சிப் பள்ளிகள்	74	2,855
6. ஆசிரியப் பயிற்சிப் பள்ளிகள்	63	3,153

இதேநேரம் இத்துறைகளில் இந்துக்கள் என்ன சாதித்திருக்கிறார்கள்? வரலாற்று ரீதியாகப் பார்த்தால், மனித சமுதாயத்துக்குச் சேவை செய்வது என்பது இந்து சமயத்துக்கும் இந்துக்களுக்கும் அந்நியமானது. இந்து சமயத்தில் பிரதானமாக உள்ளவை சடங்குகளும் ஆசாரங்களுமே. அது கோவில்களின் மதம். மனிதனை நேசிப்பது என்பதற்கு அதில் இடமில்லை. மனிதநேயம் இல்லாமல் சேவைகளை எவ்வாறு ஊக்குவிக்க முடியும்? எந்த நோக்கங்களுக்காக, குறிக்கோள்களுக்காக இந்த அறநிலையங்கள் உள்ளன என்பதிலிருந்து இதனைத் தெளிவாகத் தெரிந்து கொள்ளலாம்.

இந்துக்கள் செய்யும் தர்மப் பணிகளின் வீச்சும் நோக்கங்களும் எந்த அளவுக்குச் சாதியால் நிர்ணயிக்கப்படுகின்றன என்பதை இந்தியாவில் வெகு சிலரே அறிவர். இந்த அறநிலையங்கள் சம்பந்தப்பட்ட முழுமை யான, துல்லியமான விவரங்களை அறிந்து கொள்வது கடினமாகும். எனினும், பல ஆண்டுகளுக்கு முன்பு, பம்பாய் நகரத்தில் சேகரிக்கப் பட்ட புள்ளிவிவரங்கள் இந்த விஷயத்தைத் தெள்ளத் தெளிவாக வெளிப்படுத்துகின்றன. (நூல் கைப்பிரதியில் புள்ளி விவரங்கள் டைப் செய்யப்படவில்லை).

1918-ல் பம்பாயில் இன்புளுயன்சா குளிர் காய்ச்சல் கொள்ளை நோயாக வெடித்தபொழுது நோயாளிகளுக்குச் சிகிச்சை அளிப்பதில் சில மருத்துவர்கள் சாதிக்கண்ணோட்டத்துடன் நடந்து கொண்டார்கள் என்று குற்றஞ்சாட்டப்பட்டது. ஒப்புநோக்கிக் கூற வேண்டுமெனில், கிறிஸ்தவ சமயக் குழுக்கள் சமுதாயச் சேவையில் ஆற்றியுள்ள சாதனைகள் மகத்தானவையாகும்; கிறிஸ்தவர் பற்றிய எந்த விஷய மானாலும் அதை வன்மையாக எதிர்ப்பவரைத் தவிர வேறு எவருக்கும் இதில் சந்தேகம் இருக்க முடியாது. இந்தச் சிறந்த சேவைகளை ஒப்புக்கொள்ளும் அதேசமயம், ஒருவர் இரு கேள்விகளை எழுப்பலாம்.

இந்திய கிறிஸ்தவ சமுதாயத்தின் தேவைகளுக்கு இந்த சேவைகள் அவசியமா? இந்தக் குழுக்களால் கவனிக்கப்படாத இந்திய கிறிஸ்தவ சமுதாயத்தின் தேவைகள் வேறு ஏதேனும் உள்ளனவா? இந்திய கிறிஸ்தவர்கள் பிரதானமாகத் தீண்டப்படாதவர்கள் மத்தியிலிருந்தும் ஓரளவுக்குச் சூத்திர சாதியினரிடமிருந்து ஈர்க்கப்பட்டுள்ளனர் என்பதை மனத்தில் கொள்ள வேண்டியது அவசியம். எனவே, கிறிஸ்தவ மத அமைப்புகளின் சமுதாய சேவைகள் இந்த வகுப்பினரது தேவைகளின் அடிப்படையிலேயே கணிக்கப்பட வேண்டும். அந்தத் தேவைகள் யாவை?

இந்த சமய அமைப்புகள் கல்வி, மருத்துவத் துறைகளில் ஆற்றிவரும் சேவைப்பணிகள் இந்திய கிறிஸ்தவர்களுக்குப் பயனளிப்பதில்லை.

இவை மிகப் பெரும்பாலும் உயர்சாதி இந்துக்களுக்கே பயனளிக்கின்றன. இந்திய கிறிஸ்தவர்கள் ஒன்று மேற்கல்வி பெற இயலாதவாறு மிகவும் ஏழ்மையில் உழல்கின்றனர் அல்லது கிறிஸ்தவர்களின் முன்னேற்றம் என்ற கண்கொண்டு நோக்கினால், இந்தச் சமய அமைப்புகள் நடத்தும் உயர்நிலைப் பள்ளிகள், கல்லூரிகள், தங்கும் விடுதிகள் போன்றவை அவர்களுக்குப் பயன்படாதவையாகவும், அவர்களுக்குச் சம்பந்தப்படாத செலவினமாகவும் அமைந்துள்ளன. அதுபோலவே, இந்த அமைப்புகள் அளித்துவரும் மருத்துவ உதவியும் பெருமளவு சாதி இந்துக்களையே சென்றடைகின்றது. மருத்துவ மனைகள் சம்பந்தப்பட்டவரை இது மிகவும் பொருந்தும்.

கிறிஸ்தவ சமய அமைப்புகள் பல இதை உணர்ந்துள்ளன என்பது எனக்குத் தெரியும். என்றாலும் இந்தச் செலவுகள் வருடாவருடம் செய்யப்பட்டுதான் வருகின்றன. இந்தச் சேவைகளின் நோக்கம், இந்தச் சமய அமைப்புகளுக்கும் சாதி இந்துக்களுக்கும் இடையே தொடர்பு ஏற்படுத்தவேண்டும் என்பதே என்பதில் ஐயமில்லை. ஆனால், மத மாற்றம் செய்ய முடியும் என்ற நம்பிக்கை பயனளிக்காது என்பதை கிறிஸ்தவ சமய அமைப்புகள் உணரவேண்டிய தருணம் வந்துவிட்டது; அவற்றின் நோக்கம் முழுத் தோல்வியில்தான் முடியும் என்பது நிச்சயம். கிறிஸ்தவ சமயத்தின்பால் இந்திய அறிவுத்துறையினர் கொண்டுள்ள கண்ணோட்டம் பற்றிச் செய்த ஆய்வுக்குப் பின் திரு.வின்ஸ்லோவின் கீழ்க்கண்ட முடிவு சரியானது என்றே எண்ணுகிறேன்:

'டப் மற்றும் செராம்பூர் கிறிஸ்தவ சமய அமைப்புகளது பணியின் பலனாகக் குறிப்பிடத்தக்க சில மதமாற்றம் ஏற்பட்டது. சிறிது காலத்துக்கு ஆங்கிலக் கல்வி அதைப் பெறுபவர்கள் பலரை கிறிஸ்தவ சமயத்துக்குக் கொண்டுவந்துவிடும் என்றே தோன்றியது; ஆனால் திடீரென்று ஓர் எதிர்விளைவு ஏற்பட்டு அந்த இயக்கம் மடிந்துபோனது. அந்த இடத்தை இந்து சமாஜங்கள் பிடித்துக் கொண்டன; குறிப்பாக வங்காளத்தில் பிரம்மசமாஜம் பிடித்துக் கொண்டன; மேற்கத்திய சிந்தனைகளின் செல்வாக்கினால் விக்கிரக வழிபாட்டின் மீதும் சாதி மீதும் அதிருப்தி கொண்ட இந்துக்கள் இந்துமத அமைப்பில் தங்களுக்குள்ள இடத்தை முற்றிலுமாக இழக்காமல் இருக்க இவற்றில் சரணடைந்தனர். அநேகர் கிறிஸ்தவ சமயத்துக்கு வருவதற்கு பிரம்மச மாஜம் ஓர் ஏணியாக அமையும் என்றும், நாளாவட்டத்தில் அதன் உறுப்பினர்களில் பலர் கிறிஸ்தவ சமயத்தை ஏற்றுக்கொள்வர் என்றும் கிறிஸ்தவ சமயக்குழுக்கள் பல ஆண்டுகளாகவே நம்பி வந்தன; ஆனால் பெரும்பாலும் இந்த நம்பிக்கை ஏமாற்றத்தில்தான் முடிந்தது; எனினும் பிரம்ம சமாஜத்தில் இருந்து குறிப்பிடத்தக்க சிலர் கிறிஸ்தவ சமயத்துக்கு வந்துள்ளனர்.

இன்றைய கல்வி கற்ற இந்தியர், குறிப்பாக பிராமணர், ஏசு கிறிஸ்து பற்றி என்ன நினைக்கிறார்? பொதுமைப்படுத்திக் கூறுவது விவேக மற்றதாக இருக்கலாம். எனினும், இந்த விஷயத்தில் சில பரந்த அம்சங்கள் உள்ளன. இவற்றைச் சுலபமாக விளக்கமுடியும். கிறிஸ்தவ போதனையின் முக்கிய கோட்பாடுகள் பற்றி, குறிப்பாக அவரது அறநெறிப் போதனைகள் பற்றிப் பரந்த அளவில் உடன்பாடு இருக்கிறது. அதிலும் அவரது மலைப்பிரசங்கம் மற்ற போதனைகளோடு ஒப்பு நோக்கினால் மனித ஒழுக்கவியலுக்கு ஒரு வழிகாட்டி என்ற முறையில் ஈடு இணை இல்லாதது. கிறிஸ்துவின் போதனைகள் இவ்வாறு பரந்த அளவில் ஏற்கப்படுவதோடு, அவரது வாழ்க்கையையும் சீலத்தையும் பற்றி பொதுவான மரியாதையும் உள்ளது.

மறுபுறத்தில், கிறிஸ்து நிகரில்லாத முறையில் தெய்வாம்சம் வாய்ந்தவ ராக இருந்தார், இருக்கிறார் என்பதை இந்துக்களில் பெரும்பான்மையினர் ஏற்றுக் கொள்ளத் தயாராக இல்லை. அவரது வாழ்க்கையில் ஆழமாக ஈர்க்கப்பட்டவர்களும்கூட இதை ஏற்பதில்லை. அவரைத் தங்களது சிறந்த தீர்க்கதரிசியான புத்தரின் வரிசையில் வேண்டுமானால் வைப்பார்கள். ஆனால் ஏசு கிறிஸ்து மட்டுமே கடவுளின் அவதாரம், அவர்மீது நம்பிக்கை வைப்பதன் மூலம் மட்டுமே விமோசனம் பெறமுடியும் என்று கிறிஸ்தவர்கள் உரிமை கொண்டாடுவது சுயநல மானது, குறுகிய நோக்கமுடையது என்று இந்துக்கள் நிராகரிக் கின்றனர். விமோசனம் பெறத் தங்கள் வழியே மிகச் சிறந்தது என்ற கிறிஸ்தவர்கள் உரிமை கொண்டாடுவது இந்தியாவில் இயல்பாகவே வெறுப்பை ஏற்படுத்துகிறது. இன்று கல்வி அறிவு பெற்ற இந்துவின் தனித்தன்மை வாய்ந்த மதக் கண்ணோட்டத்தை இவ்வாறு கூறலாம்: கிறிஸ்து மீது உயர்வான மரியாதை வைத்துள்ளபோதிலும், அவரது போதனைகளின் முக்கிய கோட்பாடுகளை ஒப்புக்கொண்டபோதிலும், தாம் இந்துவாக தொடர்ந்து இருப்பதில் திருப்தியடைகிறார்.'

இதுதான் உண்மை நிலைமை என்பதில் எனக்குச் சந்தேகம் எதுவு மில்லை. ஆகவே, கல்விக்கும் மருந்து உதவிக்கும் கிறிஸ்தவ சமயப் பரப்பு அமைப்புகள் செலவு செய்யும் பணம் சரியான பலனை அளிக்காததோடு, இந்திய கிறிஸ்தவர்களுக்கும் உதவுவதுமில்லை. இந்திய கிறிஸ்தவர்களுக்கு இரண்டு விஷயங்கள் தேவைப்படுகின்றன. முதலாவதாக அவர்கள் விரும்புவது தங்களது பிரஜா உரிமைகளைப் பாதுகாத்துக் கொள்ளவேண்டும் என்பதாகும். அவர்கள் விரும்பும் இரண்டாவது விஷயம், தங்களது பொருளாதார உயர்வுக்கான வழிமுறைகள் பற்றியதாகும். இந்தத் தேவைகள் பற்றி நான் விவாதித்துக் கொண்டிருக்கமுடியாது. நான் சுட்டிக்காட்டி விரும்புவது எல்லாம் கிறிஸ்தவ அமைப்புகள் இந்தியாவில் செய்து வரும்

சமுதாயப் பணிகளில் மிகவும் தேவைப்படுவது மேலே குறிப்பிட்டுள்ளவைதான்' என்கிறார் அம்பேத்கர்.

கிறிஸ்தவ மதம் சமத்துவத்தை அளிக்கிறதா என்பது பற்றி அம்பேத்கர் விளக்குகிறார் :

கல்வி, மருத்துவ உதவித் துறைகளில் கிறிஸ்தவ மத அமைப்புகளின் சாதனைகள் குறிப்பிடத்தக்கவையாகவும் பாராட்டக்கூடியவையாகவும் இருந்தபோதிலும், பதில் சொல்ல வேண்டிய ஒரு கேள்வி இன்னமும் உள்ளது. மதம் மாற்றம் செய்யப்பட்டவர்களின் மனோபாவத்தில் மாற்றம் செய்வதில் கிறிஸ்தவ சமயம் என்ன சாதித்துள்ளது? மதம் மாற்றம் செய்யப்பட்ட தீண்டப்படாதவர்கள் தீண்டப்படுபவர்களது நிலைக்கு உயர்ந்துள்ளனரா? தீண்டப்படுபவர்களும் தீண்டப்படாதவர்களும் தங்கள் சாதியை கைவிட்டுவிட்டனரா? தங்கள் பழைய சமயக் கடவுள்களைத் தொழுவதையும் தங்கள் பழைய சமய மூட நம்பிக்கைகளைக் கடைப்பிடிப்பதையும் நிறுத்திவிட்டனரா?

இவை மிக முக்கியத்துவம் வாய்ந்த கேள்விகளாகும். இவற்றிற்குப் பதில் வேண்டும்; இந்தியாவில் கிறிஸ்தவ சமயம் நிலைத்து நிற்குமா அல்லது வீழ்ந்துவிடுமோ என்பது இந்தக் கேள்விகளுக்குக் கிடைக்கும் பதிலைப் பொறுத்துத்தான் உள்ளது. சைமன் கமிஷனுக்குத் தென் இந்தியாவின் தாழ்த்தப்பட்ட வகுப்பினர் சமர்ப்பித்துள்ள மகஜரிலிருந்து சில பகுதிகள் கீழே கொடுக்கப்பட்டுள்ளன; சாதி பிரச்னையைப் பொறுத்தவரை, இதுவரை கிறிஸ்தவ சமயத்தில் சேர்ந்துள்ள தீண்டப்படாதவர்களின் நிலை பற்றிய பல விஷயங்களை இவை தெளிவாக்குகின்றன:

'மத அடிப்படையில் நாங்கள் கிறிஸ்தவர்கள் - ரோமன் கத்தோலிக்கர்களும் புரோடெஸ்டெண்டுகளும் சென்னை மாகாணத்தில் உள்ள இந்திய கிறிஸ்தவர்களின் மொத்த எண்ணிக்கையில் தாழ்த்தப்பட்ட வகுப்பினரிடையே இருந்து மாறியவர்கள் சுமார் 60 சதவிகிதமாக உள்ளனர். கிறிஸ்தவ சமயம் எங்கள் வட்டாரங்களில் போதனை செய்யப்பட்டபோது பள்ளர்கள், பறையர்கள், மாலாக்கள், மாதிகாக்கள் முதலிய நாங்கள் கிறிஸ்தவ சமயத்தைத் தழுவினோம். நாங்கள் பிறந்த சாதிகளைச் சார்ந்த மதம் மாற்றம் செய்யப்படாதவர்கள், இந்துக்களாகவும் மதரீதியில் இந்து சமயத்தைப் பின்பற்றுபவர்களாக இருந்தும், இந்துமத தாழ்த்தப்பட்ட வகுப்பினர் என்றே அழைக்கப்படுகிறார்கள்.

ஆண்டவன் முன்னிலையில் அனைத்து மனிதர்களும் சமம் என்ற கோட்பாட்டைக் கடைபிடிக்கவேண்டும், அண்டை அயலார்களிடம் அன்போடும் ஆதரவோடும் அரவணைப்போடும் நடந்துகொள்ள

104

வேண்டும்; பரிவு, சகிப்புத்தன்மை ஆகியவற்றைக் காட்ட வேண்டும் என்று கிறிஸ்தவ சமயம் எங்களுக்குப் போதித்தாலும், தாழ்த்தப்பட்ட வகுப்பினரிடையே இருந்து மதம் மாறிய நாங்கள், இந்து மதத்தில் இருக்கும் தாழ்த்தப்பட்ட வகுப்பினருடைய அதே நிலையில்தான் இருக்கிறோம். பல்வேறு அம்சங்கள் எங்களுக்கு எதிராக செயல் படுகின்றன; அவற்றில் மிக முக்கியமானது கிறிஸ்தவ மதத்துக்கு மாறியவர்களிடையே சாதியை விட்டுவிடாமல் வைத்துக்கொள்ளும் பலமான இந்துமத மனோபாவம் இருப்பதாகும்.

மேலும் கிறிஸ்தவ சமயப் பரப்பார்களின் அலட்சியப்போக்கு, அக்கறை இன்மை ஆகியவையும் சேர்ந்து, கிறிஸ்தவர்களாக ஆவதற்கு முன்பு நாங்கள் எந்நிலையில் இருந்தோமே அதே நிலையில்தான் இன்றும் எங்களை வைத்துள்ளன; அதாவது தீண்டப்படாதவர்களாக, நாட்டில் நிலவும் சமுதாய சட்டங்களால் கேவலமான முறையில் நடத்தப்படுபவர்களாக, சாதி கிறிஸ்தவர்களால் நிராகரிக்கப்பட்ட வர்களாக, சாதி இந்துக்களால் வெறுக்கப்படுபவர்களாக எங்களது சொந்த இந்துமத தாழ்த்தப்பட்ட சகோதரர்களாலும் ஒதுக்கப்பட்ட வர்களாக இருந்து வருகிறோம்.'

'தென் இந்தியாவில் கிறிஸ்தவர்கள் சிறு எண்ணிக்கையிலேயே இருக்கிறார்கள்; அவர்களது பிரதிநிதிகள் சட்டமன்றத்தில் அதாவது சென்னை மாநில மேல்சபையில் - அங்கம் வகிக்கிறார்கள்; ஆனால் அவர்கள் சாதி கிறிஸ்தவர்கள்; இந்தப் பதம் முரணாகத் தோன்றலாம். துரதிருஷ்டவசமாக, இந்து மதத்தின் உயர்சாதியிலிருந்து மதமாற்றம் செய்யப்பட்டவர்களை இவ்வாறு வருணிப்பது சரியானதும் ஏற்கக் கூடியதுமே ஆகும். சாதியின் எல்லா கடுமையான முறைகளும் தன்னலம் காக்கும் தன்மையும் அவர்களிடம் நீடித்து நிற்கின்றன.

குறிப்பாக நகரங்களுக்கு அப்பாலுள்ள இடங்களிலும் கிராமங்களிலும், எங்களின் சக கிறிஸ்தவர்களாக இருக்கவேண்டிய அவர்கள் எல்லா கடுமையான சனாதன பழக்கங்களையும் தங்களது சாதித்தன்மைப் போக்கையும் பின்பற்றுகிறார்கள். 'பஞ்சமர்கள் அல்லது பறையர்கள்' என்று எங்களைக் கேவலமாக அழைக்கிறார்கள்; கிறிஸ்தவன் என்ற எங்கள் உரிமையை அலட்சியப்படுத்துகிறார்கள்; தங்களது செல்வச் செழிப்பு, அதிகாரம், செல்வாக்கு, அந்தஸ்து ஆகியவற்றை முழுவது மாகப் பயன்படுத்தி ஏழைக் கிறிஸ்தவர்களாகிய எங்களை சமுதாயத்தி லிருந்து விலக்கி வைக்கிறார்கள்.

பஞ்சமர்களுக்கு எதிரான நடவடிக்கைகள் அடிக்கடி வெடிப்பது தென்னிந்திய கிறிஸ்தவ வாழ்வின் ஓர் அவலமாகிவிட்டது; எங்களுடைய நிலையை உயர்த்தவும், முன்னேற்றவும், எங்களுடைய

சாதாரண அடிப்படை உரிமைகளை நிலைநிறுத்தவும் நாங்கள் செய்யும் எந்த ஒரு முயற்சியும் எல்லோரது கோபத்துக்கும் வெறுப்புக்கும் உள்ளாகிறது. அதிகாரியாக இருந்தாலும் சரி, அதிகாரி அல்லாதவராக இருந்தாலும் சரி, பிறப்பினால் தனக்கு ஒரு முட்டாள்தனமான உயர்வைக் கோரும் கிறிஸ்தவனாக இருந்தாலும் சரி, இந்துவாக இருந்தாலும் சரி எல்லோரது வெறுப்புக்கும் ஆளாகிறோம். அவர்கள் கிறிஸ்தவ சமயத்தின் அடிப்படைக் கோட்பாடுகளையே மறுத்து, நேசம், தர்ம சிந்தனை, சகோதரத்துவம் ஆகியவற்றுக்கு மாறாக எங்கள் 'சக-கிறிஸ்தவர்கள்' மாதா கோவில்களில்கூட எங்களைத் தீண்டப் படாதவர்களாகவும் அணுகாதவர்களாகவும் நடத்துகின்றனர்; முன்பக்க இடத்திலிருந்து பின்னுக்குத் தள்ளி எங்களுக்குத் தனி இடம் ஒதுக்கி, அதை அவர்கள் பகுதியிலிருந்து இரும்புகளாலோ சுவர்களாலோ தடுப்பு எழுப்புகின்றனர். அத்தகைய மாதா கோவில்கள் பல உள்ளன.

'புனித சடங்கு நிகழ்ச்சியின்போது, தீட்டைத் தவிர்ப்பதற்காக மிகவும் கேலிக்கிடமான முறையில் நாங்கள் ஒதுக்கி வைக்கப்படுகிறோம். எங்கள் பிள்ளைகளுக்குக் கல்வி அளிப்பதற்கும் வாழ்க்கைக்கு அவர் களைத் தயார் செய்யவும் எங்களுக்குள்ள உரிமைகள் ஈவு இரக்கமின்றி மறுக்கப்படுகின்றன; அப்பட்டமான பராபட்சக் கண்ணோட்டத்தோடு பள்ளிகள், கான்வெண்டுகள், தங்கும் விடுதிகள், உணவு விடுதிகள் இவற்றில் எங்கள் குழந்தைகள் சேரும் வாய்ப்புகள் மறுக்கப்படு கின்றன அல்லது அப்படி சேர்க்கப்பட்டாலும், இழிவான முறையில் தனி இடம் ஒதுக்கப்படுகிறது. உயர்சாதி மரபு வழியில் வந்தவர்கள் என்ற அடிப்படையில் சாதி கிறிஸ்தவர்கள் உயர் சமுதாய அந்தஸ்தையும் நிலைபாட்டையும் அடையமுயலுகிறார்கள்; அதே சாதியைச் சார்ந்த இந்துக்களின் பார்வையிலும் அவர்கள் உயர்ந்த இடத்தைப் பெறுகிறார்கள்; இந்து உயர் ஜாதியினர் இந்து தாழ்த்தப் பட்ட பிரிவினரை எவ்வாறு நடத்துகின்றனரோ அவ்வாறே இந்த சாதி கிறிஸ்தவர்களும் கிறிஸ்தவ தாழ்த்தப்பட்ட பிரிவினரையும் நடத்துகின்றனர்.'

இங்கு பொதுப்படையாகக் கூறப்பட்டுள்ளவற்றைக் கீழே கொடுத்துள்ள இரு நிகழ்ச்சிகள் உறுதிப்படுத்துகின்றன. (அந்தச் சம்பவங்கள் கைப்பிரதியில் கொடுக்கப்படவில்லை - ஆசிரியர்)

இது கடுமையான குற்றச்சாட்டாகும். இருப்பினும் இதேநிலை இந்தியாவின் எல்லாப் பகுதிகளுக்கும் பொருந்தாது என்பதும், அதேபோல் சகல கிறிஸ்தவப் பிரிவினருக்கும் இது பொருந்தாது என்பதும் ஆறுதலிக்கும் விஷயமாகும். புராடெஸ்டண்டுகளைவிட கத்தோலிக்கர்களிடம்தான் இந்த அவலக்காட்சியை அதிகம்

காண்கிறோம்; வட இந்தியா அல்லது மத்திய இந்தியாவை விட, தென்னிந்தியாவில்தான் இந்த அலங்கோலத்தை அதிகம் காண்கிறோம். இது எப்படியிருப்பினும், கிறிஸ்தவ மதத்துக்கு மாறியவர்களிடையே சாதி உணர்வைப் போக்குவதில் கிறிஸ்தவ சமயம் வெற்றி பெறவில்லை என்பதுதான் உண்மை. தீண்டப்படுபவர்களுக்கும் தீண்டப்படாதவர்களுக்கும் இடையே உள்ள பாகுபாடு எங்கோ ஒரு மூலையில் நடப்பதாக இருக்கலாம். சர்ச் பள்ளிகள் எல்லோருக்கும் இடமளிக்கலாம். எனினும் இந்துக்களின் வாழ்க்கையைப்போன்றே கிறிஸ்தவர்கள் வாழ்விலும் சாதிதான் ஆதிக்கம் செலுத்துகிறது என்பதை மறுக்கமுடியாது. பிராமண கிறிஸ்தவர்களும் பிரா மணரல்லாத கிறிஸ்தவர்களும் உள்ளனர். பிராமணரல்லாத கிறிஸ்தவர் களில் மராட்டிய கிறிஸ்தவர்கள், மஹார் கிறிஸ்தவர்கள், பங்கி கிறிஸ்தவர்கள் என்று பல பிரிவினர் உள்ளனர். அதேபோல் தெற்கில் பறைய கிறிஸ்தவர்கள், மாதிகக் கிறிஸ்தவர்கள், மால கிறிஸ்தவர்கள் என்று உள்ளனர். இவர்கள் கலப்புமணம் செய்து கொள்ளமாட்டார்கள்; இந்தப் பிரிவினர் ஒன்றாக அமர்ந்து உண்ணமாட்டார்கள். இந்துக்கள் போலவே இவர்களும் சாதியின் கோரப்பிடியில் சிக்கி உழல்கிறார்கள்' என்கிறார் அம்பேத்கர்.

கிறிஸ்தவ மதம் மூடநம்பிக்கைகளையும் கைவிடவில்லை என்கிறார் அம்பேத்கர்:

'கிறிஸ்தவ மதத்துக்கு மாறியவர்களிடையே பாசி படிந்த பழக்க வழக்கங்களும் மூட நம்பிக்கைகளும் அப்படியே சாகா வரம் பெற்று நிலவுகின்றன. அவற்றை கிறிஸ்தவ மதத்தால் துடைத்தெறிய முடிய வில்லை. மதம் மாறியவர்களில் அநேகமாக எல்லோரும் இந்துமுறை வழிபாடுகளை தொடர்ந்து செய்து வருகின்றனர். இந்து மூடநம்பிக்கை களைக் கைவிடவில்லை. கிறிஸ்தவ மதத்துக்கு மாறியவர்கள் தங்கள் குடும்பக் கடவுளையும் ராமர், கிருஷ்ணர், சங்கரர், விஷ்ணு ஆகிய இந்து கடவுள்களையும் வழிபடுவதைக் காணலாம். இந்துக்கள் புனித இடங்கள் என்று கருதும் ஸ்தலங்களுக்கு மதம் மாறிய கிறிஸ்தவன் யாத்திரை செல்வான். அவன் பண்டார்பூருக்குச் சென்று விதோபாவுக்குக் காணிக்கை செலுத்துவான். ஜெஜுரிக்கு சென்று ரத்ததாகம் கொண்ட கடவுள் கந்தோபாவுக்கு வெள்ளாட்டைப் பலியிடு வான். கணேச சதுர்த்தியன்று சந்திரனைப் பார்க்க மறுப்பான். கிரகணத்தன்று, கடலுக்குச் சென்று நீராடுவான். இவை எல்லாம் இந்துக்கள் கடைப்பிடிக்கும் மூடநம்பிக்கைகள்.

பிறப்பு, இறப்பு, திருமணம் போன்ற நிகழ்ச்சிகளிலும் இந்துக்களின் சமூக நடைமுறைகளை, சடங்குகளை கிறிஸ்தவர்கள் பின்பற்று கிறார்கள் என்பது அவமானகரமானதாகும். இந்துக்களின் சமூக

நடைமுறைகள் கிறிஸ்தவர்களிடையே பரவலாகக் காணப்படுவது குறித்து நான் எதுவும் கூறப்போவதில்லை. சமூக நடைமுறைகளுக்கு எந்தவித மத முக்கியத்துவமும் கிடையாது என்பதால் அவற்றை ஒரு பெரிய பிரச்னையாக எடுத்துக் கொள்ள வேண்டியதில்லை. ஆனால் சமயச் சடங்குகள்பற்றி அவ்வாறு கூற முடியாது. கிறிஸ்தவ நம்பிக்கைக்கும் கிறிஸ்தவ வாழ்க்கை முறைக்கும் அவை ஒவ்வாதவை. கிறிஸ்தவ சமயத்தால் அவற்றை ஏன் அகற்ற முடியவில்லை என்பது தான் கேள்வி.

கிறிஸ்தவ சமயப் பரப்பாளர்கள், ஏராளமானோரை கிறிஸ்தவ சமயத்துக்கு மாற்றவேண்டும் என்பதில் அக்கறை கொண்டிருந் தார்களேயன்றி, மதம் மாறியவர்களின் பழைய மூடநம்பிக்கைகளை வேரறுக்க உறுதியான போராட்டத்தை அவர்கள் ஒருபோதும் நடத்த வில்லை என்பதுதான் இதற்குப் பதிலாக இருக்கமுடியும்.

கிறிஸ்தவ மதத்துக்கு மாறியவர்கள் பழைய பழக்க வழக்கங்களையும் மத சம்பிரதாயங்களையும் அப்படியே உடும்புப்பிடியாகப் பிடித்துக் கொண்டதற்குத் தற்காலத்தில் ஆரம்பத்தில் களத்தில் குதித்த ஏசு சமயப்பரப்புக் குழுக்கள் விட்டுச் சென்ற மரபுகளே பெரும்பாலும் காரணம். பழைய சம்பிரதாயங்கள் சம்பந்தமாக கத்தோலிக்க சமயப் பரப்புக் குழுக்கள் பின்பற்றிய மனப்பான்மை ‘மதுரை மிஷன்’ எனப்படும் சமயப் பரப்புக் குழுவின் நோக்கிலிருந்தும் போக்கி லிருந்தும் வழிமுறைகளிலிருந்தும் பிறந்ததே ஆகும். இத்தாலி நாட்டின் ரோமன் கத்தோலிக்க பாதிரியார் ராபர்ட் நோபிலி என்பவரால் இந்த அமைப்பு ஸ்தாபிக்கப்பட்டது. அவர் இந்தியாவுக்கு 1608ல் வந்தார். பிரான்ஸிஸ் சேவியரின் தோல்வி பற்றி அறிந்து கொண்ட அவர், ஒரு புதுத்திட்டத்தை உருவாக்கினார். அவர் ஏசுநாதரின் சீடர் பாலின் வழியைப் பின்பற்றினார். எல்லாவற்றையும் எல்லோருக்கும் கொண்டு வரவேண்டுமென்றும் சிலரைக் காப்பாற்ற முடியும் என்றும் பால் குறிப்பிட்டிருந்தார். இந்த நம்பிக்கையை ஆதர்சமாகக் கொண்டு மதுரை அரசர் திருமலை நாயக்கரின் அரசசபைக்குச் சென்றார். புகழ்பெற்ற மதுரை மிஷன் என்னும் கிறிஸ்தவ சமயப் பரப்பை நிறுவினார். எவ்வாறு அவர் தமது பணியைத் துவங்கினார் என்பதை ‘இந்தியாவில் ஏசுநாதரின் சீடர்’ என்ற தமது நூலில் டாக்டர்.ஜே.என். ஓகில்வி சித்திரித்திருக்கிறார். அவர் கூறுகிறார்:

‘ஒரு நாள் மதுரையில் ஒரு பரபரப்பான செய்தி பரவியது. தூரதே சத்திலிருந்து ஒரு துறவி இந்தப் புண்ணிய நகருக்கு வருகை தந்துள்ளார் என்றும், அவர் பிராமணர்கள் தங்கும் விடுதியில் தங்கியிருக்கிறார் என்றும் செய்தி கூறியது. அந்த புண்ணிய புருஷரைக் காண்பதற்காக அவர் தங்கியிருந்த இல்லத்துக்கு மக்கள் பெருந்திரளாகக் குழுமினர்;

ஆனால், அந்த பிராமணருடைய வேலையாட்கள் உள்ளே செல்ல அவர்களை அனுமதிக்கவில்லை. 'எஜமானர் கடவுளை நோக்கி தியானம் செய்துகொண்டிருக்கிறார். அவரைத் தொந்தரவு செய்ய வேண்டாம்' என்று அந்த வேலையாட்கள் கூறினார்கள். இது அந்த மக்களின் ஆர்வத்தை மேலும் கிளர்த்திவிட்டது; அந்தத் துறவியின் புகழ் அதிகரித்தது; யாரையும் பார்ப்பதில்லை என்ற கட்டுப்பாடு தளர்த்தப் பட்டது; தினம் தனிச்சலுகை பெற்ற சிலருக்கு அவரது தரிசனம் கிடைத்தது.

'அவர் ஓர் இருக்கையில் சப்பணம் போட்டு அமர்ந்திருந்தார். அந்த சன்னியாசியின் தோற்றமும் நடவடிக்கைகளும், பிராமணர்களின் தோற்றத்தையும் செயற்பாடுகளையும் ஒத்ததாக இருந்தன. அவருடைய புஜத்தில் 3 நூல் சரடுகள் கொண்ட புனித பூணுல் தொங்கியது; அவற்றில் மூன்று சரடுகள் தங்கத்தால் செய்யப்பட்டிருந்தன; அவை மும்மூர்த் தங்களைக் குறித்தன; இரண்டு சரடுகள் வெள்ளியால் செய்யப் பட்டிருந்தன; அவை ஆண்டவரது உடலையும் ஆன்மாவையும் குறித்தன; அந்த பூணுலிலிருந்து ஒரு சிலுவை தொங்கிக் கொண்டிருந்தது. அவருடன் உரையாடியபோது அவரது ஆழ்ந்த கல்விப் புலமை வெளிப் பட்டது; அவரைக் கூர்ந்து கவனித்தபோது அவரது எளிய ஆன்மிக வாழ்க்கை புலப்பட்டது. ஒரு நாளில் ஒரு உணவுதான்; கொஞ்சம் சாதம், பால், காய்கறிகள் ஆகியவை கொண்டது அந்த உணவு. விரைவில் சாதாரண பிராமணர்கள் மட்டுமன்றி பிரபுக்களும் அவரைக் காண வந்தனர்.

ஒருநாள் தமது அரண்மனைக்கு வரும்படி அரசரிடமிருந்தே அழைப்பு வந்தபோது அவரது பெருமை மேலும் உயர்ந்தது. ஆனால், அந்த அழைப்பை அவர் ஏற்றுக் கொள்ளவில்லை. அங்கு செல்லும்போது ஏதேனும் ஒரு பெண்ணின்மீது தமது பார்வைபட்டு அவரது ஆன்மாவின் பரிசுத்தத்தன்மை கெட்டுவிடும் என்பதால் அரண் மனைக்குச் செல்ல மறுத்துவிட்டார். மதுரை இத்தகைய ஒரு தலை சிறந்த ஞானியை என்றுமே கண்டதில்லை! அவருடைய வாழ்வின் தெய்விகத்தன்மைக்கு இத்தகைய நிரூபணம் இருக்கும்போது அவரது போதனை உண்மையாகவன்றி வேறு எவ்வாறு இருக்கும்!

தாம் உயர்ந்த சாதியைச் சேர்ந்த 'ரோமாபுரி பிராமணர்' என்ற அவரது கூற்று ஏற்றுக் கொள்ளப்பட்டது. சாத்தியமான சந்தேகம் எதையும் நீக்குவதற்காக ஏதோ எழுதப்பட்ட பாடம் செய்யப்பட்ட ஒரு புராதன மான நைந்து நிறமற்ற ஆட்டுத்தோல் காண்பிக்கப்பட்டது; 'இந்த ரோமாபுரி பிராமணர்' பிரம்மதேவனிடமிருந்து நேரடியாக தோன்றியவர் என்பதையும் அவரது படைப்புகளிலேயே இவர்தான் மிக புனிதமானவர் என்பதையும் அது எடுத்துக்காட்டியது. இந்த ஆவணம் உண்மையானது என்று அந்த சந்நியாசி ஆணையிட்டு உறுதியாகக் கூறினார்.

இதன்பேரில் அங்கு கூடியிருந்த மக்கள் அவரது போதனையைத் திறந்த மனத்துடன் செவிமடுத்துக் கேட்கலாயினர். 'திறமையான, துணிச்சலான அவரால் பல நூல்கள் தொடர்ந்து எழுதப்பட்டன; இந்து சமயத்தை ஆதாரமாகக்கொண்டு கிறிஸ்தவ சித்தாந்தத்தைச் சிற்சில மாற்றங்களுடன் உருவாக்கினார். இத்தகைய முயற்சிகளில் மிகவும் முக்கியமானது, சுவர்க்கத்திலிருந்து நேரடியாக பிராமணர்கள் பெற்ற நான்கு வேதங்களுக்குச் சிகரம் வைத்தது போல் ஒரு 'ஐந்தாவது வேதத்தை' அவர் தோற்றுவித்ததாகும். இது ஒரு ஆச்சரியமான, துணிச்சலான, சிக்கலான செயலாகும். அதாவது ஐந்தாவது வேதத்தை கிறிஸ்தவர்கள் உபயோகத்துக்கு ஒரு இந்து தயாரிப்பது போன்ற ஒரு போலி ஆவணமாகும். எனினும் இந்தப் போலி ஆவணம் நூற்று ஐம்பது ஆண்டுகள் நிலைத்து நின்றுவிட்டது.

'பிராமண சிஷ்யர்கள் அவருக்கு விரைவிலேயே சிரமமில்லாமல் கிடைத்தனர்; ஞானஸ்தானம் கணிசமான எண்ணிக்கையில் நடை பெற்றது; ஞானஸ்தானத்தோடு சம்பந்தப்பட்ட சடங்கைப் பொறுத்த வரையில் முந்திய ஐரோப்பிய சமயப்பரப்பு அமைப்புகள் செய்த அதே சடங்குகளே புதியவைபோல் தோற்றமளிக்கும் வகையில் ஏமாற்றும் முறையில் செய்யப்பட்டன. வெளிப்படையான அடையாளங்களின் படி, புதிய அமைப்புகளின் முறைகள், வழிவகைகள் வெற்றிகரமாக முடிந்தன. இந்து சமயத்துக்கு அளித்த அதிமுக்கியத்துவம் வாய்ந்த சலுகைகள்- குறிப்பாக சாதி சம்பந்தமான சலுகைகள் - முன்னேற்றத்தைப் பெரிதும் சாத்தியமாக்கின என்பதில் சந்தேகம் இல்லை. டி நோபிலிக்கு சாதி அத்தனை முக்கியத்துவம் வாய்ந்ததாகத் தோன்றவில்லை. அவருக்குப் பிரதானமாக அது ஒரு சமூக சடங்கே.

எனவேதான், மதம் மாற்றப்பட்டவர்கள் தங்கள் சாதி சகோதரர்களிடமிருந்தோ அல்லது சடங்குகளிடமிருந்தோ தங்களைத் துண்டித்துக் கொள்ளவேண்டும் என்று எதுவும் சொல்லவில்லை. அவற்றை யெல்லாம் கைவிடச் சொல்லி கிறிஸ்தவ மதம் நிர்ப்பந்திக்க எந்தக் காரணம் இருப்பதாக அவர் கருதவில்லை. அவரால் மதம் மாற்றம் செய்யப்பட்டவர்கள், சாதி இந்துக்களை அடையாளம் காட்டும் குடுமியை வைத்திருந்தனர்; தங்களின் இந்து சகோதரர்களிடமிருந்து பிரித்து காட்டாதபடி புனித பூணுடலை அணிந்தனர். முன்பு பசுஞ் சாணத்தின் சாம்பலிலிருந்து செய்த விபூதிக்குப் பதிலாக இப்போது சந்தனக் கட்டையின் சாம்பலில் தயாரான பட்டையை நெற்றியில் அணிந்துகொண்டனர்.

'நாற்பது ஆண்டுகள் டி நோபிலி இவ்வாறு வாழ்ந்தார்; அந்த வாழ்க்கை தினசரி கஷ்டத்தையும், தியாகத்தையும், தம்மைத் தாமே தாழ்த்திக் கொள்வதையும் போன்றவற்றைக் கொண்டதாக இருந்தது; அதற்கு

இணையானதைக் காண்பது அரிது. 1656 மே மாதம் 16 ம் தேதி அவர் தமது எண்பதாவது வயதில் இயற்கை எய்தினார். நேரடியாகவோ மறைமுகமாகவோ அவர் மதமாற்றம் செய்தவர்களின் எண்ணிக்கை ஒரு லட்சம் என்று சொல்லப்படுகிறது. அதில் மிகைப்படுத்துதல் இருக்கலாம் என்று கருதி அதைக் குறைத்துக் கொண்டாலும் மாற்றம் செய்யப்பட்டவர்களின் எண்ணிக்கை மிக அதிகமாகவே இருக்க வேண்டும்.

'போர்ச்சுக்கல் நாட்டில் ஓர் உயர் பிரபுவின் குடும்பத்தைச் சார்ந்த ஜான்டி பிரிட்டோ 1673 ஆம் ஆண்டு இந்தியாவுக்குக் கடல் பயணத்தைத் துவக்கினார். ரோமன் கத்தோலிக்கத் திருச்சபையில் இப்போது அவர் ஒரு புனிதராகப் போற்றப்படுகிறார். லண்டன் மதபோதக சபையைச் சார்ந்தவரும் நமது காலத்தவருமான வில்லியம் ராபின்சன் அவர் பற்றிக் கூறுகிறார்:

'புகழ்பெற்ற சிஷ்யராக, துணிச்சலும், சுயநலமற்ற தன்மையும் கொண்டவராக, கிறிஸ்தவர் வாழ்க்கையின் எல்லா கஷ்டங்களையும் தாங்கும் சகல சிறந்த குணங்களையும் பெற்றவராக அவர் திகழ்ந்தார் என்பது நிச்சயம். 'மதுரை மன்னராட்சி சீர்குலைந்து பல குட்டி அரசுகள் அமைந்ததற்குப் பின் அவரும் அவரால் மதம் மாற்றம் செய்யப்பட்ட வர்களும் ஈவிரக்கமில்லாமல் கொடுமைக்குள்ளாக்கப்பட்டனர்.

'எதிரிகளால் செய்யமுடிந்த அனைத்தையும் பொருட்படுத்தாமல், தாம் ஏற்றக் கடமையை அந்த ஊழியர் தொடர்ந்து செய்துவந்தார்; அவர் எங்கெல்லாம் பயணம் மேற்கொண்டாரோ அங்கெல்லாம் அவர் வெற்றி பெற்ற கதை கூறப்பட்டது. போதனையின் சக்தியோடு அந்த தூதுவரின் வசீகர சக்தியும் சேர்ந்துகொண்டது. அவரால் மதம் மாற்றம் செய்யப்பட்டவர்களின் எண்ணிக்கை பல ஆயிரமாயிற்று. தாடியத் தேவர் என்ற மறவர் குறுநில மன்னர் இவர் கையால் ஞானஸ்நானம் பெற்றதையடுத்து, டி பிரிட்டோவைக் கொலை செய்வதற்கான நடவடிக்கைகள் மேற்கொள்ளப்பட்டன. 1693 பிப்ரவரி 4 ஆம் தேதி அவர் ஈவிரக்கமின்றிக் கொலை செய்யப்பட்டார்.

'டி பிரிட்டோவுக்குப் பின் அவருடைய இடத்துக்கு நியமிக்கப்பட்ட பாதிரியார் ஜோசப் பெஸ்கி 1707ல் இந்தியா வந்தடைந்தார். 'ரோமாபுரி பிராமணர்கள்' எனும் கொள்கையைப் பெஸ்கியும் பின்பற்றினார். ஆனால் முன்பு இருந்தவர்களிடமிருந்து அவர் பெரிதும் மாறு பட்டிருந்தார். டி நோபிலியைப் பொறுத்தவரை, சாத்தியமான அளவு பக்தியுடன் கூடிய ஒரு துறவியாக, ஒரு புனித குருவாக நடந்து கொண்டார். டி பிரிட்டோ சஞ்சாரம் செய்யும் சன்னியாசியாக, புனித யாத்திரை செய்பவராக இருந்தார்; அவர்கள் இருவரும் தங்கள் சொந்த

வாழ்க்கையில் மிகச் சிறந்த துறவிகளாக எளிய வாழ்க்கை வாழ்ந்தனர். ஆனால் பாதிரியார் பெஸ்கி ஒரு புதுவழியைக் கடைப்பிடித்தார்.

இந்து சமயத்தில் ஒருபுறம் துறவிகள் இருந்தது போலவே இன்னொரு புறம் படாடோப வாழ்க்கை நடத்திய சமய குருமார்களும் இருந்தனர். பிந்தியவர்கள் வாழ்க்கை பகட்டு வாய்ந்த, சந்தர்ப்பவாதத் தன்மை கொண்டதாக இருந்தது. இந்த வழியையே பெஸ்கி பின்பற்றினார். அவரது ஆடம்பர ஆர்ப்பாட்டம் மக்களைப் பிரமிக்க வைத்தது. அவர் எங்கு செல்ல வேண்டியிருந்தாலும் விலை உயர்ந்த பல்லக்கில்தான் செல்வார். அவருக்கு முன்னால் ஓர் உதவியாளர் கருஞ்சிவப்பு நிறப் பட்டுக்குடையைப் பிடித்துக்கொண்டு செல்வார்; பல்லக்கின் இருபக்கமும் கவர்ச்சிகரமான மயில் தோகைகளாலான விசிறிகளுடன் பணியாளர்கள் ஓடிவருவார்கள்; பல்லக்கில் அவர் அழகான புலித் தோலில், விலை மதிப்புள்ள கவர்ச்சிமிக்க உடையில் அமர்ந்திருப்பார்.

ஆனால், பெஸ்கி வெறும் உள்ளீடற்ற பாதிரியரல்ல. மக்களை முற்றிலுமாகப் புரிந்துகொண்டு அவர் தனது வழிமுறையைக் கையாண்டார். பலரிடம் அது நன்கு பலனளித்தது. அவரது புகழ் அவரது படோடோபமான நடைமுறைகளால் ஏற்பட்டதல்ல; அவருடைய வியக்கத்தக்க புலமையின் அடிப்படையில் கிடைத்தது. அவரை ஒரு பிறவிப் பன்மொழிப்புலவர் என்றுதான் கூறவேண்டும். அவர் தமிழில் முழுமையாகப் புலமை பெற்றிருந்தார். அவர் காலத்தில் அவர் மிகவும் திறமை பெற்ற தமிழ் அறிஞராகத் திகழ்ந்தார். உள்நாட்டுப் பண்டிதர் எவரும் அவருக்குச் சமமாக இருக்கவில்லை. 'செந்தமிழ்', 'கொடுந் தமிழ்', பண்டித பிராமணரின் தமிழ், மக்களின் வட்டார மொழி இவை எல்லாவற்றிலும் தேர்ந்தவராக இருந்தார். அகராதிகள், இலக்கண நூல்கள், கவிதைகள், உரைநடைக் கட்டுரைகள் - இவை எல்லாம் அவரது பேனாவிலிருந்து மலையருவிபோல் பொழிந்த வண்ணமிருந்தன. அவை இன்றும் படித்துப் போற்றி மதிக்கப்படுகின்றன.

இந்நூல்கள் முதலில் வெளிவந்தபோது தென்னிந்திய மக்கள் அவற்றைப் படித்துப் பரவசமடைந்தனர். அவரது புலமையால் மிகவும் ஆகர்ஷிக்கப்பட்ட வேலூர் நவாப் சந்தா சாகிப் அவரைத் தமது அரசவையில் ஓர் உயர் பதவியில் நியமித்தார்; அவருக்கு உதவும் வகையில் திருச்சிராப்பள்ளி மாவட்டத்தில் நான்கு கிராமங்களை அவருக்கு மான்யமாக வழங்கினார்; அவை 12,000 ரூபாய் வருமானத்தைக் கொடுத்தன. இந்தப் புகழையும் செல்வாக்கையும் பெஸ்சி விசுவாசத்துடன் தமது சமயப்பணியை முன்கொண்டு செல்லப் பயன்படுத்தினார். அவர் வாழ்நாளில் இந்தப் பணி மிக உயர்நிலையில் இருந்தது; ஆனால், பாதிரியார் பெஸ்கி 1742ல் மரண

மடைந்ததையடுத்து அப்பணி வேகமாகச் சரிந்து இறுதியில் வீழ்ச்சியில் முடிந்தது.'

மதமாற்றம் செய்யப்பட்டவர்களுக்கு மனவருத்தம் ஏற்படுத்தக் கூடிய மேற்கத்திய பழக்கவழக்கங்களை அவர்களிடம் பரப்பாமல் கிறிஸ்தவ சமயத்தை அவர்களுக்கு அளிக்க வேண்டுமென்ற ஆர்வம் காரணமாக மதுரை சமயப் பிரசாரகர்கள், பல இந்து சம்பிரதாயங்களைக் கடைப் பிடிக்கும் சலுகைகளை அனுமதித்தனர். புனித பூணுல் அணிவது, நெற்றியில் மத அடையாளங்களை இட்டுக்கொள்வது, வயதுக்கு வரும் முன்னரே குழந்தைக்குத் திருமணம் செய்துவிடுவது, சில சந்தர்ப்பங் களில் புனிதச் சடங்குகளில் பெண்களை அனுமதிக்க மறுப்பது, தீட்டைப் போக்கக் குளிப்பது, தங்கள் சாதிக்கு வெளியே திருமணம் செய்யவோ மற்ற சாதியினருடன் உணவு அருந்தவோ மறுப்பது ஆகியவையும் இந்தச் சலுகைகளில் அடங்கும். இவை 'மலபார் சடங்குகள்' என்று அழைக்கப்பட்டன. இவையெல்லாம் போப் 14 - ஆவது பெனிடிக்டால் 1744 செப்டம்பர் 12ம் தேதி வெளியிட்ட கட்டளையால் ரத்து செய்யப்பட்டன. போப்பாண்டவரின் இந்தக் கட்டளைக்கு அன்றிலிருந்து ஒவ்வொரு மத போதகரும் கீழ்ப்படிய வேண்டியிருந்தது.

இது எப்படியிருப்பினும், பழைய பழக்க வழக்கங்களும் சம்பிரதாயங் களும் நெறிமுறைகளும் கிறிஸ்தவ சமயத்துக்குப் புறம்பானவை அல்ல என்று மேலே கூறிய கிறிஸ்தவ சமயபோதகர்கள் தோற்றுவித்த மரபு மறைந்து போகாமல் அப்படியே இன்றளவும் நீடித்துவரவே செய்கிறது. மோசமான ஐரோப்பியர்கள் காட்டிய தீய முன்மாதிரிகளும் அதேபோல், ஐரோப்பிய பழக்க வழக்கங்கள் மீது இந்துக்களுக்கும் முஸ்லிம்களுக்கும் இருந்த வெறுப்பும் 16ஆவது நூற்றாண்டில் கிறிஸ்தவ மதபோதகர்களுக்கு அவர்களது பணியில் மிகுந்த இடைஞ் சலாக இருந்தன என்பதில் சந்தேகமில்லை.

ஒரு மோசமான ஐரோப்பியன் அடாத செயல்களில் ஈடுபட்டான் என்றால் கடவுள் பற்றும் சமயப் பற்றுமுள்ள ஐரோப்பியனோ மாட்டிறைச்சி உண்டும் மது அருந்தியும் பிராமணிய, முகமதியக் கோட்பாடுகளைப் புண்படுத்தி உள்ளூர் உணர்வுகளை அதிர்ச்சிக் குள்ளாக்கினான். இவ்வாறு கிறிஸ்தவ மதம் பரங்கியர்மதம் என்ற அவப்பெயர் பெற்றது. ஐரோப்பியர்களும் அவமரியாதையாக பரங்கியர்கள் என்று அழைக்கப்பட்டனர். இத்தகைய பரிசுத்தமின்மையி லிருந்தும் குறைபாடுகளிலிருந்தும் கிறிஸ்தவ சமயப்பரப்பு அமைப்புகள் காப்பாற்றப்படவேண்டும்; இது நியாயமானதும் மிக அவசியமானதும் ஆகும்.

ஆனால், மதமாற்றம் செய்யும் உற்சாகத்தில் இந்த அளவுக்கு ரோமன் கத்தோலிக்க பிரசாரகர்கள் சென்றதும், ஒருவர் ஞானஸ்தானம் பெற ஒப்புக்கொண்டு ஏசுநாதரை ரட்சகர் என்று ஏற்றுத் தன்னை கிறிஸ்தவன் என்று அழைத்துக் கொள்ள தயாரென்றால், மதம்மாறிய பிறகு அவர் என்ன நினைக்கிறார், என்ன செய்கிறார், எப்படி வாழ்கிறார் என்பதைப் பற்றி கவலைப்படாமலிருந்ததும் மிகவும் வெட்கக்கேடானதாகும்.

மதுரை சமயப்பரப்புக் குழுவுக்குப் பின்வந்த லுத்ரன் சமயப்பரப்புக் குழுவினர் இந்த முக்கிய பிரச்னைபற்றி என்ன கண்ணோட்டத்தைக் கொண்டிருந்தனர்?

இந்தியாவில் மிகச் சிறந்த மதபோதகராக விளங்கியவரும் தம்முள் சச்சரவிட்டுக் கொண்டிருந்த அரசர்களிடையே தமது சீலத்தின் காரணமாக சமாதானம் செய்து வைத்தவராகவும் திகழ்ந்த சுவார்ட்ஸ் மதுரைக்குழுவின் கருத்தை ஆதரித்தவரல்ல. ஆனால் சாதியும் கிறிஸ்தவ சமயமும் ஒன்றுக்கொன்று ஒத்துப்போக முடியாதவை என்பதை அவர் நம்பினாரா?

ஒரு உண்மையான கிறிஸ்தவன் சாதியில் நம்பிக்கை வைக்க முடியாது; அதைத் தனது வாழ்க்கைத் திட்டமாகக் கைக்கொள்ள முடியாது என்பதை அறிந்திருந்தாரா?

இந்தப் பிரச்னை பற்றி அவரது கருத்து எதுவாக இருந்தாலும், அதற்கு ஆதரவாக ஒரு பிரசாரத்தை அவர் நிச்சயம் செய்யவில்லை.

புராட்டெஸ்டண்ட் சமயப்பிரச்சார அமைப்புகளின் நிலை என்ன? இந்தக் கேள்வி பற்றி அவர்கள் கண்ணோட்டம் யாது? அவர்கள் விரும்பினால் இதற்கு ஒரு சமாதானம் கூறலாம். அதாவது தாங்கள் இங்கு வந்தது பின்னால்தான் என்பதே சமாதானம். வரலாற்றின்படி பார்த்தால், களத்தில் இறங்கியதிலிருந்து 1813 வரை அவர்கள் தடுக்கப்பட்டிருந்தார்கள் என்ற அவர்களின் கூற்றில் உண்மை உண்டு. இந்தியாவில் தங்களின் பிரதேசங்களில் சமயப் பரப்பு அமைப்புகளின் பணிபற்றி கிழக்கிந்திய கம்பெனி எடுத்த நிலைதான் இதற்கு முற்றிலும் காரணமாகும்.

இந்தியாவுக்கு வந்த ஐரோப்பிய அரசுகள் முதலில் இந்தியர்களை கிறிஸ்தவ மத நம்பிக்கைக்கு மாற்ற வேண்டுமென்ற தீவிரமான எண்ணம் கொண்டிருந்தன.

போர்ச்சுக்கீசியர்களைப்பற்றிக் கூறவேண்டுமானால், கிறிஸ்தவ சமயத்தைத் தீவிரமாக பரப்பவேண்டும் என்பதிலும் மூடப்பழக்க வழக்கங்களையும் சம்பிரதாயங்களையும் ஒழித்துக்கட்ட வேண்டுமென்பதிலும் அவர்கள் உறுதியாக இருந்தனர். கணவன் இறந்ததும்

மனைவி உடன்கட்டை ஏறும் சதி என்னும் கொடிய வழக்கத்தை 1510-ல் போர்ச்சுகீஸிய இந்தியாவில் அல்புகர்க் ஒழித்துக்கட்டினார். வில்லியம் பெனடிக் இந்நடவடிக்கை எடுப்பதற்கு முன்னூறு ஆண்டுகளுக்கு முன்பே அல்புகர்க் இதனைச் செய்தார். கட்டாய மதமாற்றத்துக்கு போர்ச்சுகல் அரசர் மூன்றாவது ஜானின் உதவியை ஃபிரான்ஸிஸ் சேவியர் நாடினார். அவ்வாறே இந்த உதவி அளிக்கப்பட்டது. புராட்டஸ்டெண்ட் போக்குடைய டச்சு அரசும் கிழக்கிந்திய தீவுகளில் மத மாற்றப் பணியில் இத்தகைய உற்சாகத்தை வெளிப்படுத்தியது. இத்திசைவழியில் தீவிரமான நடவடிக்கைகள் எடுக்கப்பட்டன.

டச்சுக்காரர்கள் 1643-ல் இலங்கையைக் கைப்பற்றியதிலிருந்து கிறிஸ்தவ மதப்பிரச்சாரத்துக்கு அரசு உதவ வேண்டும் என்ற கோட்பாடு அங்கு ஏற்றுக்கொள்ளப்பட்டது. கோவில்கள், பிற மத யாத்திரை ஸ்தலங்கள் கட்டுவதற்குத் தடை விதிக்கப்பட்டது. சர்க்கார், உத்தியோகங்கள் கிறிஸ்தவர்களுக்காக ஒதுக்கப்பட்டன. மதப்பள்ளி களுக்கு வராமல் இருப்பது அரசாங்கக் குற்றமாகக் கருதப்பட்டது. 1685 ஆம் ஆண்டுக்குள் 3,20,000 சிங்களவர் இந்த கட்டளைகளுக்குக் கீழ்ப்படிந்து கிறிஸ்தவர்களாயினர். கம்பெனியின் கப்பலின் கேப்டன் 1614 ல் ஒரு இந்திய இளைஞனை லண்டனுக்கு அழைத்துவந்தார். அவர் மூலமாக அவரது நாட்டில் பலரை மதமாற்றம் செய்வதற்கு அவரை ஒரு கருவியாக உபயோகிக்க கம்பெனி அவரைப் படிக்க வைத்தது. பாப்லாரில் அவருக்கு ஞானஸ்நானம் செய்து வைக்கப்பட்டது. லண்டனின் மேயரும் கம்பெனி இயக்குநர்களும் அந்த நிகழ்ச்சியில் கலந்து கொண்டனர். முதலாம் ஜேம்ஸ் மன்னர் அவருக்குப் பீட்டர் என்ற பெயரைத் தேர்ந்தெடுத்தார்; அவருக்கு ஞானஸ்நானம் செய்து வைத்த பாதிரியார் அவரை இந்தியாவில் கனிந்த 'முதல் கனி' என்று அங்கு கூடியிருந்தவர்களுக்கு அறிமுகப்படுத்தினார்.

1617ல் சூரத்தில் ஒரு முகமதியரின் மதமாற்றம் நிகழ்ந்தது. இவ்வாறாக இரு இடங்களிலும் மத மாற்றங்களோடு கம்பெனியின் பணி துவங்கியது. 'ஏசுநாதரின் போதனைகளைப் பரப்ப முயற்சி மேற் கொள்ள வேண்டுமென்று கம்பெனி முடிவுசெய்துள்ளதால், ஒரு மதகுரு வேண்டுமென்று கேம்ப்பிரிட்ஜ், ஆக்ஸ்போர்டு பல்கலைக் கழகங்களுக்கு இயக்குநர்கள் மனு செய்தனர். கம்பெனியின் சுதேசிகளுக்கு நன்கு பயிற்சியளிக்க உதவுவதற்காக மதக்குருமார்களும் ஏஜெண்டுகளும் அந்தந்த நாடுகளின் மொழிகளைக் கற்றுக் கொள்வதில் அக்கறை காட்டவேண்டும்; அவர்கள் புரொடெஸ் டெண்ட் மதத்தினராகவும் கம்பெனியின் சிப்பந்தியாகவோ ஏஜெண்டாகவோ இருக்கவேண்டும் என்ற விதியையும் தனது உரிமைப்பத்திரத்தில் சேர்த்துக் கொள்ள கம்பெனி சம்மதித்தது.

திடீரென்று, 1698 க்குப்பின் கம்பெனியின் கண்ணோட்டத்தில் படிப்படியாக ஒரு குறிப்பிடத்தக்க மாற்றம் ஏற்பட்டது. மதமாற்றப் பணியில் போர்ச்சுக்கல், டச்சு அரசுகள் அதிவேகத்தில் சென்று கொண்டிருந்த போது கிழக்கிந்தியக் கம்பெனி வேகத்தைக் குறைத்துக் கொண்டது. அதே வருடத்தில் இந்தப் பிரச்னை பற்றி இரு மாதிரியான சிந்தனைகள் கம்பெனிக்கு இருந்தன எனத் தெரிகிறது. தனது மதக்குருக்களைப் பயனளிக்கும் பிரசாரக் கருவிகளாக ஆக்குவதற்கு அவர்களுக்கும் இந்திய மொழிகளில் பயிற்சியளிக்க வேண்டியது தனது கடமையென்று ஒப்புக் கொண்ட அதேசமயம், கம்பெனிக்காக பின்வருமாறு பிரார்த்தனை செய்வதற்கும் கம்பெனி அனுமதி அளித்தது; அந்த பிரார்த்தனையின் வாசகம் வருமாறு:

'நாம் வாழ்ந்துவரும் இந்திய நாட்டினர் மத்தியில் நமது ரட்சகரின் போதனையை அணிகலனாகக் கொண்டு நாம் ஆற்றிவரும் நல்ல பணிகளைக் கருத்தில்கொண்டு, அவர்கள் நம் பக்கம் ஈர்க்கப்படுவார்களாக' இந்தப் பிரார்த்தனை 1750 வரை செய்யப்பட்டு வந்தது. இந்தப் பிரார்த்தனையின் வாசகங்களைக் கூர்மையாகப் பரிசீலித்துப் பார்க்கும்போது தீவிரமாக மதமாற்றம் செய்யவேண்டும் என்று ஆரம்பத்தில் இருந்த கருத்தை முற்றிலுமாக கைவிடுவதை ஒப்புக் கொண்டதாக இல்லையா? கம்பெனியின் இந்த கண்ணோட்டம் வாதப்பிரதிவாதத்துக்கு உட்பட்டது. மதமாற்றம் வேண்டும் என்று கூறும் நண்பர்கள், கம்பெனி இந்தக் கண்ணோட்டத்தைக் கைவிடுமாறு நிர்ப்பந்திக்கும் தருணத்தை எதிர்பார்த்துக் கொண்டிருந்தனர்.

1773 வது ஆண்டின் ஒழுங்குபடுத்தும் சட்டமும் பிரிட்டிஷ் கிழக்கிந்திய சட்டமும் 'வியாபாரி என்ற பெயரில் அரசு மாறுவேடம் பூண்டு செயல்படுவதை' முடிவுக்கு கொண்டு வந்தன; இந்தியப் பிரதேசங்களில் சர்க்காரை நடத்தி செல்வதற்கு பார்லிமெண்டின் உரிமை பெற்ற ஏஜெண்டாக கம்பெனியை ஆக்கின. சட்டத்தின்படி கம்பெனியின் உரிமைப் பத்திரம் 20 ஆண்டுகளுக்கு மட்டும் இருக்கும்; அதன்பின் புதுப்பிக்கப்பட வேண்டும். 1793 ஆம் ஆண்டு மிகுந்த முக்கியத்துவம் வாய்ந்ததாக இருந்தது; ஏனெனில், கம்பெனியின் உரிமைப்பத்திரம் அந்த ஆண்டில்தான் புதுப்பிக்கப்பட வேண்டும்.

கிறிஸ்தவ அறிவைப் பரப்புவதில் ஆர்வம் கொண்டவர்களுக்கு அவர்களுடைய பணி சுலபமாகிவிட்டது போல் தோன்றியது. இந்த விஷயத்துக்குப் பொறுப்பாக இருந்த வில்பெர்போர்ஸ், பாராளுமன்றத்தில் முக்கிய நபர்களின் ஆதரவைப் பெற்றுவிட்டார். அதிமேற்றிராணியார் மூரின் ஆசிகளையும் பெற்றுவிட்டார். கிழக்கு இந்திய கம்பெனியின் உரிமைப் பத்திரம் பற்றிய விஷயத்துக்குப் பொறுப்பான அமைச்சரின் ஆதரவையும் பெற்றது மேலும் அதிக முக்கியத்துவமானதாகும்.

இந்த மசோதா நிறைவேறுவதற்கு முன்நடவடிக்கையாக, உரிமைப் பத்திரத்தில் சேர்க்கப்பட வேண்டிய விஷயங்கள் காமன்ஸ் சபை நிறைவேற்ற வேண்டிய தீர்மானங்கள் வடிவத்தில் தயாரிக்கப்பட்டன. அவ்வாறு நிறைவேற்றப்பட்ட ஒரு தீர்மானம் பின்வருமாறு கூறுகிறது:

'இந்தியாவில் பிரிட்டில் டொமினியன்களில் வாழும் பிரஜைகளின் நலனையும் மகிழ்ச்சியையும் உயர்த்துவதற்காக எல்லாவித நியாய மான, நிதானமான நடவடிக்கைகளை எடுப்பது பிரிட்டிஷ் சட்டமன்றம் விசேஷப் பொறுப்புணர்ச்சியுடன் செய்ய வேண்டிய கடமை என்பதாலும், இந்த நோக்கங்களுக்காக அறிவுத்துறையிலும் மதம் போன்றவற்றிலும் பொதுவாக முன்னேற்றம் ஏற்படுத்தும் நடவடிக்கைகள் எடுக்கப்படவேண்டும் என்பதாலும், பின்வருமாறு சட்டமியற்றுகிறது: மேற்சொன்ன நோக்கங்களை நடைமுறைப் படுத்துவதற்காக பள்ளி ஆசிரியர்களாகவோ, மத போதகர்களாகவோ அல்லது வேறு எந்த வகையிலோ பணியாற்றுவதற்கு அவ்வப்போது தேவைப்படும் எண்ணிக்கையில் பொருத்தமான, தகுதியுள்ள நபர்களை நியமித்து அனுப்பிவைக்க இயக்குர்கள் குழுவுக்கு இதன் மூலம் அதிகாரம் அளிக்கிறது. இவ்வாறு தேர்ந்தெடுக்கப்படும் ஒவ்வொரு நபரும் நியமிக்கப்படும் முன் அல்லது அனுப்பப்படும் முன் இப்போதைக்கு காண்டர்பரி தலைமை மதகுரு அல்லது லண்டன் பிஷப்பிடமிருந்து சான்றிதழ் பெறவேண்டும். அல்லது கிறிஸ்தவ ஞானத்தைப் பரப்புவதற்காக லண்டனிலும் ஸ்காட்லாந்திலுமுள்ள கழகங்களிடமிருந்து திருப்திகரமான நற்சாட்சிப் பத்திரங்கள் அல்லது நன்னடத்தை சான்றிதழ்கள் பெற்று இயக்குநர் குழுவிடம் சமர்ப்பிக்க வேண்டும். கிறிஸ்தவ ஞானத்தைப் பரப்புவதற்குப் போதுமான தகுதி அவர்களுக்கு இருக்கிறதா என்பதை இந்த நற்சாட்சிப் பத்திரங்கள் எடுத்துக்கூறும்.

மேலும் பின்வருமாறு சட்டமியற்றுகிறது: இந்தியா சம்பந்தப்பட்ட ராஜதானி சர்க்கார்களுக்குத் தேவைப்படும் கட்டளைகள் இடும் அதிகாரம் இயக்குநர் குழுவுக்கு வழங்கப்படுகிறது; அவ்வாறு அனுப்பப்படுபவர்கள் பணியாற்ற வேண்டிய இடம் பற்றியும் அவர்கள் தங்களைக் கண்ணியமான முறையில் பேணிக்கொள்வதற்குத் தேவை யான வசதிகளைச் செய்து கொடுப்பது பற்றியம் ஆவன செய்யும்படி அந்த சர்க்கார்களுக்குக் கட்டளைகள் அனுப்பவேண்டும். மேலே சொன்ன நோக்கங்களை அடைவதற்கு உசிதமான நடவடிக்கைகள் பற்றி பரிசீலித்து முடிவு எடுக்கும்படியும் ராஜதானி சர்க்கார்களுக்குக் கட்டளையிட வேண்டும்.

பிரதானமாக துண்டாஸின் ஆதரவினால் காமன்ஸ் சபை தீர்மானத்தை தயக்கமின்றி ஏற்றுக்கொண்டது. வில்பெர்போர்ஸ் மிகவும்

மகிழ்ச்சியடைந்தார். ஆண்டவனின் அருள் கிழக்கு இந்திய விவகாரத்துக்கு இருந்ததுபோல் இவ்வளவு தெள்ளத் தெளிவாக வேறு எப்போதும் இருந்ததில்லை என்று அவர் தமது சஞ்சிகையில் எழுதினார். ஆனால் அவரது இந்த நம்பிக்கை அவசரப்பட்ட எண்ணம் என்பது விரைவிலேயே புலனானது. ஏனெனில், இந்த மசோதா மூன்றாம் தடவை படிக்கப்பட்டபோது, துண்டாஸ் அனுமதியோடு அந்த ஷரத்து நீக்கப்பட்டது. தமது நண்பர் கிஸ்போர்னுக்கு, வில்பெர் போர்ஸ் பின்வருமாறு எழுதினார்: 'எனது ஷரத்து தூக்கியெறியப் பட்டுவிட்டது... துண்டாஸ் இரட்டை வேடம் போட்டுவிட்டார்.'

நிலைமை இவ்விதம் எதிர்பாராதவிதமாக மாறியதற்கு கிழக்கு இந்திய கம்பெனியின் இயக்குநர்கள் தூண்டுதலே காரணம். கிழக்கு இந்திய வியாபாரம் கம்பெனியின் ஏகபோகத்தில் இருந்து வந்தது; கம்பெனி இயக்குநர்களின் அனுமதி பெறாமல் இந்தியாவில் கிழக்கு இந்திய கம்பெனியின் கீழ் உள்ள பிரதேசத்தில் எந்த ஆங்கிலேயனும் நுழைய முடியாது; அந்தப் பிரதேசங்களில் இவ்வாறு அனுமதி இல்லாமல் நுழைபவர் வெளியேற்றப்படுவர். புதிய ஷரத்தின் விளைவு என்னவாக இருக்கும் என்பதைப் புரிந்து கொள்ள கம்பெனிக்கு அதிக காலம் ஆகவில்லை. இந்த ஷரத்தின்படி மத பிரசாரகர்களுக்கும் அவர்களது பிரசாரத்துக்கும் கதவைத் திறந்துவிட வேண்டியிருக்கும் என்பதை கம்பெனி அறிந்திருந்தது. இவ்விதம் சுதந்தரமாகச் செயல்பட மதப்பிர சாரகர்களை அனுமதிக்கவேண்டுமா என்பதே அப்போதைய முக்கிய கேள்வியாக இருந்தது. இயல்பாகவே, இந்த விஷயம் கடுமையான வாதப் பிரதிவாதத்துக்கான பிரச்னையானது. இதுபற்றி விவரம் தெரிந்து கொள்ள அக்கறைகொண்டவர்கள் அன்றைய எடின்பரோ ரெவ்யூ என்ற சஞ்சிகையைப் புரட்டிப் பார்த்துத் தெரிந்துகொள்ளலாம்.

சர்ச்சைக்குள்ளான இந்த விஷயத்தில் மூன்று தரப்பினர் சம்பந்தப்பட்டு இருந்தனர். முதலாவதாக கிழக்கு இந்திய கம்பெனியின் இயக்குநர்கள்; அவர்களின் பிரதான அக்கறை லாபமும் தங்களின் பங்குதாரர்களின் நலனைப் பாதுகாப்பதுமே ஆகும். சர்ச்சையில் இரண்டாவது தரப்பினர் ஆங்கில மத்திய தர வர்க்கத்தினர்; கிழக்கு இந்திய வியாபாரத்தினால் அவர்கள் நல்ல பலன் அடைந்து வருகின்றனர். இந்தப் பிரதேசங்களில் பிரகாசமான தங்களது எதிர்கால வாழ்க்கைக்கான வாய்ப்புகளை அவர்களின் பிள்ளைகள் கண்டார்கள். மூன்றாவது தரப்பினர் கிறிஸ்தவ சமயத்தைப் பரப்புவதை நோக்கமாகக்கொண்ட கிறிஸ்தவ மதப் பிரசாரக் கழகம்; அது அந்த ஆண்டில்தான் அமைக்கப்பட்டது. முதல் இரண்டு தரப்பினரின் நலன்களும் ஒத்திருந்தன. ஏகாதிபத்தியத்தைப் பாதுகாக்க அவர்கள் விரும்பினர். எனவே சமாதானமும் சச்சர வின்மையும் அவர்கள் விருப்பமாக இருந்தன. மூன்றாவது தரப்பினர்

சமாதானம் பற்றி அக்கறை கொள்ளவில்லை; இந்தியரின் மூடி நம்பிக்கைகளை அகற்றி அதற்குப் பதில் கிறிஸ்தவ சமயத்தைப் பரப்புவதில் ஆர்வம் காட்டினர். முதலாவது தரப்பினர் ஒரு சக்தி வாய்ந்த கூட்டணியை ஏற்படுத்தி, மூன்றாவது தரப்புக்கு எதிராக எல்லா சக்திகளுக்கும் ஆதரவு தந்தனர். எனவே, அவர்கள் வெற்றி பெற்றனர். கிறிஸ்தவ மதப் பிரசார அமைப்பு தோற்றது. வெற்றி பெற்ற தரப்பினர் சர்ச்சையில் முன்வைத்த வாதங்கள் மிக முக்கியமானவை; சர்ச்சையின் விவரங்களைத் தெளிவுபடுத்துபவை அவையே.

கிறிஸ்தவ போதனையைப் பரப்ப உடனே பிரசாரம் துவங்க வேண்டும், பலவகைகளிலும் ஏற்படக்கூடிய இடர்களைத் தவிர்ப்பதற்காக நமது புனிதமான சமயப் பிரசாரத்தைச் சிறிது சிறிதாக, படிப்படியாக மேற்கொள்ளவேண்டும் என்று கூறுவது தவறாகும் என்ற வாதத்துக்கு ஸ்மித் அளித்த பதில் பிரமிக்கத்தக்கதாக இருந்தது. அவர் கூறியது வருமாறு:

'ஏசுநாதருக்குப் பின் எத்தனை நூற்றாண்டுகளுக்கு மனித சமுதாயத்தின் பெரும் பகுதி புனித உண்மைகளை எந்த மனித முயற்சியாலும் பெறுவதற்கு எந்த சாத்தியமும் இல்லாமல் வாழ்ந்து இறந்துபோவதை ஆண்டவரின் கிருபை அனுமதித்தது என்பதை நாம் பரிசீலிக்க வேண்டும். அப்படிப் பார்த்தால், உலகம் முழுவதும் விரைவாகவும் வேகமாகவும் மதமாற்றம் செய்யவேண்டும் என்பது சர்வ வல்லமையுள்ள ரட்சகரின் திட்டமல்ல என்பது பற்றி நாம் திருப்தியடைய வேண்டும். நம்முடைய நாட்டுக் கடமைகளைக் கைவிடாமல் நம் நாட்டு மக்களின் வாழ்க்கையையும் அவர்களின் உலகாயத சந்தோஷத்தின் பல்வேறு பரிமாணங்களையும் மத மாற்றம் செய்யும் பொருட்டு ஆபத்துக்குள்ளாக்காமல் இருந்தால் அது கர்த்தரின் கண்களுக்குத் தவறாகப்படாது.'

'இங்குமங்கும் அலைந்து திரிகிற பாதிரியார்கள் சுதேசிகளைக் கலகம் செய்வதற்குத் தூண்டும் முறையில் மத போதனை செய்வதை இயக்கு நர்கள் அனுமதித்தால் தங்களுடைய பங்குதாரர்களுக்கோ பிரிட்டிஷ் நாட்டுக்கோ தங்கள் கடமையைச் செய்தவர்களாக மாட்டார்கள். அரசியல் மாற்றத்துக்குத் தீவிர உணர்ச்சியைத் தூண்டும் நிலை ஏற்படாத வகையில் உகந்த நேரத்தில் சுதேசிகளுக்கு அவர்களுடையதைவிடச் சிறந்த மதத்தைப் போதிக்க வேண்டும். நமது குடும்பங்களுக்கும் நம் நாட்டுக்கும் நாம் செய்ய வேண்டிய கடமைகளை ஆண்டவனே நம் முன்வைத்துள்ளார். எங்கோ தொலைதூரத்திலுள்ள அன்னியர்களுக்கு அதிக நன்மைகள் புரிவதற்கு அதிக வாய்ப்பேதும் இல்லாதிருக்கும் போது அதன் பொருட்டு நமது கடமைகளைத் துறப்பதற்கு நமக்கு உரிமை கிடையாது.'

பிரிட்டிஷ் பாராளுமன்றத்தில் இவை போன்ற வாதங்கள்தான் மேலோங்கி இருந்தன. இதன் காரணமாக 1793ல் இந்த ஷரத்து நிராகரிக்கப்பட்டது. கிறிஸ்தவம் நமது சௌகரியத்துக்கான ஒரு மதம் அல்ல; பதிலாக சட்டத்தினால் அங்கீகரிக்கப்பட்ட மதமாகும் என்பதைக் காமன்ஸ் சபை உறுப்பினர்களுக்கு ஞாபகப்படுத்தி, அவர்களை வில்பர்போர்ஸ் சாடினார். ஆனால் ஏற்கனவே எடுத்துக் காட்டியபடி, 'பதினெட்டாம் நூற்றாண்டில் மதிக்கப்பட்டவர்களில் பெரும்பாலோர், சௌகர்யத்தின் பொருட்டு அரசும் சமுதாயமும் ஏற்றுக்கொண்ட மதம் சொந்த நாட்டில் எதார்த்தத்துடனும் விவேகத்துடனும் பயன்படுத்தப்படவேண்டும். வெளிநாடுகளில் அதை முரட்டுத்தனமான முறையில் பரப்ப வேண்டிய தேவை இல்லை. பொதுவான சூழ்நிலை, ஏற்கனவே கூறியபடி அகஸ்டஸின் ரோமாபுரிபோல இருந்தது. ஒவ்வொன்றும் அவற்றினுடைய இடத்தில் இருக்கும்போது எல்லா மதங்களும் சமத்துவமானவையே என்பது அந்த ராஜதந்திரியின் கருத்து.'

மதபோதகர்களுக்கு வழி திறந்துவிடும் முயற்சி இவ்வாறு தோல்வி யடைந்தது. 1813வரை பாதிரியார்களுக்கு வழி அடைக்கப்பட்டே இருந்தது. அதுமட்டுமல்ல, தங்களுடைய அனுமதி பெறாமல் இந்தியாவில் இங்குமங்கும் நுழைந்த மத ப் பிரசாரர்களின் நடவடிக்கை களையும் கம்பெனி சர்க்கார் உஷாராகக் கண்காணித்து வந்தது.

1793ல் அனுமதி பெறாமல் டாக்டர் கேரே வந்தார். இசைவுச் சான்றிதழ் இல்லாததால் கல்கத்தாவில் நுழைய அவர் அனுமதிக்கப்படவில்லை. எனவே கல்கத்தாவிலிருந்து 14 மைல் தொலைவில் உள்ள செராம் பூருக்குச் சென்றார். செராம்பூர் ஒரு டென்மார்க் குடியேற்றம். டச்சுக் காரர்கள் மதப்போதகர்களுக்கோ மதப் பிரசாரத்துக்கோ எத்தகைய தடையும் விதிக்கவில்லை. மாறாக செராம்பூர் கவர்னர் அவர்களுக்குத் தீவிரமாக உதவினார். கேரேயும் அவரது பிரசாரக்குழுவும் கிழக்கிந்திய கம்பெனி சர்க்காரின் சந்தேகப் பார்வையில் எப்பொழுதும் இருந்து வந்தனர். 1798ல் செராம்பூர் சமயப் பிரசாரக்குழு நான்கு மத போதகர் களைப் பிரசாரப் பணியில் ஈடுபடுத்த முடிவு செய்தது. அவர்கள் 1800ல் வந்து சேர்ந்தனர். கவர்னர் ஜெனரலுக்கும் இவர்களுக்குமிடையே எந்த சம்பந்தமும் இல்லை. உரிமம் பெறாமல் உற்சாகத்துடன் செயல்படும் இவர்கள் வெளிப்படையாக அங்கு தங்கி இருப்பது கம்பெனியின் கவர்னர் ஜெனரல் வெல்லெஸ்லி பிரபுவின் கண்களை உறுத்தியது. இவர்கள் எந்த நேரமும் கிழக்கு இந்தியக் கம்பெனியின் பிரதேசத்தில் சட்டவிரோதமாகப் பிரவேசித்துவிடக்கூடும். எனவே மேன்மை தங்கிய தாங்கள் அவர்களை வெளியேற்றவேண்டும் என்று செராம்பூர் கவர்னருக்கு வெல்லெஸ்லி பிரபு எழுதினார். அந்த மாதிரி எதுவும் தாம் செய்ய இயலாது என்று டேனிஷ் கவர்னர் பதிலளித்தார்.

இதேபோன்று 1806 ல் கேப்டன் வைக் இரு மதபோதகர்களைக் 'கிரிட்டேரியன்' என்ற கப்பலில் கல்கத்தாவுக்கு அழைத்துவந்தார். சர் ஜார்ஜ் பார்லோ அப்போது கவர்னர் ஜெனரலாக இருந்தார். இந்த இருவரும் கரை இறங்குவதைத் தடுக்க அசாதாரண நடவடிக்கையை எடுத்தார். இந்த இரு மதப் பிரசாரர்களையும் திருப்பி அழைத்துக் கொள்ளாவிடில், அவரது தஸ்தாவேஜுகள் அங்கீகரிக்கப்பட மாட்டா என்று கேப்டனுக்கு உத்தரவிட்டார். இத்தனைக்கும் அவர்கள் இருவரும் செராம்பூர்க்குச் சென்று டென்மார்க் அரசின் பாதுகாப்பில் இருந்தனர். மதபோதகர்கள் பற்றிய இந்தக் கண்ணோட்டம் மிகவும் நியாயமற்றது மட்டுமல்ல; அது விரோதமான கண்ணோட்டமும் ஆகும்.

1806 ல் வேலூரில் நடந்த சிப்பாய்க் கலகம் மதப் பிரசாரத்தின் விளைவு என்று தவறாகக் கணிக்கப்பட்டது. பீதியடைந்த நிலையில் இருந்த சர் ஜார்ஜ் பர்லோ உடனே செராம்பூர் மத போதகர்களின் நடமாட்டங்கள் மீது கீழ்க்கண்ட கட்டுப்பாடுகளை விதித்தார்:

1. மதபோதகர்கள் செராம்பூரிலேயே இருக்கவேண்டும். 2. கடைத் தெருவில் பகிரங்கமாக போதனை செய்யக்கூடாது. 3. மதம் மாறிய சுதேசிகள் செராம்பூரிலிருந்து அதன் பிரதிநிதிகளாக அனுப்பப்பட வில்லையெனில் அவர்கள் பிரச்சாரம் செய்யலாம்.

இஸ்லாம் பற்றிய ஒரு சிறு பிரசுரத்தை வெளியிட்டதற்காக 1807 ல் வங்க சர்க்கார் செராம்பூர் மத அமைப்பை மிகக் கடுமையாக சாடியது. அந்தப் பிரசுரத்தில் முகமது நபிகளைப் பற்றி ஆட்சேபகரமாகக் குறிப்பிட்டி ருந்தது. மத போதகர்கள்பால் கம்பெனி கொண்டிருந்த பகைமைப் போக்கை இது மேலும் தெள்ளத் தெளிவாக எடுத்துக்காட்டியது.

டாக்டர் கேரே மன்னிப்புக்கோரியும் வங்க சர்க்கார் திருப்தியடைய வில்லை. அவரது அச்சகத்தை செராம்பூரிலிருந்து கல்கத்தாவுக்கு மாற்றவேண்டுமென்று வங்க சர்க்கார் வலியுறுத்தியது. அவர்கள் வெளியிடும் பிரசுரங்கள் மீது கடுமையான கட்டுப்பாட்டை விதிக்க வசதியாக இருக்கும் என்பதாலேயே இவ்வாறு கூறப்பட்டது. இந்த செய்தி அந்த மதக்குழுவுக்கு கவலையை அளித்தது; இந்த முயற்சி அதன் பணிகளை நிச்சயம் சீர்குலைக்கும். வழக்கம்போல், டென்மார்க் குடியிருப்பின் கவர்னர் அவர்களது உதவிக்கு வந்தார். வங்காள சர்க்கார் அச்சகத்தை நிர்பந்தமாக கல்கத்தாவுக்கு எடுத்துச் சென்றால் தாம் அவர்களுக்காகப் போராடப்போவதாக பீதியடைந்த செராம்பூர் மதபோதகர்களுக்குத் தைரியம் கூறினார். பின்னால் இந்த பிரச்னைக்குத் தீர்வு காணப்பட்டு, அந்த உத்தரவு வாபஸ் பெறப்பட்டது.

ஆனால், கம்பெனியின் சர்க்கார் மதபோதகர்களின் நண்பனாக இருக்க வில்லை என்பதை இது எவ்வகையிலும் மூடிமறைத்து விடவில்லை. தங்கள் நிலையை நியாயப்படுத்த அவர்கள் இவ்வாறு வாதிடலாம். ஆனால், 1813 ஆம் ஆண்டுக்குப் பின் சமயப் பரப்புக் குழுக்கள் செயல் படுவதை அனுமதித்தபோது இவர்கள் மேற்கொண்ட கண்ணோட்டம் யாது? மதம் மாறியவர்களின் சிந்தனையிலிருந்தும் வாழ்விலிருந்தும் சாதி உணர்வு கட்டாயம் போகவேண்டும் என்ற கொள்கையை மேற் கொண்டனரா? ஒரு புராட்டஸ்டண்ட் போதகர் இது பற்றி தெரிவித்த கருத்து இதற்கு ஒரு சாதகமான பதிலை அளிக்கக்கூடியதாக இல்லை.

டாக்டர் கெய்னே 1814 ல் பின்வருமாறு எழுதினார்:

'பல சந்தர்ப்பங்களில் மதபோதகர்கள் தங்களது விரைவான அல்லது முடிவான வெற்றிக்கு மிகவும் தீங்கு விளைவுக்கும் தவறைச் செய்துள்ளனர். இந்த இந்துவை கிறிஸ்தவ சமயத்துக்கு மாற்றுவதற்கு, அவர் அவசியம் தம் சாதியை இழக்கும்படியான கொள்கையை அவர்கள் கடைப்பிடிக்கின்றனர். இந்தியாவில் இது அவமரியாதை யாகக் கருதப்படுகிறது. இது மதமாற்றத்துக்கு ஒரு பெரிய தடங்கலாக இருக்கும் என்று கருதப்படுகிறது. இந்துக்களின் அரசியல் பிரிவு அவர்களது மதக்கோட்பாடுகளின் அங்கமாக இல்லை; மிகவும் விஷயம் அறிந்தவர்கள்கூட இதைத் தவறாகப் புரிந்துகொள்கிறார்கள். இந்துக்களுக்கு கிறிஸ்தவ சமயத்தை அளிக்கும்போது அவர்களின் சாதியை வைத்துக்கொள்ள அனுமதியுங்கள்; அப்போது தயக்கமின்றி கணிசமான எண்ணிக்கையில் கிறிஸ்தவ சமயத்தைத் தழுவுவார்கள்.'

தனிப்பட்ட ஒருவரின் கருத்தை வைத்து மட்டும் இந்தப் பிரச்னையில் புராட்டஸ்டண்ட் சமயப் பரப்பு அமைப்புகளின் கண்ணோட்டம் பற்றி ஒரு முடிவுக்கு வர நான் விரும்பவில்லை. முன்பு, அவர்களின் பணி ஆரம்பித்த காலத்தில், இந்தப் பிரச்னை பற்றி எந்த நிலைப்பாடு எடுக்கிறார்கள் என்பதைச் சிந்தித்துக் கூறும்படி புராட்டஸ்டண்ட் அமைப்புகள் கேட்டுக் கொள்ளப்பட்டன என்பதற்கு ஆதாரம் உள்ளது.

கல்கத்தா பிஷப்பாக ரெவரன்ட் ஹீபர் நியமிக்கப்பட்ட சமயத்தில்தான் இந்தப் பிரச்னை ஆழமாக விவாதிக்கப்பட்டது. அவர் தமது பணியில் 1823ல் சேர்ந்தார். திருச்சபை பொறுப்பில் அவர் இருந்தபோது இந்தியா முழுவதிலும் இலங்கையிலும் அவர் விரிவான சுற்றுப்பயணத்தை மேற்கொண்டார். மதம் மாற்றம் செய்யப்பட்டவர்களிடையே இருக்கும் சாதி உணர்வைச் சகித்துக் கொள்ளலாமா வேண்டாமா என்பது தொடர்பாக புராட்டஸ்டண்ட் மதபோதகர்களிடையே தீவிரமான கருத்து மோதல் இருந்ததைத் தெரிந்துகொண்டார். இந்தக் கருத்து வேறுபாட்டைத் தீர்க்க விரும்பினார். அவர் இந்தப் பணியை

எவ்வாறு செய்ய முயன்றார் என்பதை ரத்தினச்சுருக்கமாக திரு.காயி குறிப்பிட்டிருக்கிறார். அது வருமாறு:

‘மத போதகர்களிடையே சச்சரவு இருந்தது. அதைப் போக்க ஹீபர் தீவிர அக்கறை காட்டினார். வங்காளத்திலிருந்து புறப்படும் முன்பே இந்த பிரச்னை அவர் முன் கொண்டுவரப்பட்டது. தமக்கு கிடைக்கக் கூடிய எல்லாத் தகவல்களையும் சேகரித்து பிரச்னையைப் புரிந்து கொள்ள முயன்றார். முன்னால் செயல்பட்ட புராட்டஸ்டண்ட் மதபோதகர்கள் கடைப்பிடித்த நடைமுறை பற்றி மட்டுமல்லாமல் சாதி என்ற அமைப்பின் உண்மைத்தன்மையைப் பற்றியும் அறிந்து கொள்ள விரும்பினார். பிஷப் கல்லூரியில் கிறிஸ்தவ சமயத்துக்கு மாறிய ஒருவர் இருந்தார். அவர் பெயர் கிறிஸ்டியன் டேவிட். அவர் சுவார்ட்ஸ் என்பவரின் மாணவர்; உண்மையிலேயே மிகத் திறமையானவர். தெய்வ பக்திபோலவே புத்திக்கூர்மையிலும் சிறந்து விளங்கியவர். தம்முடைய சந்தேகங்களுக்கு விரைவாக விடை கிடைப்பதற்கு அணுகவேண்டியவர்களுள் அவரும் ஒருவர் என்று ஹீபர் கருதினார். எனவே ஒரு கேள்விப் பட்டியலைத் தயாரித்து அந்த சுதேசி கிறிஸ்த வரிடம் அளித்தார்; அவரிடமிருந்து பதில்களைப் பட்டியலாகப் பெற்றார்; அந்தப் பதில்கள் அருமையான ஆங்கிலத்தில் இருந்ததோடு, சுலபமாக ஒதுக்கித் தள்ளிவிட முடியாத அளவுக்குத் துல்லியமாகவும் ஆழமாகவும் இருந்தன.

‘முதலாவதாக, சாதியின் தன்மை குறித்து : தென்னிந்தியாவின் சுதேசிகள் சாதி என்பதை இவ்வுலக வாழ்வு சம்பந்தப்பட்ட முக்கிய மான ஒரு கருத்தாகவே எடுத்துக்கொள்கின்றனர்; மற்றபடி எந்த மத எண்ணங்களோடும் அவர்கள் அதைச் சம்பந்தப்படுத்துவதில்லை’ என கிறிஸ்டியன் டேவிட் குறிப்பிட்டார். ‘உயர் சாதியிலிருந்து மதம் மாறிய சுதேசிகள் கீழ் சாதியிலிருந்து மதம் மாறியவர்களுடன் உறவு வைத்துக் கொள்வதில் அக்கறை காட்டுவதில்லை; அது மதரீதியான அல்லது மூட நம்பிக்கையினால் ஏற்பட்டதல்ல, மாறாக சமூகக் காரணங்களால் தோன்றியவையே; உயர் சாதிக்கும் கீழ் சாதிக்கும் இடையே உள்ள சில வேறுபாடுகள் எத்தகைய உயர்வான குறிக்கோள் அடிப்படையிலும் அமைந்தவையல்ல; இந்தப் பாகுபாடுகள் லௌகீகச் செல்வங்களை அடைவதால் மட்டுமே தங்கமுலாம் பூசிவிட முடியாதவை என்றும் டேவிடட் கூறினார்.

கீழ்ச்சாதியைச் சேர்ந்தவர்கள் வழக்கமாகவே சகிக்க முடியாத முறையில் பேசுகின்றனர். அடிக்கடி முரட்டுத்தனமான அல்லது உயர்சாதியினரின் உணர்வுகளை அவமதிக்கும்ரீதியில் கண்ணியமற்ற முறையில் பேசுகின்றனர் என்பதையும் குறிப்பாக எடுத்துக்காட்டினார்; அவர்கள் தங்கள் வாழ்க்கைமுறையில் ஒழுக்கக்குறைவாகவும்

சுயமரியாதைக் குறைவாகவும் இருக்கின்றனர். கல்வி அவர்களை உயர்த்தும் என்றார்; ஒரு பறையர் கல்விமானாக மாறினால் அவரை பண்டிதர் என்று அழைக்கின்றனர்; மாதா கோவிலும் அவரை மதிக்கும்; அப்போது மதம் மாறிய உயர் சாதியினர் அவரோடு பழகுவர்; ஆனால் உலகம் தூற்றும் என்றோ தற்பெருமையின் காரணமாகவோ ஒரே தட்டில் அவருடன் உணவு அருந்தமாட்டார்கள். சீகன்பல்க் காலத்தி லிருந்தே மாதா கோவிலில் இரண்டு தனித்தனி பிரிவுகளில் அமர்ந்து பழகிவிட்டார்கள்; கர்த்தரின் முன்னிலையில் தனித்தனியாக தங்களை வெளிப்படுத்திக் கொள்வர்; ஒரே கோப்பையில் பானத்தை அருந்துவர்; ஆனால் உயர்சாதியிலிருந்து மாறியவர்கள் முதலில் அருந்துவர்; இவை லௌகீக விஷயங்கள் சம்பந்தமான வேறுபாடுகள் மட்டுமே என்பதற்குச் சான்றாக கிறிஸ்டியன் டேவிட் ஒன்றைக் குறிப்பிட்டார்: அதாவது தெற்கத்திய கிறிஸ்தவ கூட்டத்தினரில், உயர்சாதியைச் சார்ந்தவரும் கீழ்ச்சாதியினரும் மரணத்துக்குப் பின் பொதுவான ஒரு இடுகாட்டில் புதைக்கப்படுகின்றனர்; சவ அடக்கம் சம்பந்தமான சடங்குகளில், 'புற சமயங்களை அனுஷ்டிக்கும் தேசங்களுக்கு மாறாக, மரணம் எல்லா வேறுபாடுகளையும் சமப்படுத்திவிடுகிறது என்ற உணர்வில்' ஒன்றாகக் கலந்து கொள்கின்றனர்.'

'கிறிஸ்தவ சமயத்துக்குத் தடங்கலாக ஆகிவிடக்கூடிய கடுமையான விதிகளைக் கடைபிடிப்பதற்குப் பதிலான லேசான ஆட்சேபத்தின் மூலமும் நயந்து எடுத்துச் சொல்லி இணங்க வைப்பதன் மூலமும் அனுபவமிக்க மத போதகர்கள் தீங்கைக் குறைக்க முயன்றனர். சுவார்ட்ஸின் கீழ் சமய பரப்புக் குழுக்கள் இயங்கியபோது, தீங்கு கணிசமான அளவு குறைக்கப்பட்டது என்றார் டேவிட்.

ஆனால், கிறிஸ்தவ சமயப் பரப்புக் கழகத்தைச் சேர்ந்த திரு.ரீனியஸ் கிறிஸ்தவ மத ஆசிரியர்களின் கடமைகள் பற்றி மாறுபட்ட கருத்து களைக் கொண்டிருந்தார். அவர் உண்மையான மனசாட்சிப்படி உணர்வு பூர்வமான, விசுவாசமுள்ள கிறிஸ்தவரான அவர் தென்னிந்தியாவின் இளைய மதபோதகர்களைத் தன் கருத்துகளுக்கு ஆதரவாகத் திரட்டினார்; எனவே, சாதியை முற்றிலுமாக மறுப்பது - அது சமூக சம்பந்தமாக இருந்தபோதிலும் - கிறிஸ்தவ சமயத்தில் சேர்த்துக் கொள்வதற்கு ஓர் அத்தியாவசிய நிபந்தனை என்பதை அவர்கள் ஒப்புக் கொண்டனர்; அதுமட்டுமன்றி முந்தைய மதபோதகர்களுக்கு எதிராகவும் பேசினர்; பிரசாரம் செய்தனர்; கிறிஸ்தவ சமயத்தின் பரிசுத்தத்தை மாசுறச் செய்யும் விஷயங்களை அனுமதித்ததற்காக அவர்கள் 'ஏசுநாதரின் போதனையைக் கறைப்படுத்தியவர்கள்' என்று கண்டனர் செய்தனர்; இவற்றையெல்லாம் பற்றி மிகவும் வருத்தத் தோடு கிறிஸ்டியன் டேவிட் தெரிவித்தார்.

அவரது கருத்து அவருடைய பழைய குருவான கிறிஸ்டியன் சுவார்ட்ஸின் கோட்பாடுகளுடனும் நடைமுறையுடனும் இயல் பாகவே இசைந்து போகக்கூடியதாக இருந்தது. பிஷப்பின் லேசான தலையீடும் அன்பான ஆலோசனையும் மிகுந்த சகிப்புத் தன்மையையும் பொறுமையையும் கடைப்பிடிக்கும்படி இளம் பிரசாரகர்களின் இதயங்களை ஒழுங்குபடுத்தியிருக்கும் என அவர் கருதினார்.

'அதிக அக்கறையுடனும் அதிக நேர்மையுடனும் இந்தப் பிரச்னையை ஹீபர் தம் மனதில் அலசிப் பார்த்தார். அந்த மனிதரின் பண்பு பற்றி நாம் தெரிந்து கொண்டவை அனைத்தின்படி, முந்தைய மதபோதகர்கள் கையாண்ட சமரச நடைமுறைகளுக்குச் சாதகமான நிலையை அவர் எடுத்திருக்கவேண்டும். ஆனால் மேலும் தகவல்களை சேகரிக்கவும் ஸ்தலத்தில் விவேகமான முழுமையான முடிவு எடுப்பதற்கும் சந்தர்ப்பம் ஏற்படும் வரையில் தமது இறுதி முடிவை ஒத்திவைத்தார். எனவே தென் ராஜதானிக்கு அவர் விஜயம் செய்தபோது, முக்கியமான மதபோதகர்களுக்கு மேலும் தகவல் கேட்டு கடிதங்கள் எழுதினார்; கிறிஸ்தவ ஞான கழகத்தைச் சார்ந்த ஒரு கமிட்டியை இந்த விஷயம் பற்றி மேலும் ஆய்வுகள் நடத்த நியமித்தார். அருட்திரு டி.சிரிவோகலுக்கு எழுதிய கடிதத்திலிருந்து - வழக்கமான கேள்விப் பட்டியலைவிடச் சற்று அதிகம் இருந்தாலும்- அவரது கருத்துகளின் போக்கைக் கண்டுபிடிக்க முடியும்.

மிகவும் ஆழமாகப் பரிசீலித்தபின், கடற்கரை பிரதேசங்களில் மதம் மாற்றம் செய்யப்பட்ட கிறிஸ்தவர்களிடையே நிலவிய சாதி அமைப்பின் பிரதான அம்சங்கள் உண்மையில் கிறிஸ்தவ நாடுகளில் நிலவும் சமுதாய விலக்கம் என்பதிலிருந்து சொற்பமே வேறுபட்டு உள்ளன. ஐரோப்பாவில் சாதி போல் எதுவும் இல்லையா... அமெரிக்காவில் சாதி போல் எதுவும் இல்லையா? ஆங்கிலேய மாதா கோவில்களில் உயர்ந்த நிலையிலுள்ளவர்களும் தாழ்ந்த நிலையில் உள்ளவர்களும் தனியாக உட்காருவதில்லையா? நன்கு உடையணிந்த நமது உயர்சாதியினர் வழிபாட்டு மேடைக்கு முதலில் செல்வ தில்லையா? உயர்ந்தவர்களும் தாழ்ந்தவர்களும் ஒன்றாக அமர்ந்து உணவு அருந்துகிறார்களா? இவர்களின் குழந்தைகள் எல்லோரும் ஒரே பள்ளிகளுக்குச் செல்கின்றனரா? நம்மிடையே பறையர்கள் இல்லையா? பிற நாகரிக நாடுகளில் சமூகரீதியிலான ஏற்றத்தாழ்வுகளின் அடிப்படையில் ஒரு வகையான சாதி உணர்வு நிலவவில்லையா? ஸ்பானிய கிடால்கோ நைந்து போன அழுக்கான உடையில் தனது சாதியை வெளிப்படுத்துவதில்லையா? மிகச் செல்வச் செழிப்பான முலாட்டோ மிகவும் ஏழ்மை நிலையிலுள்ள வெள்ளையரோடு கூட்டாளியாக, தோழனாகப் பழக முடியுமா? ஒன்றில் அது ரத்தம் என்று

சொல்லப்படலாம்; வேறொன்று மற்ற ஒன்றாக இருக்கலாம். ஆனால் அடிப்படை அம்சங்களில் ஒன்று மற்றொன்றிலிருந்து சொற்பமே வேறுபடும்.

கடவுள் முன்னிலையில் எல்லா மனிதர்களும் சமம் என்ற கிறிஸ்தவக் கோட்பாடு புத்திசாலித்தனமானது; பாராட்டுதலுக் குரியது. ஆனால், மனிதர்களின் பார்வையில் எல்லோரும் சமம் அல்ல என்பதும் அதே அளவு உண்மையாகும். அவர்கள் சமமாக இருக்கவேண்டும் என்று ஒருவேளை கடவுள் நினைக்கவில்லையோ என்னவோ! சமூக வேறு பாடுகள் எல்லா இடத்திலும் நிலவுகின்றன. தெற்குக் கடலோரப் பகுதிகளில் மதமாற்றம் செய்யப்பட்டவர்களிடையே இருக்கும் வேறுபாடுகள் சமூகப் பாகுபாடுகளே என்றால், மனிதர்களில் வேறு எந்தப் பகுதியினரிடமும் இல்லாத இந்த சமத்துவம் என்ற நியதியை அமுலாக்க முயலுவதன் மூலம் நமது முயற்சிகளின் வெற்றிக்கு ஏன் ஆபத்தை உண்டாக்கவேண்டும் என்று பிஷப் வாதிட்டார்.

'பிஷப் ஹீபரின் விவேகமான சிந்தனை இது. முதலிலிருந்தே அவர் சொல்லிவந்ததுபோல் இந்தியாவில் கிறிஸ்தவ சமய லட்சியத்துக்குத் தாம் ஏதாவது சேவை செய்ய முடியுமானால் நடுவராக இருந்து கொண்டு சமரச வழியில், அதிதீவிரம் காட்டுபவர்களை நிதானப்படுத்தி பிரதான மதப் போதகராக அதிகம் நல்லது செய்ய முடியும் என்று அவர் நம்பியிருக்கலாம். ஆனால் இப்போது பழைய சீசாக்களில் புதிய ஒயினை அதிகம் ஊற்ற வேண்டாம் எனத் தீர்மானம் செய்துள்ளவர் களின் பக்கம் தமது பதவியின் செல்வாக்கைப் பயன்படுத்துவது தனக்கு வகுக்கப்பட்ட கடமை என்று நம்பினார்.'

1841ல் இந்தியாவுக்கு வந்த மற்றொரு புராட்டஸ்டண்ட் மதபோதகரான அருட்திரு ராபர்ட் நோபிள் இந்தக் கருத்தை மேலும் அதிக வலுவாக வெளியிட்டார். இங்கிலாந்து கிறிஸ்தவ சமயப் பரப்பு அமைப்பின் பணிகளுக்குப் பொறுப்பாளராக அவர் மசூலிப்பட்டணத்தில் இருந்தார். பறையர்கள், தோல் பதனிடும் தொழிலாளர், தெருச் சுத்தம் செய்யும் தோட்டிகள் ஆகியவர்களை அவர் பள்ளியில் சேர்த்துக் கொள்வதில்லை என்ற விதியைக் கடைப்பிடித்தார். கிறிஸ்தவ மதத்தைச் சேர்ந்தவர்களிடையே சாதியைக் கொண்டுவருகிறார் என்ற குற்றச்சாட்டுக்கு எதிராக தம் நிலை சரியென்று வாதிட்டார். அதைப் பின்வருமாறு நியாயப்படுத்தினார்:

'இங்கிலாந்தில் மிகவும் தெய்வ நம்பிக்கையுள்ள கிறிஸ்தவப் பெற்றோர்கள் தங்கள் புதல்வர்களை - புதல்விகளைப் பற்றிச் சொல்ல வேண்டியதில்லை - தங்களுடைய பணியாளுடனோ, சமையல்காரர் களோடோ, பணிப்பெண்களோடோ கல்வி கற்பதை

அனுமதிக்கமாட்டார்கள். மற்ற காரணங்களைவிட எங்கள் கிராமத்துப் பையன்களோடு திருட்டுத்தனமாக விளையாடச் சென்ற காரணத்துக் காகவே அடிக்கடி என் தந்தை என்னை அதிகமாகத் தண்டித்திருக்கிறார். கிறிஸ்தவ கனவான் குடும்பத்தில் வேலையாட்களுடன் பேசுவதையோ, சமையல் அறைக்குச் செல்வதையோ அனுமதித்ததை நான் பார்த்ததில்லை. சமையல்காரரோடோ குதிரை லாயப் பணியாளரின் குழந்தைகளோடோ பழகுவதை என் தகப்பனார் அனுமதித்ததில்லை. எனவே, ஏசுநாதரின் போதனையைக் கற்றுக் கொடுப்பதற்கு முன், பிராமணர்கள் பறையர்களோடும் தோட்டி களோடும் அதே வகுப்பில் உட்கார வேண்டுமென்று கோருவது சரியென்று நினைக்க முடியாது. அவ்வாறு கோருவது நியாயமற்றதும் கிறிஸ்தவத்தன்மையற்றதுமாகும்.'

ஹீபர் காலத்துக்குப் பின், விவேகமும் மதப்பற்றும் கொண்ட பல கிறிஸ்தவர்கள் அவர் மேற்கொண்ட நிலை தவறு என்று கருதியது உண்மையே. பிஷப் வில்சனும் பிந்திய காலத்தில் தனது முடிவைத் திட்டவட்டமாக மாற்றியதோடு, இந்து சமயத்தின் பிரிக்க முடியாத அம்சம் சாதி என்ற அடிப்படையில் சாதி பாகுபாடுகளை அனுமதிப் பதற்கு எதிராக தனது நிலையை அறிவித்தார். ஆனால் உண்மை என்னவெனில், அதிகாரபூர்வமானது மட்டுமின்றி புராட்டஸ்டண்ட் சமயப் பரப்பு அமைப்புகள் இந்தியாவில் இந்திய கிறிஸ்தவ மதத்தில் சாதியின் இடம் பற்றி மேற்கொண்ட பொதுவான நிலையும் அதுதான்.

இவ்வாறாக, இந்தியாவில் கிறிஸ்தவ சமயம் பரவுவதற்காக, அந்த மதம் சுலபமாக்கப்படவேண்டுமென்று எல்லா சமயப் பரப்பு அமைப்பு களும் ஒத்துக்கொண்டன. இந்த விஷயத்தில், கத்தோலிக்கர்கள், லூத்ரன் பிரிவினர் அல்லது புராடெஸ்டெண்ட் பிரிவினர் ஆகிய வரிடையே வேறுபாடு இருந்தது என்று தோன்றுகிறது. அந்த வித்தியாசம் அளவைப் பொறுத்த ஒன்றே. கிறிஸ்தவ மதத்துக்கு மாற்றப்பட்டவர்களிடையேயும் சாதியும், மற்றவையும் நிலைத் திருக்கின்றன என்றால் அது இந்தக் கொள்கையின் விளைவே. அதாவது கிறிஸ்தவ சமயத்தை வளைந்து கொடுப்பதாக ஆக்கும் கொள்கையின் விளைவே. இந்தக் கொள்கையைக் கடைப்பிடிக்கும்போது என்றாவது ஒரு நாள் யாராவது அவர்களிடம், கிறிஸ்தவ மதம் சாதியை நீக்க வில்லையெனில் அந்த மதம் எவ்வாறு நல்லதாக இருக்க முடியும் என்று கேட்பார்கள் என்று மதபோதகர்கள் ஒருபொழுதும் நினைத்ததில்லை.

கேள்வியின் இரண்டாவது பகுதியை எடுத்துக்கொள்வோம். மதம் மாறியவர்களைத் துன்பங்களிலிருந்தும் இழிவிலிருந்தும் கிறிஸ்தவ சமயத்தால் காப்பாற்ற முடிந்ததா? இந்த துன்பங்களும் இழிவும்

தீண்டப்படாதவராகப் பிறந்த ஒவ்வொருவரின் துரதிர்ஷ்டமே. கிறிஸ்தவ சமயத்துக்கு மாற்றப்பட்டபின் ஒரு தீண்டப்படாதவன் பொதுக்கிணற்றில் தண்ணீர் எடுக்க முடியுமா? அவனது குழந்தைகள் பொதுப் பள்ளிகளில் சேர்க்கப்படுகின்றனவா? அவர் அதுவரை நுழைய முடியாத உணவு விடுதிகளுக்கோ அல்லது மதுக்கடைகளுக்கோ போக முடியுமா? நாவிதர் ஒரு தீண்டப்படாதவருக்குச் சவரம் செய்வாரா? ஒரு சலவையாளர் உடைகளைத் துவைத்துக் கொடுப்பாரா? ஒரு பஸ்ஸில் அவர் பிரயாணம் செய்ய முடியுமா? மன உறுத்தலின்றி அவர் ஒரு பொது அலுவலகத்தில் நுழைய அனுமதிக்கப்படுவாரா? ஓர் இந்து அவரிடமிருந்து தண்ணீர் வாங்கி அருந்துவாரா? கிராமத்தில் தீண்டப்படுபவர் வாழும் குடியிருப்புகளில் குடியிருக்க அனுமதிக்கப்படுவாரா? அவருடன் அமர்ந்து அவர்கள் உணவு அருந்துவார்களா? இந்தக் கேள்விகள் ஒவ்வொன்றுக்கும் 'இல்லை' 'முடியாது' என்ற பதிலே கிடைக்கும் என்று உறுதியாக நம்புகிறேன். வேறு வார்த்தைகளில் சொல்ல வேண்டுமாயின், மதமாற்றம் தீண்டப்படாதவரின் சமூக அந்தஸ்தில் எந்தவித மாற்றத்தையும் கொண்டுவரவில்லை. இந்துக்களில் பெரும்பான்மையானவர்களைப் பொறுத்தவரை, கிறிஸ்தவனாக மாறிய பின்பும் தீண்டப்படாதவன் தீண்டப்படாதவனாகவே இருக்கிறான்.

கேள்வி என்னவெனில், மதம் மாறிய தீண்டப்படாதவர்களின் அந்தஸ்தை உயர்த்துவதில் கிறிஸ்தவ சமயம் ஏன் வெற்றி பெறவில்லை? இந்தத் தோல்விக்கான காரணங்கள் யாவை? இந்தப் பிரச்னை பற்றி அக்கறையுள்ள ஒவ்வொருவரும் நான் கூறும் காரணங்களை ஏற்றுக்கொள்வாரா என்பது எனக்கு நிச்சயமாகத் தெரியவில்லை. என்ன மரியாதை கிடைத்தாலும் நான் அவற்றை எடுத்துக் கூறப்போகிறேன். நான் கூறப்போவதைச் சரியாகப் புரிந்து கொள்ளும் பொருட்டு, உணர்ந்து கொள்ளும் பொருட்டு மதம் மாறியவர்களின் அந்தஸ்தில் மாற்றம் ஏற்படுத்துவது இரண்டு வகையான மாற்றத்தின் விளைவாகவே சாத்தியம் என்பதை எடுத்துக்காட்டி என் வாதத்தைத் துவங்குகிறேன்.

இந்துக்களின் கண்ணோட்டத்தில் ஒரு மாற்றம் அவசியம் ஏற்பட வேண்டும். இரண்டாவதாக மதம் மாறியவர்களின் மனப்போக்கில் ஒரு மாற்றம் அவசியம் இருக்கவேண்டும். அந்தஸ்து இரண்டு அம்சங்களைக் கொண்டது. இரண்டு நபர்களுக்கிடையே உள்ள விஷயம் அது. தங்கள் பழைய நிலையிலிருந்து இருவரும் நகர்ந்தாலொழிய மாற்றம் ஏற்படமுடியாது. கிறிஸ்தவ மத முன்னேற்றத்துக்குப் பொறுப்பானவர்கள் இரு பக்கத்தினரும் நகருவதற்கு என்ன செய்திருக்கிறார்கள்? இந்தக் கேள்வியைப் பரிசீலித்தால், மதம் மாற்றம்

செய்யப்பட்ட தீண்டப்படாதவர்களின் அந்தஸ்தை உயர்த்த ஏன் கிறிஸ்தவ மதம் தவறிவிட்டது என்பதைப் புரிந்துகொள்ள நமக்கு உதவும்.

இந்தக் கேள்வியைப் பகுதி பகுதியாகப் பரிசீலிப்போம். இந்துக்கள் அவர்களின் நிலையிலிருந்து மாற கிறிஸ்தவ மதம் என்ன செய்துள்ளது? அவர்கள் ஒன்றும் செய்யவில்லை என்று எனக்குத் தோன்றுகிறது. இது விஷயத்தில் ஏதேனும் ஒரு கருத்து ஓர் அற்புதத்தை நிகழ்த்தலாம் என்று அவர்கள் நம்பிக் கொண்டிருக்கிறார்கள் போலும். ஒரு கருத்து, அதாகவே பணியைச் செய்யும் என்ற நம்பிக்கை பற்றி மறைந்த ஆர்க்கிலி கோமகன் தெளிவாகக் கூறியிருக்கிறார். அவர் கூறினார்:

'இம்மாதிரி சக்தி வாய்ந்ததொரு சீர்திருத்த முறை எதுவும் இல்லை. ஒரு பொய்யான அல்லது இழிவான அல்லது விஷமத்தனமாக குரூரமான அமைப்போடு ஒரு ஒவ்வாத கருத்தை முன்வைத்தால், அப்போது எவ்வித சர்ச்சையோ போராட்டமோ இல்லாமல், அந்த நம்பிக்கை களும் பழக்கவழக்கங்களும் ஒரு கருத்து அலையை ஏற்படுத்தும். இவ்வாறாகத்தான், எந்த ஒரு நேரடித் தாக்குதலும் இல்லாமல் அஞ்ஞான உலகத்தின் மிகவும் பலமான, மிகவும் விரிந்து பரவியிருந்த அடிமைத்தனத்தை கிறிஸ்தவ சமயம் ஒழித்தது.'

ஒரு கருத்தின் முக்கியத்துவம் எதுவாக இருந்தாலும் ஆர்க்கிலி கோமகனின் முடிவைச் சரியென்று வரலாறு நிரூபிக்கவில்லை என்பது நிச்சயம். ரோம சாம்ராஜ்யத்தில் அடிமைத்தனம் முடிவுக்கு வந்தது கிறிஸ்தவ மதத்தின் செல்வாக்கினாலா என்பது வாதத்துக்குரியது. கிறிஸ்தவ சமயம் ஓர் அமைப்பாகப் பல நூற்றாண்டுக்காலம் நிலை நிறுத்தப்பட்டிருந்த போதிலும் ஐரோப்பாவில் அடிமைத்தனம் தொடர்ந்து இருந்தது என்பதில் சந்தேகத்துக்கிடமில்லை. அமெரிக்காவில் அடிமைத்தனத்தை முடிவுக்குக்கொண்டு வர கிறிஸ்தவ மதம் போதுமானதாக இருக்கவில்லை என்பதும் மறுக்க முடியாத உண்மை. கிறிஸ்தவ மதத்தால் மறுக்கப்பட்ட நீக்ரோவின் விடுதலையைப் பெற்றுத்தர ஓர் உள்நாட்டு யுத்தம் அவசியமானது.

கிறிஸ்தவ மதத்தைப் பரப்பும் முயற்சியில் ஈடுபட்டவர்கள், ஒரு கருத்தை விதைத்துவிட்டால் அது அதிசயத்தை நிகழ்த்தும் என்று நம்பியிருந்தனர். கிறிஸ்தவ மதத்தில் சேர்ந்தபோதிலும், தீண்டப்படாதவன் ஏன் தீண்டப் படாதவனாகவே இருந்தான் என்பதற்கு அது ஒரு காரணம்.

கேள்வியின் மற்ற பாகத்தை எடுத்துக்கொள்கிறேன். தீண்டப் படாதவர்கள் முன்னேற கிறிஸ்தவ சமயம் ஆக்கபூர்வமாக உற்சாகப் படுத்தியதா? அது அவ்வாறு செய்யவில்லை என்றே நான் சொல்ல வேண்டியிருக்கிறது.

கிறிஸ்தவ போதனை தீண்டப்படாதவர்களிடையே 'நடைமுறை' சீர்திருத்தம்பற்றிக் குறைவாகவும் கிறிஸ்தவ சமூக கண்ணோட்டங் களைப்பற்றி அதிகமாகவும் கவனம் செலுத்தியது. தீண்டப்படாதவர் களை மதம் மாற்றம் செய்ய விரும்பும் கிறிஸ்தவர்கள், கிறிஸ்தவ சமயத்தை 'ஆன்மிக' விஷயம் மட்டுமே என்று வலியுறுத்துகிறார்கள். மற்றவர்களை நேசிக்கவேண்டும் என்ற கடமை கிறிஸ்தவர்களுக்கு உள்ளது என்று போதிப்பது மிகவும் மதிப்புள்ளது என்பதில் சந்தேக மில்லை. ஆனால், அதோடு நிறுத்திக் கொண்டு, சமூகப் பார்வையில் பிரதிபலிக்கும் ஆன்மிக வாழ்க்கை லௌகிக வாழ்க்கையோடு தொடர்புடையதல்ல என்றும் அது பற்றிக் கிறிஸ்தவர்கள் செய்ய வேண்டியது எதுவுமில்லை என்றும் வாதிடுவது ஒரு வெற்று சித்தாந்தத்தைப் போதிப்பதேயாகும் என்பது எனது கணிப்பு.

தவறு செய்யும் ஒருவன் நல்லவனாகவேண்டும் என்று தினம் வேண்டிக் கொள்வது போதுமா? தவறான செயல் செய்பவனை நல்லவன் ஆக்க நடவடிக்கை எடுக்கவில்லை என்றால் அந்த வேண்டுதல் என்ன பலனை அளிக்கும்? மதம் மாறிய பின்பும் அவர்களைத் தொடரும் அநியாயத்தை அகற்றச் செயல்படுவது தங்கள் கடமை என்று கிறிஸ்தவ மத போதகர்கள் ஒருபோதும் சிந்தித்ததில்லை. தீண்டப்படாதவர்களின் சமூக விமோசனம் பற்றி கிறிஸ்தவ மத அமைப்புகள் செயல்படாமல் இருந்தது நிச்சயமாகத் துயரமானது. அதைவிட அதிகம் துன்பம் தருவது, கிறிஸ்தவ சமயத்துக்கு மாறிய தீண்டப்படாதோரின் செயலற்ற தன்மைதான். அது மிக மிகத் துயரம் அளிப்பது. மதம் மாறுவதற்குமுன், இந்துக்களால் தீண்டப்படாதவன் எவ்வாறு அவதிக்குள்ளானானோ அதேபோல் மதம் மாறியபின்பும் தொடர்ந்து அவதிப்படுகிறான்.

கொடுமைகளிலிருந்து விமோசனம் பெற கிறிஸ்தவ மதத்துக்கு மாறாத தீண்டப்படாதவர்கள் ஒரு இயக்கத்தை நடத்தி வருகிறார்கள். ஆனால் தங்களின் சமுதாயக் கொடுமைகளைப் போக்கத் தீண்டப்படாத கிறிஸ்தவர்கள் அந்த மாநாடுகளில் கூடுவதை நான் ஒருபோதும் கண்டதில்லை. அவர்களுக்குக் குறைகள் உள்ளன என்பதில் சந்தேக மில்லை. அவர்களின் போராட்டத்தில் அவர்களுக்குத் தலைமை தாங்கி நடத்தப் படித்தவர்கள் பலர் உள்ளனர் என்பது நன்கு அறிந்த ஒன்றே. அப்படியாயின் அவர்களின் குறைகளைப் போக்குவதற்கு ஓர் இயக்கம் இல்லாதது ஏன்?

கிறிஸ்தவத் தீண்டப்படாதவர்கள் ஏன் ஒரு இயக்கத்தைக் கட்டி வளர்க்கத் தவறிவிட்டார்கள் என்பதற்கு மூன்று காரணங்களை நான் காண்கிறேன். முதலாவதாக, தங்கள் சமூகத்தின் நலன்களைப் பாதுகாக்கும் கடமையை மேற்கொள்ளவேண்டும் என்ற விருப்பம், படித்த கிறிஸ்தவர்கள் மத்தியில் முற்றிலுமாக இல்லாதிருப்பதாகும்.

இதற்குக் காரணம் என்ன? கிறிஸ்தவ சமூகத்தில் உள்ள படித்த வகுப்பினர்களுக்கும் சாமானிய மக்களுக்குமிடையே உறவுகள் எதுவும் இல்லை என்பதே எனது கணிப்பு.

சில இடங்களில் உயர்சாதி, கீழ்ச்சாதி என்று இது பிரிந்திருக்கிறது. கிறிஸ்தவ சமூகம் பல்வேறு பிரிவினரைக் கொண்ட சமூகம். படித்த வர்க்கம் பெரும்பாலும் தீண்டப்படுபவர்களிடமிருந்து அல்லது மேல் சாதியிடமிருந்து வந்துள்ளது. கீழ்ச் சாதி அல்லது தீண்டப்படாதவர் வர்க்கத்தைச் சேர்ந்தவர்களிலிருந்து படித்த வர்க்கம் பிரிந்து இருப்பதால், படித்த வர்க்கத்துக்கு மற்றவர்களின் தேவைகள், துன்பம், அபிலாஷை, விருப்பங்கள், வாழ்க்கை லட்சியம் ஆகியவை பற்றிய பொறுப்பு எதுவும் இல்லை; அவர்களின் நலன் பற்றி அக்கறை காட்டுவதில்லை. எனவே, தீண்டப்படாத கிறிஸ்தவர்களுக்கு வழி நடத்தும் தலைமை இல்லை; இதனால் அவர்கள் தங்கள் குறைகளைப் போக்கத் திரண்டு எழவில்லை.

இரண்டாவது காரணம்: தீண்டப்படாத கிறிஸ்தவர்களிடையே இயக்கம் எதுவும் இல்லையெனில், மதம் மாறியவர்களின் மனோபாவத்தில் உள்ள சில குறைபாடுகளே காரணமாகும். தனது விலங்குகளை அறுத்து எறியவேண்டும் என்ற உணர்வே முற்றிலுமாக இல்லாதது தீண்டப்படாத கிறிஸ்தவர்களின் மனோபாவத்தை எடுத்துக் காட்டுகிறது. தீண்டப்படாத கிறிஸ்தவர்களிடையே இத்தகைய ஆர்வம் இல்லாததன் காரணம் என்ன? இதற்கு இரு காரணங்கள் உள்ளன எனக் கருதுகிறேன். கிறிஸ்தவர்களாக மாறிய தாழ்த்தப்பட்டவர்களின் முந்திய நிலையில் இதற்கான ஒரு காரணத்தைக் காணலாம். ஒரு தீண்டப் படாதவன் சில நலன்களுக்காக அல்லது பைபிளின் போதனைகள் அவனுக்குப் பிடிப்பதால், கிறிஸ்தவ சமயத்தில் சேர்கிறான். இந்துமத போதனைகள் பற்றித் தீர்மானமான அதிருப்தி அல்லது விருப்பமின்மை காரணமாக ஒரு தீண்டப்படாதவன் கிறிஸ்தவனாக ஆவது அபூர்வம்; இதன் விளைவு என்னவெனில் கிறிஸ்தவ சமயம், அவனுடைய பழைய மத நம்பிக்கையின் பின்னிணைப்பாக மட்டுமே ஆகிறது. அவன் இரண்டையும் போற்றுகிறான்; ஒவ்வொரு சந்தர்ப்பத்துக்கும் ஏற்ற முறையில் அவற்றைக் கடைப்பிடிக்கிறான்.

தீண்டப்படாத கிறிஸ்தவர்களிடையே எந்தவிதத் தூண்டுதலும் இல்லாமலிருப்பதற்கு இரண்டாவது காரணம் கிறிஸ்தவ மாதா கோவில்கள் அளிக்கும் போதனைகளே. ஒரு மனிதன் வீழ்ச்சிக்கு அவனது முந்தைய பாபம்தான் காரணம் என்றும், ஒருவன் கிறிஸ்த வனாக மாறுகிறான் என்றால், கிறிஸ்தவ சமயத்தில் பாபங்களுக்கு மன்னிப்பளிக்கும் வாக்குறுதி இருப்பதுதான் அதற்குக் காரணம் என்றும் கிறிஸ்தவ மதம் போதிக்கிறது. இந்த சித்தாந்தத்துக்கு இறை நம்பிக்கை

மற்றும் விவிலிய நூல் போதனை ஆகியவை அடிப்படைக் காரணமாக இருந்தபோதிலும், சமுதாயக் கண்கொண்டு பார்த்தால் இந்த சித்தாந்தம் நாசத்தை விளைவிக்க வல்லது என்பது தெளிவு. மனிதனது வீழ்ச்சிக்குக் காரணம் சாதகமற்ற சூழ்நிலையே, சக சமூகமே அன்றி மனிதனின் பாபங்கள் அல்ல என்ற சமூக இயல் நிலைக்குக் கிறிஸ்தவ மத போதனை நேரடிச் சவாலாக உள்ளது. சமுதாய இயல் கண்ணோட்டம்தான் சரியான கண்ணோட்டம் என்பதும், கிறிஸ்தவக் கோட்பாடு மனிதனைத் தவறாக வழிகாட்டுகிறது என்பதும் மறுக்க முடியாது. அது அவனைத் தவறான பாதையில் கொண்டுவிடுகிறது. தீண்டப்படாத கிறிஸ்தவர்களுக்கு உண்மையில் நடந்தது இதுதான்: தவறான சமூக, மதச் சுற்றுச்சார்புதான் அவனது வீழ்ச்சிக்குக் காரணம் என்று போதிப்பதற்குப் பதிலாக அவனது வீழ்ச்சிக்குக் காரணம் அவனது பாபம் என்று போதிக்கப்படுகிறது.

இதன் விளைவு என்னவெனில், மதம் மாறிய தீண்டப்படாதவன் சுற்றுச் சார்பை வெற்றி கொள்ள வேண்டுமென்று ஊக்கம் பெறுவதற்குப் பதிலாகப் போராடுவதில் எந்தப் பலனும் இல்லை என்ற நம்பிக்கையில் திருப்தியடைகிறான்; தனது வீழ்ச்சிக்குத் தான் செய்த பாபமல்ல. தன்னுடைய தொலைதூர மூதாதையரான ஆதாமும் ஏவாளும் செய்த பாபம்தான் காரணம் என்று கருதுகிறான். அவன் இந்துவாக இருக்கும்போது தனது வீழ்ச்சிக்குக் காரணம் தனது கர்மம் என்று நினைக்கிறான். அவன் கிறிஸ்தவனாக மாறியபின், தனது வீழ்ச்சிக்குத் தனது மூதாதையரின் பாபம் காரணம் என்று கற்றுக் கொள்கிறான். எப்படிப் பார்த்தாலும் தப்பிக்க அவனுக்கு மார்க்கம் எதுவுமில்லை. ஒருவன் மதம் மாறுவது ஒரு புதிய வாழ்க்கைக்கான தோற்றத்தையும், பழைய வாழ்க்கையைக் கண்டித்து ஒதுக்குவதையும் தானே குறிக்க வேண்டும் என்று ஒருவர் வினவலாம்.

இந்தியாவில் இந்திய கிறிஸ்தவ சமூகம் ஒரு பொருட்டாக மதிக்கப் படுகிறதா? நாட்டின் விவகாரங்களைத் தீர்ப்பதில் இந்த சமூகத்துக்கு என்ன முக்கியத்துவம், என்ன செல்வாக்கு உள்ளது? உண்மையில் நாட்டிலும் சமுதாயத்திலும் அது செல்வாக்கும் முக்கியத்துவமும் பெற்றிருக்கவேண்டும். இந்தியாவிலேயே மிக அதிகம் கல்வி கற்ற ஞானம் பெற்ற சமூகம் இந்த சமூகம்தான் என்பதில் சந்தேகமில்லை. கிறிஸ்தவர்களில் எழுதப் படிக்கத் தெரிந்தவர்களின் சதவிகிதம் இந்தியாவில் வேறு சமூகங்களில் இருப்பதைவிட ஒப்புநோக்கினால் அதிகம். அது மட்டுமல்ல, பல்கலைக்கழகப் பட்டதாரிகள், மருத்துவர்கள், வழக்கறிஞர்கள் இவர்களின் எண்ணிக்கையும் பிற சமூகத்தினரைவிட அதிகம். ஆண்கள் மட்டுமல்லாமல் பெண்களும் கல்வியறிவு பெற்றிருக்கிறார்கள். இவ்வளவு கல்வியறிவு பெற்றிருந்த

போதிலும் கிறிஸ்தவ சமூகம் இந்திய விவகாரங்களைப் பொறுத்தவரை மிகக் குறைந்த அளவே கணக்கிலெடுத்துக் கொள்ளப்படுகிறது. இது பற்றிக் கருத்து வேறுபாடு இருக்கலாம். ஆனால், எவ்வளவு ஆழமாக, பாரபட்சமற்ற முறையில் முடியுமோ அவ்வளவு ஆய்வு செய்த பின்பே இந்த முடிவுக்கு வந்திருக்கிறேன். நான் கூறுவதை மறுப்பவர்கள் எனது முடிவு தவறு என்றோ தவறான விவரங்களைக் கொடுத்துள்ளேன் என்றோ கூறலாம். எனது கருத்தையும் கவலையையும் பகிர்ந்து கொள்ளும் சில இந்திய கிறிஸ்தவர்கள் இருக்கிறார்கள் என்பது ஏனக்குத் திருப்தி அளிக்கிறது. 'யங் இந்தியா'விலிருந்து இரு கடிதங்கள் எடுத்துக் கீழே தருகிறேன்.

ஒரு இந்திய கிறிஸ்தவர் திரு.காந்திக்கு எழுதிய கடிதம் 1921 ஆகஸ்டு 25-ம் தேதியிட்ட 'யங் இந்தியா'வில் பிரசுரமாகியுள்ளது. அதில் அவர் கூறுவதாவது:

'இந்திய கிறிஸ்தவர்களை இந்திய மக்களாகத் தாங்கள் கருதுவதில்லை என்பதை வருத்தத்துடன் தெரிவித்துக் கொள்கிறேன்; ஏனெனில், பல சந்தர்ப்பங்களில் முஸ்லிம்கள், இந்துக்கள், சீக்கியர் ஆகியோர் 'யங் இந்தியா'வில் குறிப்பிடப்படுவதைக் கண்டிருக்கிறேன்; ஆனால் கிறிஸ்தவர்கள் விடப்பட்டிருக்கின்றனர். இந்திய கிறிஸ்தவர்களாகிய நாங்களும் இந்திய மக்கள் என்றும், இந்தியாவின் சொந்த விவகாரங் களில் அக்கறை கொண்டிருப்பவர்கள் என்றும் தாங்கள் நம்ப வேண்டு மென்று நான் விரும்புகிறேன்.'

இந்தக் கடிதத்துக்குத் திரு.காந்தியின் விளக்கம் கீழே கொடுக்கப் பட்டுள்ளது. அவர் கூறுகிறார்:

'இந்தக் கடிதம் எழுதிய நண்பருக்கும் மற்ற இந்திய கிறிஸ்தவர் களுக்கும் உறுதியளிக்க விரும்புவது என்னவெனில், ஒத்துழையாமை இயக்கம் மத, இன வேறுபாடுகளைப் பொருட்படுத்துவதில்லை. தன் அணியில் சேரும்படி அது எல்லோரையும் அழைக்கிறது. அவ்வாறே நடந்தும் கொள்கிறது. திலகரின் சுயராஜ்ய நிதிக்குப் பல இந்திய கிறிஸ்தவர்கள் நிதி அளித்திருக்கிறார்கள். ஒத்துழையாமை இயக்கத்தில் சில பிரபல இந்திய கிறிஸ்தவர்கள் முன்னணியில் உள்ளார்கள். முஸ்லிம்கள், இந்துக்கள் பற்றித் தொடர்ந்து எழுதப்படுவதற்குக் காரணம், அவர்கள் இதுவரை ஒருவரை ஒருவர் எதிரியாகக் கருதி வந்தனர். இந்த சஞ்சிகையில் வேறு எந்த இனத்தைப் பற்றியும் குறிப்பாகச் சொல்லியிருந்தால் அதற்கு எப்போதும் ஒரு காரணம் இருந்திருக்கிறது.'

திலகர் சுயராஜ்ய நிதிக்குப் பல இந்திய கிறிஸ்தவர்கள் நிதி அளித்திருக்கிறார்கள் என்பதும், ஒத்துழையாமை இயக்கத்தின்

முன்னணியில் பல பிரபல கிறிஸ்தவர்கள் இருக்கிறார்கள் என்பதும் உண்மையா இல்லையா என்பது ஒருபுறம் இருக்க, கடிதம் எழுதியவர் எழுப்பிய பிரதான கேள்விக்குத் திரு.காந்தி அளித்த பதில் சரியான தல்ல, அது தவறான கருத்தை அளிக்காவிட்டாலும் இந்துக்களைத் தங்களின் எதிரிகளாகக் கருதுவதால் முஸ்லிம்கள் குறிப்பிடப் படுகிறார்கள் என்றால், சீக்கியர்கள் ஏன் குறிப்பிடப்படுகிறார்கள்? அவர்கள் இந்துக்களைத் தங்கள் எதிரிகளாகக் கருதவில்லை என்பது உண்மை. பின் அவர்கள் ஏன் குறிப்பிடப்படுகிறார்கள்? சீக்கியர்கள் குறிப்பிடப்படுவது மட்டுமல்ல; அவர்கள் முக்கியமானவர்களாகக் கருதப்படுவதோடு, அவர்களின் தீவிர ஒத்துழைப்பு இல்லாமல் சுயராஜ்யத்துக்கான போராட்டத்தை நடத்திச் செல்லமுடியாது என்ற கருத்தும் நிலவுகிறது. ஆனால் சீக்கியர்களின் ஒத்துழைப்பு நிபந்தனையின்றி அளிக்கப்படவில்லை என்பதைக் கவனத்தில் கொள்ள வேண்டும். தங்களின் ஒத்துழைப்புக்குப் பிரதியுபகாரமாக சீக்கியர்கள் இரு நிபந்தனைகளை முன்வைத்தனர் என்பது நன்கு அறிந்ததே.

ஒரு நிபந்தனை, தேசியக் கொடியை வடிவமைக்கும்போது சீக்கியரின் நிறமான கறுப்பு அதில் இடம்பெற வேண்டும். சட்டசபைகளில் அவர்களுக்குப் பிரதிநிதித்துவம் அளிக்கப்படவேண்டும். சீக்கியர்கள் குறிப்பிடப்பட்டதோடு மட்டுமல்லாமல், திருப்திப்படுத்தப் பட்டார்கள். ஆனால் கிறிஸ்தவர்களைக் குறிப்பிடக்கூட இல்லை. இந்திய கிறிஸ்தவர்களைக் குறிப்பிடாததற்கு இரண்டு விளக்கங்கள் தான் இருக்கமுடியும். ஒன்று, சுயராஜ்யத்துக்கான போராட்டத்தில் அவர்கள் காங்கிரஸுடன் இல்லை அல்லது குறிப்பிடக்கூடிய அளவு அவர்கள் முக்கியத்துவம் வாய்ந்தவர்களாக இல்லை. சுயராஜ் யத்துக்கான போராட்டத்தில் அவர்கள் காங்கிரஸுடன் இல்லை என்பதை எவரும் மறுக்க முடியாது. ‘இந்தியன் சோஷியல் ரிபார்மர்’ என்ற பத்திரிகையின் ஆசிரியருக்கு ஒரு இந்திய கிறிஸ்தவர் எழுதிய கடிதம் ‘யங் இந்தியா’வில் மறு பிரசுரம் செய்யப்பட்டிருந்தது. கீழே கொடுத்துள்ள அந்தக் கடிதம் சுயராஜ்யம் பற்றி இந்திய கிறிஸ்த வர்களின் நிலையை வெளிப்படுத்துகிறது:

‘இந்தியாவில் கி.பி. இரண்டாவது நூற்றாண்டிலேயே கிறிஸ்தவக் குடியிருப்புகள் இருந்தன என்பதற்குத் திட்டவட்டமான ஆதாரம் எங்களிடம் உள்ளது. உண்மை அதுவாக இருக்கும்போது, இஸ்லாமின் தோற்றத்துக்குச் சில நூற்றாண்டுகளுக்கு முன்பே, இந்தியாவில் தாங்கள் வசித்ததாக இந்திய கிறிஸ்தவர்கள் உரிமை கொண்டாட முடியும். அப்படியிருக்கும்போது இந்திய மண்ணில் பிறந்த வளர்ந்த, சுத்தமான இந்திய மூதாதையரைக் கொண்ட இந்திய கிறிஸ்தவன் இந்த நாட்டின்

புராதன வரலாற்றை அதன் கலாசாரத்தைப் போற்ற ஏன் கற்றுக் கொள்ள வில்லை? தங்களது மத நம்பிக்கையிலிருந்து எவ்வளவு வேறு பட்டிருந்தாலும் அதன் மக்களைத் தனது ரத்தத்தின் ரத்தமாக, தசையின் தசையாகப் பார்க்க அவன் ஏன் கற்றுக் கொள்ளவில்லை?

அவனைப்போல் இல்லாமல், சக இந்து அல்லது முகமதிய பிரஜைகள் தாய்நாட்டின் கலாசார, சமூக, அரசியல் வளர்ச்சியில் அதன் ஒவ்வொரு கட்டத்தையும் எக்காரணத்தால் உற்சாகத்துடன் வரவேற்று அதில் தங்கள் பங்கை ஆற்றியுள்ளனர்? வந்தே மாதரம் இந்துக்கள், முகமதியர்கள் ஆகியவர்களின் உணர்ச்சிப் பிரவாகமாக மட்டுமே ஏன் இருந்தது? ஏன் இதுவரை இந்திய கிறிஸ்தவனால் அது எதற்காகப் புறக்கணிக்கப்பட்டது? தங்கள் அபிலாஷைகள்பால் இந்திய கிறிஸ்தவனின் உணர்வு எதிரானதில்லை என்றாலும் அரைகுறை யானது என ஏன் இந்துக்களும் முகமதியர்களும் கருதுகிறார்கள்? இந்தியாவில் தொடர்ந்து வளர்ந்து வரும் தேசிய உணர்வானது இந்திய கிறிஸ்தவன் தான் ஒதுக்கப்பட்டுவிட்டதாக, தனக்கு உதவிகரமாக இல்லாததாக, எதிர்காலத்தில் தனது பாதுகாப்பு பற்றி சந்தேகப் படத்தக்கதாக ஆகியுள்ளது ஏன்?'

திரு.ஜார்ஜ் ஜோசப், கே.டி.பால், டாக்டர் எஸ்.கே.தத்தா ஆகியோர் விஷயம் எப்படியாயினும், சுயராஜ்யத்துக்கான போராட்டத்தில் கிறிஸ்தவ சமூகம் தீவிரமாகக் கலந்துகொள்வதற்கு மாறாக, அதைப் பற்றி உண்மையிலேயே பயந்துகொண்டிருந்தது என்பதில் சந்தேக மில்லை; இந்திய கிறிஸ்தவர்களிடையே நிலவும் கண்ணோட்டத்தை இக்கடிதம் உண்மையாகப் படம் பிடித்துக் காட்டுகிறது. ஆகவே முகமதியர், சீக்கியரோடு ஏன் இந்திய கிறிஸ்தவர் குறிப்பிடப்பட வில்லை என்பதற்கான காரணம் தெளிவாகத் தெரிகிறது. குறிப்பிடாமல் விடப்பட்டது சுயராஜ்யத்தின் எதிரிகள் என்பதால் அல்ல. அவ்வாறு விடப்படுவதற்கு அவர்கள் கணக்கில் எடுத்துக் கொள்ளப்படாததுதான் காரணம் என்ற ஒரே முடிவுக்குத்தான் ஒருவர் வரமுடியும். இவ்வளவு நன்றாக அறிவாற்றல் பெற்ற ஒரு சமூகம், நாட்டின் விவகாரத்தில் எந்த முக்கியத்துவமும் செல்வாக்கும் இல்லாமல் இருப்பது வருத்தமான விஷயமாகும்.

இத்தகைய நிலைக்குக் காரணங்கள் எதுவாக இருக்கமுடியும்? மிகவும் தெளிவான காரணம், அதன் எண்ணிக்கை சிறிதாக இருப்பதுதான். முஸ்லிம்களைப்போலவோ தாழ்த்தப்பட்டவர்கள் போலவோ பொது வாழ்வில் ஒரு சக்தியாக கிறிஸ்தவ சமூகம் உணரப்படாததற்குக் காரணம், அதன் எண்ணிக்கை மிகக் குறைவாக இருப்பதுதான். அவர்கள் முக்கியத்துவமில்லாமல் போனதற்கு இதுவே முழுவதும் காரணம்

என்று ஆகிவிடாது. இந்த நிலைக்கு வேறு சில அம்சங்களும் இருக்க வேண்டும். இங்கு இரு அம்சங்களைக் காண்கிறேன்.

அதில் ஒன்று: இந்திய கிறிஸ்தவர்கள் தேங்கிய நிலையில் வாழ்ந்து கொண்டிருக்கிறார்கள். அவர்களில் மிகப் பெரும்பான்மையினர் மதபோதகர்களின் மடிகளில் வாழ்ந்து வருகின்றனர். அவர்களின் கல்விக்கு, அவர்களின் மருத்துவத் தேவைக்கு, மத சம்பந்தமான விஷயங்களுக்கு, அவர்களின் மிகச் சொற்பமான தேவைகளுக்கு அவர்கள் அரசாங்கத்தை எதிர்பார்ப்பதில்லை. தமது மத அமைப்பு களையே நம்பியுள்ளனர். சர்க்காரை நம்பியிருக்க வேண்டிய நிலையில் இருந்தால், வெகுஜனங்களிடையே கிளர்ச்சி நடத்த, அவர்களுக்கு எடுத்துக்கூற, பயனளிக்கும் அரசியல் நடவடிக்கைக்கு அவர்களை ஒன்றுதிரட்ட வேண்டிய அவசியம் அவர்களுக்கு ஏற்பட்டிருக்கும். அம்மாதிரி ஒரு ஸ்தாபனம் இல்லாவிடில் அவர்களின் தேவைகளையும் விருப்பங்களையும் பற்றி எந்த சர்க்காரும் கவலைப்படாது. நீரோட்டத்தில் அவர்கள் இல்லை; அதில் இல்லாததால், பொது வாழ்க்கை பற்றி அவர்கள் அக்கறை கொள்ளவில்லை; எனவே பொது வாழ்வில் அவர்களுக்கு அங்கீகரிக்கப்பட்ட எந்த இடமும் இல்லை.

இரண்டாவது காரணம்! இந்திய கிறிஸ்தவ சமூகம் சிதறிக் கிடக்கிறது. ஐக்கியமில்லாத சமூகம் என்பதைவிட இது மிகவும் சரியான வார்த்தை. அவர்களிடம் பொதுவாக இருப்பது ஆன்மிக சக்திதான். அதைவிட்டு விட்டால் அவர்களிடம் பொதுவாக இருப்பதெல்லாம் அவர்களைத் தனித்தனியாக வைப்பதற்கு உதவுபவையே; மற்றவர்களைப் போலவே கிறிஸ்தவர்களும் இனத்தால், மொழியால், சாதியால் பிரிக்கப்பட்டு இருக்கின்றனர். மொழி, இனம், சாதி ஆகியவை வெறும் வேறுபாடுகளே என்று விளக்கிக்கூறி அவர்களை ஒற்றுமைப்படுத்த அவர்களின் மதம் போதுமான அளவு சக்தி வாய்ந்ததாக இருக்க வில்லை. மாறாக, அவர்களை ஒன்றுபடுத்தக்கூடிய மதம் பல்வேறு பிரிவுகளினால் ஏற்படும் வித்தியாசத்தால் பாதிக்கப்பட்டுள்ளது. விளைவு என்னவெனில், ஒரு பொதுவான லட்சியம், பொதுவான சிந்தனை ஏற்படப் பொதுவான முயற்சி செய்ய முடியாத அளவு இந்திய கிறிஸ்தவர்கள் மிகவும் சிதறுண்டு கிடக்கின்றனர்.

தமிழ்நாட்டைச் சேர்ந்த ஒரு இந்திய கிறிஸ்தவருக்கு ஒரு தமிழ் இந்து, பஞ்சாபிலுள்ள இந்திய கிறிஸ்தவரைவிட மிகவும் நெருக்கமாக இருக்கிறான். அதேபோல் ஐக்கிய மாகாணத்தைச் சேர்ந்த ஒரு இந்திய கிறிஸ்தவனுக்கு, மகாராஷ்டிரத்தைச் சேர்ந்த இந்திய கிறிஸ்தவரை விட, ஐக்கிய மாகாணத்தைச் சேர்ந்த இந்து நெருக்கமாக இருக்கிறான். சுருங்கக் கூறவேண்டுமெனில், இந்திய கிறிஸ்தவர் என்ற சொற்றொடர் புள்ளிவிவரத்துக்கான சொற்றொடரே. இந்தச் சொற்றொடரில் சமூக

உணர்வே இல்லை. ஒரு சமுதாயம் உள்ளது என்பதை நிரூபிக்கத் தேவையான உணர்வினால் இந்திய கிறிஸ்தவர்கள் இணைக்கப் பட்டிருக்கவில்லை.'

என்று அம்பேத்கர் குறிப்பிடுகிறார்.

இந்தக் கட்டுரையில் இறுதியில், அவர் மதம் மாறிய கிறிஸ்தவர்களில் தாழ்த்தப்பட்டவர்களே அதிகம் என்பதால் இது நண்பனின் விமர்சனம்தான் என்பதைக் குறிப்பிடுகிறார். ஆனால் எப்போதுமே அவர் தாழ்த்தப்பட்டவர்களை கிறிஸ்தவ மதத்துக்கு மாற ஊக்கப் படுத்தியதில்லை. அதற்கு ஆதரவும் கொடுத்ததில்லை.

கோவா கிறிஸ்தவர்களின் பெரும்பான்மையான மாநிலம் என்பது அம்பேத்கருக்குத் தெரியும். எப்படியாவது கோவாவை இந்தியாவுடன் இணைத்துக்கொள்ளவேண்டும் என்று தீர்மானம் இயற்றவைத்தார்.

பம்பாயில் கொலாபாவிலுள்ள ஜெயராஜ் ஹவுஸில் 1955 ஆகஸ்ட் 21-ல் ஷெட்யூல்டு வகுப்பினர் சம்மேளனத்தின் செயற்குழு கூட்டம் அம்பேத்கர் தலைமையில் நடைபெற்றது.

கூட்டத்தில் ஒரு முக்கியமான தீர்மானம் நிறைவேற்றப்பட்டது.

அதில் 'கோவா இந்தியாவின் பகுதியாக வேண்டுமென்றும் போர்த்துகீ சியர்கள் இந்தியாவை விட்டுச் செல்லவேண்டும் என்றும் சம்மேளனத்தின் செயற்குழு கருதுகிறது. இந்த நோக்கம் நிறைவேற மூன்று வழிகள் உள்ளன.

1) விலைக்கு வாங்குதல்
2) குத்தகைக்கு எடுத்தல் அல்லது
3) யுத்தம்.

இந்த மூன்று வழிகளில் ஒன்றை அரசு ஏற்றுக்கொள்ளத் தயாரில்லை என்றால் நம்மிடம் வேறு எந்த ஆயுதம் உள்ளது என்பதை மக்களுக்குக் கூறுவது அரசின் கடமையாகும்.'

என்ற தீர்மானம் அம்பேத்கரின் அனுமதியோடு இயற்றப்பட்டது என்பதைப் பார்க்கும்போது அம்பேத்கரின் தேசபக்தி பளிச்சிடுகிறது.

அம்பேத்கரின் உள்ளம் மதமாற்றத்தை நோக்கி இழுக்கப்பட்டிருந்த சமயத்தில் சீக்கியம் அவர் உள்ளத்தில் துளிர்விட்டது. அதைத் தூக்கி எறிந்துவிட்டார் என்று சொல்லலாம். ஆனால், கிறிஸ்தவத்தை அந்த அளவில்கூட அவர் ஏற்றுக்கொள்ளவில்லை. உள்ளத்தில் எப்போதுமே அதை நினைத்துக்கூடப் பார்க்கவில்லை.

மூன்றாவதாக அம்பேத்கரின் முன் நின்றது இஸ்லாம்!

அத்தியாயம்
6

அம்பேத்கர் மதம் மாற முடிவெடுத்தவுடன் கிறிஸ்தவர்கள் அவருக்கு எப்படியெல்லாம் தூண்டில் போட்டார்களோ அதேபோல முஸ்லிம்களும் தூண்டில் போட்டார்கள்.

1933, மே மாத வாக்கில் அம்பேத்கர் லண்டனில் இருந்தபோது ஜி.ஏ.கவயீ என்ற தீண்டப்படாத சமூகத்தலைவர் அம்பேத்கரை மூன்று - நான்கு முறை சந்தித்தார். அப்போது அவருடன் மதம் மாறும் விஷயம் பற்றி விவாதித்தார். இந்தியா திரும்பியபின் கவயீ, 'அம்பேத்கர் இஸ்லாமிய மதத்தில் சேர்வதாக உள்ளார்' என்ற செய்தியைப் பரப்பிவிட்டார். இதை மறுத்து அம்பேத்கர், 'நான் இந்து மதத்தைப் பின்பற்றுபவனாக இருக்கப் போவதில்லைதான். அதுபோலவே நான் இஸ்லாமிய மதத்தையும் ஏற்கமாட்டேன். இந்நாட்களில் நான் புத்தமதத்தால் கவரப்பட்டுள்ளேன். ஆனால் நான் எனது சமூகத்துக்கு ஏற்றதோர் ஏற்பாட்டைச் செய்து முடிக்கும்வரை மத விஷயத்தில் எதுவும் செய்யப் போவதில்லை' என்று விளக்கம் அளித்தார். (வசந்த்மூன் - டாக்டர் பாபாசாகேப் அம்பேத்கர்)

1935-ல் அம்பேத்கர் மதம் மாறுவேன் என்று முடிவெடுத்ததும் உலகின் பெருஞ்செல்வரான ஹைதராபாத் நிஜாம் தீண்டப்படாதவர்கள் இஸ்லாமிய மதத்தை ஏற்பார்களேயானால் அதற்கென ஐந்துகோடி ரூபாய் ஒதுக்க முடிவு செய்திருந்தார்.

மத்திய சட்டசபை உறுப்பினராக இருந்த கே.எல்.கௌபா என்ற முஸ்லிம் தலைவர் அம்பேத்கருக்கு ஒரு தந்தி அனுப்பியிருந்தார். இந்தியாவில் இருக்கிற முகம்மதியர்கள் அம்பேத்கரையும் தீண்டப் படாத வகுப்பு மக்களையும் மரியாதையுடன் வரவேற்கக் காத்திருப்ப தாகவும் அரசியல், சமுதாயம், பொருளாதாரம், மதம் ஆகிய அனைத்துத் துறைகளிலும் முழுமையான சமத்துவமும் சம உரிமையும்

உறுதியாக அளிக்கப்படும் என்றும் அத்தந்தியில் குறிப்பிட்டிருந்தார். அம்பேத்கர் இது தொடர்பாக முஸ்லிம் களுடன் பேச விரும்பினால் 1935 அக்டோபர் 20-ம்நாள் பதுவானில் நடைபெறும் முகம்மதியர் மாநாட்டுக்கு வருமாறு கௌபா தெரிவித்திருந்தார். ஆனால், அந்த மாநாட்டுக்கு அம்பேத்கர் போகவில்லை.

1935-ம் ஆண்டு நாசிக் அருகே ஒரு கிராமத்தில் சில தீண்டப்படாதவர்கள் இஸ்லாம் மதத்துக்கு மாறவுள்ளார்கள் என்று தெரியவந்ததும், அவசரப் பட்டு அவ்வாறு செய்யவேண்டாம் என்று அம்பேத்கர் அவர்களுக்கு அறிவுறுத்தினார்.

1936 ஜனவரியில் முஸ்லிம்களின் இரண்டு தூதுக்குழுவினர் அம்பேத் கரைச் சந்தித்து இஸ்லாமில் சேருமாறு வேண்டினர். அம்பேத்கர் அதை நிராகரித்தார்.

1946-ல் லண்டனில் அம்பேத்கர் அவருடைய கோரிக்கையை உடனடி யாக அச்சிட்டுக்கொண்டு, இங்கிலாந்தின் ஆட்சிப் பொறுப்பை வகித்த அரசியல் தலைவர்களை அணுகினார். தீண்டப்படாத வகுப்பினரை இஸ்லாம் மதத்தில் சேருமாறு அறிவுரை கூறியிருக்கிறீர்களா என்று அம்பேத்கரிடம் ராய்ட்டர் செய்தி நிறுவனத்தின் அரசியல் நிருபர் கேட்டபோது, அவ்வாறு ஏதும் கூறவில்லை என்று பதிலளித்தார் அம்பேத்கர்.

ஏற்கனவே அம்பேத்கர் இஸ்லாமில் இணையப்போகிறார் என்ற வதந்தியை முஸ்லிம்கள் கிளப்பியபோது உடனுக்குடன் அம்பேத்கர் அதை மறுத்தார் என்பதை நாம் பார்த்தோம்.

தாழ்த்தப்பட்டவர்கள் முஸ்லிமாக மதம் மாறுவதை அம்பேத்கர் ஒருபோதும் ஏற்றுக்கொள்ளவில்லை. ஷெட்யூல்டு வகுப்பினர் தங்களது அரசியல் உரிமைகளைப் பெற பூனா சத்தியாகிரகம் துவங்கப் பட்டது. அப்போது 1946, ஜூலை 26ல் அம்பேத்கர் 'பம்பாய் கிரானிக்கல்' பத்திரிகைக்கு அளித்த பேட்டியில் '..... ஒருவிதத்தில் தாம் காங்கிரஸுக்கு நன்மை செய்பவரே. காங்கிரஸ் ஸ்தாபனத்தை முற்றிலுமாக செயலற்றதாக ஆக்கமுடியும். நானும் எனது சமூகமும் முஸ்லிம்களாக மாற முடிவு செய்ய முடியாதா? திரு. ஜின்னாவின் மதத்தை ஏற்றுக்கொண்டால், எவ்வகையிலும் நான் இழந்தவனாக மாட்டேன். நிர்வாக கவுன்சிலுக்கு ஒரு முஸ்லிம் உறுப்பினராக என்னை நியமிக்கக்கூடும். அந்தத் தீவிரமான நடவடிக்கையை நான் எடுக்க வில்லை. ஏனெனில் முழு பேரழிவிலிருந்து காங்கிரஸைக் காப்பாற்ற விரும்புகிறேன்.

இத்தகைய கடுமையான நடவடிக்கைகளில் ஏன் நான் இறங்கவில்லை? ஏனெனில் காங்கிரஸுக்கு மற்றொரு சந்தர்ப்பத்தை அளிக்க

விரும்புகிறேன். நாம் துவக்கியுள்ள போராட்டம் 'குறைந்தபட்ச எதிர்ப்பு' என்ற கொள்கையை எடுத்துள்ளது' என்று கூறினார்.

ஒருசமயம் அம்பேத்கர் தாம் ஏன் இஸ்லாம் தழுவவில்லை என்பதை விளக்கினார். 'நான் இஸ்லாத்தைத் தழுவியிருந்தால், கோடான கோடிப் பணம் எங்கள் காலடியில் கொட்டப் பட்டிருக்கும், ஐந்தாண்டு களில் நாடே சீரழிந்து போயிருக்கும். ஆனால், மாபெரும் அழிவு வேலையைச் செய்தவன் என்று வரலாற்றில் இடம் பெற நான் விரும்பவில்லை'என்று கூறினார்.

அம்பேத்கர் இஸ்லாத்தைத் தழுவியிருந்தால் நாடு என்ன ஆகியிருக்கும் என்பதைப்பற்றி பாலாசாகிப் தேசாய் கூறுகிறார் :

'இந்த நாட்டுக்கு மிகப் பெரிய சேவை செய்துள்ளார் பாபாசாகிப் அம்பேத்கர். பாரதத்தின்மீதும், அதன் பண்பாட்டின்மீதும் அவருக்கு அன்பு இருந்ததால்தான் அவர் புத்தநெறி தழுவினார். அதை விடுத்து இஸ்லாம் மதம் போயிருப்பாரேயானால் என்ன நடந்திருக்கும் என்று எண்ணிப் பாருங்கள்! நாடே சின்னாபின்னப்பட்டல்லவா போயிருக்கும்!' (Kamble, J.R. *Rise and Awakening of the Depressed Classes in India*, National Publishing House, New Delhi, 1979, P 211)

அதாவது இஸ்லாம் மதத்துக்கு மாறினால் நாடே சீரழியும் என்பது அம்பேத்கருக்கு தெரிந்திருந்த காரணத்தால்தான் அவர் இஸ்லாத்தைத் தேர்ந்தெடுக்கவில்லை. இதுபோன்று வேறுபல காரணங்களும் உண்டு. அவற்றையும் காண்போம்.

அம்பேத்கர் புத்தமதத்தின் மீது ஆழ்ந்த ஈடுபாடு கொண்டிருந்தார். அந்த புத்தமதம் அழிய இரண்டு காரணங்களை அம்பேத்கர் குறிப்பிடுகிறார். ஒன்று பிராமணியம், இரண்டாவது இஸ்லாம்.

1950, மே மாதம் பிடிஐ-க்கு அளித்த பேட்டியில் புத்தமதத்தின் வீழ்ச்சிக்கான காரணத்தை விளக்கினார் அம்பேத்கர்.

அதில் 'புத்தமதம் வீழ்ச்சியடைந்ததின் காரணங்களைப்பற்றிக் கூறுகையில், சங்கராச்சாரியாரின் வாதத் திறமையால் புத்தமதம் அழிந்துவிட்டது என்று பலர் முன்வைக்கும் கருத்தை அவர் மறுத்தார். அவர் மறைவுக்குப் பிறகு பல நூற்றாண்டுகள் புத்தமதம் வழக்கத்தி லிருந்தது என்ற உண்மை இந்தக் கூற்றைப் பொய்யாக்கிவிடுகிறது.

வைஷ்ணவ மற்றும் சைவ சம்பிரதாயங்கள் தோன்றியதே புத்தமதத்தின் மறைவுக்கான காரணம் என்று தாம் நம்புவதாகக் கூறினார். இந்தியாவின் மீது முஸ்லிம்கள் படையெடுத்தது மற்றொரு காரணமாகும். பீகாருக்குள் அலாவுதீன் நுழைந்தபோது 5000

பிக்குகளைக் கொன்று குவித்தான். எஞ்சியிருந்த புத்தத் துறவிகள் சீனா, திபேத், நேபாளம் போன்ற அண்டை நாடுகளுக்குப் போய்விட்டனர். புத்தமதத்தை மீண்டும் இந்தியாவில் நிலைநிறுத்த வேறொரு சமய குருமார் அமைப்பு ஒன்றை நிறுவ முயற்சி எடுக்கப்பட்டது. ஆனால், இதற்குள் 90சதவித பௌத்தர்கள் இந்து மதத்துக்கு மாறிவிட்டதால் இது தோல்வியுற்றது' என்று கூறுகிறார்.

அதேபோல் பௌத்தர்களின் உலகத் தோழமை மாநாடு இலங்கையில் 1950 மே 25 முதல் ஜுன் 6வரை நடைபெற்றது. கொழும்பில் நடந்த சர்வதேசக்கூட்டத்தில் 1950 ஜுன் 6ல் இம்மாநாட்டில் கலந்து கொண்ட அம்பேத்கர் '....... புத்தமதத்துக்கு எதிராக பிராமண - சத்திரிய கூட்டணியை உருவாக்கினர். பிராமணியம் மேல்நிலைக்கு வந்ததால் புத்தமதம் வீழ்ச்சியுற அது ஒரு காரணமாயிற்று.

புத்தமதம் இந்தியாவில் வீழ்ச்சியுற வெளிநாட்டு ஆக்கிரமிப்புகளும் ஒரு காரணமாக இருந்தது. கிரேக்கர்கள் புத்தமதத்துக்கு இடையூறு செய்யவில்லை. புத்தமத நடவடிக்கைகளுக்கு கிரேக்கர்கள் தாராள மாக நிதியுதவி செய்தனர் என்பதற்குப் போதுமான ஆதாரங்கள் உள்ளன. ஹுணர்கள் இந்தியாவைத் தாக்கினர். அவர்கள் குப்தர்களால் தோற்கடிக்கப்பட்ட பின் இந்தியாவிலேயே தங்கிவிட்டனர். இதற்கு முன்பு ஹுணர்கள் புத்தமதத்தை அழித்துவிட முயன்றனர். ஆனால், முடியவில்லை. முஸ்லிம் ஆக்கிரமிப்பின் காரணமாகத்தான் புத்த மதத்துக்கு பெரிய அடி விழுந்தது. அவர்கள் புத்தரின் சிலைகளை அகற்றி பிக்குகளைக் கொன்று குவித்தனர். நாளந்தா பல்கலைக் கழகத்தை புத்தர்களின் கோட்டை என்று கருதிய முஸ்லிம்கள் ஏராள மான துறவிகளை அவர்கள் ராணுவ வீரர்கள் என்று கருதிக் கொன்று விட்டனர். இக்கொடிய தாக்குதலிலிருந்து தப்பிய சில பிக்குகள் அண்டை நாடுகளான நேபாளம், திபேத், சீனா ஆகிய நாடுகளுக்குத் தப்பியோடினர்.' என்று கூறினார்.

1954 டிசம்பர் 4ஆம்தேதி சர்வதேச பௌத்த மாநாடு ரங்கூனில் (பர்மா) நடைபெற்றது. அம்மாநாட்டில் அம்பேத்கர் உரை நிகழ்த்தினார்.

'புத்த மதத்தின் சித்தாந்தங்கள் தவறானவை என்று தெரியவந்ததால் அல்லது மெய்ப்பிக்கப்பட்டதால் அந்த மதம் இந்தியாவிலிருந்து மறைந்துவிடவில்லை. இந்தியாவிலிருந்து புத்தமதம் மறைந்து போனதற்கான காரணங்கள் வேறுபட்டவை. முதலாவதாக புத்தமதம் பிராமணர்களால் அடக்கி ஒடுக்கப்பட்டது. அசோக சக்கரவர்த்தியின் வாரிசான கடைசி மௌரிய சக்கரவர்த்தியை, புஷ்யமித்ரா என்னும் பிராமண தளபதி படுகொலை செய்து, சிம்மாசனத்தைக் கைப்பற்றி, பிராமணியத்தை அரசாங்க மதமாகப் பிரச்சாரம் செய்தான்,

இந்தியாவில் புத்தமதம் ஒடுக்கப்படுவதற்கு இது வழிவகுத்தது. அது வீழ்வதற்கான காரணங்களில் இதுவும் ஒன்றாக இருந்தது. பிராமணியத்தின் எழுச்சி இந்தியாவில் புத்தமதம் நசுக்கப்படுவதற்கு வழிவகுத்தது என்றால், இந்திய நாட்டின் மீது முஸ்லிம் படையெடுப்பு, புத்தமதம் முற்றிலுமாக அழிவதற்கு இட்டுச்சென்றது. முஸ்லிம் படையெடுப்பாளர்கள் கொடிய வன்முறையைக் கையாண்டு விகாரை களை அழித்தொழித்தனர். பௌத்தபிட்சுகளைக் கொன்று குவித்தனர்' என்று கூறுகிறார்.

14-10-1956 அன்று அம்பேத்கர் புத்தமத தீட்சை பெற்றபோது பேசியது :

...புத்த மதம் சிதைவுறுவதற்குப் பிரதான காரணம் முஸ்லிம்களின் படையெடுப்புகளேயாகும். முஸ்லிம்கள் தங்கள் படையெடுப்புகளின் போது புத்தர் பிரானின் உருவச்சிலைகளை அழித்துச் சிதைத்தனர். இதுவே புத்தமதத்தின் மீது தொடுக்கப்பட்ட முதல் தாக்குதலாகும். இந்தப் படையெடுப்புகளுக்கு அஞ்சி புத்த பிக்குகள் தப்பிச் சென்றனர். சிலர் திபேத்துக்குச் சென்றனர். சிலர் சீனாவுக்குச் சென்றனர். சிலர் வேறு எங்கோ சென்றனர்' என்று கூறினார்.

ஆகவே, அம்பேத்கர் இஸ்லாம் மதம் மாறாததற்கு புத்தமதத்தை அழித்தது இஸ்லாம் என்று தெளிவாக அறிந்திருந்ததுதான் காரணம்.

அடுத்த காரணம் முக்கியமான காரணம் ஆகும்.

அம்பேத்கரின் மதமாற்றமே சமத்துவம், சகோதரத்துவம் வேண்டித் தான். அந்த சமத்துவம், சகோதரத்துவம் இஸ்லாத்தில் உண்டா? இதற்கு 'பாகிஸ்தான்' நூலில் அம்பேத்கரின் விளக்கத்தைப் பார்ப்போம்.

'.... இனி அடுத்து சாதிமுறையை எடுத்துக்கொள்வோம். சகோத ரத்துவத்தைப் பற்றி இஸ்லாம் பேசுகிறது. இதைக்கொண்டு, அடிமைத்தன முறையிலிருந்தும், சாதிமுறையிலிருந்தும் விடுபட்ட சமயமாக பலரும் இஸ்லாமைக் கருதுகிறார்கள். இவற்றில் அடிமைத் தனத்தைப் பற்றி எதுவும் சொல்ல வேண்டியதில்லை. இப்போது அது சட்டரீதியாக ஒழித்துக் கட்டப்பட்டுவிட்டது. ஆனால், அது நடைமுறையிலிருந்து வந்தபோது இஸ்லாமிடமிருந்தும் இஸ்லாமிய நாடுகளிடமிருந்தும் தான் அதற்குப் பெரும் ஆதரவு கிடைத்துவந்தது. அடிமைகளை நியாயமாகவும், நேர்மையாகவும், மனிதாபிமானத் தோடும் நடத்தவேண்டும் என்று குர் ஆனில் கூறப்பட்டிருக்கிறது. இது பாராட்டுக்குரியது என்பதில் ஐயமில்லை. ஆனால், இந்த சாபக் கேட்டை, சாபத்தீட்டை ஒழித்துக்கட்டுவதற்கு ஆதரவளிக்கக் கூடிய

எதுவும் இஸ்லாமில் காணப்படவில்லை. சர் டபிள்யூ. முய்ர் பின்வரு மாறு கூறுகிறார்.

‘இன்னும் சரியாகச் சொல்லப்போனால் பயங்கர மின்னல் வெட்டும் சமயத்தில் அவன் கால் விலங்கை மேலும் இறுக்கினான். தன்னுடைய அடிமைகளை விடுதலை செய்யவேண்டும் என்ற கட்டாயம் ஏதும் ஒரு முஸ்லிமுக்கு இல்லை.’

ஆனால் பிற்காலத்தில் அடிமைத்தனம் மறைந்தொழிந்தாலும் முசல் மான்களிடையே சாதிமுறை நிலைத்து நின்றுவிட்டது. வங்க முஸ்லிம் களிடையே நிலவும் நிலைமையை இதற்கு உதாரணமாகக் கூறலாம். வங்காள மாகாணத்துக்கு 1901 ஆம் வருடம் குடிமதிப்புக் கணக்கெடுத்த கண்காணிப்பாளர் வங்காள முஸ்லிம்களைப் பற்றிப் பின்கண்ட சுவையான விவரங்களைக் கூறுகிறார்.

‘பொதுவாக, முகமதியர்கள் ஷேக்குகள், சையத்துகள், மொகலா யர்கள், பட்டாணியர்கள் என நான்கு இன மரபுக் குழுக்களாகப் பிரிந்திருப்பதுதான் வழக்கம். ஆனால் இது வங்க மாகாணத்துக்குச் சிறிதும் பொருந்தாது. முகமதியர்கள் இரண்டு பிரதான சமூகப் பிரிவினைகளை ஒப்புக்கொள்கின்றனர்:

1. அஷ்ராஃப் அல்லது ஷராஃப்
2. அஜ்லாஃப்

ஆகியவையே அவை.

அஷ்ராஃப் என்பதற்கு உயர் குடிமகன் என்று பொருள். ஐயத்துக்கிட மற்ற அயல்நாட்டு வழித்தோன்றல்களும், மேல்சாதி இந்துக்களி லிருந்து மதம் மாறியவர்களும் இப்பிரிவில் அடங்குவர். தொழில் புரிவோர் உட்பட இதர எல்லா முகமதியர்களும், கீழ்ச் சாதிகளிலிருந்து மதம் மாறியவர்களும், ‘அஜ்லாஃபுகள்’, ‘ஈனர்கள்’, ‘இழிந்தவர்கள்’, ‘கடைகெட்டவர்கள்’ என்பன போன்ற மிகவும் வெறுக்கத்தக்க பதங்களில் அழைக்கப்படுகின்றனர். மேலும், காமினாக்கள், இதார்கள், கீழ்த்தரமானவர்கள், எத்தகைய தகுதியுமில்லாதவர்கள் என்றும் இவர்கள் அழைக்கப்படுவது உண்டு. ரசில் என்றும் இவர்களைக் கூறுவார்கள். ரிஸால் என்னும் பதத்தின் மொழிச்சிதைவே ரசில் என்பது. சில இடங்களில் மூன்றாவது ஒரு பிரிவினர் இருக்கிறார்கள். இவர்கள் அர்ஸால் எனப்படுகிறார்கள். அனைவரிலும் மிகத் தாழ்ந்த வர்கள் என்று இதற்குப் பொருள். இவர்களுடன் எந்த முகமதியர்களும் சேர்ந்து பழகமாட்டார்கள். இவர்கள் மசூதிகளில் நுழையவோ, பொது கல்லறைகளை அல்லது இடுகாடுகளைப் பயன்படுத்திக் கொள்ளவோ அனுமதிக்கப்படமாட்டார்கள்.

இந்துக்களிடையே காணப்படுவது போன்றே முஸ்லிம் களிடையேயும் சமுதாயத்தில் அவரவர்கள் வகிக்கும் அந்தஸ்தைப் பொறுத்து சாதிப் பாகுபாடுகள் தலைவிரித்தாடுகின்றன.

ஐ. அஷ்ராஃப்கள் உயர்மட்டத்திலுள்ள முகமதியர்கள். இப்பிரிவைச் சேர்ந்தவர்கள் வருமாறு:

1. சையத்துகள்
2. ஷேக்குகள்
3. பட்டாணியர்கள்
4. மொகலாயர்கள்
5. மாலிக்குகள்
6. மிர்ஜாக்கள்

அஜ்லாஃப் என்பவர்கள் கீழ்மட்டத்திலுள்ள முகமதியர்கள். இவர்களில் பின்வரும் பிரிவினர் அடங்குவர்.

1) பயிர்த்தொழிலில் ஈடுபட்டுள்ள ஷேக்குகளும் மற்றும் பூர்வீகத்தில் இந்துக்களாக இருந்து மதம்மாறி அஷ்ராஃப் சமூகத்தில் இடம்பெறாத பிராலி, தக்ராய் போன்றவர்களும்.
2) தார்ஜி, ஜொலாஹா, பக்கீர், ரங்ரெஸ்
3) பர்ஹி, பாதியரா, சிக், சுரிஹார், தய், தவா, துனியா, காத்தி, கலால், கசய், குலா குஞ்சரா, லாஹரி, மஹிஃப்ரோஷ், மல்லா, நலியா, நிகாரி.
4) அப்தல், பாகோ, பெதியா, பாட், சாம்பா, தஃபாலி, தோபி, ஹஜ்ஜம், முச்சோ, நகர்ச்சி, நாத், பன்வாரியா, மதாரியா, துந்தியா.

அர்ஸால் அல்லது மிகவும் கீழ்ப்படியில் இருக்கும் பிரிவினர்.

பனார், ஹலால்கோர், ஹிஜ்ரா, கஸ்பி, லால்பெகி, மௌக்தா, மெஹ்தார்.

இஸ்லாத்தில் சமத்துவம் மட்டுமல்ல சகோதரத்துவம், சமூக ஒருங்கிணைவுகூட இல்லை என்கிறார் அம்பேத்கர்.

அம்பேத்கர் கூறுகிறார் :

'மத விஷயத்தில் முஸ்லிம்களையும் இந்துக்களையும் இஸ்லாமும் இந்து மதமும் பிரித்து வைத்திருப்பது மட்டுமல்ல, அவர்களது சமூக ஒருங்கிணைவையும் அவை தடுக்கின்றன. இந்துக்களுக்கும் முஸ்லிம் களுக்கும் இடையே கலப்புத் திருமணங்கள் நடைபெறுவதை இந்து

மதம் தடை செய்துள்ளது. இந்தக் குறுகிய மனோபாவம் இந்து மதத்தை மட்டுமே பீடித்துள்ள ஒரு நோயல்ல. இஸ்லாமும் இவ்வகையில் குறுகிய நோக்கமுடையதாகவே இருக்கிறது. முஸ்லிம்களுக்கும் இந்துக்களுக்கும் இடையே கலப்புத் திருமணங்கள் நடைபெறுவதை இஸ்லாமும் தடை செய்துள்ளது. இத்தகைய சமூகச் சட்டங்கள் இருந்து வருவதால் சமூக ஒன்றிணைவு சாத்தியமல்ல. இதன் காரணமாகக் கண்ணோட்டங்களையும் வழிமுறைகளையும் கூட்டு பொதுநல அடிப்படையில் உருவாக்க இயலாது போகிறது. சமூக முரண்பாடு களை முனை மழுங்க வைக்க முடியவில்லை. பன்னெடுங்கால சமூக முடக்கத்தை ஒழுங்குபடுத்த வாய்ப்பில்லாத நிலை ஏற்படுகிறது.

இந்து மதத்திலும் இஸ்லாம் மதத்திலும் வேறு சில குறைபாடுகளும் இருக்கின்றன. இவ்விரண்டு சமூகங்களுக்கு மிடையே உள்ள புண் ஆறாமல் இருப்பதற்கு இவை காரணமாக அமைந்திருக்கின்றன. இந்து மதம் மக்களைப் பிரிக்கிறது என்றும், இஸ்லாம் மக்களை ஒன்றிணைக்கிறது என்றும் கூறப்படுகிறது. ஆனால் அது ஓரளவுதான் உண்மை. ஏனென்றால் அது எப்படி ஒன்றுபடுத்துகிறதோ அப்படிப் பிரிக்கவும் செய்கிறது. இஸ்லாம் ஒரு நெருங்கிய கூட்டுரிமைக்கழகம். முஸ்லிம்களையும் முஸ்லிம் அல்லாதவர்களையும் அது மிகவும் ஒத்திசைவற்ற முறையிலே பிரித்துக் காண்கிறது.

இஸ்லாமின் சகோதரத்துவம் அனைவரையும் உள்ளடக்கிய சகோதரத்துவம் அல்ல. அது முஸ்லிம்களுக்கான முஸ்லிம் சகோத ரத்துவம் மட்டுமே. இஸ்லாமில் தோழமை உணர்வு நிலவுகிறது என்பதில் ஐயமில்லை. ஆனால் அதன் அனுகூலத்தை அந்த மதத்தின் கட்டுக்கோப்புக்குள் இருப்பவர் மட்டுமே அனுபவிக்க முடியும். இந்தக் கட்டுக்கோப்புக்கு வெளியே இருப்பவர்களுக்குப் பகைமையும் அவமதிப்பும், இகழ்ச்சியும், புறக்கணிப்பும்தான் காத்திருக்கின்றன' என்று கூறுகிறார்.

இஸ்லாமில் காணப்படும் சமூகத் தீமையான பஞ்சாயத்து முறையை விளக்குகிறார் அம்பேத்கர் :

முஸ்லிம் சமூக அமைப்பில் காணப்படும் மற்றோர் அம்சத்தையும் மக்கள்தொகைக் கணக்குக் கண்காணிப்பாளர் குறிப்பிடுகிறார்; அவர்களிடம் மிகுந்த செல்வாக்கு பெற்றுள்ள 'பஞ்சாயத்துமுறை'தான் அது. அவர் கூறியதாவது;

பஞ்சாயத்தின் அதிகாரம் சமூக விஷயங்களில் மட்டுமன்று வாணிகம் முதலான விஷயங்களிலும் செல்லுபடியாகும். இதர பிரிவுகளைச் சேர்ந்தவர்களுடன் திருமண உறவு கொள்வது ஒரு குற்றமாகக் கருதப்படுகிறது. பஞ்சாயத்து இதில் மிகுந்த கவனம் செலுத்தி உரிய

நடவடிக்கை எடுக்கிறது. இதன் விளைவாக இந்துக்களைப்போன்றே முஸ்லிம் பிரிவினரும் பெரும்பாலான சந்தர்ப்பங்களில் அகமணக் கட்டுப்பாட்டுக்கு மிகக் கண்டிப்பான முறையில் உட்படுத்தப்படு கின்றனர். இந்தக் கலப்பு மணத்தடை முஸ்லிம்களில் மேல்தட்டுப் பிரிவினருக்கும் அதே போன்று கீழ்த்தட்டுப் பிரிவினருக்கும் பொருந்தும்.

உதாரணமாக, ஒரு துமா இன்னொரு துமாவைத் தவிர வேறு எவரையும் திருமணம் செய்து கொள்ள முடியாது. இந்த விதி மீறப்படுமாயின் அவ்வாறு மீறும் குற்றவாளி உடனே வலுக்கட்டாயமாக பஞ்சாயத்தின் முன் கொண்டுவந்து நிறுத்தப்படுகின்றான். அவன் அவமானப்படுத்தப் பட்டு, அவமதிக்கப்பட்டு அவனது சமூகத்தில் இருந்து வெளியேற்றப் படுகிறான். இத்தகையப் பிரிவைச் சேர்ந்த ஒருவன் சாதாரணமாக இன்னொரு பிரிவில் தன்னை இணைத்துக் கொள்ளமுடியாது. அவன் தனது வகுப்புக்குரிய தொழிலைக் கைவிட்டு, பிழைப்புக்காக வேறொரு தொழிலைக் கைக்கொண்டாலும், அவன் எந்த வகுப்பில் பிறந்தானோ அந்த வகுப்புக்குரிய சுட்டுப் பெயருடன்தான் இந்த சமுதாயத்தில் அவன் நடமாடமுடியும். ஜொலாஹாக்கள் என்ற பதம் கசாப்புக்கடைக்காரர்களைக் குறிக்கும். இவர்களில் ஆயிரக் கணக்கானோர் அந்தத் தொழிலை விட்டுவிட்டபோதிலும் இன்னமும் ஜொலாஹாக்கள் என்றே அழைக்கப்படுகின்றனர்.'

இந்தியாவின் இதர மாகாணங்களிலும் இதே போன்ற நிலையே நிலவுகிறது. இது சம்பந்தமான விவரங்களை அந்தந்த மாகாணங்களின் மக்கள்தொகைக் கணக்கு அறிக்கைகளில் காணலாம். ஆர்வமுள்ள வர்கள் அவற்றைப் படிக்கலாம். இது எப்படியிருப்பினும் வங்காளம் நமக்கு என்ன உண்மையைப் புலப்படுத்துகிறது? முகமதியர்கள் சாதி முறையைப் பின்பற்று வதோடு தீண்டாமையையும் கைக்கொள் கின்றனர் என்பதையே அது காட்டுகிறது.

ஆக, இந்து சமுதாயத்தைப் பீடித்துள்ள அதே சமூகத்தீமைகள், கேடுகள் இந்தியாவிலுள்ள முஸ்லிம் சமுதாயத்தையும் பெரிதும் தொற்றிக் கொண்டுள்ளன என்பதில் எத்தகைய ஐயத்துக்கும் இடமில்லை' என்று அம்பேத்கர் எழுதுகிறார். சகோதரத்துவம், சமத்துவம் வேண்டி மதமாற்றத்தை அறிவித்த அம்பேத்கர் அந்த சகோதரத்துவம், சமத்துவம் இல்லாத இஸ்லாத்தை எப்படித் தேர்ந்தெடுப்பார்? அம்பேத்கர் இஸ்லாத்தை தேர்ந்தெடுக்காததற்கு இஸ்லாத்தில் நிலவிய ஜாதி முறையும் ஒரு முக்கிய காரணமாகும்.

அம்பேத்கர் பெண்களும் சம உரிமை பெற வேண்டும் என்பதை வலியுறுத்தியவர். இந்து மதத்தில் வேதகாலத்தில் பெண்கள் எவ்வளவு

சிறப்புற்றிருந்தனர், பின்னர் எப்படி அடிமைப் படுத்தப்பட்டனர் என்பதையெல்லாம் விரிவாகவே விவரித்திருக்கிறார். பெண்கள் அடிமைப்படுத்தப்பட்டதற்கு மனுதான் காரணம் என்பதை வலியுறுத்தி அதை ஒழிக்கவேண்டும் என்பதை ஆணித்தரமாகச் சொல்லியவர். பெண்களின் முன்னேற்றத்தில் ஆர்வம் கொண்டவர். அம்பேத்கர் கொண்டுவந்து நிறைவேற்றாமல்போன இந்து சட்டத்தொகுப்பை படித்தோமானால் அம்பேத்கரின் உள்ளம் வெளிப்படும்.

இதே கண்ணோட்டத்தை அம்பேத்கர் இஸ்லாத்திலும் எதிர் பார்க்கிறார். இஸ்லாத்தில் பெண்களுக்கு சுதந்தரம் உண்டா? அம்பேத்கர் எழுதுகிறார் :

'அனுகூலமான சட்ட விதிகள் எல்லாம் இருந்தபோதிலும்கூட, முஸ்லிம் பெண்மணி உலகிலேயே நிராதரவற்றவளாக இருந்து வருகிறாள். ஓர் எகிப்திய முஸ்லிம் தலைவர் பின்வருமாறு கூறுகிறார்:-

'இஸ்லாம் தனது தாழ்வு முத்திரையை அவள்மீது பதித்துள்ளது; மதத்தின் ஆதரவு பெற்ற பழக்கவழக்கங்கள் காரணமாக அவள் தனது உணர்ச்சிகளையும் எண்ணங்களையும் வெளியிடுவதற்கும், தனது ஆளுமையை வளர்த்துக்கொள்வதற்குமான முழு வாய்ப்பு அவளுக்கு அளிக்கப்படவில்லை.'

தான் குழந்தையாக இருந்தபோது தன்னுடைய பெற்றோர்களல்லாத மற்றவர்களால் ஏற்பாடு செய்து நடத்தப்பட்ட ஒரு திருமணத்தை நிராகரிக்கும் துணிவு எந்த முஸ்லிம் யுவதிக்கும் இல்லை. விவாகரத்து செய்யும் உரிமையைத் தனக்கு அளிக்கக்கூடிய ஒரு ஷரத்தைத் தனது திருமண ஒப்பந்தத்தில் சேர்ப்பது நலமாக இருக்குமே என்று எந்த முஸ்லிம் மனைவியும் நினைப்பதில்லை. இத்தகைய சந்தர்ப்பத்தில் அவளது கதிப்போக்கு 'ஒரு முறை திருமணம் செய்துகொண்டுவிட்டால் என்றென்றைக்கும் திருமணமானவள்' என்பதாக அமைந்து விடுகிறது. எத்தகைய கடுமையாக இன்னல்கள், இடுக்கண்கள், தாள முடியாத கொடுமைக்கு உள்ளானாலும் திருமண பந்தத்திலிருந்து அவள் தப்ப முடியாது. அவள் திருமணத்தை நிராகரிக்க இயலாது. ஆனால், அதே சமயம் கணவனோ எத்தகைய காரணமுமின்றி, எப்போது வேண்டு மானாலும் விவாகரத்து செய்யலாம். இதற்கு அவன் செய்யவேண்டிய தெல்லாம் 'தலாக்' என்று கூறிவிட்டு, மூன்று வாரங்களுக்கு மனைவியுடன் உடலுறவு கொள்ளாதிருக்கவேண்டும். அவ்வளவுதான். அந்தப் பெண்ணைத் தூக்கியெறிந்துவிடலாம். அவனது ஏறுமாறான நடத்தைக்கு குறுக்கே நிற்கும் ஒரே ஒரு விஷயம், சீதனத் தொகை தருவதற்கு அவன் கட்டுப்பட்டிருப்பதுதான். இந்தத் தொகை ஏற்கெனவே செலுத்தப்பட்டிருந்தால், எத்தகைய தடையுமின்றி தன் விருப்பம்போல் விவகாரத்து செய்துவிடலாம்.

கணவன் விவாகரத்து செய்யும் விஷயத்தில் காட்டப்படும் இந்தத் தாராளப்போக்கு ஒரு பெண்ணின் முழுநிறைவான, சுதந்தரமான, மனநிறைவு கொண்ட இன்பகரமான வாழ்க்கைக்குப் பெரிதும் ஆதார அடிப்படையாக அமைந்துள்ள பாதுகாப்பு உணர்வையே அழித்துச் சிதைத்துவிடுகிறது. அது மட்டுமல்ல, பலதார மணம் செய்து கொள் வதற்கும், இல்லக்கிழத்தி வைத்துக் கொள்வதற்கும் முஸ்லிம் சட்டம் கணவனுக்கு அளித்துள்ள உரிமையால் முஸ்லிம் பெண்ணின் நிலைமை மேலும் மோசமாகிறது; அவளது வாழ்க்கைக்குப் பாதுகாப்பின்மை முன்னிலும் பெரிதும் அதிகரிக்கிறது.

ஒரு முஸ்லிம் ஒரு சமயத்தில் நான்கு மனைவிகளைத் திருமணம் செய்துகொள்வதற்கு முகமதியச் சட்டம் அனுமதிக்கிறது. ஒரு இந்து ஒரே நேரத்தில் எத்தனை மனைவிகளைக் கொண்டிருக்கலாம் என்று இந்துச் சட்டம் எவ்வகையிலும் வரையறுத்துக் கூறவில்லை. இதனுடன் ஒப்பிடும்போது முஸ்லிம் சட்டம் எவ்வளவோ மேல் என்று வாதிடப்படுகிறது. ஆனால், சட்டபூர்வமான நான்கு மனைவிகளுடன் மட்டுமன்றி தன்னுடைய பெண் அடிமை களுடனும் ஒரு முஸ்லிம் கூடி வாழ்வதையும் முஸ்லிம் சட்டம் அனுமதிக்கிறது என்பதை இங்கு மறந்துவிடக்கூடாது. அதிலும் பெண் அடிமைகள் விஷயத்தில் அவர்களது எண்ணிக்கை எதுவும் குறிப்பிடப்படவில்லை என்பதையும் இங்கு கவனத்தில் கொள்ளவேண்டும். எத்தகைய கட்டுப்பாடுமின்றி, அவர்களைத் திருமணம் செய்துகொள்ள வேண்டும் என்ற நிர்பந்தம் ஏதுமின்றி முஸ்லிமுடன் கூடிவாழ்வதற்கு அவர்கள் அனுமதிக்கப் படுகிறார்கள்.

பலதார மணமுறையாலும், சட்டபூர்வமாகக் காமக்கிழத்திகளை வைத்துக்கொள்ளும் முறையாலும் ஏற்படும் எத்தனை எத்தனையோ தீமைகளையும், மிகப் பெரும் பாதகங்களையும் விவரிப்பதற்குச் சொற்களே இல்லையெனலாம். அதுவும் ஒரு முஸ்லிம் பெண்ணுக்கு இதனால் ஏற்படும் இரங்கத்தக்க அவலநிலை வார்த்தையால் விவரிக்க முடியாதது. பலதார மணமுறையும் காமக்கிழத்திகளை வைத்துக் கொள்ளும் முறையும் அனுமதிக்கப்பட்டிருப்பதால் விதிவிலக்கின்றி எல்லா முஸ்லிம்களுமே இதில் ஈடுபட்டிருக்கின்றனர் என்று பொதுப் படையான முறையில் கூறிவிட முடியாது என்பது உண்மையே. எனினும் ஒரு முஸ்லிம் இந்த உரிமைகளை, சலுகைகளை சுலபமாகப் பயன்படுத்திக்கொண்டு தனது மனைவிக்கு துன்பத்தையும் துயரத்தையும் தொல்லைகளையும் அவலநிலையையும் ஏற்படுத்தும் வாய்ப்பு இருக்கவே செய்கிறது என்பதை மறந்துவிடக்கூடாது. திரு.ஜான் பூல் என்பவர் இஸ்லாமின் விரோதியல்ல. அவர் கூறுகிறார்:

‘விவாகரத்து விஷயத்தில் கடைப்பிடிக்கப்படும் இந்த வரம்பற்ற, கட்டுப்பாடற்ற போக்கைச் சில முகமதியர்கள் தங்கள் சுயநலத்துக்கு

மிகப் பெருமளவுக்குப் பயன்படுத்திக் கொள்கின்றனர். இந்த விஷயம் குறித்து 'இஸ்லாமும் அதன் நிறுவனரும்' எனும் தமது நூலில் கருத்துத் தெரிவித்துள்ள ஸ்டோபர்ட் பின்வருமாறு கூறுகிறார்.

'தொடாச்சியாக தங்கள் மனைவிமார்களை மாற்றுவதைச் சில முகமதியர்கள் ஒரு பழக்கமாகவே கொண்டுள்ளனர். இருபது, முப்பது மனைவிகளை ஏற்கெனவே வரித்துக் கொண்டிருப்பதுடன் திருப்தி கொள்ளாமல், மூன்று மாதத்துக்கு ஒருமுறை ஒரு புதிய மனைவியை அடைகிற இளைஞர்களைப் பற்றி நாம் படிக்கிறோம். இவ்வாறு பெண்கள் வரைமுறையின்றி ஒருவனிடமிருந்து இன்னொருவனுக்கு மாறிக்கொண்டிருப்பதால் ஒரு கணவனும் வீடும் கிடைத்தால் அவனை ஏற்றுக்கொள்ளும் நிர்ப்பந்தத்துக்கு ஆளாகிறார்கள் அல்லது விவாகரத்து செய்யப்பட்டுவிட்ட நிலைமையில் ஜீவனத்துக்கு வேறு வழியின்றிக் கீழ்த்தரமான வழிகளில் ஈடுபடும்படியான நிலைக்கு உள்ளாகிறார்கள்.

ஒரு முஸ்லிம் ஒரு சமயத்தில் நான்கு மனைவிகளைத் திருமணம் செய்து கொள்ள முகமதிய சட்டம் அனுமதிப்பதோடு, தான் விரும்பும் போதெல்லாம் விவாகரத்து செய்யலாம் என்றும் இருப்பதால் நடைமுறையில் அவன் தன் ஆயுட்காலத்துக்குள் எத்தனை மனைவிகளை வேண்டுமானாலும் அடைந்து இன்புற்றிருக்க முடியும்.

ஒரு முகமதியன் முஸ்லிம் சட்டத்தை மீறாமல் நான்குக்கும் அதிகமான மனைவிகளை அடைவதற்கு வேறொரு வழியும் இருக்கிறது. அது தான் இல்லக்கிழத்திகளுடன் கூடி வாழ்வதாகும். குர் ஆன் இதனை அனுமதிக்கிறது. நான்கு மனைவிகளை திருமணம் செய்து கொள்ளலாம் என்று கூறப்பட்டிருக்கும் சூராவில் 'இத்துடன் நீ அடிமைப் பெண்களுடனும் கூடி வாழலாம்' என்னும் சொற்கள் இடம் பெற்றிருக்கின்றன. அடிமைகளுடன் சுகித்து வாழ்வது பாபமல்ல என்று 70 ஆவது சூராவில் மிகத் தெளிவாக கூறப்பட்டிருக்கிறது.

பண்டை நாட்களைப் போலவே இன்றும் எண்ணற்ற முகமதிய குடும்பங்களில் அடிமைகள் காணப்படுகிறார்கள்; 'முகமதின் வாழ்க்கை' என்ற தமது நூலில் முய்ர் பின்வருமாறு கூறுகிறார்: 'இவ்விதம் தங்களுடைய அடிமைகளுடன் கூடி வாழ்வதற்கு தங்கு தடையின்றி அனுமதி வழங்கப்படும்வரை முகமதிய நாடுகளில் அடிமைத்தனத்துக்கு முற்றுப்புள்ளி வைக்க எத்தகைய மனப்பூர்வமான முயற்சியும் மேற்கொள்ளப்படும் என்று எதிர்பார்க்க முடியாது. இவ்வாறு இந்த அடிமைத்தனம் விஷயத்தில் குர் ஆன் மனித குலத்தின் எதிரியாக இருந்துவருகிறது. இதனால் வழக்கம்போல் பெண்கள்தான் பெரும் பாதிப்புக்கு உள்ளாகி இருக்கிறார்கள்.'

என்று அம்பேத்கர் கூறுகிறார். அதுமட்டுமல்ல, அவர் பர்தா முறையால் இஸ்லாத்தில் பெண்கள் அவதிக்குள்ளாகிறார்கள் என்கிறார். அதையும் பார்ப்போம்.

அம்பேத்கர் கூறுகிறார் :

'இந்து சமுதாயத்தைப் பீடித்துள்ள அதே சமூகத் தீமைகள், கேடுகள் இந்தியாவிலுள்ள முஸ்லிம் சமுதாயத்தையும் பெரிதும் தொற்றிக் கொண்டுள்ளன என்பதில் எத்தகைய ஐயத்துக்கும் இடமில்லை. இன்னும் சொல்லப்போனால், முஸ்லிம்கள் இந்துக் களுக்குள்ள அனைத்துத் தீமைகளையும் வரித்துக் கொண்டிருப்பது மட்டு மல்லாமல், அதற்கும் அதிகமான ஒன்றையும் பெற்றிருக்கின்றனர், அந்த அதிகமான ஒன்றுதான் முஸ்லிம் பெண்களிடையே நிலவும் பர்தா முறையாகும்.

இந்த பர்தா முறையின் காரணமாக முஸ்லிம் பெண்கள் தனிமைப் படுத்தப்பட்டிருக்கின்றனர். இப்பெண்மணிகள் முன்புற அறை களுக்கோ, வெளி தாழ்வாரங்களுக்கோ, தோட்டங்களுக்கோ வருவார்கள் என்று எதிர்பார்க்க முடியாது, புழக்கடைகளே பெரும்பாலும் அவர் களுடைய இருப்பிடங்களாக அமைந்துள்ளன. இளம் வயதினரும் சரி, வயதானவர்களும் சரி ஒரே அறையில் அடைந்து கிடக்கின்றனர். எந்த ஓர் ஆண் வேலையாளும் அவர்கள் முன்னிலையில் பணியாற்ற இயலாது.

தன்னுடைய புதல்வர்கள், சகோதரர்கள், தந்தை, மாமன்மார்கள், கணவன் மற்றும் நம்பிக்கைக்குரிய மிகவும் நெருங்கிய உறவினர்கள் போன்றோரைப் பார்ப்பதற்கு மட்டுமே ஒரு முஸ்லிம் பெண்மணி அனுமதிக்கப்படுகிறாள். பிரார்த்தனைக்காக அவள் மசூதிக்குக்கூடச் செல்ல முடியாது. அவள் எங்கே வெளியில் சென்றாலும் எப்போதும் புர்கா (முகத்திரை) அணிந்தே செல்லவேண்டும். புர்கா அணிந்து பெண்கள் தெருக்களில் நடந்து செல்லும் காட்சி இந்தியாவில் ஒருவர் காணக்கூடிய மிகவும் அருவருப்பான காட்சிகளில் ஒன்றாகும். இத்தகைய ஒதுக்கல்முறை முஸ்லிம் பெண்களின் உடல் ஆரோக்கி யத்தைப் பெரிதும் பாதிக்கிறது. ரத்தசோகை, காச நோய், பயோரியா போன்ற நோய்கள் அவர்களைச் சர்வசாதாரணமாகப் பீடிக்கின்றன. அவர்களுடைய உடலமைப்பு உருக்குலைகிறது; முதுகு வளைந்து விடுகிறது; எலும்புகள் துருத்திக்கொள்கின்றன; கைகால்கள் உருக் கோணலாகி விடுகின்றன. விலா எலும்புகளும், மூட்டெலும்புகளும் இன்னும் சொல்லப்போனால் அவர்களது எலும்புகள் அனைத்தும் வலியெடுக்கின்றன. அவர்களிடம் அடிக்கடி மிகுதியான நெஞ்சுத் துடிப்பு காணப்படுகிறது. இந்த இடுப்பெலும்பு உருத்திரிபு பிரசவத்தின்போது அகால மரணத்தில் கொண்டுபோய் விடுகிறது.

பர்தா முறை முஸ்லிம் பெண்களின் மனவளர்ச்சிக்கும் தார்மிக வளர்ச்சிக்கும் ஒரு தடையாக உள்ளது. ஆரோக்கியமான சமூக வாழ்க்கை பறிக்கப்படுவதால் அது தார்மிகச் சிதைவுக்கு, சீர்கேட்டுக்கு இட்டுச் செல்கிறது. வெளி உலகிலிருந்து முற்றிலும் துண்டிக்கப் பட்டிருப்பதன் காரணமாக அவர்கள் தங்கள் மனத்தை சிறு சிறு குடும்பச் சண்டைகளில் செலுத்துகிறார்கள்; இதன் காரணமாக அவர்களது கண்ணோட்டம், மனப்பாங்கு மிகக் குறுகியதாக, கட்டுப் படுத்தப்பட்டதாகிவிடுகிறது.

முஸ்லிம் பெண்கள் ஏனைய சமூகங்களைச் சேர்ந்த தம்முடைய சகோதரி களுக்குப் பல துறைகளிலும் பின்தங்கி இருக்கின்றனர். எத்தகைய வெளிநிகழ்ச்சிகளிலும் பங்கு கொள்ள இயலாதவர்களாக இருக் கின்றனர். அடிமைப்புத்தியும் தாழ்வுமனப்பான்மையும், பெரும் பாறாங்கல்லாக அவர்களை அழுத்தி அமிழ்த்துகின்றன. அறிவாற்றல் பெறுவதில், மேலும் மேலும் கல்வி கற்பதில் அவர்களுக்கு அவ்வள வாக ஆர்வம் இல்லை. ஏனென்றால், வீட்டின் நான்கு சுவர்களுக்கு அப்பால் உள்ள எதிலும் அக்கறை காட்டாதிருக்கும்படி அவர்கள் போதிக்கப்படுகின்றனர்.

பர்தா அணிவதால் பெண்கள் ஆதரவற்றவர்களாக, அபலைகளாக, மருட்சியும் பீதியும் அடைபவர்களாக, வாழ்க்கையில் எந்தப் போராட்டத்திலும் துணிந்து ஈடுபடுவதற்குத் தகுதியற்றவர்களாகி விடுகின்றனர். இந்தியாவிலுள்ள முஸ்லிம்களிடையே பர்தாப் பெண்கள் மிகப் பெரும் எண்ணிக்கையில் இருப்பதைக் கருத்தில் கொண்டு பார்க்கும்போது பர்தா பிரச்னையின் பரந்த பரிமாணத்தையும் கடுமையையும் எளிதாகப் புரிந்துகொள்ளலாம்.

பர்தா முறை தார்மிகரீதியில் ஏற்படுத்தியுள்ள விளைவுகளுடன் ஒப்பிடும்போது உடல்ரீதியிலும், அறிவுத்துறைரீதியிலும் அது தோற்று வித்துள்ள விளைவுகள் அத்தனை கடுமையானவை அல்ல என்றே கூறவேண்டும். இருபாலரின் பால் ஈடுபாடு, நாட்டம், வேட்கை குறித்து ஏற்பட்ட ஆழமான ஐயப்பாடே இந்த பர்தா முறை தோன்றியதற்கு அடிப்படைக் காரணம் எனலாம். இரு இனங்களையும் பிரித்து இதனைக் கட்டுப்படுத்துவது இதன் நோக்கம். ஆனால், இந்த நோக்கத்தை நிறைவேற்றுவதற்குப் பதிலாக பர்தாமுறை முஸ்லிம் ஆண்களின் பழக்க நடை முறைகளைப் பெரிதும் பாதித்துள்ளது.

பர்தா முறை காரணமாக ஒரு முஸ்லிமுக்குத் தனது வீட்டுப் பெண் களைத் தவிர வெளியே உள்ள வேறு எந்த முஸ்லிம் பெண்களுடனும் தொடர்பில்லாமல் போய்விடுகிறது. தனது வீட்டுப் பெண்களுடன் அவனுக்குள்ள தொடர்பும்கூட எப்போதேனும் நடைபெறும்

உரையாடலுடன் நின்றுவிடுகிறது. ஒரு முஸ்லிம் ஆண் குழந்தை களாகவும் வயதானவர்களாகவும் இருப்போரைத் தவிர வேறு எந்தப் பெண்பாலருடனும் தோழமை பூணவோ, ஒன்று கலந்து பழகவோ முடியாது. இவ்வாறு ஆண்களைப் பெண்களிடமிருந்து ஒதுக்கி வைக்கும் போக்கு ஆண்களின் பழக்க வழக்கங்கள் மீது மோசமான விளைவுகளை ஏற்படுத்தும் என்பது நிச்சயம். ஆண், பெண் இருபாலரிடையேயும் உள்ள எல்லா தொடர்பையும் துண்டிக்கும் ஒரு சமூக அமைப்பு அதீத பாலுணர்ச்சி மீதும், இயற்கைக்கு மாறான இதர தீய பழக்கவழக்கங்கள் மீதும் நாட்டம்கொள்ளும் ஓர் ஆரோக்கியமற்ற போக்கையே தோற்றுவிக்கும் என்று கூறுவதற்கு ஒருவர் மனோதத்துவ நிபுணராக இருக்கவேண்டும் என்பதில்லை.

பர்தா முறையின் தீய விளைவுகள் முஸ்லிம் சமூகத்துடன் நின்று விடவில்லை. இந்துக்களை முஸ்லிம்களிடமிருந்து சமூகரீதியில் ஒதுக்கிவைப்பதற்கும் இது ஒரு காரணமாக இருக்கிறது, இந்த ஒதுக்கல் இந்தியாவின் பொது வாழ்க்கையில் ஒரு சாபக்கேடாக இருந்துவருவது அனைவருக்கும் தெரியும். இந்த வாதம் வலிந்து பெறப்பட்டதாகத் தோன்றக்கூடும், முஸ்லிம்களிடையே நிலவும் பர்தா முறையைக் காட்டிலும் இந்துக்களின் இணங்கிப் பழகாத போக்கே இந்தத் தனிமைப்படுத்தலுக்குக் காரணம் என்று கூறக்கூடும். ஆனால் இந்துக்கள் இதை மறுக்கிறார்கள். இந்துக்களுக்கும் முஸ்லிம்களுக்கு மிடையே தொடர்பு ஏற்படுத்திக்கொள்வது சாத்தியமில்லை. ஏனென்றால் இத்தகைய தொடர்பு ஒருபுறம் பெண்களுக்கும் இன்னொரு புறம் ஆண்களுக்கும் இடையேயான தொடர்பையே குறிக்கும் என்பதால் இது சாத்தியமில்லை என்று அவர் கூறுவது நியாயமாகவே தோன்றுகிறது.

பர்தா முறையும் அதன் விளைவாக ஏற்படும் தீமைகளும் முஸ்லிம் களிடையே மட்டுமின்றி, நாட்டின் சில பகுதிகளில் இந்துக்களில் குறிப்பிட்ட சில பகுதியினரிடையேயும் காணப்படுகின்றன. ஆனால் இதில் ஒரு முக்கியமான வேறுபாடு இருக்கிறது. அதாவது முஸ்லிம் களிடையே காணப்படும் பர்தா முறை மதத்தின் ஆணையை ஆதாரமாக, அடிப்படையாகக் கொண்டது. இந்துக்களிடையே நிலவும் பர்தா முறை அப்படிப்பட்டதல்ல. இந்துக்களைவிட முஸ்லிம்களிடையே தான் பர்தா மிக ஆழமாக வேரோடிப் போயிருக்கிறது.

மதத்தின் ஆணைகளுக்கும் சமூகத்தின் தேவைகளுக்கும் இடையேயான தவிர்க்க முடியாத முரண்பாட்டை எதிர்கொண்டு வெற்றி பெறுவதன் மூலம்தான் இந்தத் தீமைக்கு முடிவுகட்டமுடியும். பர்தா பிரச்னை - அதன் மரபு மூலம் ஒருபுறமிருக்க - முஸ்லிம்களுக்கு உண்மையிலேயே ஒரு சிக்கலான பிரச்னை; ஆனால் இந்துக்களுக்கு அப்படியல்ல. இந்தத்

தீமையைக் குழி தோண்டிப் புதைப்பதற்கு முஸ்லிம்கள் ஏதேனும் முயற்சி எடுத்துக்கொள்கிறார்களா என்பதற்குச் சான்று ஏதும் இல்லை.'

இவ்வாறு அம்பேத்கர் இஸ்லாத்தில் பெண்களை அடிமைப்படுத்தும் நிலையை விளக்குகிறார்.

ஒரு சமூகத்தில் ஒரு செயல் தீமையானது என்பது தெரியும்போது அதை அந்தச் சமூகத்தவரே எதிர்த்துப்போராட வேண்டும். இந்து சமூகத்தில் தீண்டாமை தீமையானது என்றபோது அதை அம்பேத்கர் எதிர்த்துப் போராடினார். ஒரு இயக்கத்தையே ஆரம்பித்து போராடினார். அது போலவே பலர் போராடினர். ஆனால் இஸ்லாத்தில் இந்த நிலைமை உள்ளனவா என்பது பற்றிக் கூறுகிறார் அம்பேத்கர் :

'முஸ்லிம்களிடையே இந்தத் தீமைகள் நிலவுவது வேதனை அளிப்ப தாக இருக்கிறது. ஆனால் இந்தக் கேடுகளை எல்லாம் வேரோடு வேரடி மண்ணோடு சாய்க்கக்கூடிய ஒரு சமூக சீர்திருத்த இயக்கம் முசல்மான் களிடையே உருவாகவில்லையே என்பது இதைவிடவும் வேதனை தருவதாக இருக்கிறது. இந்துக்களிடையேயும் சமூகத் தீமைகள் இருந்து வரவே செய்கின்றன. ஆனால் இவற்றில் ஓர் ஆறுதல் அளிக்கும் அம்சம் இருக்கிறது. அது என்ன? இந்துக்களில் சிலர் இத்தீமைகள் இருந்து வருவதை உணர்ந்துள்ளனர், தேர்ந்து தெளிந்துள்ளனர், சிலர் இவற்றை ஒழித்துக்கட்டுவதற்கு முன்னின்று பாடுபட்டும் வருகின்றனர். ஆனால், அதே சமயம் முஸ்லிம்களின் நிலை என்ன? இவையெல்லாம் தீமைகள் என்பதை அவர்கள் உணர்வதே இல்லை. இதனால் அவற்றை அகற்று வதற்கு அவர்கள் முயற்சி செய்வதில்லை; கிளர்ச்சி செய்வதில்லை. உண்மையில், தங்களது நடைமுறைப் பழக்கவழக்கங்களில் அத்தகைய மாற்றம் ஏற்படுவதையும் அவர்கள் விரும்பவில்லை. அதனைக் கடுமையாக எதிர்க்கின்றனர். இதற்கு ஓர் எடுத்துக்காட்டை இங்கு குறிப்பிடுவது உசிதமாக இருக்கும்.

பால்ய விவாக மசோதா ஒன்று 1930-ல் மத்திய சட்டமன்றத்தில் கொண்டுவரப்பட்டது. இது ஒன்றும் புரட்சிகரமான மசோதா அல்ல. இம் மசோதாவில் மணமகளின் திருமண வயது 14 ஆகவும் மணமகனின் திருமண வயது 18 ஆகவும் உயர்த்தப்பட்டது, அவ்வளவுதான். இதையேகூட முஸ்லிம்கள் கடுமையாக எதிர்த்தனர்; முஸ்லிம் சட்டத்துக்கு இது முரண்பட்டிருப்பதாக வாதிட்டனர்; மசோதாவை ஒவ்வொரு கட்டத்திலும் எதிர்த்து வாக்களித்தனர். அவர்கள் அத்துடன் நிற்கவில்லை. மசோதா சட்டமானபோது அந்த சட்டத்தை எதிர்த்து ஒத்துழையாமை இயக்கத்தைத் தொடங்கினர். ஆனால் இந்தச் சட்டத்துக்கு எதிராக முஸ்லிம்கள் ஆரம்பித்த இந்த ஒத்துழையாமை இயக்கம் அதிர்ஷ்டவசமாக வலுவடையவில்லை. காங்கிரஸ் இதே

சமயம் தொடங்கிய ஒத்துழையாமை இயக்கத்தில் முஸ்லிம்களின் இயக்கம் அமிழ்ந்து போய்விட்டது. எனினும் சமூக சீர்திருத்தங்களை முஸ்லிம்கள் எவ்வளவு வன்மையாக எதிர்க்கிறார்கள் என்பதை அவர்களது இந்த இயக்கம் புலப்படுத்துகிறது.

முஸ்லிம்கள் இவ்வாறு சமூக சீர்திருத்தங்களை ஏன் எதிர்க்கிறார்கள் என்ற ஒரு கேள்வி இங்கு எழக்கூடும். உலகெங்கிலுமுள்ள முஸ்லிம்கள் முற்போக்கு கருத்துக்களில்லாத, மாறுதல் விரும்பாத மக்கள் என்பதே இதற்கு வழக்கமாக அளிக்கப்படும் பதிலாகும். இந்தக் கருத்து வரலாற்றுச் சான்றுகளுடன் ஒத்துப்போகிறது என்பதில் ஐயமில்லை. ஆரம்பத்தில் அவர்களது நடவடிக்கைகள் எரிமலை வெடிப்பதுபோல் ஆவேசத்தோடு, மிகுந்த உக்கிரத்தோடு பொங்கி எழுந்தன; அவற்றின் வேகமும், வீச்சும், பரிமாணமும் உண்மையிலேயே பிரமிக்கத் தக்கவையாக இருந்தன. இதனால் விரிந்து பரந்த பல சாம்ராஜ்யங்கள் ஆங்காங்கு உருவாயின. ஆனால் இதன்பின்னர் முஸ்லிம்கள் திடீரென்று ஒரு விசித்திரமான, விளக்க முடியாத ஓர் உணர்ச்சியற்ற, மரமரப்பு நிலைக்கு உள்ளாயினர். அதிலிருந்து அவர்கள் விழித்துக் கொள்ளவே இல்லை. அவர்களது இத்தகைய மந்தத்தன்மையை, கடுமையைப் பற்றி ஆராய்ந்தவர்கள் இதற்கு ஒரு காரணம் கூறுகிறார்கள்: இஸ்லாம் ஓர் உலக மதம், அனைத்து மக்களுக்கும் எல்லாக் காலங்களுக்கும் எல்லா நிலைமைகளுக்கும் ஏற்ற மதம் என்று அவர்கள் அடிப்படையிலேயே கொண்டுள்ள கருத்தே அவர்களது இன்றைய தேக்க நிலைக்குக் காரணம் என்று கூறப்படுகிறது. இது சம்பந்தமாகப் பின்வருமாறு வாதிடப்படுகிறது.

'தனது மதத்தின்மீது அசையாத நம்பிக்கை கொண்ட முசல்மான் எவ்வகையிலும் முன்னேற்றம் காணவில்லை; நவீன சக்திகள் மின்னல் வேகத்தில் மாறிவரும் இந்த உலகில் அவன் இடம்பெயராது, இயங்காது, இருந்த இடத்தில் இருக்கிறான். தான் அடிமைப்படுத்திய இனங்களை அவற்றின் பழைய காட்டுமிராண்டித்தனமான நிலையிலேயே, நாகரிகமற்ற நிலையிலேயே வைத்திருப்பது உண்மையிலேயே இஸ்லாமின் முக்கிய அம்சங்களில் ஒன்று என்பதில் ஐயமில்லை. அது பழக்கத்துக்குள் திணிக்கப்பட்டு செயலற்றதாக, ஊடுருவ முடியாததாக ஆக்கப்பட்டுள்ளது. அது மாறமுடியாதது; எத்தகைய அரசியல், சமூக, பொருளாதார மாற்றங்களுக்கும் அதன் மீது எவ்வித பிரதிபலிப்புகளையும் ஏற்படுத்த முடியாது.

இஸ்லாமுக்கு வெளியே எத்தகைய பாதுகாப்பும் இருக்க முடியாது. அதன் சட்டத்துக்கு அப்பால் உண்மை எதுவும் இருக்கமுடியாது; அதன் ஆன்மிக போதனைக்கு வெளியே நிலைத்த நல்வாழ்வைக் காணமுடியாது என்று போதிக்கப்பட்ட முஸ்லிம் தனது நிலையைத்

தவிர வேறு எந்த நிலையையும், இஸ்லாமிய சிந்தனை முறையைத் தவிர வேறு எந்தச் சிந்தனையையும் எண்ணிப் பார்க்க இயலாதவனாகி விடுகிறான். பூரணத்துவத்தின் நேர் நிகரற்ற ஒப்பில்லாத கொடு முடியை எட்டிவிட்டதாக உறுதியாக நம்புகிறான். உண்மையான சமயப்பற்று, உண்மையான சித்தாந்தம், உண்மையான மெய்யறிவு இவற்றின் ஏகபோக உரிமையாளன் என்று தன்னைக் கருதுகிறான். நிலையான மெய்ம்மையை - அது பிறவற்றுடன் ஒப்பிடக்கூடிய, மாறக்கூடிய மெய்ம்மையன்று - மாறாக அப்பழுக்கற்ற முழுமுதல் மெய்ம்மையை தான் மட்டுமே பெற்றிருப்பதாகப் பெருமிதம் கொள்கிறான்.

முஸ்லிம்களின் சமயச் சட்டம் உலகிலுள்ள பலதரப்பட்ட தனி மனிதர் களுடனும் சிந்தனை, உணர்வு, கருத்து, திறனாய்வு ஒற்றுமையைப் பகிர்ந்து கொள்ளும் செயல் திட்டத்தைப் பெற்றிருக்கிறது.

இந்த ஏகத்துவம் மனிதனது ஆற்றலை மழுங்கடித்து அவனைச் செயலிழக்கச் செய்கிறது என்பதை இங்கு வலியுறுத்திக் கூறியாக வேண்டும். இந்த ஏகத்துவம் முஸ்லிம்களுக்கு வெறுமனே போதிக்கப் படுவதில்லை; மாறாக, அணுவளவும் சகிப்புத் தன்மையற்ற உணர்வில் அது அவர்கள்மீது திணிக்கப்படுகிறது. கர்ணகடூர கொடுமைக்கும் கொடிய வன்முறைக்கும் பெயர்போன இந்தச் சகிப்புத்தன்மையற்ற போக்கு முஸ்லிம் உலகுக்கு வெளியே எங்கும் காணப்படாத ஒன்றாகும். இஸ்லாமின் போதனைகளுக்கு முரண்படுகிற பகுத்தறிவு பூர்வமான அனைத்துச் சிந்தனைகளையும் அது அடக்கி ஒடுக்குகிறது. இது குறித்து ரேனன் கூறுவதாவது:

இஸ்லாம் என்பது ஆன்மிகம் மற்றும் உலகியலின் ஒரு கூட்டிணைப்பு; அது ஒரு தீவிர சமய சித்தாந்தத்தின் ஆட்சி; அது மனிதகுலம் இதுவரை பூண்டிராத மிகவும் கனமான சங்கிலி. இஸ்லாம் ஒரு சமயம் என்ற முறையில் அதற்குரிய வனப்புகளை, சிறப்புகளைப் பெற்றிருக்கிறது. ஆனால் மனிதனது பகுத்தறிவுக்கு அது ஊறுவிளைவிப்பதாகவே இருக்கிறது; எனினும் சுதந்தர சிந்தனையை ஏனைய சமயங்களைவிட அது கடுமையாக ஒடுக்கிவிட்டது என்று கூறுவதற்கில்லை என்றாலும் இந்தப் பணியை அது மிகவும் வலிமையோடு செய்திருக்கிறது என்பதில் ஐயமில்லை. அது போர் புரிந்து கைப்பற்றிய நாடுகளை யெல்லாம் பகுத்தறிவு, கலாசார விதைகளை விதைக்க முடியாத வறண்ட தரிசு நிலங்களாக்கிவிட்டது. உண்மையில் ஒரு முசல்மானை ஏனையோரிடமிருந்து வேறுபடுத்திக் காட்டுவது விஞ்ஞானத்திடம் அவன் கொண்டுள்ள வெறுப்பும், ஆராய்ச்சி என்பதெல்லாம் வீணானது; பயனற்றது; விளையாட்டுத்தனமானது; இன்னும் சொல்லப் போனால் தீங்கு விளைவிக்கக்கூடியது என்று அவன் கொண்டுள்ள நம்பிக்கையும்

தான்; இயற்கை விஞ்ஞானங்களை அவன் எதிர்க்கிறான், கடவுளுக்கு எதிரான போட்டி முயற்சிகளாக அவற்றை அவன் கருதுவதே இதற்குக் காரணம். வரலாற்று விஞ்ஞானங்களை அவன் எதிர்க்கிறான், அவை இஸ்லாமுக்கு முந்தைய காலத்தைப் பற்றியதாக இருப்பதும், பண்டைய முரண்பட்ட சமயக் கருத்துகளுக்கு அவை புத்துயிரளிக்கக் கூடும் என்று அவன் அஞ்சுவதுமே இதற்குக் காரணம்'.

ரேனன் பின்வருமாறு முடிக்கிறார்:

விஞ்ஞானத்தை ஒரு பகையாகக் கருதுவதில் இஸ்லாம் பிடிவாதமாக இருக்கிறது; ஆனால் ஒரே பிடிவாதம் காட்டுவது ஆபத்தானது. இஸ்லாமின் கெட்ட காலமோ என்னவோ விஞ்ஞானத்தைப் பகைத்துக் கொள்வதில் அது வெற்றி கண்டிருக்கிறது. விஞ்ஞானத்தை அழிப்பதன் மூலம் அது தன்னையே அழித்துக்கொள்கிறது; உலகின் ஆகக் கீழ்நிலைக்குத் தள்ளப்படுகிறது.'

சமூக சீர்திருத்தங்களை முஸ்லிம்கள் ஏன் எதிர்க்கிறார்கள் என்று நாம் முன்னர் குறிப்பிட்ட கேள்விக்கு இந்தப் பதில் தெளிவானதாக இருந்தாலும் உண்மையானதாக இருக்கமுடியாது. இது உண்மையான பதிலாக இருக்குமானால், இந்தியாவுக்கு வெளியே உள்ள அனைத்து முஸ்லிம் நாடுகளிலும் எழுச்சியும் கிளர்ச்சியும், கொந்தளிப்பும் குமுறலும் ஏற்பட்டிருக்கிறதே இதற்கு எப்படிச் சமாதானம் கூற முடியும்? அதற்கெல்லாம் வாழ்க்கையின் ஒவ்வொரு துறையிலும் ஆராயும் உணர்வு, மாற்றம் காணவேண்டுமென்ற உணர்வு, சீர்த்திருத்தம் செய்ய வேண்டுமென்ற உணர்வு, சீர்த்திருத்தம் செய்யவேண்டுமென்ற ஆர்வம் தோன்றியிருக்கிறதே இதற்கு எப்படி விளக்கம் தரமுடியும்? உண்மையில், துருக்கியில் மேற்கொள்ளப்பட்டுள்ள சமூக சீர்திருத் தங்கள் மிகவும் புரட்சிகரமானவை; இந்த நாடுகளைச் சேர்ந்த முஸ்லிம் களின் பாதையில் இஸ்லாம் குறுக்கிடவில்லை என்றால், இந்திய முஸ்லிம்களின் பாதையில் மட்டும் அது ஏன் குறுக்கிடவேண்டும்? இந்தியாவிலுள்ள முஸ்லிம் சமுதாயத்தின் சமூக, அரசியல் தேக்க நிலைக்கு ஏதேனும் விசேடக் காரணம் இருக்கவேண்டும்.

அந்த விசேடக் காரணம் என்னவாக இருக்கமுடியும்? இந்திய முசல் மானிடம் மாறுதலுக்கான வேட்கை இல்லாமலிருப்பதற்கு இந்தியாவில் அவன் வகிக்கும் பிரத்தியேக நிலைமையே காரணமாக இருக்கவேண்டும் என்று எனக்குத் தோன்றுகிறது. இந்துக்கள் மிகப் பெரும்பான்மையினாராக இருக்கும் ஒரு சமூகச் சூழலில் வசித்து வருகிறான். அந்த இந்துச் சூழல் எப்போதும் ஓசைப்படாமல், ஆனால் உறுதியாக அவன் மீது ஆக்கிரமிப்பு நடத்தி வருகிறது. அது தன்னை முசல்மானல்லாதவனாக்குவதாக அவன் எண்ணுகிறான். இவ்வாறு

இந்துக்கள் தன்னைப் படிப்படியாகத் தங்கள் பக்கம் இழுக்கும் முயற்சியிலிருந்து தன்னைப் பாதுகாத்துக் கொள்வதற்கு அவன் தீவிரமாக முனைகிறான், இஸ்லாம் சம்பந்தப் பட்ட அனைத்தையும் பேணிப் பாதுகாக்கும் உணர்வை இது அவனுக்கு ஏற்படுத்துகிறது, இது தனது சமுதாயத்துக்கு நலன் பயக்குமா, அல்லது தீங்கு விளைவிக்குமா என்பதை அவன் சற்றும் எண்ணிப்பார்ப்பதில்லை.

இரண்டாவதாக, அரசியல் ரீதியிலும் இந்துக்களே மேலாதிக்கம் செலுத்தும் ஒரு சூழ்நிலையில் இந்திய முஸ்லிம்கள் வைக்கப்பட்டிருக் கிறார்கள். இதனால், தான் ஒடுக்கப்படுவோம் என்று இந்திய முஸ்லிம் உணர்கிறான்; அந்த அரசியல் ஒடுக்குமுறை இந்திய முஸ்லிம்களைத் தாழ்த்தப்பட்ட வகுப்பினராக ஆக்கக்கூடும் என்று அஞ்சுகிறான். சமூகரீதியிலும் அரசியல்ரீதியிலும் இந்துக்களால் மூழ்கடிக்கப்படக் கூடிய நிலையிலிருந்து தன்னைப் பாதுகாத்துக் கொள்ளவேண்டு மென்ற அவனது இந்த உணர்வே வெளிநாடுகளிலுள்ள தங்களது தோழர்களுடன் ஒப்பிடும்போது சமூக சீர்திருத்தம் விஷயத்தில் இந்திய முஸ்லிம்கள் பின்தங்கியிருப்பதற்கு முக்கியகாரணமாக இருக்கும் என்று என் மனத்துக்குப்படுகிறது. சட்டமன்ற, ஸ்தல ஸ்தாபன இடங் களுக்காகவும் அரசுப்பணிகளுக்காகவும் இந்துக்களுக்கு எதிரான இடையறாத போராட்டத்தில் தங்கள் முழுசக்தியையும் சதாசர்வ காலமும் ஈடுபடுத்த வேண்டியுள்ள நிலைமையில் சமூகசீர்திருத்தங்கள் சம்பந்தப்பட்ட பிரச்னைகளில் கவனம் செலுத்துவதற்கான எண்ணமோ, அவகாசமோ, சந்தர்ப்பமோ அவர்களுக்குக் கிடப்பதில்லை. அப்படியே காட்டினாலும், வகுப்புப் பதற்றம் உச்சநிலையை அடையும்போது தங்களது சமூக-சமய ஒற்றுமையை எவ்வகையிலேனும் பாதுகாப்பதன் மூலம் இந்துக்களதும் இந்து மதத்தினதும் அபாயத்துக்கு எதிராகத் தங்கள் அணிகளை ஒன்றுதிரட்டி, ஓர் ஒன்றுபட்ட முன்னணியை உருவாக்க வேண்டும் என்ற ஆர்வம், வேட்கை மேலோங்கி இவற்றை எல்லாம் பின்னுக்குத் தள்ளிவிடுகிறது.

இதே விளக்கம் இந்தியாவிலுள்ள முஸ்லிம் சமுதாயத்தின் அரசியல் தேக்கநிலைக்கும் பொருந்தும். முஸ்லிம் அரசியல் வாதிகள் மதச்சார் பற்ற வாழ்க்கை அம்சங்களைத் தங்கள் அரசியலுக்கு ஆதாரமாகக் கொள்வதில்லை. ஏனென்றால் இந்துக்களுக்கு எதிரான போராட்டத்தில் இது தங்கள் சமூகத்தைப் பலவீனப்படுத்தும் என்பது அவர்களது கருத்து. செல்வந்தர்களிடமிருந்து நியாயம் பெறுவதற்காக ஏழை முஸ்லிம்கள் ஏழை இந்துக்களுடன் சேரமாட்டார்கள். நிலப் பிரபுவின் கொடுங்கோன்மையைத் தடுத்து நிறுத்துவதற்கு முஸ்லிம் குத்தகைக்காரர்கள் இந்து குத்தகைக்காரர்களுடன் சேரமாட்டார்கள். உழைப்புக்கும் மூலதனத்துக்கும் நடைபெறும் போராட்டத்தில்

முஸ்லிம் தொழிலாளர்கள் இந்து தொழிலாளர்களுடன் சேரமாட்டார்கள். இது ஏன்? இக்கேள்விக்கு மிக எளிதாகப் பதில் சொல்லிவிடலாம். பணக்காரர்களுக்கு எதிராக ஏழைகள் நடத்தும் போராட்டத்தில் சேர்ந்தால் ஒரு முஸ்லிம் செல்வந்தரை எதிர்த்துத்தான் போராட வேண்டியிருக்கும் என்பதை ஓர் ஏழை முஸ்லிம் உணர்கிறான். நிலப்பிரபுவுக்கு எதிரான இயக்கத்தில் சேர்ந்தால் ஒரு முஸ்லிம் நிலப்பிரபுவை எதிர்த்துத்தான் போராடவேண்டும் என்று முஸ்லிம் குத்தகைக்காரன் பார்க்கிறான்.

முதலாளித்துவத்துக்கு எதிராகத் தொழிலாளி வர்க்கம் நடத்தும் தாக்குதலில் தான் ஈடுபட்டால் ஒரு முஸ்லிம் மில் உரிமையாளருக்கு ஊறுசெய்ய நேரிடும் என்று முஸ்லிம் தொழிலாளி நினைக்கிறான். ஒரு பணக்கார முஸ்லிமுக்கு, ஒரு முஸ்லிம் நிலப்பிரபுவுக்கு ஒரு முஸ்லிம் மில் முதலாளிக்கு எவ்வகையிலும் தீங்கு இழைப்பது முஸ்லிம் சமூகம் முழுவதுக்குமே செய்யப்படும் தீங்காக ஒரு முஸ்லிம் கருதுகிறான். இந்து சமூகத்துக்கு எதிரான போராட்டத்தில் இது முஸ்லிம்களைப் பலவீனப்படுத்தும் என்று கருதுகிறான்.

முஸ்லிம் அரசியல் எவ்விதம் நெறிபிறழ்ந்து ஏறுமாறான போக்கில் செல்லுகிறது என்பதை சமஸ்தானங்களில் மேற்கொள்ளப்படும் அரசியல் சீர்திருத்தங்கள் சம்பந்தமாக முஸ்லிம் தலைவர்கள் நடந்து கொள்ளும் முறையிலிருந்து தெரிந்து கொள்ளலாம்.

இந்து சமஸ்தானமான காஷ்மீரில் பிரதிநிதித்துவ ஆட்சியை ஏற்படுத்த வேண்டும் என்று கோரி முஸ்லிம்களும் அவர்களுடைய தலைவர்களும் பெரும் கிளர்ச்சி நடத்தினர். இதே முஸ்லிம்களும் அவர்களுடைய தலைவர்களும் இதர முஸ்லிம் சமஸ்தானங்களில் பிரதிநிதித்துவ அரசாங்கம் அமைக்கப்படுவதைக் கடுமையாக எதிர்த்தனர். இந்த விந்தையான, விபரீதமான போக்குக்கான காரணத்தைப் புரிந்து கொள்வது மிகவும் சுலபம்.

இவை யாவற்றிலும் முஸ்லிம்களைப் பொறுத்தவரையில் தீர்மான மான அம்சம் இந்துக்களுடன் ஒப்பிடும்போது இது எந்த அளவுக்கு முஸ்லிம்களைப் பாதிக்கும் என்பதுதான். பிரதிநிதித்துவ அரசாங்கம் அமைப்பது முஸ்லிம்களுக்கு அனுகூலமானது என்றால் அதை அவர்கள் கோருவார்கள், அதற்காகப் போராடுவார்கள், காஷ்மீர் சமஸ்தானத்தில் மன்னர் இந்து; ஆனால் பெரும்பான்மையான குடிமக்கள் முஸ்லிம்கள். காஷ்மீரில் பிரதிநிதித்துவ அரசாங்கம் அமையவேண்டும் என்று முஸ்லிம்கள் போராடுவார்கள் என்றால் அதற்குக் காரணம் இருக்கிறது. அதாவது காஷ்மீர் பிரதிநிதித்துவ அரசாங்கம் என்பது ஆட்சி அதிகாரம் இந்து மன்னரிடமிருந்து முஸ்லிம் மக்களுக்கு மாறுவதைக் குறிக்கும்.

இதனாலேயே இங்கு அவர்கள் பிரதிநிதித்துவ அரசாங்கத்தைக் கோரினார்கள்.

இதர முஸ்லிம் சமஸ்தானங்களில் மன்னர் முஸ்லிம்; ஆனால், அவருடைய பெரும்பான்மையான குடிமக்கள் இந்துக்கள். இத்தகைய சமஸ்தானங்களில் பிரதிநிதித்துவ அரசாங்கத்தை நிறுவுவது என்பதற்கு முஸ்லிம் மன்னரிடமிருந்து இந்து மக்களுக்கு ஆட்சி அதிகாரத்தை மாற்றுவது என்றே பொருள்படும். இதனால்தான் முஸ்லிம்கள் இரட்டை வேடம் போட்டார்கள். ஓரிடத்தில் பிரதிநிதித்துவ அரசாங்கம் அமைக்கப்படுவதை ஆதரித்தார்கள், இன்னோரிடத்தில் அதை எதிர்த்தார்கள். இதில் முஸ்லிம்களின் தலையாய நோக்கம் ஜனநாயகமல்ல. பெரும்பான்மையினரின் கட்சியுடன் கூடிய ஜனநாயகம் இந்துக்களுக்கு எதிரான போராட்டத்தில் முஸ்லிம்களை எந்த அளவுக்குப் பாதிக்கும் என்பதுதான் அவர்களது பிரதான அக்கறை. இது அவர்களை வலுப்படுத்துமா பலவீனப்படுத்துமா? ஜனநாயகம் அவர்களைப் பலவீனப்படுத்துமானால் ஜனநாயகம் அவர்களுக்கு வேண்டியதில்லை; அதை அவர்கள் விரும்ப மாட்டார்கள். இந்துக் குடிமக்கள் மீது முஸ்லிம் மன்னருக்குள்ள பிடி தளர்வதைவிட முஸ்லிம் சமஸ்தானங்களில் சீரழிந்து போன ஊழல் ஆட்சி நீடிப்பதையே அவர்கள் விரும்புவார்கள்.

முஸ்லிம் சமூகத்தின் அரசியல், சமூகத் தேக்கநிலைக்கு ஒரே ஒரு காரணம்தான் இருக்கமுடியும். அந்தக் காரணம் இதுதான். இந்துக்களும் முஸ்லிம்களும் என்றைக்கும் போராடிக் கொண்டிருக்க வேண்டும் என்று முஸ்லிம்கள் நினைக்கிறார்கள். இந்துக்கள் முஸ்லிம்கள் மீது தங்கள் ஆதிக்கத்தை நிலைநாட்டிடவும், முஸ்லிம்கள் ஆளும் சமூகமென்ற தங்களது கடந்தகால வரலாற்று நிலையை உறுதிப்படுத்தவும் போராடுகிறார்கள் - இந்தப் போராட்டத்தில் வலிமைதான் வெற்றிபெறும். இந்த வலிமையைப் பெறுவதற்கு அவர்கள் தங்கள் அணிகளில் பிளவு ஏற்படுத்தக்கூடிய சகலவற்றையும் கட்டுப்படுத்தி வைக்கவேண்டும் அல்லது மூட்டைகட்டி வைக்கவேண்டும்.

ஏனைய நாடுகளிலுள்ள முஸ்லிம்கள் தங்கள் சமுதாயத்தைச் சீர்திருத்தம் செய்யும் பணியை மேற்கொண்டிருக்கும்போது, இந்தியாவிலுள்ள முஸ்லிம்கள் அவ்வாறு செய்ய மறுக்கிறார்கள் என்றால், முன்னர் குறிப்பிட்டவர்கள் தங்கள் போட்டி சமூகங்களுடன் வகுப்புவாத மற்றும் அரசியல் சச்சரவுகளில் ஈடுபடும் நிலையிலிருந்து விடுபட்டிருப்பதும், பின்னர் குறிப்பிட்டவர்கள் அத்தகைய நிலையில் இல்லாதிருப்பதுமே காரணம்'

என்று கூறுகிறார் அம்பேத்கர். இஸ்லாம் மற்றும் முஸ்லிம்கள் பற்றிய அம்பேத்கரின் இந்த எண்ணங்கள் 'பாகிஸ்தான் அல்லது இந்தியப் பிரிவினை' என்ற நூலில் தெளிவாகக் கூறியிருக்கிறார். இந்த

எண்ணங்களே அவரை ஆட்கொண்டிருந்தன. தான் எதற்கு மதம் மாறுகிறோம் என்பதைத் தெளிவாக அறிந்திருந்த அம்பேத்கர், தம் எண்ணங்களுக்கு, கொள்கைகளுக்கு எதிராக இருந்த இஸ்லாமுக்கு மதம் மாறவில்லை. இஸ்லாமைப் பற்றிய அம்பேத்கரின் பார்வையை மேலும் பார்ப்போம்.

அத்தியாயம் 7

இஸ்லாம் தாழ்த்தப்பட்டவர்களுக்கு மிக நெருக்கத்தில் உள்ள சமயம் என்ற பிம்பம் பிரபலமான தலைவர்கள் முதல் தாழ்த்தப்பட்டவர்கள் வரை மனதில் வளர்த்தெடுக்கப்பட்டு இருக்கிறது. அதனால்தான் ஈவேரா கூட இஸ்லாத்துக்கு மாறுவதே சிறந்தது என்றார். ஆனால் அம்பேத்கர் தீண்டப்படாதவர்களின் மதமாற்றத்துக்கு இஸ்லாத்தைத் தேர்ந்தெடுக்கவில்லை. ஏன்?

ஏனென்றால், அம்பேத்கர் இஸ்லாத்தையும் இஸ்லாமியர்களையும் நன்கு புரிந்து வைத்திருந்தார்.

அம்பேத்கர் இஸ்லாத்தையும் முஸ்லிம்களையும் நன்கு புரிந்து வைத்திருந்தார் என்பதை எதை வைத்து நிர்ணயிப்பது?

இது ஒரு முக்கியமான கேள்வி. ஏனென்றால் அம்பேத்கரின் மதமாற்றம் வெறும் பொருளாதாரக் காரணங்களுக்காக அல்ல. அதில் பல விஷயங்கள் அடங்கியிருக்கின்றன.

மதமாற்றம் என்பதில் சமத்துவம், சகோதரத்துவம், சுதந்தரம் ஆகிய வற்றோடு ஆன்மிகம், கலாசாரம், சமூக முன்னேற்றம், தேச முன்னேற்றம், தேசபாதுகாப்பு, தேசிய உணர்வு, சமூக உணர்வு, சமூக அங்கீகாரம், சேர்ந்து வாழுதல், பெண்கள் உரிமைகள் போன்ற எண்ணற்ற காரணங்களும் அதன் பின்னே நிற்கின்றன.

மதமாற்றத்தின் மூலம் இவற்றுக்கு ஊறுவிளைவித்துவிடக்கூடாது என்பதிலும் அதேநேரம் தீண்டப்படாதவர்கள் மனங்களில் இந்த நேர் மறையான எண்ணங்கள் வளர்த்தெடுக்கப்படவேண்டும் என்பதிலும் அம்பேத்கர் மிக கவனமாகவே செயல்பட்டு வந்தார்.

11-1-1950-ல் பரேல் பகுதியில் பம்பாய், மாநில ஷெட்யூல்டு சாதி சங்கத்தின் சார்பில் அம்பேத்கருக்கு பாராட்டுவிழா நடந்தது. அப்போது அவர் பேசுகையில், 'தலித்துகள் தேசியக் கண்ணோட்ட இயல்பை வளர்த்துக்கொண்டு இதர சமூகத்தினரின் மற்றும் கட்சியினரின் பரிவைச் சம்பாதிக்கவேண்டும்' என்று கேட்டுக்கொண்டார்.

தலித்துகள் தேசியக்கண்ணோட்டத்தை ஏன் வளர்த்துக்கொள்ள வேண்டும்? ஏனென்றால் இது நமது தேசம் என்ற உணர்வு அம்பேத்கருக்கு இருந்தது. தாழ்த்தப்பட்டோரின் பிரச்னைகளைத் தீர்ப்பதில் பிரிட்டிஷாருக்கு உரிய திறன், விருப்பம் ஆகியவை இல்லாதிருப்பதை அம்பேத்கர் உணர்ந்தே இருந்தார். அதனால்தான் 'நாட்டில் எல்லோருக்கும் நீதியை வழங்கக்கூடிய அளவுக்குச் சமூக மற்றும் பொருளாதார நெறிமுறைகளைத் திருத்தும் துணிச்சல்மிக்க ஓர் அரசாங்கம் தேவை என வலியுறுத்தினார். இந்தப் பங்கைப் பிரிட்டிஷார் எப்போதும் ஆற்ற இயலாது எனவும் குறிப்பிட்டார். எனவே அவர் பின்வரும் முடிவுக்கு வந்தார் :

'யாராலும் நம் குறைகளைத் தீர்க்க இயலாது. நமது கைகளில் அரசியல் அதிகாரம் கிடைத்து நம்மால் உருவாக்கப்படும் அரசியல் சட்டத்தால் மட்டுமே அவ்வாறு தீர்க்க இயலும். இத்தகைய அரசியல் அதிகாரம் இல்லையெனில் நம் மக்களால் நம் பிரச்னைகளைத் தீர்க்கவியலாது.'

லண்டன் வட்டமேசை மாநாடு செல்லுமுன் 'இந்திய சுதந்தரத்துக் காகவும் தாழ்த்தப்பட்ட மக்களின் பல்வேறு உரிமைகளுக்காகவும் கண்டிப்பாக வாதாடுவேன்' என்று கூறிவிட்டுத்தான் சென்றார். சொன்னதுபோலவே வட்டமேசை மாநாட்டில் பேசினார். இந்தியாவுக்கு பூர்ண சுயராஜ்ஜியம் வேண்டும் என்று கோரிக்கை வைத்தார்.

தீண்டப்படாதவர்களைப் பாதுகாக்கும் தன் நடவடிக்கையைத் தன்னுடைய நாட்டுப்பற்று நிலைப்பாட்டிலிருந்து அம்பேத்கர் அணுகினார். இந்தியாவில் பிரிட்டிஷாரின் சுரண்டல் தொடரும்போது தாழ்த்தப்பட்ட சாதிகள் தம் நிலையிலிருந்து மேம்பட இயலாது என்பதில் உறுதியாக இருந்தார். 'இந்த அரசாங்கம் தொடர்ந்து இப்படியே இருக்கும்வரை அரசியல் அதிகாரத்தில் எந்தவொரு பங்கும் நமக்குக் கிடைக்கப்போவதில்லை' இந்தப் பிரச்னையைப் பொறுத்த மட்டில் தேசிய விடுதலை இயக்கத் தலைமையில் ஒரு சிலரைக் காட்டிலும் அம்பேத்கர் முன்னணியில் நின்று 1930 டிசம்பரில் இவ்வாறு குறிப்பிட்டார் : 'தாழ்த்தப்பட்ட மக்கள் டொமினியன் அந்தஸ்தைக் கோரவில்லை. ஆனால், மக்களால் மக்களுக்கான, மக்களின் பெயரிலான அரசாங்கத்தைக் கோருகின்றனர்' (நூல் : சனநாயகப் புரட்சியும் அம்பேத்கரும்)

அம்பேத்கருக்கு தேசிய உணர்வு இருந்தது. அதனால்தான் தம்முடைய மக்களை - தாழ்த்தப்பட்டவர்களை - விடுதலைப் போராட்டத்துக்கு எதிராகப் போகாதவாறு பார்த்துக்கொண்டார்.

'பாரத்' என்ற சொல்லில் அம்பேத்கருக்கு அலாதியான பிரியமும் அன்பும் இருந்தது. அதனால்தான் தன்னுடைய வார இதழுக்கு

'பகிஷ்கிரித் பாரத்' என்று பெயரிட்டார். அவருடைய அச்சகத்தின் பெயர் 'பாரத் பூஷன் பிரிண்டிங் பிரஸ்' என்பதாகும். தான் இயற்றிய அரசியல் அமைப்புச்சட்டத்தில் இந்தியாவின் பெயரைக் குறிப்பிடும் போது வெறும் இந்தியாவோடு நிற்கவில்லை அம்பேத்கர். 'இந்தியா என்ற பாரத்' என்பதைக் குறிப்பிட்டுள்ளார். தேச உணர்வு கொண்ட அம்பேத்கர் தேசிய உணர்வு இல்லாதிருந்தவர்கள் யார் என்பதை வெளிப்படையாகத் தம் 'பாகிஸ்தான் அல்லது இந்தியப் பிரிவினை' என்ற புத்தகத்தில் குறிப்பிட்டுள்ளார்கள்.

தேசபக்தி - தேசிய உணர்வைப் பொறுத்தவரை இஸ்லாத்தில் அவை கொஞ்சம்கூட இல்லை என்பது அம்பேத்கரின் வாதமாகும்.

அம்பேத்கர் கூறுகிறார் :

'....இஸ்லாமின் இரண்டாவது குறைபாடு அது ஸ்தல தன்னாட்சி முறையிலிருந்து மாறுபட்ட ஒரு சமூக தன்னாட்சி முறையாக அமைந்திருப்பதாகும். ஏனென்றால் ஒரு முஸ்லிம் தான் வாழும் நாட்டின் மீதன்றி, தான் கடைப்பிடிக்கும் சமயத்தின்மீது விசுவாசம் கொண்டிருக்கிறான். முஸ்லிமுக்கு இபிபெனே இபி பத்ரியா (ibi bene ibi patria) நினைத்துப்பார்க்க முடியாத ஒன்று. எங்கெல்லாம் இஸ்லாம் ஆட்சி நடைபெறுகிறதோ அவையெல்லாம் அவனது சொந்த நாடு. வேறுவிதமாகச் சொன்னால், ஓர் உண்மையான முஸ்லிம் இந்தியாவைத் தனது தாயகமாக வரித்துக்கொள்ளவும் இந்துக்களை உற்றார் உறவினர்களாகக் கருதவும் இஸ்லாம் ஒருபோதும் அனுமதிக்காது. ஒரு மாபெரும் இந்தியராகவும் உண்மையான முஸ்லிமாகவும் திகழ்ந்தவருமான மௌலானா முகமது அலி இந்திய மண்ணைவிட ஜெருசலேமில் தன்னை அடக்கம் செய்ய வேண்டும் என்று விரும்பியதற்கு ஒருவேளை இதுவே காரணமாக இருக்கலாம்' என்று கூறுகிறார்.

அதாவது இஸ்லாமியர்கள் இந்திய மண்ணைவிட இஸ்லாமிய மண்ணையே விரும்புகிறார்கள், விரும்புவார்கள் என்பதை இங்கு படம்பிடித்துக் காட்டியுள்ளார்.

முஸ்லிம்களுடைய தேசபக்தி, தேசிய உணர்வு எப்படிப்பட்டது, எதை நோக்கியது என்பதைத் துல்லியமாக விளக்குகிறார் அம்பேத்கர்.

'பாகிஸ்தான் அல்லது இந்தியப் பிரிவினை' என்ற நூலில் அம்பேத்கர் கூறுகிறார் :

'சுதந்தர இந்தியாவைப் பேணிக் காப்பதிலும் கருத்தொற்றுமை நிலவ வேண்டும். எனவே, இந்தியா பிரிட்டனிடமிருந்து விடுதலையும் சுதந்தரமும் பெறுவதில் மட்டுமல்லாது அந்த விடுதலையையும்

சுதந்தரத்தையும் வேறு எந்த அந்நிய சக்தியிடமிருந்தும் பாதுகாப்பதிலும் உடன்பாடு ஏற்படுவது அவசியம். உண்மையில் பிரிட்டனிடமிருந்து சுதந்தரம் பெறுவதை விடவும் பெற்ற சுதந்தரத்தைப் பேணிக்காப்பது அதைவிடவும் முக்கியமான கடமை என்பதில் ஐயமில்லை. ஆனால், இந்த மிக முக்கியமான கடமை விஷயத்தில் முன்போல் ஒருமித்த கருத்து நிலவுவதாகத் தோன்ற வில்லை. எது எப்படியிருந்தபோதிலும் இந்த விஷயத்தில் முகம்மதியர் களின் போக்கு அத்தனை நம்பிக்கையளிப்பதாக இல்லை. இந்தியாவின் சுதந்தரத்தைப் பேணிகாக்கும் பொறுப்பைத் தாங்கள் ஏற்க முடியாது என்று முஸ்லிம் தலைவர்கள் பல சந்தர்ப்பங்களில் வெளியிட்ட கருத்து களிலிருந்து இதைத் தெளிவாகத் தெரிந்து கொள்ளலாம். இத்தகைய இரண்டு கூற்றுகளைக் கீழே தந்துள்ளேன்.

1925-ல் லாகூரில் நடைபெற்ற ஒரு கூட்டத்தில் டாக்டர் கிச்சுலு பின்வருமாறு பேசினார் :

'காங்கிரஸ் உயிரற்றிருந்தபோது, கிலாபத் கமிட்டிதான் அதற்கு உயிர்ப்பிச்சை அளித்தது. கிலாபத் கமிட்டி அதனுடன் இணைந்தபோது இந்து காங்கிரஸ் 40 ஆண்டுகளில் செய்ய முடியாததை அது ஒரே ஆண்டில் சாதித்தது. ஏழு கோடி தீண்டப்படாதவர்களைக் கைதூக்கி விடும் பணியில் காங்கிரஸ் ஈடுபட்டது. உண்மையில் இது முற்றிலும் இந்துக்கள் செய்ய வேண்டிய பணி. அப்படியிருந்தும் காங்கிரஸின் பணம் இதன் பொருட்டு செலவிடப்பட்டது. என்னுடையவையும் எனது முஸ்லிம் சகோதரர்களுடையவும் பணமும் தண்ணீர்போல் வாரி இறைக்கப்பட்டது. எனினும் தீரமிக்க முஸ்லிம் சகோதரர்கள் அதனைச் சிறிதும் பொருட்படுத்தவில்லை. அப்படியிருக்கும்போது, முசல்மான் களாகிய நாங்கள் டான்ஸிம் பணியை மேற்கொண்டு, அதன் பொருட்டு இந்துக்களுக்கோ, காங்கிரஸுக்கோ சொந்தமாக இல்லாத எங்கள் பணத்தைச் செலவிடும்போது இந்துக்கள் ஏன் எங்களுடன் சச்சரவு செய்ய வேண்டும்?

இந்த நாட்டை பிரிட்டிஷ் ஆட்சியிடமிருந்து விடுவித்து சுயராஜ்யம் அடைந்த பிறகு ஆப்கனியர்களோ வேறு முஸ்லிம்களோ இந்தியா மீது படையெடுப்பார்களேயானால், முஸ்லிம்களாகிய நாங்கள் அவர்களை வீரத்தோடு எதிர்த்துப் போரிடுவோம்; அந்நியப் படையெடுப்பிலிருந்து நாட்டைப் பாதுகாக்கும் பொருட்டு எங்கள் புதல்வர்கள் அனை வரையும் பலி கொடுக்கச் சற்றும் தயங்கமாட்டோம். ஆனால் ஒரு விஷயத்தை நான் பட்டவர்த்தனமாக, தெள்ளத் தெளிவாகக் கூறியாக வேண்டும். என்னுடைய அன்பான இந்து சகோதரர்களே, நான் சொல்லுவதை மிகக் கவனமாகக் கேளுங்கள். எங்களது டான்ஹிம் இயக்கப் பாதையில் தடைகளை ஏற்படுத்துவீர்களேயானால்,

எங்களுக்குள்ள உரிமைகளை வழங்க மறுப்பீர்களேயானால் ஆப்கனிஸ் தானுடனோ வேறு எந்த முஸ்லிம் நாட்டுடனோ நெருங்கிய உறவு பூண்டு, அவர்களது ஒத்துழைப்புடன் இந்த நாட்டில் எங்கள் ஆட்சியை நிறுவுவோம்.'

1939 ஜனவரி 27ஆம் தேதி சில்ஹட்டில் மௌலானா ஆஸாத் சோபானி நிகழ்த்திய உரை நமது கவனத்துக்குரியதாகும். ஒரு மௌலானாவின் கேள்விக்குப் பதிலளித்து மௌலானா ஆஸாத் சோபானி பேசியபோது கூறியதாவது :

'ஆங்கிலேயர்களை இந்த நாட்டைவிட்டு விரட்டுவதை ஆதரிக்கும் தேர்ந்த, தெளிந்த, சிறந்த தலைவன் இந்தியாவில் யாரேனும் இருக்கக் கூடுமானால் அது நானாகத்தான் இருக்க முடியும். எனினும் முஸ்லிம் லீக் சார்பில் ஆங்கிலேயர்களுடன் எத்தகைய போராட்டமும் இருக்கக் கூடாது என்றே விரும்புகிறேன். நமது மாபெரும் போராட்டம் பெரும் பான்மையினராக உள்ள நமது 22 கோடி இந்துப் பகைவர்களுடன்தான். ஆங்கிலேயர்கள் நாலரை கோடிப் பேர்தான். அப்படியிருந்தும் அவர்கள் கிட்டத்தட்ட இந்த உலகம் முழுவதையுமே விழுங்கி ஏப்ப மிட்டு, மகாவலிமை மிக்கவர்களாகிவிட்டார்கள். அந்த ஆங்கிலேயர் களைப் போன்றே கல்வி கேள்வியிலும், அறிவுத்திறத்திலும், தரத்திலும், செல்வத்திலும், எண்ணிக்கையிலும் முன்னேறியுள்ள இந்த 22 கோடி இந்துக்கள் ஆற்றல் மிக்கவர்களானால் முஸ்லிம் இந்தியாவையும் படிப்படியாக எகிப்து, துருக்கி, காபூல், மெக்கா, மெதினா மற்றும் யஜூஜ், மஜூஜ் போன்ற சிற்றரசுகளையும் விழுங்கி விடுவார்கள். (உலகம் அழிவதற்கு முன்னர் அவர்கள் இந்தப் பூமியில் தோன்றி தங்கள் முன்னால் எதிர்ப்பட்டதை எல்லாம் விழுங்கி விடுவார்கள் என்று குர்ஆனிலும் கூறப்பட்டிருக்கிறது.)

'ஆங்கிலேயர்கள் மெல்ல மெல்ல பலவீனமடைந்து வருகிறார்கள்..... அண்மை வருங்காலத்தில் அவர்கள் இந்தியாவை விட்டுச் சென்று விடுவார்கள். எனவே, இஸ்லாமின் மிகப் பெரிய விரோதிகளான இந்துக்களை எதிர்த்து இப்போதே போராட்டத்தைத் தொடங்கி அவர் களைப் பலவீனப்படுத்தவில்லை என்றால், அவர்கள் இந்தியாவில் ராமராஜ்யத்தை நிறுவுவதோடு படிப்படியாக உலகெங்கும் வியாபித்து விடுவார்கள். அவர்களை (இந்துக்களை) பலப்படுத்துவதும் அல்லது பலவீனப்படுத்துவதும் 9 கோடி இந்திய முஸ்லிம்களின் கையில்தான் இருக்கிறது. ஆகவே, முஸ்லிம் லீகில் தன்னை இணைத்துக் கொண்டு போராடுவது ஆழ்ந்த சமயப்பற்றுள்ள ஒவ்வொரு முஸ்லிமின் இன்றியமையாத கடமையாகும். அப்போதுதான் இந்துக்கள் இங்கு காலூன்றிக் கொள்ள முடியாது, தங்களை நிலைநாட்டிக்கொள்ள முடியாது. ஆங்கிலேயர்கள் வெளியேறியதும் இந்தியாவில் முஸ்லிம் ஆட்சியை நிறுவ முடியும்.

‘ஆங்கிலேயர்கள் முஸ்லிம்களின் பகைவர்களாயினும் இப்போதைக்கு நம்முடைய போராட்டம் ஆங்கிலேயர் களுடனல்ல. முதலில் முஸ்லிம் லீகின் துணைகொண்டு இந்துக்களுடன் ஏதேனும் ஓர் உடன்பாட்டுக்கு வரவேற்றும். பின்னர் ஆங்கிலேயர்களை எளிதாக விரட்டிவிட்டு, இந்தியாவில் முஸ்லிம் ஆட்சியை நிலைநாட்ட முடியும்.

‘எச்சரிக்கையாக இருங்கள்! காங்கிரஸ் மௌல்விகள் விரிக்கும் வலையில் விழுந்துவிடாதீர்கள். ஏனென்றால் 22 கோடி இந்துப் பகைவர்களின் கரங்களில் முஸ்லிம் உலகம் ஒருபோதும் பாதுகாப்பாக இருக்கமுடியாது.

மௌலானா ஆஸாத் சோபானியின் உரையின் சுருக்கத்தை மேற்கண்ட வாறு தந்திருக்கும் ஆனந்த பஜார் பத்திரிகையின் நிருபர் காங்கிரஸ் மாகாணங்களில் முஸ்லிம்கள் கொடூரமாக ஒடுக்கப்பட்டதாக அநேக கற்பனையான நிகழ்ச்சிகளையும் மௌலானா விவரித்ததாகக் கூறுகிறார் :

‘மாகாண சுயாட்சித் திட்டம் செயல்படுத்தப்பட்டபோது, காங்கிரஸ் மந்திரிசபைகள் அமைக்கப்பட்டன. இந்துக்களின் ஆதிக்கத்திலுள்ள காங்கிரஸின் கரங்களில் முஸ்லிம் நலன்கள் பாதுகாப்பாக இருக்காது என்று தாம் உணர்ந்ததாகக் கூறினார்; ஆனால் இந்துத் தலைவர்கள் இதில் வேறுபட்ட கருத்து கொண்டிருந்தனர். எனவே, தாம் காங்கிரஸை விட்டு வெளியேறி லீகில் சேர்ந்ததாகக் குறிப்பிட்டார். அவரது பயத்தை காங்கிரஸ் அமைச்சர்கள் உண்மையாக்கிவிட்டனர். எதிர்காலத்தை இவ்வாறு முன்கூட்டியே கணிப்பதற்குப் பெயர்தான் அரசியல் என்பது. எனவே, தாம் ஒரு மாபெரும் அரசியல்வாதி என்று தம்மை வருணித்துக்கொண்டார். இந்தியா சுதந்தரமடைவதற்கு முன்னதாக வலுக்கட்டாயமாகவோ நேசபூர்வமான முறையிலோ இந்துக்களுடன் ஏதேனும் ஓர் உடன்பாட்டுக்கு வரவேண்டும் என்ற தமது கருத்தை மீண்டும் உறுதிப்படுத்தினார். இல்லையென்றால் 700 ஆண்டுகாலம் முஸ்லிம்களிடம் அடிமைகளாக இருந்துவந்த இந்துக்கள் முஸ்லிம்களை அடிமைப்படுத்திவிடுவார்கள் என்று எச்சரித்தார்.’

முஸ்லிம்களின் மனதில் எத்தகைய எண்ணங்கள் அலைமோதிக் கொண்டிருக்கின்றன என்பதை இந்துக்கள் அறிவார்கள். நாட்டின் சுதந்தரத்தைத் தங்களை அடிமைப்படுத்துவதற்குப் பயன்படுத்திக் கொள்வார்களோ என்றும் அவர்கள் அச்சம் கொண்டிருக்கிறார்கள். எனவே, சுதந்தரம் அடைவதை இந்தியாவின் அரசியல் லட்சியமாக ஆக்கும் விஷயத்தில் அவர்கள் அத்தனை ஆர்வமில்லாதவர்களாக, அக்கறையில்லாதவர்களாக இருந்துவருகிறார்கள். எதையும் சரிவர நிர்ணயிக்கக்கூடிய தகுதியில்லாதவர்களது அச்சங்கள் அல்ல இவை.

மாறாக, சுதந்தரப் போராட்டத்தைத் தலைமை தாங்கி நடத்தும் விவேகம் குறித்து தமது அச்சங்களை வெளியிட்டிருக்கும் இந்த இந்துக்கள் தங்களுக்கு முஸ்லிம்களுடனுள்ள தொடர்பு காரணமாக எந்த ஒரு கருத்தையும் கூறுவதற்கு முற்றிலும் தகுதியுடையவர்கள் என்பதில் ஐயமில்லை.

திருமதி அன்னிபெசன்ட் கூறுகிறார் :

'இந்தியாவின் முகம்மதியர்கள் சம்பந்தமாக, மற்றொரு கடுமையான பிரச்னை எழுந்துள்ளது. முஸ்லிம்களுக்கும் இந்துக்களுக்கும் இடையே யான உறவு லக்னோ நாட்களில் இருந்தது போன்று இருந்திருந்தால் இந்தப் பிரச்னை இத்தனை அவசரமானதாக இருந்திருக்காது. அந்த லக்னோ நாட்களில்கூட இந்தப் பிரச்னை ஏறத்தாழ நிச்சயமாக எழுந்திருக்கவே செய்யும். சுதந்தர இந்தியாவிலும் முன்னோ பின்னோ எப்போதேனும் எழக்கூடும். கிலாபத் கிளர்ச்சிக்குப் பிறகு நிலைமை பெரிதும் மாற்றமடைந்துள்ளது.

கிலாபத் கிளர்ச்சியை ஊக்குவித்ததன் மூலம் இந்தியா எண்ணற்ற இன்னல்களுக்கு, அல்லல்களுக்கு உள்ளாகியிருக்கிறது. இவற்றில் ஒன்று முஸ்லிம் அல்லாதவர்களுக்கு எதிராக முஸ்லிம்களின் உள் மனதில் கனன்று கொண்டிருக்கும் பகைமை உணர்வு கடந்த காலத்தைப் போன்றே அப்பட்டமாக, கூச்சநாச்சமின்றிப் பீறிட்டெழுந் திருப்பதாகும். வாளேந்தும் பழைய முஸ்லிம் மதம் மீண்டும் புத்துயிர் பெற்று வருவதைப் பார்க்கிறோம். நூற்றாண்டுகாலமாக மறந்து போயிருந்த தனித்து ஒதுங்கி நிற்கும் பழைய போக்கு மீண்டும் தலையெடுத்து வருவதைக் காண்கிறோம். ஜஸ்ருத்-அரபை, அரபியத் தீவை முஸ்லிமல்லாதவர்களின் மாசு படிந்த பாதங்கள் படாத புனித பூமி என்று உரிமை கொண்டாடுவதை நோக்குகிறோம்.

ஆப்கானியர்கள் இந்தியாவின் மீது படையெடுத்து வந்தால் நாங்கள் எங்களுடைய சக மதத்தினருடன் சேர்ந்து கொள்வோம்; தங்கள் தாயத்தைப் பகைவர்களுக்கு எதிராகப் பாதுகாக்கும் இந்துக்களின் தலைகளைக் கொய்தெறிவோம் என்று முஸ்லிம் தலைவர்கள் பிரகடனம் செய்து வருவதைக் கேட்கிறோம். முஸ்லிம்களின் பிரதான விசுவாசம் இஸ்லாமிய நாடுகளின் மீதிருக்கிறதே அன்றி தங்கள் தாய்நாட்டின் மீது இல்லை என்பதைக் காண்கிறோம். அவர்களது முதலும்முடிவுமான ஆசை 'ஆண்டவனின் ராஜ்யத்தை' ஏற்படுத்துவது தான் என்பதை அறிகிறோம்.

ஆனால் அந்த ஆண்டவன் உலகுக்கெல்லாம் தந்தையல்ல, அனைத்து ஜீவராசிகளையும் நேசிப்பவரல்ல, தங்களுடைய தீர்க்கதரிசி என்னும் முசல்மான்களின் மூக்குக் கண்ணாடிகள் வழியாகத் தெரிபவரே அந்த

ஆண்டவன்; முஸ்லிம் அல்லாதவர்களைப் பொறுத்தவரை, ஆரம்ப கால முஸ்லிம்களைப் போலவே மோசஸ் வழிப்பட்ட எகோவாவைக் கடவுளாகக் கொண்ட எபிரேயர்களும் தங்களுடைய தீர்க்கதரிசி தங்களுக்கு அருளிய மதத்தைக் கடைபிடிக்கும் சுதந்தரத்துக்காகப் போராடியதை வரலாற்று ஏடுகளில் காண்கிறோம்.

கடவுளின் கட்டளைகளை மனிதன் மூலம் தரும் இத்தகைய சமய தத்துவங்களை எல்லாம் கடந்து உலகம் முன்னேறிவிட்டது. அவ்வித மிருக்கும்போது, தங்களது தீர்க்கதரிசி வகுத்துத் தந்த சட்டங்களுக்கு தாங்கள் வாழும் நாட்டின் சட்டங்களுக்கும் மேலாகக் கீழ்ப்படிந்து நடக்கவேண்டும் என்று முசல்மான்களின் தலைவர்கள் இப்போது முன்வைத்திருக்கும் கோரிக்கை குடிமையியல் மரபொழுங்கையும் நாட்டின் ஸ்திரத்தன்மையையும் சீர்குலைக்கக் கூடியதேயாகும். இது அவர்களை மோசமான குடிமக்களாக்குகிறது.

ஏனென்றால், அவர்களது விசுவாச மையம் நாட்டுக்கு வெளியே இருக்கிறது; மௌலானா முகமது அலி, சௌகத் அலி போன்ற பிரபல முஸ்லிம் தலைவர்களின் கருத்துகளைக் கொண்டிருந்தபோதிலும் தங்களுடைய சக பிரஜைகளின் நம்பிக்கைக்கு அவர்கள் பாத்திரமாக முடியாது. இந்தியா சுதந்தரமடைந்தால் மக்கள் தொகையில் முஸ்லிம் பகுதியினர் - அறியாமையில் மூழ்கிக் கிடக்கும் இவர்கள் தங்களது தீர்க்கதரிசியின் பெயரால் பேசுபவர்களைத்தான் பின்பற்றுவார்கள். இந்தியாவின் சுதந்தரத்துக்கு உடனடி அபாயமாக மாறிவிடுவார்கள். ஆப்கானிஸ்தான், பலுச்சிஸ்தான், பெர்சியா, ஈராக், அரேபியா, துருக்கி, எகிப்து போன்ற நாடுகளைச் சேர்ந்த முஸ்லிம்களுடனும் மத்திய ஆசியாவைச் சேர்ந்த ஏனைய முஸ்லிம்களுடனும் கூட்டுச் சேர்ந்து இஸ்லாமின் ஆட்சியின் கீழ் இந்தியாவைக் கொண்டுவர முனைந்து ஈடுபடுவார்கள். இந்திய சமஸ்தானங்களிலுள்ள முஸ்லிம் களின் துணைகொண்டு பிரிட்டிஷ் இந்தியாவிலுள்ள முஸ்லிம்கள் - இங்கு முஸ்லிம் ஆட்சியை நிறுவுவார்கள்.

இந்திய முசல்மான்கள் தங்கள் தாயகத்திடம் விசுவாசம் கொண்டி ருப்பார்கள் என்று நாம் நம்பினோம். முஸ்லிம்களில் சில படித்த வர்க்கத்தினர் இத்தகைய முசல்மான்களின் எழுச்சியைத் தடுத்து நிறுத்த முயல்வார்கள் என்று இன்னமும் நம்பிக் கொண்டுதான் இருக்கிறோம். ஆனால் இப்படிப்பட்டவர்கள் மிகச் சிலரே ஆவார்கள். வெறிகொண்ட முஸ்லிம்களின் எதிர்ப்பை அவர்களால் தாக்குப் பிடித்து நிற்க முடியாது, இந்த முயற்சியில் அவர்கள் சமயப் பகைவர்கள் என்று முத்திரை குத்தப்பட்டு படுகொலை செய்யப்படவும்கூடும். இஸ்லாமிய ஆட்சி என்றால் என்ன என்பதை மலபார் நமக்குக் காட்டியுள்ளது.

இந்தியாவில் 'கிலாபத் ஆட்சியின்' மற்றொரு சுயரூபத்தைக் காண நாம் விரும்பவில்லை. மாப்ளாக்களிடம் மலபாருக்கு வெளியே உள்ள முஸ்லிம்கள் எத்தகைய பரிவும் பாசமும் அனுதாபமும் வைத்துள்ளனர் என்பதைத் தங்களுடைய சக சமயத்தாருக்கு அவர்கள் ஓடோடி வந்து உதவியதிலிருந்து தெரிந்துகொள்ளலாம். அவர்கள் என்ன செய்ய வேண்டும் என்று அவர்களது சமயம் போதிப்பதாக அவர்கள் நம்பு கிறார்களோ அதையே அவர்கள் செய்திருக்கிறார்கள் என்று திரு.காந்தியே கூடக் கூறியிருக்கிறார். இது உண்மை என்றே அஞ்சுகிறேன்.

ஆனால் கொலையும் கொள்ளையும் கற்பழிப்பும் செய்யும்படியும் அல்லது வழிவந்த தங்களது பழைய சமய நம்பிக்கைகளைக் கைவிட மறுப்பவர்களை நாட்டைவிட்டுத் துரத்தும்படியும் தங்களுடைய மதம் தங்களுக்குப் போதிப்பதாக நம்புவர்களுக்கு நாகரிகமடைந்த ஒரு நாட்டில் இடமில்லை. முற்காலத்துக் கொள்ளைக்கூட்டத்தினர் மக்களை அதிலும் மடியில் பணத்துடன் செல்லும் வழிப்போக்கர் களைக் குரல்வளை நெரித்துக் கொல்லும்படித் தங்களது கடவுள் தங்களுக்குக் கட்டளையிட்டிருப்பதாக நம்பி வந்தார்கள். இத்தகைய 'கடவுளின் சட்டங்கள்' ஒரு நாகரிக நாட்டின் சட்டங்களைக் காலில் போட்டு மிதித்துத் துவைப்பதற்கு அனுமதிக்கமுடியாது.

இந்த இருபதாம் நூற்றாண்டில் வாழும் மக்கள் இத்தகைய பத்தாம் பசலியான, மத்தியகாலக் கருத்துகளை நம்புபவர்களை ஒன்று திருத்தி நல்வழிக்குக் கொண்டுவரவேண்டும், அல்லது அவர்களை நாடு கடத்த வேண்டும். அவர்களுக்குரிய இடம் அவர்களது கருத்துகளைப் பகிர்ந்து கொள்ளும் நாடுகள்தான். தங்களுடன் கருத்து வேறுபாடு கொண்டவர் களுக்கு எதிராக அங்கு இதேபோன்ற வாதங்களை அவர்கள் முன்வைக்க முடியும். நீண்டகாலத்துக்கு முன்னதாக பெர்சியாவில் பார்சிகள் விஷயத்திலும், நம் காலத்தில் பஹாய்கள் விஷயத்திலும் இவ்வாறுதான் நடைபெற்றது.

உண்மையில், தீவிர சமயவெறி கொண்ட முஸ்லிம்கள் ஆட்சி செய்யும் ஒரு நாட்டில் முஸ்லிம் சமய உட்பிரிவினர் பாதுகாப்பாக இருக்க முடியாது. இந்தியாவில் பிரிட்டிஷ் ஆட்சி முஸ்லிம்களில் எல்லாப் பிரிவுகளது சுதந்தரத்தையும் பாதுகாத்துள்ளது. இவற்றில் எந்த ஒரு பிரிவும் சிறுபான்மையாக இருக்கும் பகுதியில் சமூகப் பகிஷ்காரத்தி லிருந்து அதனைப் பாதுகாத்துவிட முடியாது என்றாலும் மற்றபடி ஷியாக்கள், சன்னிகள், ஸூஃபிக்கள், பஹாய்கள் போன்ற பல்வேறு முஸ்லிம் பிரிவினரும் பிரிட்டிஷ் அரசாணையின் கீழ் பாதுகாப்பாகவே வாழ்ந்து வருகிறார்கள்.

முஸ்லிம் ஆட்சியாளர்கள் ஆட்சி புரியும் நாடுகளைவிட பிரிட்டிஷ் ஆட்சியில் முகமதியர்கள் அதிக சுதந்தரத்துடன் இருக்கிறார்கள். சுதந்தர

இந்தியாவைப்பற்றி சிந்திக்கும்போது முகமதியர்கள் ஆளும் அபாயத்தையும் கருத்தில்கொள்வது அவசியம்'

திரு. சி.ஆர்.தாஸுக்கு லாலா லஜபதிராய் எழுதிய கடிதத்திலும் இதே போன்ற அச்சத்தை வெளியிட்டுள்ளார் :

'ஒரு விஷயம் அண்மைக் காலத்தில் எனக்கு மிகுந்த கவலையை அளித்துவருகிறது. நீங்களும் அதைப்பற்றி கவனமாகச் சிந்திக்க வேண்டும் என்று விரும்புகிறேன். அதுதான் இந்து முஸ்லிம் ஒற்றுமை பிரச்னை. கடந்த ஆறு மாதங்களில் என் நேரத்தில் பெரும்பகுதியை முஸ்லிம் வரலாற்றையும் முஸ்லிம் சட்டத்தையும் ஆராய்வதில் செலவிட்டேன். முஸ்லிம் சட்டம் சாத்தியமானதோ நடைமுறைக்கு உகந்ததோ அல்ல என்ற முடிவுக்கே என்னால் வரமுடிந்தது.

ஒத்துழையாமை இயக்கத்தில் முகமதியத் தலைவர்களின் நேர்மையை ஏற்றுக்கொண்டாலும், இவ்வகையான விஷயத்தில் அவர்களது மதம் ஒரு பெரும் தடையாக இருக்கிறது என்றே கருதுகிறேன். ஹக்கீம் அஜ்மல்கானுடனும் டாக்டர் கிச்சுலுவுடனும் நான் நடத்திய உரையாடலைப் பற்றி கல்கத்தாவில் உங்களிடம் கூறியது நினைவிருக்கலாம். ஹக்கீம் சாகேபை விடவும் மிகச் சிறந்த ஒரு முகமதியரை இந்துஸ்தானில் காணமுடியாது. எனினும் எந்த முஸ்லிம் தலைவரும் குர் ஆனைப் புறக்கணித்துவிட முடியுமா? இஸ்லாமிய சட்டத்தை நான் புரிந்துகொண்டது தவறாக இருக்கக்கூடும் என்று நம்பவே விரும்புகிறேன்.

இத்தகைய நம்பிக்கையைவிட எனக்கு ஆறுதல் அளிக்கக்கூடியது வேறு எதுவும் இருக்க முடியாது. ஆனால் இஸ்லாமிய சட்டத்தை நான் சரியாகவே புரிந்துகொண்டிருக்கிறேன் என்றால் அப்போது பின்கண்ட முடிவுக்கே வரவேண்டியிருக்கிறது. ஆங்கிலேயர்களை எதிர்ப்பதில் நாம் ஒன்றுபட்டாலும் பிரிட்டிஷ் விதிமுறைகளில் இந்துஸ்தானை ஆள்வதில், ஜனநாயக முறையில் இந்துஸ்தானில் ஆட்சி நடத்துவதில் நாம் ஒன்றுபட முடியாது. அப்படியானால் இதற்குப் பரிகாரம்தான் என்ன?

இந்தியாவிலுள்ள ஏழு கோடி முஸ்லிம்களைப் பற்றி நான் அஞ்சவில்லை. ஆனால், இந்த ஏழு கோடியுடன் ஆப்கானிஸ்தான், மத்திய ஆசியா, அரேபியா, மெசபோட்டோமியா, துருக்கி போன்ற நாடுகளின் ஆயுதப்படைகளும் சேர்ந்துகொண்டால் வெல்லற்கரிய வலிமை பெற்றுவிடுமே என்றுதான் அஞ்சுகிறேன். இந்து முஸ்லிம் ஒற்றுமை அவசியமானது, விரும்பத்தக்கது என்று உண்மையாகவே, மனப்பூர்வமாகவே நம்புகிறேன். முஸ்லிம் தலைவர்களை முற்றிலும் முற்றிலும் நம்புவதற்குத் தயாராகவே இருக்கிறேன். ஆனால், குர் ஆன்

மற்றும் ஹாதிஸ்களின் கட்டளைகள் இருக்கின்றனவே, அதற்கு என்ன செய்வது? முஸ்லிம் தலைவர்கள் இவற்றை மீற முடியாது. அப்படி யானால் நம் கதி அதோகதிதானா? அவ்வாறு நடைபெறாது என்றே நம்புகிறேன். நன்கு கற்றறிந்தவர்களும் விவேகம் மிக்கவர்களும் இந்த இக்கட்டிலிருந்து விடுபட ஏதேனும் வழி காணுவார்கள் என்றே நம்புகிறேன்.'

1924-ல் ஒரு வங்காளி இதழின் ஆசிரியர், புகழ்பெற்ற கவிஞரான டாக்டர் ரவீந்திரநாத் தாகூரைப் பேட்டி கண்டார். அந்தப் பேட்டியில் கூறப்பட்டிருப்பதாவது :

'கவிஞரின் கருத்துப்படி, இந்து-முஸ்லிம் ஒற்றுமையைக் கிட்டத்தட்ட அசாத்தியமாக்கும் மற்றொரு முக்கியமான காரணக்கூறு முகமதியர்கள் தங்கள் தேசபக்தியை எந்த ஒரு குறிப்பிட்ட நாட்டுடனும் நிலைநிறுத்திக் கொள்ள முடியாததேயாகும். எந்த ஒரு முகமதிய நாடாவது இந்தியாவின் மீது படையெடுக்குமாயின் உங்கள் தாய்நாட்டைப் பாதுகாப்பதற்கு உங்களது இந்து சகோதரர்களுடன் தோளோடுதோள் இணைந்து நின்று போராடுவீர்களா என்று பல முகமதியர்களைத் தாம் ஒளிவுமறைவின்றி, மனம் திறந்து கேட்டதாக கவிஞர் தெரிவித்தார். ஆனால், அவர்களிடமிருந்து கிடைத்த பதில் அவருக்குத் திருப்தியளிக் கக்கூடியதாக இல்லை. 'எந்தச் சந்தர்ப்பத்திலும் ஒரு முகமதியன் அவன் எந்த நாட்டைச் சேர்ந்தவனாயினும் இன்னொரு முகமதியனை எதிர்த்து நிற்பது என்பது அனுமதிக்க முடியாதது என்று முகமதி அலி போன்ற வர்களே தம்மிடம் கூறினார்கள் என்பதைத் தம்மால் வெளிப்படையாக உறுதியாகக் கூறமுடியும்' என்றும் குறிப்பிட்டார்.'

என்று அம்பேத்கர் எழுதுகிறார். மேலும் கூறுகிறார் :

இஸ்லாமின் கோட்பாடுகளில் நம் கவனத்துக்குரிய ஒரு கோட்பாடு பின்வருமாறு கூறுகிறது : முஸ்லிம் ஆட்சி நடைபெறாத ஒரு நாட்டில் முஸ்லிம் சட்டத்துக்கும் அந்நாட்டின் சட்டத்துக்கும் இடையே முரண் பாடு ஏற்படுமாயின் முந்தைய சட்டத்தையே பிந்தைய சட்டத்தைவிட மேம்பாடுடையதாக, பின்பற்றத்தக்கதாக ஏற்றுக்கொள்ள வேண்டும். ஒரு முஸ்லிம் அந்த நாட்டின் சட்டத்தை மீறி முஸ்லிம் சட்டத்துக்குக் கீழ்ப்படிவது முறையானதும் சரியானதும் ஆகும்.

இத்தகைய நிலைமைகளில் முசல்மான்களின் கடமை என்ன என்பதை மௌலானா முகமது அலி சுட்டிக்காட்டி இருக்கிறார். அவர் 1927-ல் கைது செய்யப்பட்டு கராச்சி குற்றவியல் நடுவர் முன்னர் நிறுத்தப் பட்டு, அவர் மீது அரசாங்கம் சுமத்திய குற்றச்சாட்டுகளுக்குப் பதிலளித்துத் தந்த வாக்குமூலத்தில்தான் முசல்மான்களின் கடமையை வலியுறுத்தியிருக்கிறார். 1921 ஜூலை 8-ம் தேதி கராச்சியில்

நடைபெற்ற அகில இந்திய கிலாபத் மாநாட்டுக்குத் தலைமை தாங்கி அவர் முன்மொழிந்த ஒரு தீர்மானம் ஏற்கப்பட்டதைத் தொடர்ந்தே அவர் கைது செய்யப்பட்டு அவர்மீது வழக்குத் தொடரப்பட்டது.

அந்த மாநாட்டில் ஏற்கப்பட்ட தீர்மானம் வருமாறு :

'இன்றைய நிலைமையில் ஒரு முசல்மான் பிரிட்டிஷ் படைகளில் தொடர்ந்து சேவை செய்வதோ சேருவதோ அல்லது படையில் சேரும்படி மற்றவர்களைத் தூண்டி ஊக்குவிப்பதோ எல்லா வகைகளிலும் சமய ரீதியில் சட்ட விரோதமானது என்று இந்த மாநாடு தெளிவாகப் பறை சாற்றுகிறது. படைகளிலுள்ள ஒவ்வொரு முசல்மானுக்கும் இந்த மதக்கட்டளைகள் எட்டும்படிச் செய்வது பொதுவாக எல்லா முசல்மான்களின் குறிப்பாக உலேமாக்களின் கடமையாகும்'

....மௌலானா முகமது அலி தாம் குற்றவாளி அல்ல என்று வாதாடி அதற்கு ஆதரவாகப் பின்கண்ட வாக்குமூலத்தை அளித்தார் :

இந்த அதீதமான குற்றச்சாட்டின் பொருள்தான் என்ன? எவருடைய சித்தாந்தங்களால் நாங்கள் வழிகாட்டப்படுவது? முஸ்லிம்களாகிய எங்களுடைய சித்தாந்தங்களாலா இந்துக்களுடைய சித்தாந்தங் களாலா? முசல்மான் என்ற முறையில் பேசுகிறேன். நான் நேர்வழியி லிருந்து விலகித் தவறு செய்கிறேன் என்றால் அதை மெய்ப்பிப்பதற்கு ஒரே வழிதான் இருக்கிறது. புனிதமான குர் ஆனைக்கொண்டோ கடைசி தீர்க்கதரிசியின் - அவருக்கு ஆண்டவனின் பேரருளும் அமைதியும் கிட்டுவதாக - உண்மையான பாரம்பரியங்களைக் கொண்டோ கடந்த கால மற்றும் தற்கால முஸ்லிம் சமயத்துறை அறிஞர்கள் பிரகடனம் செய்த சமயக் கருத்துகளைக் கொண்டோதான் அதனை மெய்ப்பிக்க முடியும். இஸ்லாமின் இந்த இரு ஆதார மூலங்களின் பெயரால் கேட்கிறேன். பேய்த்தனமான, கொடிய அரசாங்கம் என்று அழைக்கப்படுவதற்கு விரும்பவில்லை என்றால் எனது எந்தச் செயலுக்காக அது இன்று என்மீது வழக்குத் தொடுத்துள்ளது என்பதைக் கூற வேண்டும்

நான் ஒன்றைப் புறக்கணித்தாலும் குற்றம், புறக்கணிக்காவிட்டாலும் குற்றம் என்றால் எப்படித்தான் இந்த நாட்டில் நான் பாதுகாப்பாக வாழ முடியும்?

நான் ஒன்று பாவியாக இருக்கவேண்டும் அல்லது குற்றவாளியாக இருக்கவேண்டும்.... இஸ்லாம் ஒரே ஒரு மேலாண்மையைத்தான் ஏற்கிறது. அதுதான் கடவுளின் மேலதிகாரம், அந்த மேலாண்மை ஒப்புயர்வற்றது, கட்டுப்பாடுகளுக்கு உட்படாதது, பிரிக்க முடியாதது, மீற முடியாதது.

ஒரு முசல்மான் அவர் குடிமகனாக இருந்தாலும் சரி, படை வீரனாக இருந்தாலும் சரி, முஸ்லிம் ஆட்சியில் வாழ்பவனாக இருந்தாலும் சரி, முஸ்லிமல்லாத ஆட்சியில் வாழ்பவனாக இருந்தாலும் சரி அவனது முழுமுதல் விசுவாசமும் ஆண்டவனிடமும், தீர்க்கதரிசியிடமும், அவருடைய சீடர்களிடமும், முஸ்லிம் சமயத் தலைவர்களிடமும்தான் இருக்க வேண்டும் என்று குர்ஆன் கட்டளையிடுகிறது.... இந்த ஒற்றுமை சித்தாந்தம் எளிதில் புரிந்துகொள்ள முடியாத யாரோ ஒரு சிந்தனையாளர் வகுத்தளித்த கணித சூத்திரம் போன்றதல்ல. மாறாக அது படித்த அல்லது படிக்காத ஒவ்வொரு முசல்மானது அன்றாடக் கோட்பாடாகும். முசல்மான்கள் இதற்கு முன்னரும் வேறு இடங்களிலும் முஸ்லிம் அல்லாத ஆட்சியின் கீழ் அமைதியாக வாழ்ந்து வந்திருக்கின்றனர். ஆனால் முசல்மான்கள் எப்போதுமே ஒரு மாற்ற முடியாத விதிமுறையைக் கடைபிடித்து வந்திருக்கின்றனர். இப்போதும் கடைப்பிடித்து வருகின்றனர். இனியும் கடைப்பிடித்து வருவர். அனைவருக்கும் மேலான ஆளுநர் என்று புனிதமான குர்ஆன் போற்றும் ஆண்டவனின் கட்டளைகளுக்கு மாறுபடாத முறையில் தங்களது சமயச் சார்பற்ற ஆட்சியாளர்கள் பிறப்பிக்கும் சட்டங்களுக்கும் ஆணைகளுக்கும் மட்டுமே முசல்மான்கள் கீழ்ப்படிந்து நடப்பது குறித்த இந்த மிகத் தெளிவான, கண்டிப்பான, திட்ட வட்டமான வரையறைகள் முஸ்லிமல்லாத ஆட்சியாளர்களை மட்டுமே கருத்திற்கொண்டு நிர்ணயிக்கப்பட்டவை அன்று; மாறாக இவை முழுமையானவை. எங்கும் எல்லோருக்கும் எல்லாவித ஆட்சிகளுக்கும் பொருந்தக் கூடியவை, எவ்விதத்திலும் விரிவுபடுத்தவோ குறுக்கவோ சுருக்கவோ முடியாதவை'

ஒரு நிலையான அரசை விரும்பும் எவரையும் இது மிகுந்த அச்சம் கொள்ளவே செய்யும். ஆனால் ஒரு நாடு முசல்மான்களின் தாயகமாக இருந்தாலும் சரி, இல்லாவிட்டாலும் சரி வகுத்தளிக்கப்படும் இந்த முஸ்லிம் கோட்பாடுகளுக்கு இது குறித்து எந்தக் கவலையும் அக்கறையும் இல்லை.

முஸ்லிம் பொது ஒழுங்குச் சட்டத்தின்படி, உலகம் தார்-உல்-இஸ்லாம் (இஸ்லாமின் இருப்பிடம்) என்றும், தார்-உல்-ஹார்ப் (யுத்தத்தின் இருப்பிடம்) என்றும் இரு முகாம்களாகப் பிரிக்கப்பட்டிருக்கின்றன. ஒரு நாடு முஸ்லிம்களால் ஆளப்படும்போது தார்-உல்-இஸ்லாம் என அழைக்கப்படுகிறது. முஸ்லிம்கள் ஆட்சியாளர்களாக இல்லாமல் குடிமக்களாக மட்டுமே இருக்கும் ஒரு நாடு தார்-உல்-ஹார்ப் எனப்படுகிறது. முஸ்லிம்களின் பொது ஒழுங்குச் சட்டம் இவ்வாறிருக்கும்போது, இந்துக்களுக்கும் முஸ்லிம்களுக்கும் இந்தியா பொதுத்தாயகமாக இருக்க முடியாது. அது முஸ்லிம்களின் நாடாக

இருக்கலாம் - ஆனால், இந்துக்களும் முஸ்லிம்களும் சமமானவர்களாக வாழும் ஒரு நாடாக இருக்க முடியாது. மேலும், அது முஸ்லிம்களால் ஆளப்படும்போது முசல்மான்களின் நாடாக மட்டுமே இருக்க முடியாது. அதேபோன்று எந்தக் கணத்தில் நாடு முஸ்லிமல்லாதோரின் ஆளுகையின் கீழ் வருகிறதோ அந்தக் கணம் முதலே அது முஸ்லிம் களின் நாடு என்ற நிலையை இழந்து விடுகிறது. அது தார்-உல்-இஸ்லாமாக இருப்பதற்குப் பதிலாக தார்-உல்-ஹார்பாக மாறிவிடுகிறது.

இதனை ஏதோவொரு கோட்பாட்டளவிலான கருத்தாக மட்டுமே எடுத்துக்கொள்ளக்கூடாது. ஏனென்றால் முஸ்லிம்களின் போக்கையே நிர்ணயிக்கக்கூடிய அளவுக்குச் செயலூக்கம்மிக்க ஒரு சக்தியாக மாறும் ஆற்றல் அதற்கு இருக்கிறது. பிரிட்டிஷார் இந்தியாவைக் கைப்பற்றிக் கொண்டபோது அது முஸ்லிம்களின் போக்கில் மிகப் பெரிய பிரதிபலிப்பை ஏற்படுத்திற்று. பிரிட்டிஷ் ஆக்கிரமிப்பு இந்துக்களிடம் அவ்வளவாக மனசாட்சி உறுத்தலை ஏற்படுத்தவில்லை. ஆனால் அதேசமயம் முஸ்லிம்களைப் பொறுத்தவரையில் இனியும் இந்தியா முஸ்லிம்கள் வாழ்வதற்குரிய ஒரு நாடுதானா என்ற கேள்வியை அது எழுப்பியது. இது குறித்து அச்சமயம் முஸ்லிம் சமுதாயத்தினுள்ளே ஒரு விவாதமே நடைபெற்றது.

இந்தியா தார்-உல்-ஹார்பா அல்லது தார்-உல்-இஸ்லாமா என்ற இந்த விவாதம் அரை நூற்றாண்டுக்காலம் நடைபெற்றதாக டாக்டர் டைட்டஸ் கூறுகிறார். முஸ்லிம்களில் மிகவும் வெறி உணர்வு கொண்ட சில சக்திகள் சையத் அகமத் தலைமையில் உண்மையில் ஒரு புனிதப் போரையே பிரகடனம் செய்தனர். முஸ்லிம் ஆட்சி நடைபெறும் நாடுகளுக்கு குடிபெயர்ந்து செல்ல வேண்டிய (ஹிஜ்ரத்) அவசியத்தை வலியுறுத்திப் பிரகடனம் செய்தனர். இது சம்பந்தமாக இந்தியா முழுவதும் ஒரு கிளர்ச்சியையும் நடத்தினர்.

இச்சமயம்தான் அலிகார் இயக்கத்தின் நிறுவனரான சர் சையத் அகமத் தலையிட்டார். இந்தியா முஸ்லிம் ஆட்சியில் இல்லாமல் பிரிட்டிஷ் ஆட்சியின் கீழ் இருப்பதை வைத்து அதனை தார்-உல்-ஹார்பாகக் கருதவேண்டாம் என்று முஸ்லிம்களின் மனத்தை மாற்றுவதற்கு தமது அறிவுத்திறம் முழுவதையும் பயன்படுத்தி அரும்பாடுபட்டார். பிரிட்டிஷ் ஆட்சியில் முஸ்லிம்கள் தங்களது சமய வினைமுறைகள், சடங்குகள் முதலியவற்றைச் செய்வதற்கு முழுச் சுதந்தரம் பெற்றிருப்ப தால் இதனை தார்-உல்-இஸ்லாமாகவே கருதவேண்டும் என்று அவர் முஸ்லிம்களை வலியுறுத்தினார். அவரது அயராத முயற்சி காரணமாக ஹிஜ்ரத் இயக்கம் அப்போதைக்கு ஓய்ந்தது. எனினும் இந்தியா தார்-உல்-ஹார்ப் எனும் கோட்பாடு கைவிடப்படவில்லை.

கிலாபத் கிளர்ச்சி நடைபெற்று வந்த 1920-21ஆம் ஆண்டுகளில் முஸ்லிம் தேசபக்தர்கள் இந்தத் தத்துவத்தை மீண்டும் பிரசாரம் செய்வதில் முனனந்து ஈடுபட்டனர். இந்தப் பிரசாரத்துக்கு முஸ்லிம் மக்கள் திரளிடையே ஆதரவு இல்லாமல் போகவில்லை. முஸ்லிம்களில் ஒரு கணிசமான பகுதியினர் முஸ்லிம் பொது ஒழுங்கு சட்டத்தின்படிச் செயல்படுவதற்குத் தாங்கள் தயாராக இருப்பதாக அறிவித்ததோடு நில்லாமல் உண்மையில் இந்தியாவில் உள்ள தங்கள் வீடு வாசல்களைத் துறந்து விட்டு ஆப்கனிஸ்தானில் போய்க் குடியேறவும் செய்தனர்.

தார்-உல்-ஹார்ப் நிலையிலுள்ள முஸ்லிம்கள் அதிலிருந்து தப்புவதற்கு ஹிஜ்ரத் மட்டுமே ஒரே மார்க்கமாக இருக்கவில்லை என்பதையும் இங்கு குறிப்பிடவேண்டும். முஸ்லிம் சட்டத்தில் இதற்கு மற்றொரு கட்டளையும் இடம் பெற்றிருந்தது. அதுதான் ஜிஹாத் (சமயப்போர்) என்பது. இதன்படி ‘உலகம் முழுவதுமே இஸ்லாமின் ஆதிக்கத்தின் கீழ் வரும்வரை இஸ்லாம் ஆட்சியை மேன்மேலும் விஸ்தரித்துச் செல்ல ஒரு முஸ்லிம் ஆட்சியாளர் கடமைப்பட்டுள்ளார். உலகம் தார்-உல்-இஸ்லாம், தார்-உல்-ஹார்ப் என்று இரண்டு முகாம்களாகப் பிரிக்கப் பட்டிருக்கும் நிலைமையில் எல்லா நாடுகளுமே இவற்றில் ஏதேனும் ஒரு முகாமைச் சேர்ந்தவையாகவே இருக்கும். கோட்பாட்டளவில், தார்-உல்-ஹார்ப்பை தார்-உல்-இஸ்லாமாக மாற்றுவது ஆற்றல் மிக்க ஒரு முஸ்லிம் ஆட்சியாளரது கடமையாகும்.’ இந்தியாவிலுள்ள முஸ்லிம்கள் ஹிஜ்ரத்தில் ஈடுபட்ட நிகழ்ச்சிகளைப் போலவே ஜிஹாதைப் பிரகடனம் செய்யவும் அவர்கள் தயங்கவில்லை என்பதைக் காட்டும் நிகழ்ச்சிகளும் உள்ளன.

1857ஆம் வருடக் கலக வரலாற்றை நுணுகி ஆராயும் எவரும் அந்தக் கலகத்தில் குறைந்தபட்சம் ஒரு பகுதியாவது உண்மையில் பிரிட்டிஷாருக்கு எதிராக முஸ்லிம்கள் பிரகடனம் செய்த ஜிஹாத்தாக இருப்பதைக் காண்பார்கள். பிரிட்டிஷார் இந்தியாவை ஆக்கிரமித்துக் கொண்டுவிட்டதால் அந்நாடு தார்-உல்-ஹார்பாக ஆகிவிட்டது என்று பல பத்தாண்டுக்காலம் சையத் அகமத் ஓயாது ஒழியாது நடத்தி வந்த பிரசாரத்தின் விளைவாக ஏற்பட்ட கலகத்தின் ஒரு வெளிப்பாடாகவே 1857ஆம் வருட எழுச்சியை இந்தியாவை மீண்டும் தார்-உல்-இஸ்லாமாக்கும் முஸ்லிம்களின் முயற்சி எனக் கூறலாம்.

இவ்வகையில் மிக அண்மையில் நடைபெற்ற நிகழ்ச்சி 1919ல் இந்தியா மீது ஆப்கனிஸ்தான் நடத்திய படையெடுப்பாகும். பிரிட்டிஷ் அரசாங்கத்தின் மீது வெறுப்பு கொண்ட கிலாபத் இயக்கத்தினரின் தலைமையில் இருந்த முசல்மான்கள்தான் இந்தியாவை விடுதலை செய்தவற்கு ஆப்கனிஸ்தான் உதவியை நாடி இந்தப் படையெடுப்பைத் தூண்டிவிட்டனர்.

இந்தப் படையெடுப்பின் விளைவாக இந்தியா விடுதலை பெற்றிருக்குமா அல்லது ஆப்கனிஸ்தானுக்கு அடிமைப் பட்டிருக்குமா என்பதைச் சொல்வதற்கில்லை. ஏனென்றால், அந்தப் படையெடுப்பு செயல்படுத்தப்படுவதில் தோல்வியடைந்தது. இது ஒருபுறமிருக்க, இந்தியா முற்றிலும் முஸ்லிம் ஆட்சியில் இல்லாதிருக்கும் நிலையில் அது ஒரு தார்-உல்-ஹார்ப் நாடுதான். எனவே, இஸ்லாம் கோட்பாடுகளின்படி முசல்மான்கள் ஒரு ஜிஹாத்தைப் பிரகடனம் செய்வது நியாயப்படுத்தப்படுகிறது.

அவர்கள் ஜிஹாத்தைப் பிரகடனம் செய்வது மட்டுமல்ல, அந்த ஜிஹாத் வெற்றி பெறுவதற்கு அந்நிய முஸ்லிம் நாட்டின் உதவியையும் நாட முடியும் அல்லது அந்த அந்நிய முஸ்லிம் நாட்டுக்கே ஜிஹாத்தைப் பிரகடனம் செய்ய உத்தேசமிருக்குமாயின் அதன் முயற்சி வெற்றி யடைய உதவவும் முடியும். திரு.முகமது அலி அமர்வு நீதிமன்றத்தில் இதனை மிகத் தெளிவாக விளக்கினார். திரு.முகமது அலி கூறியதாவது:

'ஆனால் பொதுவாக இந்த உலக வாழ்க்கை சம்பந்தப்பட்டவை உட்பட எங்களது எல்லாச் செயற்பாடுகளையும் எங்கள் சமயம் எவ்வாறு காண்கிறது என்பதுபற்றி அரசாங்கம் சரியான தகவல்களைப் பெறவில்லை என்பது வெளிப்படையாகத் தெரிவதால் ஒரு விஷயத்தை இங்கு தெளிவுபடுத்துவது அவசியம். அது இதுதான் :

'திட்டவட்டமான ஆதாரம் இல்லாமல் ஒரு முஸ்லிம் இன்னொரு முஸ்லிமுக்கு எதிராகப் பாதகமான கருத்து வெளியிடுவதை இஸ்லாம் அனுமதிப்பதில்லை. எங்கள் முஸ்லிம் சகோதரர்கள் திட்டமிட்ட முறையில் ஆக்கிரமிப்பில் ஈடுபட்டார்கள். தங்கள் மதத்தைப் பாதுகாப்பதற்கு அவர்கள் ஆயுதமேந்தவில்லை என்பது தீர்மானமாக உறுதி செய்யப் பட்டாலொழிய அவர்களை எதிர்த்து நாங்கள் போராட முடியாது.' (1919ல் பிரிட்டிஷாருக்கும் ஆப்கனியர்களுக்கும் இடையே நடைபெற்றுவந்த போரையே திரு.முகமது அலி இங்கு குறிப்பிடுகிறார்) 'இப்போது எங்கள் நிலை இதுதான். அமீரின் வன்மத்துக்கும் மூர்க்கத்தனத்துக்கும் போதிய சான்றில்லாமல் முசல்மான்கள் உட்பட இந்தியப் படைவீரர்கள் குறிப்பாக எங்கள் உதவியுடனும் ஊக்கத்துடனும் ஆப்கனிஸ்தானைத் தாக்கு வதையும், முதலில் அதைக் கைப்பற்றிக்கொண்டு, பிறகு மேற்கொண்டு பல சிக்கல்களுக்கும் குழப்பங்களுக்கும் அதை இரையாக்குவதையும் நாங்கள் நிச்சயமாக விரும்பவில்லை, ஆதரிக்கவில்லை.

'ஆனால் இதற்கு மாறாக மாட்சிமை தங்கிய மன்னர் அமீருக்கு இந்தியாவுடனும் இந்திய மக்களுடனும் எத்தகைய பூசலும் சச்சரவும் இல்லையென்றால், பிரிட்டிஷ் ராஜாங்க மந்திரியே பகிரங்கமாக

அறிவித்ததுபோல முஸ்லிம் உலகெங்கும் நிலவும் அமைதியின்மையே அவரைச் செயல்படத் தூண்டியதென்றால், பலவீனமானவர்களுக்கு ஒரே மாற்றுவழியான ஹித்ரத்தைப் பற்றிச் சிந்திக்கும்படி முஸ்லிம் களை நிர்ப்பந்தித்த அதே சமய நோக்கமே பலமிக்கவர்களுக்கு மாற்று வழியான ஜிஹாத்தைப் பற்றி சிந்திக்கும்படி மன்னரை நிர்ப்பந்தப் படுத்தி இருந்தால், வன்முறை மீது, படைபலத்தின் மீது மேன்மேலும் நம்பிக்கைக் கொண்டவர்களின் சவாலை எதிர்கொள்ள அவர் உறுதி பூண்டிருந்தால், கிலாபத்துக்கு எதிராகவும் ஜிஹாத்தில் ஈடுபட்டுள் ளோருக்கு எதிராகவும் முசல்மான்கள் போர் தொடுக்க வேண்டுமென்று விரும்புவோருடன், ஜைருத்-உல்-அரபையும் ஏனைய முஸ்லிம் புனிதத் தலங்களையும் முறைகேடாக ஆக்கிரமித்துக் கொண்டிருப் போருடன், இஸ்லாமைப் பலவீனப்படுத்தும் நோக்கம் கொண்டிருப் போருடன், அதன்பால் பாரபட்சம் காட்டுவோருடன், இஸ்லாமின் சித்தாந்தத்தைப் பரப்புவதற்கு எங்களுக்கு முழுச் சுதந்தரம் அளிக்க மறுப்போருடன் அவர் கணக்குத் தீர்க்க முடிவு செய்திருந்தால், அப்போது முதலாவதாக, அவருக்கு எதிராக ஒரு முசல்மான் எந்த உதவியையும் செய்யக்கூடாது என்று இஸ்லாம் தெள்ளத் தெளிவாகப் பணிக்கிறது. இரண்டாவதாக, ஜிஹாத் என் பிராந்தியத்தை அணுகினால் அந்தப் பிராந்தியத்திலுள்ள ஒவ்வொரு முசல்மானும் முஜாஹிதினில் சேர வேண்டும், அவனுடைய அல்லது அவருடைய சக்திக்கேற்ற எல்லா உதவியையும் செய்ய வேண்டும் என்று அது வலியுறுத்துகிறது.

...இப்படிப்பட்டதுதான் தெள்ளத்தெளிவான, அணுவளவும் சர்ச்சைக் கிடமற்ற இஸ்லாமிய சட்டம்; ஒரு முஸ்லிமல்லாத ஆட்சிக்கு எதிராக ஜிஹாத் பிரகடனம் செய்யப்படும்போது அந்த ஆட்சியின் கீழுள்ள ஒரு முஸ்லிம் குடிமகனின் கடமை என்ன என்று எல்லையில் குழப்பம் ஏற்படுவதற்கான அறிகுறி தென்படாததற்கு முன்பே, காலஞ்சென்ற அமீர் இன்னும் உயிரோடு இருந்தபோதே எங்கள் வழக்கை விசாரித்த குழுவிடம் வாக்குமூலம் அளித்தபோது இதைத்தான் விளக்கிக் கூறினோம்.'

இந்தப் பிரச்னையுடன் சம்பந்தப்பட்டதும், நமது கவனத்துக் குரியது மான இஸ்லாமின் மூன்றாவதொரு சித்தாந்தம் பிரதேச உறவை ஏற்கவில்லை. அதன் உறவெல்லாம் சமூக மற்றும் சமயச் சார்புடையது. எனவே, பிரதேச உறவுக்கு அப்பாற்பட்டது. இங்கும் மௌலானா முகமது அலிதான் சிறந்த சாட்சியாக வருகிறார். கராச்சிமுறை நீதிமன்றத்தில் வழக்குத் தொடரப்பட்டு, குற்றக் கூண்டில் நிறுத்தப் பட்ட போது ஜூரிகளை நோக்கிக் கீழ்க்கண்டவாறு கூறினார் :

'பொதுவாக முஸ்லிமல்லாத வட்டாரங்களிலும் குறிப்பாக அதிகார வட்டாரங்களிலும் தெரியவராத ஒரு சித்தாந்தத்தை இப்போது நாங்கள்

சுட்டிக்காட்ட விரும்புகிறோம். அந்த சித்தாந்தம் இதுதான்: ஒரு முசல்மானின் சமயப்பற்று சில குறிப்பிட்ட கோட்பாடுகளின்பால் அவன் நம்பிக்கை வைப்பதிலும் அதற்கேற்ப வாழ்க்கையில் நடந்து கொள்வதிலும் மட்டும் அடங்கியிருக்கவில்லை. எத்தகைய நிர்ப் பந்தத்திலும் ஈடுபடாமல் மற்றவர்களும் அந்தச் சமயப்பற்றையும் நடைமுறைகளையும் பின்பற்றி ஒழுகும்படிச் செய்வதற்கு அவன் முழு முயற்சியும் மேற்கொள்ளவேண்டும். இது புனித குர் ஆனில் அம்ரிபில் மரூஃப் என்றும் நஹி அனில்முங்கர் என்றும் கூறப்பட்டிருக்கிறது.

நபிகள் நாயகத்தின் பாரம்பரியங்கள் பற்றிக் கூறும் சில குறிப்பிட்ட அத்தியாயங்களும் இஸ்லாமின் இந்த இன்றியமையாத சித்தாந்தத்தைப் பற்றி விவரிக்கின்றன. 'நான் என்னுடைய சகோதரனின் காப்பாளன் அல்ல' என்று ஒரு முசல்மான் கூற முடியாது. ஏனென்றால் மற்றவர் களையும் நன்மை செய்யும்படித் தூண்டி ஊக்குவித்தாலன்றி, தீமைகள் செய்யாதபடி அவர்களைத் தடுத்து நிறுத்தினாலன்றி அவன் கடைத்தேற முடியாது. எனவே, இஸ்லாமின் முஜாஹித்துக்கு எதிராகப் போரிடும்படி எந்த ஒரு முசல்மானும் நிர்ப்பந்திக்கப்பட்டாலும் அவன் உளச்சான்றுக்குக் கட்டுப்பட்டு, கடமை உணர்ச்சியோடு அதனை உறுதியோடு எதிர்க்க வேண்டும். அது மட்டுமல்ல, அவன் தனது கடைத்தேற்றத்தை, விமோசனத்தை மதிப்பவனாக இருந்தால், தன்னுடைய ஏனைய முஸ்லிம் சகோதரர்களையும் எத்தகைய அபாயத்தையும் பொருட்படுத்தாமல் இதேபோன்ற எதிர்ப்பைக் காட்டுவதற்கு இணங்கவைக்கவேண்டும். இவ்வாறு செய்யாதவரை அவனுக்கு எத்தகைய விமோசனமும் கிட்டாது. இது எங்களுடைய கோட்பாடு மட்டுமின்றி, ஒவ்வொரு முசல்மானது கோட்பாடுமாகும். நற்பெருமையற்ற, அடக்கமான முறையில் இந்தக் கோட்பாட்டை நடைமுறையில் கடைப்பிடிக்கவே நாங்கள் முயன்று வருகிறோம். இந்தக் கோட்பாட்டைப் பரப்புவதற்கு எங்களுக்கு சுதந்தரம் இருக்க வேண்டும். அந்தச் சுதந்தரம் எங்களுக்கு மறுக்கப்படுமானால், இந்த சுதந்தரம் இல்லாத நாடு இஸ்லாமுக்குப் பாதுகாப்பானதல்ல என்ற முடிவுக்கே நாங்கள் வரவேண்டியிருக்கும்.'

இதுதான் அகில உலக இஸ்லாமின் ஆதார சுருதி. இதுதான் நான் முதலில் ஒரு முஸ்லிம், பின்னர்தான் இந்தியன் என்று இந்தியாவிலுள்ள ஒவ்வொரு முசல்மானையும் மார்தட்டிக் கொள்ள வைக்கிறது. இந்தியாவின் முன்னேற்றத்தில் ஓர் இந்திய முஸ்லிம் மிகச் சிறிய பங்கே ஆற்றி வருவதற்கும், அதேசமயம் முஸ்லிம் நாடுகளின் நலன்களுக்காக அவன் அயர்வு சோர்வின்றிப் பாடுபட்டு வருவதற்கும்,(1912-ல் முதலாவது பால்கன் போர் ஆரம்பமான சமயத்திலும் 1922-ல் ஐரோப்பிய நாடுகளுடன் துருக்கி சமாதானம் செய்துகொண்ட சந்தர்ப்பத்திலும்

இந்திய முஸ்லிம்கள் இந்திய அரசியலில் அணுவளவும் அக்கறை காட்டவில்லை. துருக்கி, மற்றும் அராபியாவின் விவகாரங்களில்தான் அவர்கள் முற்றிலும் மூழ்கிப்போயிருந்தனர்) அவனுடைய சிந்தனை களில், எண்ணங்களில் முஸ்லிம் நாடுகள் முதல் இடத்தையும் இந்தியா இரண்டாவது இடத்தையும் பெற்று வருவதற்கும் இந்த உணர்வே காரணம்.

மேதகு ஆகாகான் இதனை நியாயப்படுத்திப் பின்வருமாறு கூறினார் :

'இது மிகவும் சரியான, நியாயமான அகில உலக இஸ்லாம். ஒவ்வொரு உண்மையான, சமயப்பற்றுள்ள முகமதியனும் இதில் அங்கம் வகிக்கிறான். இது ஆன்மிக சோதரத்துவத்தையும் நபிகள் நாயகத்தின் குழந்தைகளது ஒற்றுமையையும் குறிக்கும் சித்தாந்தம். மாபெரும் பண்பாட்டுக் குடும்பமான பாரசீக - அராபிய கலாசாரத்தில் இது ஆழமான, நிரந்தரமான இடத்தைப் பெற்றுள்ளது. இதன் முதல் அத்தியாயத்துக்கு இஸ்லாம் என்று நாம் பெயர் சூட்டினோம். சீனா முதல் மொராக்கோ வரை, வோல்கா முதல் சிங்கப்பூர் வரை எங்கெங்குமுள்ள முஸ்லிம் சோதரர்களின்பால் அன்பும் கருணையும் காட்டுவதை அது குறிக்கிறது. இஸ்லாமின் இலக்கியத்திலும், அதன் எழில் மிகும் கவின் கலைகளிலும், அதன் வனப்பு மிக்கக் கட்டடக் கலையிலும், அதன் மயக்கும் கவிதையிலும் நிலையான, அழிவில்லாத ஆர்வம் காட்டுவதை அது குறிக்கிறது. உண்மையான சீர்திருத்தத்தையும் அது குறிக்கிறது. அதாவது முற்றிலும் எளிய முறையில் இஸ்லாம் பின்பற்றப்பட்டுவந்த ஆரம்ப காலத்துக்கு, தக்கவாறு வாதிட்டும் இணக்குவித்தும் இஸ்லாமிய போதனை நடைபெற்று வந்த காலத்துக்கு, தனிநபர் வாழ்க்கையில் ஆன்மிக பலம் வெளிப்படுத்தப் பட்டு வந்த காலத்துக்கு, மனித குலத்துக்கு நலம் செய்யும் நற்பணிகள் நடைபெற்றுவந்த காலத்துக்குத் திரும்பிச் செல்வதை அது குறிக்கிறது.

இந்த இயல்பான, போற்றத்தக்க ஆன்மிக இயக்கம் அதனுடைய தலை வரையும் அவர் போதித்த கோட்பாடுகளையும் மட்டுமின்றி, அனைத்துக் கண்டங்களையும் நாடுகளையும் சேர்ந்த அவருடைய குழந்தைகளையும் துருக்கியர்கள், ஆப்கனியர்கள், இந்தியர்கள், எகிப்தியர்கள் போன்ற பல்வேறு இனங்களின் அன்புக்கும் பாசத்துக்கும் நேசத்துக்கும் உரியவர்களாக ஆக்கியுள்ளது. காஷ்கர் அல்லது சரஜி வோவைச்சேர்ந்த முஸ்லிம் குடியிருப்புகளில் ஏற்படும் ஒரு பஞ்சமாயினும் சரி, பெரும் தீ விபத்தாயினும் சரி உடனே டில்லி அல்லது கெய்ரோவைச் சேர்ந்த முகமதியர்களின் அனுதாபத்தையும் பொருளாதார உதவியையும் ஈர்த்துவிடுகிறது. இஸ்லாமின் உண்மை யான ஆன்மிக, கலாசார ஒற்றுமை மேன்மேலும் வளர்ந்து வலுப் பெற்றுக்கொண்டே செல்லவேண்டும். ஏனென்றால் நபிகள் நாயகத்தின் பக்தர்களுக்கு இதுதான் வாழ்க்கையின் அடித்தளம்'

இந்த ஆன்மிக உலக - இஸ்லாம் அரசியல் உலக இஸ்லாமைத் தோற்று விக்குமானால் அதனை இயல்புக்குப் புறம்பானது என்று கூற முடியாது. ஆகாகான் பின்வருமாறு கூறியபோது இந்த உணர்வே அவர் மனதில் இருந்திருக்க வேண்டும் :

'பெர்சியா, ஆப்கனிஸ்தான், அநேகமாக அரபியா ஆகியவை முன்னோ பின்னோ என்றேனும் ஜெர்மனி போன்ற ஐரோப்பிய பெருநிலப் பகுதியைச் சேர்ந்த ஏதேனும் ஒரு நாட்டின் அல்லது ரஷ்யா உடைந்து அதிலிருந்து தோன்றக்கூடிய ஒரு நாட்டின் அதிகார வரம்பிற்குள் வரக்கூடும் அல்லது உண்மையான தொடர்பு அதிகமுடைய இந்திய சாம்ராஜ்யத்துடன் தனது கதிப்போக்கை இணைத்து அதன் நன்மை தீமைகளில் அவை பங்கு கொள்ளக்கூடும் என்பதை இந்திய தேச பக்தன் உணர்வது அவசியம்.

சின்னஞ்சிறு அரசுகளை வலுமிக்க நாடுகளுடன் நெருங்கிய தொடர்பு கொள்ளுமாறு செய்துவரும் உலக சக்திகள் இதுவரை ஐரோப்பாவி லேயே பெரும்பாலும் தம்மை வெளிப்படுத்திக் கொண்டன. என்றாலும், தவிர்க்க முடியாதபடி ஆசியாவிலும் அந்த சக்திகள் தலை தூக்க வாய்ப்பு உண்டு. இத்தகைய நிலையில், பகைமை பாராட்டும் வலுமிக்க அண்டை நாடுகள் தன்னைக் கூர்ந்து கவனித்துவரும் நிலைமையையும் அதன்மூலம் ஏற்படக்கூடிய கடுமையான ராணுவப் பளுவையும் ஏற்கத் தயாராக இருந்தாலொழிய இந்தியா பரஸ்பர நலன்களையும் நல்லெண்ணத்தையும் அடிப்படையாகக்கொண்ட உறவுகள் மூலம் அண்டை முகமதிய நாடுகளைத் தன் பக்கம் ஈர்ப்பதை அலட்சியப்படுத்த முடியாது.

'சுருக்கமாகச் சொன்னால், நலம் பயக்கும், வளரும் ஒற்றுமை எனும் மார்க்கம் ஒரு கூட்டாட்சி இந்தியாவை ஆதார அடிப்படையாகக் கொண்டிருக்கவேண்டும். இதில் ஒவ்வொரு அங்கமும் தனது தனிப்பட்ட உரிமைகளையும், தனது வரலாற்றுத் தனித்தன்மை களையும், இயற்கை நலன்களையும் பயன்படுத்திக் கொள்ளக்கூடியதாக இருக்கவேண்டும். அதேசமயம் அந்நிய அபாயத்திலிருந்தும், வலுமிக்க சக்திகளின் பொருளாதாரச் சுரண்டலிலிருந்தும் பாதுகாக்கக் கூடிய ஒரு பொதுப் பாதுகாப்பு முறையும், சுங்க வரி அமைப்பும் இருப்பது அவசியம். இத்தகைய ஒரு கூட்டாட்சி இந்தியா விரைவி லேயே இலங்கையையும் தனது இயல்பான தாயின் அரவணைப்பில் கொண்டு வந்துவிடும். இதர வளர்ச்சிப் போக்குகள் நாம் குறிப்பிட்டுள்ளவாறு நடைபெறும். நீதி, சுதந்தரம் எனும் விரிவான, ஆழமான அடித்தளத்தை இடுவதன் மூலமும், ஒவ்வொரு இனத்தையும், ஒவ்வொரு மதத்தையும், ஒவ்வொரு வரலாற்று உண்மையையும் அங்கீகரிப்பதன்மூலமும் நாம் ஒரு மாபெரும் தெற்காசியக் கூட்டரசைக் கட்டி உருவாக்க முடியும்.

'இன்றைய நிலைமைகளுககு ஏற்ப, பெர்சியாவும் ஆப்கனிஸ்தானும் வளர்ச்சிப்பாதையில் முன்னேறுவதற்கு உதவும் நேர்மையான, உளப்பூர்வமான கொள்கை வடமேற்கில் இந்தியாவுக்கு இரண்டு இயற்கையான காப்பரண்கள் உருவாக உதவும். இவற்றை ஜெர்மானியர்களோ ஸ்லாவ்களோ, துருக்கியர்களோ மங்கோலியர்களோ ஒரு போதும் அழிக்க முடியாது. ஆரோக்கியமான ஒரு கூட்டரசின் வடிவத்துக்கு கண்கண்ட ஒரு முன்மாதிரியை வழங்கும் இந்தியாவின் பால் பெர்சியாவும் ஆப்கனிஸ்தானும் தாமாகவே ஈர்க்கப்படும். இந்தக் கூட்டரசில் ஒவ்வொரு மாகாணத்துக்கும் உண்மையான தன்னாட்சி உரிமை இருக்கும். சமஸ்தானங்களின் உள்நாட்டுச் சுதந்தரம் உத்தரவாதம் செய்யப்படும்.

நிஜாமின் கீழ் ஹைதராபாத் சமஸ்தானம் மீண்டும் புத்துயிர் பெறும். இந்தியாவில் சுதந்தரமும், ஒழுங்கும், தன்னாட்சியும், அதேசமயம் பேரரசின் ஐக்கியமும் நிலவும். சூரியனே என்றும் அஸ்தமிக்காத அந்த மாபெரும் சாம்ராஜ்யத்தினது நல்லெண்ணத்தின், அதன் பிரம்மாண்டமான, வரம்பற்ற வலிமையின் ஆதரவுடன் உள்நாட்டுத் தன்னாட்சி தொடர்வதை உத்தரவாதம் செய்யக்கூடிய ஒரு மாபெரும் கூட்டரசின் அனுகூலங்களை அவை மிகச் சரியாகக் கணித்துப் பாராட்டி வரவேற்கும். பிரிட்டிஷ் மெசபொட்டோமியாவின் நிலையும் அதே போன்று அரேபியாவின் நிலையும் நான் பரிந்துரைத்துள்ள கொள்கையால் மிகப் பெரும் அளவில் வலுப்பெறும்.'

தெற்கு ஆசியக் கூட்டரசு இந்தியர்களுக்கு நன்மை செய்வதைவிட அரபியா, மெசபொட்டோமியா, ஆப்கனிஸ்தான் போன்ற முஸ்லிம் நாடுகளுக்குத்தான் அதிக நன்மை செய்யக்கூடும். இந்திய முசல்மான்களின் எண்ணங்களும் சிந்தனைகளும் ஆர்வ விருப்பங்களும் அக்கறைகளும் கரிசனைகளும் இந்தியாவை விட முஸ்லிம் நாடுகள் மீதுதான் குவிந்துள்ளன என்பதை இதிலிருந்து தெரிந்துகொள்ளலாம்.

தெற்காசியக் கூட்டரசு உருவாகியிருக்குமானால் என்ன விளைவுகள் ஏற்பட்டிருக்கும் என்பதை அம்பேத்கர் விளக்குகிறார் :

இந்தத் தெற்காசிய கூட்டரசு உருவாகி இருக்குமானால் எத்தகைய பயங்கரமான விளைவுகள் ஏற்பட்டிருக்கும்? எண்ணிக்கூடப் பார்க்க முடியா ஓர் இக்கட்டான, அவலமான சிறுபான்மை நிலைக்கு இந்துக்கள் தள்ளப்பட்டிருப்பார்கள். இந்திய வருடாந்திர பதிவேடு மேலும் கூறுவதாவது : அரேபியாவிலிருந்து மலாயாவரை தெற்கு ஆசியாவின் பிரிட்டிஷ் ஆட்சியை நிலைநிறுத்துவதற்காக இந்தியாவைச் சேர்ந்த முஸ்லிம் சமுதாயத்திலுள்ள பிரிட்டிஷ் ஏகாதிபத்தியத்தின் ஆதரவாளர்கள் ஓர் ஆங்கிலேய - முஸ்லிம் கூட்டணியை உருவாக்குவதற்குத் தீவிரமாக

முயன்று வந்திருக்கிறார்கள். இந்தக் கூட்டணியில் முஸ்லிம்கள் இப்போது இளைய பங்காளிகளாக இருந்து வருகிறார்கள். உரிய காலத்தில் மூத்த பங்காளிகளாவதற்குத் துடித்துக் கொண்டிருக்கிறார்கள். இத்தகைய சில உணர்ச்சிகளும் எதிர்பார்ப்புகளும் இருப்பதால்தான் போர் நடைபெற்று வந்த காலத்தில் மேதகு ஆகாகான் எழுதிய இடைமாறுதல் காலத்தில் இந்தியா எனும் நூலில் அவர் கோடிட்டுக் காட்டியிருக்கும் இந்தத் திட்டத்தின் தடங்களை ஆராய்வது அவசியம்.

தென்மேற்கு ஆசியக் கூட்டரசை அமைக்கும் யோசனை இத்திட்டத்தில் தெரிவிக்கப்பட்டிருக்கிறது. இத்தகைய கூட்டரசில் இந்தியா ஓர் அங்கமாக இருக்கும். போர் முடிந்த பிறகு வின்ஸ்டன் சர்ச்சில் பிரிட்டிஷ் மந்திரிசபையில் காலனி மந்திரியாகப் பொறுப்பேற்றார். அப்போது மத்தியக் கிழக்கு இலாகாவின் ஆவணக் காப்பகத்தில் 'மத்தியக் கிழக்கு சாம்ராஜ்யம்' என்ற ஒரு திட்டம் தயார் நிலையில் இருப்பதைக் கண்டார். *(1938, தொகுதி 17, 'தாயக அரசியலில் இந்தியா' பக்.48)*

இவ்வாறு அம்பேத்கர் முஸ்லிம்களின் தேசிய உணர்வு, தேசபக்தி எப்படிப்பட்டது, எதை நோக்கியது என்பதை தெள்ளத் தெளிவாக விளக்கியுள்ளார்.

ஆம். இஸ்லாமியர்களின் தேசபக்தி, தேச உணர்வு இந்தியாவிடம் இல்லை. இதைதான் அம்பேத்கர் மிகமிகத் தெள்ளத் தெளிவாக விளக்கினார்.

இங்கு முக்கியமான கேள்வி எழுகிறது. மதமாற்றத்துக்கும் தேசபக்திக்கும், தேசிய உணர்வுக்கும் சம்பந்தம் உண்டா? என்பதுதான் அந்த கேள்வி.

சம்பந்தம் உண்டு. மதம் மாறுவது பழைய வீட்டைவிட்டு புதுவீட்டிற்கு குடியேறுவது அல்ல.

மதமாற்றம்

உணர்வுகளையும்,

உணர்ச்சிகளையும் மாற்றிவிடுகிறது.

உறவுகளை அந்நியமாக்கிவிடுகிறது.

அது தேசத்தைக்கூட மாற்றிவிடுகிறது.

கலாசாரத்தை மாற்றிவிடுகிறது.

இந்தப் புரிதல் அம்பேத்கருக்கு இருந்தது.

எப்படி என்பதை மேலும் பார்ப்போம்.

அத்தியாயம் 8

1956அக்டோபர் 13ஆம் நாள் மாலை அம்பேத்கர் பத்திரிகையாளர் கூட்டம் ஒன்றை நடத்தினார்.

அக்கூட்டத்தில் அவர் கூறும்போது, என்னுடைய பௌத்த சமயம் ஒருவகையான புதிய பௌத்தமாக அல்லது நவயானாவாக இருக்கும் என்று கூறினார்.

நீங்கள் ஏன் புத்தமதத்தைத் தழுவுகிறீர்கள் என்று பத்திரிகை யாளர்கள் அவரிடம் கேட்டபோது அவர் சினங்கொண்டு,

'நான் இந்துச் சமயத்தை விட்டுவிட்டுப் பௌத்தத்தை ஏன் தழுவுகிறேன் என்ற கேள்வியை நீங்களே உங்களுக்குள் கேட்டுப் பாருங்கள். உங்களுடைய மூதாதையர்களிடமும் இதைக் கேளுங்கள் என்று கூறினார். என்னுடைய வகுப்பு மக்கள் அரிசனங்களாக இருந்து கொண்டு இட ஒதுக்கீடு போன்ற நன்மைகளைப் பெறுவதோடு நின்று விடவேண்டும் என்று நீங்கள் ஏன் கருதுகிறீர்கள்? நாங்கள் முழுமை யான மனிதர்களாக ஆவதற்கு முயற்சிக்கிறோம். நான் ஒருமுறை காந்தியிடம் பேசிக்கொண்டிருந்தபோது தீண்டாமை ஒழிப்புக் குறித்து உங்களுடைய கருத்துடன் நான் மாறுபட்ட கருத்தைக் கொண்டி ருப்பினும் தீண்டாமையை ஒழிப்பதற்கான நடவடிக்கையை எடுக்க வேண்டிய நேரம் வரும்போது இந்நாட்டுக்கு மிகக் குறைந்த அளவில் கேடு தரக்கூடிய வழியையே தேர்ந்தெடுப்பேன் என்று அவரிடம் கூறியிருக்கிறேன். அத்தன்மையில் இப்போது நான் பௌத்த மதத்தைத் தழுவுவதன் மூலம் இந்நாட்டுக்குப் பெரும் நன்மையைச் செய்திருப் பதாகவே நினைக்கிறேன். ஏனெனில் பௌத்தம் பாரத நாட்டுக் கலாசாரத்தின் பிரிக்க முடியாத ஒரு கூறாக இருக்கிறது. என்னுடைய மதமாற்றத்தால் இந்நாட்டின் கலாச்சார மரபுகளும் வரலாறும் பாதிக்கப் படக்கூடாது என்பதில் மிகுந்த எச்சரிக்கையுடன் செயல்பட்டுள்ளேன்'

என்று பத்திரிகையாளர்களிடம் மேலும் விளக்கினார்.

அந்நிய மதங்களுக்கு மாறினால் இந்திய கலாசாரம், மரபுகள் பாதிக்கப் படும் என்ற புரிதலை இங்கு அம்பேத்கர் தெளிவுபடுத்துகிறார்.

மதமாற்றத்தின் மூலம் இந்நாட்டின் கலாசர மரபுகளுக்கு பாதிப்பு வந்துவிடக்கூடாது என்பதே அம்பேத்கரின் எண்ணமாக இருந்தது.

அதுமட்டுமல்ல,

அம்பேத்கர் சீக்கிய மதம் மாறுவது என்று முதலில் முடிவெடுத்தவுடன் அது சம்பந்தமாக மூஞ்சேவிடம் அளித்த அந்த அறிக்கையில் குறிப்பிடுகிறார் :

ஒடுக்கப்பட்ட வகுப்பு மக்கள் இஸ்லாத்திலோ கிறிஸ்தவத்திலோ சேருவார்களெனில் அவர்கள் இந்து சமயத்திலிருந்து மட்டுமல்ல, இந்துப் பண்பாட்டிலிருந்தும் வெளியேறிவிடுவார்கள். மாறாக அவர்கள் சீக்கிய சமயத்துக்கு மாறினாலும், இந்துப் பண்பாட்டையே தொடர்ந்து பின்பற்றுவார்கள். எவ்வகையினும் இது இந்துக்களுக்கு அற்பமான நலன் அல்ல, பெருத்த நலனே.

மத மாற்றத்தினால், நாட்டுக்கு என்ன விளைவு என்பதை நாம் கவனத்தில் கொள்ளவேண்டும். ஒடுக்கப்பட்ட வகுப்பு மக்கள் இஸ்லாத்துக்கோ கிறிஸ்தவத்துக்கோ மாறுவார்களெனில் நாட்டு நலன்கள் பெரிதும் பாதிக்கப்படும். அவர்கள் இஸ்லாத்தில் சேருவார்களெனில் இஸ்லாமியர்களின் எண்ணிக்கை இரு மடங்காகிவிடும். இஸ்லாமியர்கள் மேலாதிக்கம் பெருகிவிடுமோ எனும் அச்சம் மெய்யாகிவிடும். அவர்கள் கிறிஸ்தவத்துக்கு மாறுவார்களெனில் கிறிஸ்தவர்களின் எண்ணிக்கை ஐந்தாறு கோடிக்கு மேல் பெருகிவிடும். அது நாட்டையாளும் பிரிட்டானியர் களுக்கு நாட்டின்மீதும் மேலும் பிடிப்பை மிகுதியாக்கவே உதவும்.

மாறாக, அவர்கள் சீக்கிய சமயத்தைத் தழுவினால், இந்நாட்டின் வருங்கால நலன்களுக்குத் தீங்கு ஏதும் நிகழாது. நாட்டின் வருங்கால நலன்களுக்கு உதவியாகவே இருப்பார்கள். அவர்கள் இந்திய தேசியத்திலிருந்து விலகிவிடமாட்டார்கள். மாறாக நாட்டின் அரசியல் முன்னேற்றத்துக்கு உதவியாக இருப்பார்கள். எனவே, ஒடுக்கப்பட்ட வகுப்பு மக்கள் பிற சமயத்துக்கு மாறுவதென்று முடிவு செய்தால் சீக்கிய சமயத்துக்கு மாறுவதே நாட்டின் நலன்களுக்கு உகந்ததாகும்.'

அதாவது இந்த மண்ணில் தோன்றாத மதங்களில் அதாவது இஸ்லாம், கிறிஸ்தவம் ஆகிய மதங்களில் தாழ்த்தப்பட்டவர்கள் மாறினால் இந்திய அல்லது இந்து பண்பாடு மாறிவிடும். மட்டுமல்ல அம்பேத்கர் சொல்ல வருவது - முக்கியமானது - தாழ்த்தப்பட்டவர்கள் அந்நிய மதத்துக்கு மாறினால் இந்திய தேசியத்திலிருந்து விலகிவிடுவார்கள் என்று கூறுகிறார். அதாவது அந்த மதங்கள் இந்திய தேசியத் தன்மையை மக்களின் மனங் களிலிருந்து உறிஞ்சிவிடும் என்கிறார்.

தெள்ளத்தெளிவாக கூறவேண்டுமானால் ஒடுக்கப்பட்ட மக்கள் இஸ்லாம் அல்லது கிறிஸ்தவத்துக்கு மாறினால் அவர்கள் தேசியத் தன்மையை இழப்பர் என்றும் குறிப்பாக முஸ்லிம் மதத்துக்கு மாறினால் முஸ்லிம்களின் எண்ணிக்கை இரட்டிப்பாகி முஸ்லிம் ஆதிக்க ஆபத்து உண்மையாகிவிடும் என்றும் அம்பேத்கர் கூறுகிறார்.

மதம் மாறினால் இந்திய தேசிய உணர்வு மங்கிவிடும் அல்லது இந்திய தேசியத்திலிருந்து விலகிவிடுவர் என்பதற்கு வரலாற்றில் ஏதாவது ஆதாரம் உண்டா? அப்படி இந்திய வரலாற்றில் ஏதாவது ஒரு நிகழ்வு நடந்ததுண்டா?

சரித்திரத்தில் இடம்பெற்ற இரண்டு நிகழ்வுகளைக் குறிப்பிட்டுச் சொல்லலாம்.

முதல் நிகழ்வு:

மதுரையை வீரபாண்டியன் ஆண்டபோது அவன் படையில் 20,000 முஸ்லிம் படைவீரர்கள் இருந்தனர். இந்த முஸ்லிம் படையினர் முழுக்க முழுக்க இந்துவாக இருந்தவர்கள். பின்பு இஸ்லாமியர்களாக மதம் மாறியவர்கள். மதம் மாறியவர்களின் மனநிலையும் மாறிவிட்டது. தேசிய உணர்வும் மாறிவிட்டது. ஆம். மாலிக் காபூர் படைகள் வீர பாண்டியனை எதிர்த்தபோது அவன் படையில் இருந்த இஸ்லாமிய வீரர்கள் மாலிக் காபூர் படையில் சேர்ந்துவிட்டனர். காரணம் மாலிக்காபூர் இஸ்லாமியன்! வீரபாண்டி யனுக்காகப் போராட வேண்டிய, இந்த தேசத்துக்காகப் போராட வேண்டிய முஸ்லிம்படையினர் இந்த நாட்டின் மீது படையெடுத்து வந்த, இந்த நாட்டை கொள்ளையடிக்க வந்த மாலிக்காபூர் படையில் அவன் இஸ்லாமியன் என்ற ஒரே காரணத்துக்காக அவன் படையில் சேர்ந்தனர். இங்கு மதமாற்றப்பட்டவனின் தேசிய உணர்வு மாறிவிட்டதை உணரலாம். இந்த சம்பவத்தை இஸ்லாமிய அறிஞரான அமிர் குஸ்ரூவும் உறுதிப்படுத்துகிறார்.

அமிர் குஸ்ரூ வீரபாண்டியனின் படையில் இருந்த முஸ்லிம்கள் மாலிக் காபூருடன் சேர்ந்து கொண்டதாகவும் அவர்கள் கலீமா ஓதத் தெரிந் திருந்ததால் மாலிக் காபூர் அவர்களைத் தன் படையில் சேர்த்து பதவிகள் அளித்ததாகவும் கூறுகிறார். மேலும் மாலிக் காபூரின் படைகள் பட்டணம் எனும் நகரத்தை அடைந்தபோது அந்த நகரத்தை ஆண்ட பாண்டிய குரு என்பவரின் படையில் முஸ்லிம்கள் இருந்ததாகவும் பாண்டிய குரு சுல்தானின் படைகள் வந்தபோது தப்பித்துச் சென்றார் என்றும் அவரது படையில் இருந்த முஸ்லிம்கள் மாலிக்காபூருடன் சேர்ந்துகொண்டனர் என்றும் அமிர் குஸ்ரூ கூறுகிறார். (ஆதாரம் : அமிர் குஸ்ரூ 'காஸாய்ன்-உல்-ஃபுது' (Khazain-ul-Futuh - வெற்றியின் பொக்கிஷம்).

இந்த வரலாற்றுச் சம்பவத்தை கே.கே.பிள்ளையும் உறுதிப் படுத்துகிறார் :

கி.பி.1311-ல் மாலிக்காபூர் பாண்டிய மன்னன் வீரபாண்டியனின் தலை நகரான உறையூருக்கருகிலிருந்த பீர்தூலைத் தாக்கினான். போரின் நடுவில் பாண்டியனின் படையிலிருந்து 20,000 முகம்மதியர்கள் திடீரென்று எதிரி மாலிக்காபூர் பக்கம் சேர்ந்துகொண்டனர்.

- கே.கே.பிள்ளை, தமிழக வரலாறு - மக்களும் பண்பாடும்

இரண்டாவது நிகழ்வு :

விஜயநகரம் வீழ்ச்சியடையக் காரணம் இஸ்லாமியர்கள் செய்த தேசியத் துரோகம். இதை வீரசாவர்க்கரும் 'வரலாற்றில் ஆறு பொன்னேடுகள்' என்ற தன்னுடைய நூலில் குறிப்பிட்டுள்ளார்.

இந்த வரலாற்றுச் சம்பவத்தை கே.கே.பிள்ளையும் உறுதிப் படுத்துகிறார் :

விசய நகரத்தின் வீழ்ச்சிக்குக் காரணமான தலைக்கோட்டைப் போரில் (கி.பி.1565) இராமராயன் ஐந்து சுல்தான்களை ஒருங்கே எதிர்த்துப் போராடினான். அவனிடம் படைத்தலைவர்களாகப் பணியாற்றிய இரு முஸ்லிம்கள் தத்தம் ஆணையின்கீழ்ப் பணியாற்றிய எண்பதினாயிரம் படைவீரர்களுடன் பகைவர்களான சுல்தான்களுடன் சேர்ந்து கொண்டனர். இவர்களுடைய நம்பிக்கைத் துரோகத்தினால் ராமராயன் தோல்வியுற்றுப் பகைவர்களின் கைகளில் கொலையுண்டு இறந்தான்.

கே.கே.பிள்ளை, தமிழக வரலாறு - மக்களும் பண்பாடும்

இந்த வரலாற்றுச் சம்பவங்களால் நமக்குத் தெரியவருவது என்ன வென்றால் மதமாற்றத்தின்மூலம் தேசிய உணர்வு, தேசபக்தி எல்லாமே மாறிவிடுகிறது.

இதனால்தான் அம்பேத்கர் 'சீக்கிய சமயத்தைத் தழுவினால், இந்நாட்டின் வருங்கால நலன்களுக்குத் தீங்கு ஏதும் நிகழாது. நாட்டின் வருங்கால நலன்களுக்கு உதவியாகவே இருப்பார்கள். அவர்கள் இந்திய தேசியத்திலிருந்து விலகிவிடமாட்டார்கள்' என்று இந்த மண்ணில் உதித்தெழுந்த சீக்கிய மதத்தை முதலில் தேர்ந்தெடுக்க நினைத்தபோது கூறினார்.

இந்திய தேசிய உணர்வு இஸ்லாமியர்களிடம் இருக்கப்போவது இல்லை என்ற காரணத்தால்தான் இஸ்லாமியர்களை இந்தியப் படைகளில் இருந்து குறைக்க வேண்டும் என்று அம்பேத்கர் கூறினார்.

பாகிஸ்தான் அல்லது இந்தியப் பிரிவினை நூலில் கூறுகிறார்:

'.... இன்றைய நிலையில் இந்தியப் படைகளில் முஸ்லிம்களே பெரும்பாலான எண்ணிக்கையில் இருக்கின்றனர். இரண்டாவது, முஸ்லிம்களில்கூட பஞ்சாபி, வடமேற்கு எல்லை மாநில முஸ்லிம்களே மேலாதிக்க நிலை பெற்றுள்ளனர். இத்தகைய படையமைப்பின் விளைவாக, வெளிநாட்டுப் படையெடுப்பு களிலிருந்து இந்தியாவைக் காக்கும் பொறுப்பு, பஞ்சாபி, வடமேற்கு எல்லை மாநில முஸ்லிம் களிடமே முற்றுமாக ஒப்படைக்கப்பட்டுள்ளது.

என்ன காரணத்தினாலோ ஆங்கிலேயர் தமக்குத் தந்த சிறப்பு நிலையை உணர்ந்து பஞ்சாபி, வடமேற்கு எல்லை மாநில முஸ்லிம்கள் பெருமிதம் கொள்ளத் தொடங்கினர். இந்தியாவின் வாயில் காப்பாளர்கள் தாங்கள் தாம் என அவர்கள் பெருமிதமாகப் பேசிக்கொள்வதை நாம் சாதாரண மாகக் கேட்க முடியும். எதிர்கால இந்தியாவின் பாதுகாப்பைப் பற்றி எண்ணிப் பார்க்கும் இந்துக்கள், படையமைப்பின் மெய்யான நிலையைக் கருத்தில் கொள்ள வேண்டியுள்ளது.

இந்த 'வாயில் காவலர்கள்' இந்தியாவின் விடுதலையையும் தன்னாட்சியையும் கட்டிக் காப்பாற்றுவார்களென இந்துக்கள் எந்த அளவுக்கு நம்ப முடியும்? இந்த வினாவுக்கான விடை இந்தியாவின் வாயிலைத் தட்டித் திறந்து தாக்க முற்படுவோர் யார் என்பதைப் பொருத்தே அமையும். வடமேற்கு எல்லை வழியாக இந்தியாவின் மீது படையெடுக்க வாய்ப்புடன் பொது எல்லைகளைக் கொண்ட அயல் நாடுகள் இரண்டுதான். அவை, ஆப்கானிஸ்தானமும், ரஷ்யாவுமே. இவற்றுள் எந்நாடு, எப்போது இந்தியா மீது படையெடுக்கக்கூடும் என்பதை அறுதியிட்டுக் கூற இயலாது. படையெடுப்பு ரஷ்யா நாட்டிலிருந்து வந்தால் நமது வாயில் காவலர்கள் அதை எதிர்த்து நாட்டுப்பற்றுடன் உறுதியாகப் போராடுவார்கள் என்று நம்பலாம்.

ஒருவேளை ஆப்கானியர்கள் தனியாகவோ, பிற முஸ்லிம் நாடுகளுடன் கூட்டுசேர்ந்துகொண்டோ இந்தியாவின் மீது படையெடுத்தால் அப்போதும் நமது வாயில் காவலர்கள் உறுதியுடன் எதிர்த்து நின்று நாட்டைக் காப்பார்களா? அல்லது அவர்கள் தாராளமாய் உள்நாட்டில் நுழைய வழிவிட்டுப் பகைவர்களுடன் ஒத்துழைப்பார்களா? இந்தச் சிக்கலை இந்துக்கள் எவரும் புறக்கணித்துவிட முடியாது. இவ்வளவு முக்கியமான சிக்கலில் நாட்டின் பாதுகாப்புக்கு உறுதிப்பாடு என்ன என்பதைத் தெளிவுறுத்திக் கொள்ளவே இந்துக்கள் முனைவர்.

இந்தியா மீது படையெடுக்க ஆப்கானியர்கள் ஒருபோதும் விரும்ப மாட்டார்கள் என்று கூறப்படலாம். ஆனால், அப்படியான கடுமையான

இடர்பாடுகளையும் எதிர்கொள்ள நம்மால் முடியுமா என்ற அடிப்படையில்தான் எந்தக் கொள்கையையும் சோதிக்க வேண்டும்.

ஒருவேளை முஸ்லிம்களான ஆப்கானியர் படையெடுக்க நேர்ந்தால், பஞ்சாபி, வடமேற்கு எல்லை மாநிலத்தைச் சேர்ந்த படைவீரர்கள் எப்படி நடந்துகொள்ளக்கூடும் என்பதைப் பற்றிய தெளிவான கண்ணோட்டத்துடன்தான் அவர்களது நாட்டுப்பற்றையும், நம்பகத் தன்மையையும் மதிப்பிட வேண்டும். இத்தகைய சூழலில் அவர்கள் பிறந்த மண்ணைக் காப்பதற்காக போராடுவார்களா; சார்ந்த சமயத்தின் மேம்பாட்டுக்குத் துணை நிற்பார்களா என்ற வினாவுக்கான விடையை ஆராயாமல் இந்தியாவின் பாதுகாப்பைப் பற்றி உறுதியான நம்பிக்கை கொள்ள இயலாது.

இந்தியா ஆங்கிலேயரின் பாதுகாப்பின்கீழ் இருக்கும்வரை சங்கடமும் கலக்கமும் தரக்கூடிய இச்சிக்கல்களுக்கு விடைதேடுதல் தேவை யில்லை என்று புறக்கணிப்பது நமது பாதுகாப்புக்கு உகந்ததல்ல. அத்தகைய மெத்தனமான எண்ணம் தோன்றுவதே மன்னிக்க முடியாத குற்றமெனலாம்.

முதலாவதாகக் கடந்த உலகப் பெரும்போர் காலத்தில், மெய்யாகவே இந்தியாவின் பாதுகாப்புக்கு அச்சுறுத்தல் தோன்றிய நிலையில், இந்தியாவை எந்நிலையிலும் காக்கும் வல்லமை ஆங்கிலேயருக்குக் கிடையாது என்பது தெளிவாகப் புலனாகியது.

இரண்டாவதாக, ஒரு அமைப்பின் அதாவது இந்தியப் படையின் செயல்பாட்டுத் திறனை, அது செயற்கையான சூழலில் எப்படிச் செயல்படுகிறது என்பதிலிருந்து மதிப்பிட முடியாது. ஆங்கிலேயரின் கட்டுப்பாட்டில் இந்தியப் படைவீரர்களின் செயல்பாங்கு செயற்கை யானதே. படைவீரரின் இயல்பூக்கங்களுக்கும் இயற்கையான பற்று களுக்கும் ஆங்கிலேயரின் கட்டுப்பாடு இடம் கொடுப்பதில்லை. அதனா லேயே ஆங்கிலேயரின் கீழ் பணிபுரியும்போது அவர்கள் திறமையுடன் செயல்பட்டாலும், அது செயற்கையான சூழ்நிலையே. அச்சூழலில் அவர்கள் நன்கு செயல்படுவதைக்கொண்டு இந்தியர்களின் கட்டுப் பாட்டின் கீழ்வந்த பின்னரும் அவ்வாறே செயல்படுவர் என்று உறுதி கூற முடியாது. ஆங்கிலேயர் ஆட்சி அகன்ற பின்னரும், இந்தியப் படைகள் இந்தியாவின் நலனுக்கேற்ற வகையில் திறமையாகச் செயல்படுவார்கள் என்ற உறுதிப்பாடு இந்துக்களுக்குக் கிடைக்கவேண்டும்.

ஆப்கானியர் படையெடுப்பு நிகழ்ந்தால் பஞ்சாபி, வடமேற்கு எல்லை மாநில வீரர்களைப் பெரும்பாலராகக் கொண்ட இந்தியப் படையின் செயல்பாடு எப்படியிருக்குமென்று நடத்தப்படும் ஆய்வு எவ்வளவு

தான் மனத் துன்பம் தரக்கூடியதாக இருப்பினும், இதனை நான் எதிர்கொள்ள வேண்டிய முக்கியமான பிரச்னையெனலாம்.

படைகளில் முஸ்லிம் படைவீரர்களின் உயர்விகிதம் நிரந்தரமான தென்று ஏன் எடுத்துக்கொள்ளவேண்டும்; அதைத் தக்க வகையிலே மாற்றியமைக்க இயலாதென ஏன் கருதவேண்டும் எனச் சிலர் கேட்கலாம். இவ்வமைப்பைத் தேவையான வகையில் திருத்தியமைக்க இயலுமெனக் கருதுவோர் அம்முயற்சிகளில் ஈடுபடட்டும். ஆனால், இதுவரை மேற்கொண்ட முயற்சிகளின் பலன்களைக்கொண்டு எண்ணிப் பார்க்கையில் அதை அவ்வளவு எளிதில் திருத்திவிட முடியாதென்பது புலனாகும். மாறாக, நாட்டின் அரசியலமைப்புச் சட்டம் திருத்தியமைக்கப்படும்போது, முஸ்லிம் சிறுபான்மையினரின் பாதுகாப்பை உறுதி செய்வதன் பொருட்டு, இந்தியப் படையமைப்பு இவ்வாறுதான் முஸ்லிம் மேலாதிக்கத்துடன்தான் இருக்கவேண்டுமென்று சட்டத்திருத்தமே செய்யப்பட்டாலும் வியப்படைவதற்கில்லை. இந்துக்களுக் கெதிராக, முஸ்லிம்கள் இத்தகைய கோரிக்கைகளில் இதுகாறும் அவர்கள் வெற்றிபெற்றே வந்துள்ளனர். எனவே, இந்தியப் படையின் அமைப்பு இப்போதிருக்கும் நிலையிலிருந்து மாறப்போவதில்லை என்ற கருத்தோட்டத்தின் அடிப்படையிலேயே, நமது வருங்காலத்தைப் பற்றிய சிந்தனைகளை மேற்கொள்ள வேண்டும். அடிப்படைகள் ஏதும் மாறிவிடவில்லையென்ற நிலையில், நாம் எதிர்நோக்குகிற சிக்கலும் அப்படியே நீடிக்கும்.

முஸ்லிம்கள் நிறைந்த இப்படை, ஆப்கானியப் படையெடுப்புக் கெதிராகப் போராடி நாட்டைக்காக்குமென்று இந்துக்கள் நம்பிக்கைக் கொள்ள முடியுமா? முடியும் என்று போலித் தேசிய வாதிகள்தான் பதிலளிப்பர். இவ்வினாவுக்கு விடையளிக்க முற்படுமுன், உண்மை நிலையை உணரத் துணிவு கொண்டவர்கள் ஒருகணம் நிதானமாகச் சிந்திக்கவேண்டும். இந்துக்கள் காக்கப்படுவதற்கு மாறாக அழித் தொழிக்கப்பட வேண்டிய காஃபிர்கள் (அவநம்பிக்கையாளர்கள்) என்று முஸ்லிம்கள் கருதுகின்றனர் என்பதை உண்மையின்மீது நாட்டம் கொண்டோர் ஒருபோதும் மறக்கவியலாது. மேலும், ஐரோப்பியரைத் தம்மினும் மேலானவர்களாக ஏற்றுக்கொள்ளும் முஸ்லிம்கள், இந்துக் களைத் தம்மினும் தாழ்வானவர்களாகக் கருதுவதையும் மறுப்பதற்கில்லை. முற்றிலும் முஸ்லிம் படைவீரர்களைக் கொண்ட படைப் பிரிவுகள், இந்துப் படைத் தலைவர்களின் கீழ் செயல்படநேரின், எவ்வளவுதூரம் தளபதிக்குப் பணிந்து நடப்பர் என்பது ஐயப்பாடே!

முஸ்லிம்களிலேயேகூட வடமேற்குப்பகுதி முஸ்லிம்கள்தான் இந்துக்கள்மீது மிகுந்த பகைமையும் வெறுப்பும் கொண்டவர்கள்

என்பதையும் ஒருவர் கவனத்தில் கொள்ள வேண்டும். மேலும் அனைத்துலக முஸ்லிம் உணர்வு குறித்த பிரசாரங்களுக்குப் பஞ்சாபி முஸ்லிம்கள் எளிதில் இரையாகக்கூடியவர்கள் என்பதையும் மறுப்பதற்கில்லை.

இத்தனை எதிர்மறைச்சூழல்களைப் பற்றி நன்கறிந்திருந்தும், முஸ்லிம் நாடுகள் படையெடுத்து வந்தால், இந்தியப் படையிலுள்ள முஸ்லிம்கள் நாட்டுப்பற்றோடு போராடுவர் என்றோ, அத்தகைய படையெடுப்பு நிகழ வாய்ப்பில்லையென்றோ கருதும் இந்துக்கள் உண்மையாகவே மிகுந்த அசட்டுத் துணிச்சல் கொண்டவர்கள் தாம் என்பதில் சிறிதும் ஐயமில்லை. *1889*-ல் தியோடர் மாரிசன் கூடப் பின்வருமாறு கூறியுள்ளார் :

'இந்திய மக்கள் வன்முறையால் அடக்கியாளப்பட வேண்டியவர்கள் என்று முஸ்லிம்கள் கொண்டிருக்கும் கண்ணோட்டம் ஒன்றே, இந்திய நாட்டுக்கு விடுதலையளிக்கக்கூடாது என்பதற்குப் போதுமான காரண மாகும். தன்னாட்சி பெற்ற இந்தியாவின் மீது வடக்கிலிருந்து ஆப்கானியர் படையெடுக்க முற்படும் கட்டத்தில், இந்திய முஸ்லிம்கள் தம் நாட்டவரான இந்துக்கள், சீக்கியர்களோடு ஒன்றுபட்டுப் போராடிப் பகைவரை எதிர்ப்பதற்குப் பதிலாக, சமய உறவெனும் நெருக்கத்தால் ஈர்க்கப்பட்டுப் பகைவர்களுடன் சேர்ந்துவிடுவர்'

1919 -ல் கிலாபத் இயக்கம் நடத்திக்கொண்டிருந்த இந்திய முஸ்லிம்கள், இந்தியாவின் மீது படையெடுக்கும்படி ஆப்கானிஸ்தானத்தின் அமீரை வேண்டினர் என்பதை எண்ணிப் பார்க்கும்போது தியோடர் மாரிசனின் கருத்து வெறும் ஊகமல்லவென்பதை உணர்கிறோம்.

ஆப்கானிஸ்தான் படையெடுத்தால் பஞ்சாபி, வடமேற்கு எல்லை மாநில முஸ்லிம்களைக் கொண்ட படை எப்படி நடந்து கொள்ளும் என்பது மட்டுமே நம்மை எதிர்நோக்கும் பிரச்னை அல்ல. இந்துக்கள் ஆழ்ந்து எண்ணிப் பார்க்கவேண்டிய மற்றொரு முக்கியமான பிரச்னையையும் இங்கு பார்ப்போம். படைவீரர்களின் விசுவாசம் எப்படியிருந்தாலும் ஆப்கானியப் படையெடுப்புக்கு எதிராக இப்படையை இந்திய அரசு தடையின்றிப் பயன்படுத்த இயலுமா?

இது தொடர்பாக, முஸ்லிம் லீகின் நிலைப்பாட்டையும் நாம் கவனத்தில் கொள்ள வேண்டியுள்ளது. அஃது நமக்கொன்றும் புதிதன்று. அந்நிலைப்பாடு முஸ்லிம் லீக் தோன்றுவதற்கு நெடுநாள் முன்பாகவே, கிலாபத் குழுவால் வகுக்கப்பட்டுவிட்டது. வருங்காலத்தில் எவ்வளவு காலத்துக்கு முஸ்லிம்கள் இந்நிலைப்பாட்டில் உறுதியாக இருப்பார்கள் என்ற வினாவுக்குத் தீர்வில்லை. இந்நிலைப்பாட்டில் முஸ்லிம் லீகினால் பிரிட்டிஷ் அரசுக்கெதிராக வெற்றிபெற முடியவில்லை

என்பதைக் கொண்டு வருங்கால இந்திய அரசுக்கெதிராகவும் வெற்றி பெறமாட்டார்கள் என்று கூறிவிட முடியாது.

இந்துக்களின் கண்ணோட்டத்தில் முஸ்லிம்களின் நிலைப்பாடு நாட்டுப் பற்றுக்கு முரணானதென்றாலும், முஸ்லிம்களின் சமயக் கண்ணோட்டத்துக்கு மிக இணக்கமானதாகவே முஸ்லிம் லீகினால் பரிந்துரைக்கப்பட்டு இந்திய முஸ்லிம் சமுதாயத்தின் ஒப்பிசைவைப் பெற்றுவிட இயலுமாதலின் முஸ்லிம்கள் வெற்றி பெறவே வாய்ப்பு மிகுதியெனலாம். இவ்வாறு, இந்தியாவின் போர்ப்படைகளை முஸ்லிம் பகைநாடுகளுக்கெதிராக பயன்படுத்துவதற்கு முட்டுக்கட்டைகள் போடுவதில் முஸ்லிம் லீக் வெற்றி பெறுமாயின், இந்துக்களின் நிலைப் பாடு என்னவாக இருக்கும்? இதுவும் இந்துக்கள் தீர்வு காணவேண்டிய சிக்கல்களில் ஒன்றாகும்.

பாகிஸ்தான் பிரிவினைக் கோரிக்கையால் உருவாகியுள்ள இருநாட்டு மனப்பான்மை தொடர்ந்து நிலவும் சூழ்நிலையில் அரசியலமைப்பில் ஒரே நாடாக இந்தியா தொடருமெனில் இந்தியாவின் பாதுகாப்பைப் பொறுத்தமட்டில் இந்துக்கள் இரு பேராபத்துகளுக்கிடையே சிக்கித் தவிப்பார்கள். போர்ப்படைகள் இருக்கும். ஆனால் அவற்றைத் தேவைக்கேற்பப் பயன்படுத்துவதற்கு முஸ்லிம் லீகின் குறுக்கீடுகளும் தடைகளும் இருக்கும். அதையும் மீறிப் பயன்படுத்தும்போது படைகள் எந்த அளவுக்கு நாட்டுப்பற்றோடு போரிடுவர் என்ற ஐயமும் இருப்ப தால் நாட்டுப் பாதுகாப்பு என்னும் இன்றியமையாத தேவையே கேள்விக்குரிய பிரச்னையாகிவிடும்.

பஞ்சாபி, வடமேற்கு எல்லைப்புற முஸ்லிம்களின் மேலாதிக்கம் ஓங்கியிருக்கும் இப்படைகளை மிகுந்த பொருட்செலவில் பராமரிக்கும் பொறுப்பை ஏற்கும் இந்துக்கள், முஸ்லிம் படையெடுப்பாளர்களுக்கு எதிராக அப்படையை நம்பகமாகப் பயன்படுத்த இயலுமா என்ற தவிப்பிலிருக்க நேரிடும். முஸ்லிம் லீகின் கண்ணோட்டமும் முட்டுக் கட்டைகளும் தொடர்ந்தால், இந்தியப் படையில் முஸ்லிம்களின் எண்ணிக்கை குறைந்தாலும்கூட, அவற்றைத் தேவைக்கேற்ப இந்திய அரசு பயன்படுத்த இயலா நிலைமை ஏற்படும். தற்போது பிரிட்டிஷ் வல்லாட்சியின் கீழ் இருப்பதைப்போன்ற நிலையில், இந்திய நாடு அண்டையிலுள்ள முஸ்லிம் நாடுகளுக்கு அஞ்சியடங்கி அவற்றின் நிழலில் வாழ நேரிடும்.

பாதுகாப்பான எல்லை வேண்டுமா... பாதுகாப்பான படை வேண்டுமா என்று கடினமானதொரு தேர்ச்சியைச் செய்ய வேண்டிய இக்கட்டான நிலையில் இந்துக்கள் உள்ளனர். இக்கட்டத்தில் இந்துக்கள் மேற் கொள்ள வேண்டிய முதிர் அறிவுமிக்க பாதை என்ன? இந்தியாவுக்குப்

பாதுகாப்பான எல்லை வேண்டுமென்பதற்காக முஸ்லிம் இந்தியாவும் தங்களுடனேயே சேர்ந்திருக்கவேண்டுமென்று கோருதல் அவர்களது நலன்களுக்கு உகந்ததாகுமா? அல்லது பிரிவினையை ஏற்றுக்கொண்டு அதன்வழி நம்பகமான படையைப் பெறுதல் இந்துக்களின் நலன் களுக்கு உகந்த வழியா?

ஐயத்துக்கிடமில்லாதவாறு ஓர் உண்மை நம் முன்னே தெளிவாகத் தெரிகிறது. இப்பகுதிவாழ் முஸ்லிம்கள் இந்துக்களுக்கெதிரான கடும் பகைமை உணர்வு மிக்கவர்கள் என்பதே அது. முஸ்லிம்களை வெளியே அனுப்புவதால் இந்துக்களுக்குப் பாதுகாப்பு மிகுதியா; அவர்கள் உள்ளே இருந்து வருவதால் பாதுகாப்பு மிகுதியா? நல்லறிவு பெற்ற எவருமே இக்கேள்விக்கு முஸ்லிம்களை உள்ளேயிருத்தி அவர்களின் பகைமையை எதிர்த்து நிற்பதைவிட அவர்களை வெளியே அனுப்பிப் பகைமையை எதிர்கொள்வதே பாதுகாப்பானது' என்றுதான் பதில் சொல்வார்கள்.

முஸ்லிம்களை வெளியேற்ற விரும்புதலே உள்ளார்ந்த நாட்டுப்பற்றின் வெளிப்பாடாக இருக்கமுடியும். இந்தியப் படைகளில் முஸ்லிம்களின் மேலாதிக்கத்தை முடிவுக்குக் கொண்டுவர இஃதொன்றே உற்ற வழி.

முஸ்லிம் மேலாதிக்கத்தை நீக்குதலை எவ்வாறு சாதிக்க இயலும்? பாகிஸ்தான் பிரிவினையை ஆதரித்தல் ஒன்றே அதற்கு உற்ற வழியாகும். பாகிஸ்தான் தனிநாடாகப் பிரிந்துபோனபின், இந்தியா தனது செல்வ வளங்களையும் மனித வளங்களையும் கொண்டு, முற்றிலும் நம்பகமான படையினை நிறுவ முடியும். அதன் பயன் பாட்டுக்கெதிராக முட்டுக்கட்டைகள் போட எவரும் இருக்க மாட்டார்கள். அதை எந்தப் பகைவருக்கெதிராக, எவ்வாறு பயன்படுத்த வேண்டும் என்றெல்லாம் எவரது கட்டளைகளும் நம்மை முடக்க வியலாது. பாகிஸ்தான் பிரிவினையால் இந்தியாவின் வலிமை குன்றி விடுமென்று அஞ்சத் தேவையில்லை. மாறாக இந்தியாவின் வலிமை பன்மடங்காகப் பெருகும்.

தற்போதைய படையமைப்பினால் படையில் தங்கள் எண்ணிக்கைச் சிறுமையால் தங்கள் பாதுகாப்பு எவ்வளவு தூரம் பின்னடைவுக் குள்ளாகியுள்ளது என்பதை இந்துக்கள் இன்னமும் சரியாக உணர வில்லையென்றே தோன்றுகிறது. இத்தகைய கேடானதொரு பின்னடைவை, மிகவும் அரியவிலை கொடுத்து வாங்கிக்கொண்டிருக் கிறோம் என்பதையும் இந்துக்கள் உணர்ந்தபாடில்லை.

... இந்திய அரசின் வருவாயில் பெரும்பகுதி இந்துஸ்தானத் திலிருந்தே கிடைக்கிறது. பாகிஸ்தான் மாநிலங்களிலிருந்து வெகுசொற்ப அளவே கிடைக்கின்றது என்பதை இவ்விவரங்கள் காட்டுகின்றன. சொல்லப் போனால் பாகிஸ்தான் பகுதி மாநிலங்களின் அரசுச் செயல்பாடுகள்,

இந்துஸ்தான் மாநிலங்களிலிருந்து கிடைக்கும் வருவாயைக் கொண்டு தான் நடத்தப்படுகின்றன. அதாவது, இந்துஸ்தான் மாநிலங்களின் வளத்தை உறிஞ்சும் அட்டைகளாகவே பாகிஸ்தான் மாநிலங்கள் விளங்கி வருகின்றன. அவை மத்திய அரசின் நிதிக்குக் கொடுப்பது கொஞ்சமே என்பது மட்டுமல்ல. மத்திய அரசு வருவாயில் பெரும்பகுதி இம்மா நிலங்களுக்குச் செலவிடப்படுகிறது. மத்திய அரசின் மொத்த ஆண்டு வருவாய் 121 கோடி ரூபாய் அளவினதாகும். இதில் ஆண்டுதோறும் 52 கோடி ரூபாய் படைகளுக்காகச் செலவிடப்படுகிறது. இப்பெருந்தொகை எந்தப் பகுதியில் செலவிடப்படுகிறது? இந்த 52 கோடி ரூபாயின் பெரும்பகுதியை வரியாகக் கொடுப்பவர்கள் யார்?

போர்ப்படைகளுக்காகச் செலவிடப்படும் இந்த 52 கோடி ரூபாயின் பெரும்பகுதி பாகிஸ்தான் பகுதியிலிருந்து தேர்ந் தெடுக்கப்பட்ட முஸ்லிம் படைக்காகச் செலவிடப்படுகிறது. அதாவது, பெரும்பாலும் இந்துக்களிடமிருந்து திரட்டப்பட்ட இந்த 52 கோடி ரூபாயின் பெரும் பகுதி, இந்துக்களல்லாதவர்களே பெரிதும் நிறைந்துள்ள படையின் செலவுகளுக்குப் பயன்படுத்தப் படுகிறது. இத்தகைய அவலநிலை நிலவுவது எத்தனை இந்துக் களுக்குத் தெரியும்? இந்த அவலம் யாருடைய செலவிலே நடத்தி வைக்கப்படுகிறது என்பதையும் எத்தனை இந்துக்கள் அறிவர்?

இன்றைய அவலநிலையினைத் தடுக்கும் திறமில்லாத இந்துக்களை இதற்குப் பொறுப்பாக்க முடியாது. ஆனால் இதே நிலை நீடித்துத் தொடருவதை அனுமதிக்க வேண்டுமா? இதுவே இன்று நம்மை எதிர்நோக்கும் கேள்வியாகும். இதனை உடனடியாக நிறுத்த வேண்டு மென நாம் விரும்பினால், அதற்கு உறுதியான வழி பாகிஸ்தானைப் பிரிந்துபோகவிட்டுவிடுவதே. பாகிஸ்தான் பிரிவினையை எதிர்ப்பது, நம்முடைய அழிவுக்கான ஆயுதத்தை நாமே விலை கொடுத்து வாங்கு வதற்கு அல்லது காசு கொடுத்துக் கொள்ளிக்கைட்டை வாங்கி முதுகில் சொறிந்து கொள்வதற்கு ஒப்பாகும். எனவே, பாதுகாப்பான எல்லை என்பதைவிடப் பாது காப்பான படையை நாடுவதே சிறப்பான காப்பு நெறியாகும்.'

அம்பேத்கரின் இந்தக் கருத்து ஏதோ பாகிஸ்தான் ஏற்பட வேண்டும் என்ற உந்துதலினால் ஏற்பட்ட கருத்து அல்ல. இது அம்பேத்கருக்கு இருந்த இந்திய தேசிய உணர்வினால் ஏற்பட்ட கருத்து.

1942 பிப்ரவரி மத்தியில் பம்பாய் வாக்லே ஹாலில் வசந்தகாலப் பேருரைகள் நடந்தன. பாகிஸ்தான் பற்றிய சிந்தனைகள் பற்றிய விவாதங்களுக்கு மூன்று நாட்கள் ஒதுக்கப்பட்டிருந்தன. அந்த விவாதங்களின் போது டாக்டர் அம்பேத்கர் அங்கு இருந்தார். ஆச்சார்ய

எம்.வி.டோண்டே கூட்டத்துக்குத் தலைமை தாங்கினார். அக்கூட்டத்தில் அம்பேத்கர் உரையாற்றியபோது,

' பாகிஸ்தான் என்பது ஒரு விவாதத்துக்குரிய விஷயமே அல்ல என்று கூறுபவர்களின்பால் என்னுடைய வார்த்தைகளை நான் வீணாக்க விரும்பவில்லை. அந்தக் கோரிக்கை நியாயமற்றது என்று கருதப் பட்டால், பாகிஸ்தான் உருவாவது அவர்களுக்கு ஒரு பயங்கரமான விஷயமாகிவிடும். வரலாற்றை மறந்துவிடுங்கள் என்று மக்களிடம் சொல்வது தவறு. வரலாற்றை மறந்துவிடுகிறவர்களால் வரலாற்றைப் படைக்கமுடியாது.

இந்திய ராணுவத்தில் முஸ்லிம்களின் செல்வாக்கைக் குறைத்து, விரோத சக்திகளை வெளியேற்றிவிடவேண்டும். நமது பூமியை நாம் காப்பாற்றுவோம். இந்தியாவில் முஸ்லிம் சாம்ராஜ்ஜியத்தை பாகிஸ்தான் விரிவுபடுத்திவிடும் என்ற தவறான கருத்தைக் கொண்டிருக்க வேண்டாம். இந்துக்கள் அதை மண்ணைக் கவ்வச் செய்வார்கள்.

சாதி இந்துக்களிடம் சில பிரச்னைகளில் நான் சண்டையிடுகிறேன் என்பது உண்மைதான். ஆனால் நமது பூமியைக் காப்பாற்றுவதற்காக நான் எனது உயிரையும் கொடுப்பேன் என்று உங்கள் முன் சத்தியம் செய்கிறேன்' என்று கூறினார். தேசிய உணர்வின் வெளிப்பாடே இஸ்லாமியர்களைப் படையில் இருந்து குறைத்து விரோத சக்திகளை வெளியேற்றிடவேண்டும் என்பது.

அம்பேத்கரின் இந்தக் கருத்து ஒரு தீர்க்கதரிசியின் கருத்து. எந்த காரணத்துக்காக முஸ்லிம்களைப் படையில் இருந்து குறைக்க வேண்டும் என்று அம்பேத்கர் சொன்னாரோ அந்தக் காரணம் 1947-8ல் காஷ்மீர் மீது பாகிஸ்தான் படையெடுத்தபோது சரியெனப் புலப்பட்டது.

உளவுத் தகவல்களைச் சேகரித்துத் தரும்படிக் கேட்டுக் கொள்ளப் பட்டிருந்த ஒவ்வொரு இஸ்லாமிய அதிகாரியும், பள்ளி மாணவர் களும், உள்ளூர் கடைக்காரர்களின் வேலையாட்களும் அது தொடர்பாக எந்த உதவியும் செய்யாமல் கைவிட்டனர். பாகிஸ்தானிய எதிரிகள் தாக்க வருகிறார்கள் என்பது அவர்களுக்குத் தெரிந்திருந்தது. ஆனால், எங்களுக்கு எந்தத் தகவலும் தெரிந்துவிடக்கூடாது என்பதில் அவர்கள் மும்முரமாக இருந்தனர். இதனால் எதிரி திடீரென்று தாக்கி எங்களை வீழ்த்திவிட்டார்கள். அங்கிருந்த முஸ்லிம்கள் எந்த அளவுக்கு ஒற்றுமையாக, துடிப்புடன் துரோகம் செய்தார்கள் என்பதை அது உணர்த்துகிறது. அவர்கள் காஷ்மீரில் பாகிஸ்தானிய கொடி பறக்க வேண்டும் என்று விரும்பினார்கள். இங்கிருந்த பாகிஸ்தானிய ஏஜெண்ட்கள் அந்தப் பணியை முழுமையாகச் செய்தார்கள்' என்று லெப்டினண்ட் கர்னல் எம்.எல்.சிப்பார் எழுதிய நூலில் லெப் கர்னல்

தாப்பா சொன்னதாகக் குறிப்பிட்டிருக்கும் விஷயம் இது (ட்ரிப்யூன் 30 அக்டோபர் 1999)

இந்தியப் பாதுகாப்பில் மிகுந்த கவனம் செலுத்தியவர் அம்பேத்கர். 'இந்திய ராணுவம்' என்ற நூலை எழுதிட அம்பேத்கர் ஏற்கனவே திட்டமிட்டிருந்தார். அதுபற்றி பரோடாவைச் சேர்ந்த ஜி.எம்.ஜாதாவிடம் மிகுந்த ஆர்வமுடன் கலந்து பேசினார். ஜாதாவிடம் ராணுவ விஞ்ஞானம், இந்தியாவின் ராணுவச் சிக்கல் பற்றிப் பல நூல்கள் இருந்தன. ராணுவ விஞ்ஞானத்தைக் கற்க விரும்புகிற மாணவர்களுக்காகப் புதிய வகுப்பு ஒன்றைத் தொடங்கிட அம்பேத்கர் விழைந்தார். ஜாதா அவ்வகுப்பில் ராணுவ விஞ்ஞானத்தைக் கற்பிக்க வேண்டும் என்று அம்பேத்கர் விரும்பினார். ராணுவ விஞ்ஞான வகுப்பு நடத்தவேண்டும் என்பதில் அம்பேத்கர் மிகுந்த ஆர்வமும் ஈடுபாடும் கொண்டிருந்தார்.

அதனால் அச்சமயத்தில் அவர் சித்ரேவுக்கு எழுதிய கடிதத்தில் 'ராணுவ விஞ்ஞானத்தைக் கற்பிப்பதைக் கல்லூரி தன்னுடைய ஒரு சிறப்புத் துறையாக ஆக்கிக் கொள்ளவேண்டும் என்று விரும்புகிறேன். அவ்வாறு செய்வது இந்திய நாட்டுக்கு ஆற்றும் அரிய தொண்டாகும். அத்துடன் தீண்டப்படாத வகுப்பு மக்களுக்கும் தொண்டு செய்வதாக அமையும்' என்று குறிப்பிட்டிருந்தார். ஆனால் அம்பேத்கரின் இந்த எண்ணம் நிறைவேறவில்லை. இருப்பினும் அம்பேத்கரின் சித்தார்த்தா கல்லூரி ஜாதாவிடமிருந்து சில நூல்களை வாங்கியது. இந்திய பாதுகாப்பு சம்பந்தமான விஷயங்களில் எப்போதுமே அம்பேத்கர் மிகுந்த கவனம் செலுத்தினார்.

இஸ்லாமிய வல்லரசு நாடு உருவானால் இந்தியாவுக்கு ஆபத்து என்ற எண்ணம் அம்பேத்கருக்கு இருந்தது.

1954, ஏப்ரலில் இறுதி வாக்கில் நாக்பூர் மவுன்ட் ஹோட்டலில், தனது அழைப்பை ஏற்று வந்தவர்கள் மத்தியில் அம்பேத்கர் பேசுகையில் 'ஆட்சிப் பொறுப்பிலிருக்கும் கட்சியை அங்குசம் போல் கட்டுப்படுத்த வலுவான எதிர்க்கட்சி தேவை. இரண்டாம் உலகப் போருக்கு முன்னர் ஜெர்மனி நாலா பக்கங்களிலும் முற்றுகையிடப்பட்டிருந்தது. நமது நாட்டின் நிலைமையும் அவ்வாறே உள்ளது. விரைவிலேயே எல்லா முஸ்லிம் நாடுகளும் சேர்ந்து ஐக்கிய இஸ்லாமிய வல்லரசு நாடு உருவாகப் போகிறது. அச்சமயம் நமக்கு நண்பரென்று ஒருநாடுகூட இல்லை. ஆகவே நம் நாட்டை ஆயுத வலிமையுடையதாக ஆக்குவதைத் தவிர வேறு வழியில்லை. நமக்குக் குடியரசாட்சி நன்மை தரக்கூடியதா அல்லது பொதுவுடைமைக் கொள்கை நன்மை தருமா என்பதை உடனடியாக முடிவு செய்யவேண்டும். பிறகு நாம் அக்கொள்கை சார்ந்த

நாடுகளுடன் நட்புகொள்ளவேண்டும்' என்ற கருத்தை வெளியிட்டார்.

இதைப் பார்க்கும்போது அம்பேத்கர் எவ்வளவு தேசிய உணர்வுடன் தீர்க்கதரிசனமாக யோசித்திருக்கிறார் என்பதை நாம் அறிந்து கொள்ளலாம்.

அதுமட்டுமல்ல முஸ்லிம்கள் இந்த நாட்டின் அதிகாரத்துக்குக் கீழ்ப்படியும் தன்மை இல்லாதவர்கள் என்று கூறுகிறார் அம்பேத்கர்.

'அரசாங்கத்தின் ஸ்திரத்தன்மைக்கு நாட்டின் அடிப்படைப் பிரச்னைகளில் அரசியல் கட்சிகளின் ஒற்றுமை எவ்வளவு இன்றியமை யாததோ அவ்வளவு இன்றியமையாதது அரசாங்கத்தின் அதிகாரத்துக்குக் கீழ்ப்படியும் உணர்வாகும். அரசைப் பராமரிப்பதில் கீழ்ப்படி தலுக்குள்ள முக்கியத்துவம் குறித்து எந்த விவேகமுள்ள மனிதனும் ஐயப்பாடு எழுப்ப முடியாது. எனவே, சட்டமறுப்பில் நம்பிக்கை வைப்பது அராஜகத்தில் நம்பிக்கை வைப்பதற்கு ஒப்பாகும்.

சரி, இந்துக்களால் இந்துக்களைக் கொண்டு நடத்தப்படும் ஓர் அரசாங் கத்தின் அதிகாரத்துக்கு முஸ்லிம்கள் எந்த அளவுக்குக் கீழ்ப்படிவார்கள்? இந்தக் கேள்விக்குப் பதிலளிப்பதற்குப் பெரிய ஆராய்ச்சி எல்லாம் தேவை இல்லை. ஒரு முஸ்லிமுக்கு ஓர் இந்து 'காஃபிர்' ஆவான். ஒரு காஃபிர் நன்மதிப்புக்கு உரியவனல்ல. இதனால்தான் காஃபிரால் ஆளப்படும் ஒரு நாடு முசல்மானுக்கு தார்-உல்-ஹார்பாக காட்சி தருகிறது. இவற்றை எல்லாம் கொண்டு பார்க்கும்போது, ஓர் இந்து அரசாங்கத்துக்கு முஸ்லிம்கள் கீழ்ப்படியமாட்டார்கள் என்பதை மெய்ப் பிப்பதற்கு வேறு சான்றுகள் ஏதும் தேவையில்லை என்று தோன்றுகிறது.

இந்து அரசாங்கத்துடனான அதிகாரத்துக்குக் கீழ்ப்படியச் செய்யும் பணிவிணக்க உணர்வும் ஒத்துணர்வும் முஸ்லிம்களிடையே அறவே இல்லை. இதற்கு எண்ணற்ற சான்றுகள் இருக்கின்றன.

கிலாபத் இயக்கம் மிக மும்முரமாக நடைபெற்றுக் கொண்டிருந்த நேரம். இந்துக்கள் தாங்களே முன்வந்து முசல்மான்களுக்கு எத்தனை எத்தனையோ உதவிகளைச் செய்து கொண்டிருந்தனர். இத்தகைய மிக நெருக்கடியான வேளையிலும் தங்களுடன் ஒப்பிடும்போது இந்துக்கள் மிகவும் கீழ்ப்பட்ட, தாழ்ந்த இனத்தைச் சேர்ந்தவர்கள் என்பதை முஸ்லிம்கள் ஒரு கணமும் மறக்கவில்லை. இன்சாஃப் என்னும் கிலாபத் இதழில் ஒரு முசல்மான் பின்வருமாறு எழுதினார் :

'சுவாமி, மகாத்மா என்பதன் பொருள் என்ன? முஸ்லிமல்லாதவர் களைக் குறிப்பதற்கு முஸ்லிம்கள் தங்கள் பேச்சிலும் எழுத்திலும் இவற்றைப் பயன்படுத்த முடியுமா? சுவாமி என்பது 'குரு'வையும், 'மகாத்மா' என்பது மிக உயர்ந்த ஆன்மிக சக்திகள் படைத்தவர்'

என்பதையும் குறிக்கிறது. இது 'ரு-இ-ஆஜ' முக்கும், மிக உயர்ந்த புனித ஆவிக்கும் இணையானது என்று அவர் கூறுகிறார்.'

முஸ்லிமல்லாதவர்களை முஸ்லிம்கள் இவ்வாறு பணிவுடனும் பயபக்தியுடனும் அழைப்பது இஸ்லாமிய சட்டத்துக்கு இசைந்தது தானா என்பதை முஸ்லிம் சமய அறிஞர்கள் ஒரு ஃபத்வா மூலம் முடிவு செய்யவேண்டும் என்று கேட்டுக் கொண்டார்.

*1924*ல் திரு.காந்தி சிறையிலிருந்து விடுதலை செய்யப்பட்டதைக் கொண்டாடுவதற்கு டில்லியில் ஹக்கீம் அஜ்மல் கானால் நடத்தப்படும் திப்பியா யூனானி மருத்துவக் கல்லூரியில் ஏற்பாடு செய்யப்பட்ட விழாவில் குறிப்பிடத்தக்கதொரு சம்பவம் நடைபெற்றது. இவ்விழாவில் ஓர் இந்து மாணவர் பங்கெடுத்துக் கொண்டு பேசும் போது திரு. காந்தியை ஹஜரத் ஈசாவுடன் (இஸ்லாமிய நூல்களில் குறிப்பிடப்படும் ஏசு கிறிஸ்து) ஒப்பிட்டுவிட்டார். அவ்வளவுதான், தங்களது மத நம்பிக்கையின் புனிதத்தன்மையை இது அவமதித்து விட்டதாக முசல்மான்கள் எடுத்துக்கொண்டனர்.

உடனே அங்கிருந்த எல்லா முகமதிய மாணவர்களும் சீறியெழுந்து அந்த இந்து மாணவரை நையப் புடைக்க முயன்றனர். தங்களது உணர்வுகள் புண்படுத்தப்பட்டதற்கு எதிரான இந்த அமளிதுமளியில் தங்களுடைய சக-சமயத்தினருடன் முசல்மான் பேராசிரியர்களும் சேர்ந்து கொண்டதாகக் கூறப்படுகிறது.

1923-ல் இந்திய தேசிய காங்கிரஸின் மாநாட்டுக் கூட்டத்துக்கு திரு.முகம்மது அலி தலைமை தாங்கினார். அப்போது அவர் தமது உரையில் திரு.காந்தியைக் குறிப்பிட்டுப் பின்வருமாறு பேசினார் :

'மகாத்மாவின் போதனைகளையும் அவர் பட்ட துயரங்களையும் ஏசுவின் போதனைகளுடனும் அவரது துயரங்களுடனும் ஒப்பிட்டுப் பலர் பேசினர். ஏசு கிறிஸ்து தமது மடாலயத்துக்கு வெளியே உலகைக் கூர்ந்து ஆராய்ந்தபோது, இந்த உலகைச் சீர்திருத்துவதற்கான ஆயுதத்தைத் தேர்ந்தெடுக்க வேண்டிய நிலைக்கு ஆளானார். மற்றவர்கள் பொருட்டுத் துன்புறுவது, சகிப்புத் தன்மை காட்டுவது ஆகியவற்றின்மூலம் சர்வ வல்லமை மிக்கவராவது, தூய்மையான உள்ளத்தின் மூலம் வன்முறையின் மீது வெற்றிக்கொடி நாட்டுவது எனும் சித்தாந்தங்கள் எல்லாம் மனிதனின் முதல் வழித்தோன்றல்களான அபல், கெய்ன் போன்றோரது காலத்தவை போன்று பழமையானவை.

எது எப்படியாயிருப்பினும், இது மகாத்மா காந்திக்கும் உரிய தனிச்சிறப்பாகும். ஆனால், ஒரு கிறிஸ்தவ அரசாங்கம் தான் நம் காலத்து ஏசு கிறிஸ்து போன்ற ஒரு மனிதரை பெரும் குற்றமிழைத்தவராக இழிவாக நடத்துகிறது (வெட்கம், வெட்கம்). ஏறத்தாழ அமைதியின்

தூதரைப் போன்றவராக பொது விவகாரங்களில் ஈடுபட்டுவரும் ஒரு மனிதரைப் பொது அமைதிக்குப் பங்கம் விளைவித்தவராகக் குற்றம் சாட்டித் தண்டிக்கிறது.

ஏசு வருவதற்கு முன்னர் யூதேயா நாட்டின் நிலைமை எவ்வாறு இருந்ததோ அவ்வாறேதான் மகாத்மா வருவதற்கு முன்னர் இந்தியாவின் அரசியல் நிலைமைகளும் இருந்தன. இதுபோன்றே, யூதேயா நாட்டு மக்களுக்கு ஏசு கிறிஸ்து வழிகாட்டிய முறையிலேயே மகாத்மா காந்தியும் இந்தியாவைப் பீடித்துள்ள நோய்களுக்குப் பரிகாரம் கூறினார். துன்புறுத்துவதன்மூலம் ஆத்மசுத்தி, அரசாங் கத்துக்குள்ள பொறுப்புகள் குறித்த ஒரு தார்மிகத் திட்டம், சுயராஜ் யத்துக்கு முன் நிபந்தனையான சுயகட்டுப்பாடு இவையே மகாத்மாவின் கோட்பாடாகவும் பற்றுறுதியாகவும் இருந்தன. அஹமதாபாத்தில் காங்கிரஸ் மகாசபை நடைபெற்று முடிந்த புகழ்மிக்க ஆண்டில் வாழும் பெரும்பேறு பெற்றவர்கள் மனித குலத்தின் ஒரு மாபெரும் பகுதியினரின் எண்ணங்களிலும், உணர்வுகளிலும், செயல்பாடுகளிலும் அவர் எத்தகைய துரிதமான, பிரமிக்கத்தக்க மாற்றங்களைக் கொண்டு வந்திருக்கிறார் என்பதைக் கண்டிருக்கக்கூடும்'

இதற்கு ஓராண்டுக்குப் பிறகு அலிகாரிலும் ஆஜ்மீரிலும் பேசும்போது திரு.முகம்மது அலி பின்கண்டவாறு கூறினார் :

'திரு.காந்தியின் குணப்பண்பு எவ்வளவுதான் தூய்மையானதாக இருந்தாலும் சமயக் கண்ணோட்டத்திலிருந்து பார்க்கும்போது, பண்பே இல்லாத எந்த ஒரு முசல்மானைவிடவும் கீழானவராகவே எனக்குத் தோன்றுகிறார்.'

அவரது இந்தப் பேச்சு மிகுந்த கொந்தளிப்பையும் கோபாவேசத்தையும் கிளப்பிவிட்டது. திரு.காந்தியிடம் ஆழ்ந்த மதிப்பும் மரியாதையும் வைத்திருந்த திரு.முகமது அலியா அவரைப்பற்றி இத்தகைய பெருந் தன்மையற்ற, குறுகிய நோக்குடைய, ஆணவமிக்க கருத்துகளை வெளி யிடுகிறார் என்பதைப் பலரால் நம்பவே முடியவில்லை. லக்னோவில் அமினாபாத் பூங்காவில் நடைபெற்ற ஒரு கூட்டத்தில் திரு.முகமது அலி உரையாற்றிக் கொண்டிருந்தபோது, திரு.காந்தியைப் பற்றி இவ்வா றெல்லாம் அவதூறாகப் பேசியது உண்மையா என்று அவரிடம் கேட்கப் பட்டது. அப்போது திரு.முகமது அலி எத்தகைய தயக்கமுமின்றி, மனச்சாட்சி உறுத்தலுமின்றிப் பின்கண்டவாறு பதிலளித்தார்:

'ஆம், என்னுடைய மதத்தின்படி, என்னுடைய சித்தாந்தத்தின்படி, ஓர் ஒழுக்கங்கெட்ட, இழிவடைந்த முசல்மானை திரு.காந்தியைவிட மேம்பட்டவனாகவே கருதுகிறேன்.'

ஒரு காஃபிரான திரு.காந்தியை ஏசுகிறிஸ்துவின் அளவுக்கு உயர்த்தி வானளாவத் திரு.முகமது அலி புகழ்ந்து பேசியதைப் பழமை விரும்பிகளான முஸ்லிம் சமுதாயம் முழுவதும் ஒரு பெரும் குற்றமாக எடுத்துக்கொண்டு பலத்த கூக்குரல் எழும்பியதாலே அவர் தாம் பேசியதையே மாற்றி வேறுவிதமாகப் பேச வேண்டியதாயிற்று என்று கூறப்படுகிறது. ஒரு காஃபிரை இவ்வாறு ஏற்றிப் போற்றிப் பேசுவது முஸ்லிம் சட்டத்தால் தடை செய்யப்பட்டுள்ளது என்று முஸ்லிம் சமூகம் வாதிட்டது.

1928-ல் இந்து-முஸ்லிம் உறவுகள் பற்றி வெளியிடப்பட்ட ஒரு கொள்கை அறிக்கையில் குவாஜா ஹாசன் நிஜாமி பின்கண்டவாறு குறிப்பிட்டிருந்தார் :

'முசல்மான்கள் இந்துக்களிடமிருந்து முற்றிலும் வேறுபட்டவர்கள். அவர்கள் இந்துக்களுடன் ஒன்றுபடவே முடியாது. குரூரமான போர் களுக்குப் பிறகு முசல்மான்கள் இந்தியாவை வென்றனர். ஆங்கிலேயர்கள் அவர்களிடமிருந்து இந்தியாவைக் கைப்பற்றிக் கொண்டனர். முசல்மான்கள் எவ்வகையிலும் பிரிக்கமுடியாத ஓர் ஒன்றுபட்ட தேசம். அவர்கள்தான் இந்தியாவின் எசமானர்களாக இருக்கமுடியும். அவர்கள் ஒருபோதும் தங்கள் தனித்தன்மையை விட்டுக்கொடுக்க முடியாது. அவர்கள் நூற்றுக்கணக்கான ஆண்டுகள் இந்தியாவை ஆண்டு வந்தவர்கள். எனவே, இந்த நாட்டின் மீது அவர் களுக்கு நியாயப்படியான, விதிமுறைப்படியான உரிமை இருக்கிறது. இந்துக்கள் இந்த உலகில் ஒரு சிறுபான்மை சமூகத்தினர். ஒருவரை ஒருவர் அழித்துக்கொள்ளும் உட்பகை சண்டை சச்சரவுகளிலிருந்து அவர்கள் ஒருபோதும் விடுபடுவதில்லை. அவர்கள் காந்தியிடம் நம்பிக்கை வைத்திருக்கின்றனர். பசுவை வணங்கி வழிபடுகின்றனர். அவர்கள் மற்றவர்களின் தண்ணீரைப் பயன்படுத்தி மாசுபடுகின்றனர். தன்னாட்சி பற்றி இந்துக்கள் கவலைப்படுவதில்லை. அதில் கவனம் செலுத்த அவர்களுக்கு நேரமில்லை. அவர்கள் சிண்டுபிடித்துக் கொண்டு தங்கள் சொந்தப் பூசல்களில் மூழ்கிக் கிடக்கட்டும். மற்றவர்கள் மீது ஆட்சி செய்ய அவர்களுக்கு என்ன யோக்கியதை இருக்கிறது? ஆற்றல் இருக்கிறது? முசல்மான்கள் ஒரு சமயம் ஆட்சி புரிந்தவர்கள், இனியும் ஆட்சி செய்வார்கள்'

இந்துக்களுடன் இணங்கிப் போவதற்குப் பதிலாக அவர்களுடன் மீண்டும் பலப்பரீட்சையில் ஈடுபடவே முஸ்லிம்கள் தயாராகி வருவதுபோல் தோன்றுகிறது.

1926-ல் ஒரு சர்ச்சை எழுந்தது. 1761-ல் நடைபெற்ற மூன்றாவது பானிபட் போரில் உண்மையில் யார் வெற்றி பெற்றார்கள் என்பதே அந்த சர்ச்சை.

இந்தப் போரில் தங்களுக்குத்தான் மகத்தான வெற்றி என்று முஸ்லிம்கள் உரிமை கொண்டனர். 4 லட்சம் முதல் 6 லட்சம் பேர் கொண்ட மராட்டியப் படைகளை 1 லட்சம் பேரே கொண்ட அகமது ஷா அப்தலியின் படைகள் வெற்றி கொண்டது மாபெரும் வெற்றி யில்லையா என்று வாதிட்டனர். இந்துக்களோ இதில் தங்களுக்குத்தான் வெற்றி - தோல்வியடைந்தவரின் வெற்றி - ஏனென்றால் முஸ்லிம் படையெடுப்புகளின் அலையை இது தடுத்து நிறுத்தியது என்று எதிர்வாதம் செய்தனர்.

இந்துக்களிடம் தோல்விடைந்ததை ஒப்புக்கொள்ள முஸ்லிம்கள் எவ்வகையிலும் தயாராக இல்லை. இந்துக்களைவிட தாங்கள் வலுமிக்கவர்கள் என்பதை எப்போது வேண்டுமானாலும் நிரூபிக்கத் தாங்கள் தயார் என்றும் சவால்விட்டனர்.

இந்துக்களைவிட முஸ்லிம்கள் எப்போதுமே மிகவும் வலுவானவர்கள் என்பதை நிரூபிப்பதற்கு நஜிபாபாத்தைச் சேர்ந்த மௌலானா அக்பர் ஷா கான் என்பவர் ஒரு விந்தையான யோசனையை வெளியிட்டார். வரலாற்றுச் சிறப்புமிக்க இதே பானிபட் சமவெளியில் இந்துக்களும் முஸ்லிம்களும் நான்காவது போர் ஒன்றைப் பரீட்சார்த்தமாக நடத்திப் பார்த்துவிடலாம் என்று தெரிவித்தார். அத்துடன் நில்லாமல் பண்டிட் மதன்மோகன் மாளவியாவுக்குப் பின்கண்ட அறைகூவலையும் விடுத்தார் :

'மாளவியாஜி, பானிபட் போரின் முடிவைத் தவறாகத் திரித்துக் கூற நீங்கள் முயற்சி செய்துவந்தால், இதனைப் பரிசோதிப்பதற்கு ஓர் எளிதான, சிறந்த வழியை உங்களுக்குக் காட்டுகிறேன். அதிகாரிகளின் இடையூறு ஏதுமின்றி நான்காவது பானிபட் போர் நடைபெறுவதற்கு உங்கள் செல்வாக்கைப் பயன்படுத்திப் பிரிட்டிஷ் அரசாங்கத்திட மிருந்து அனுமதி பெற்றுத் தாருங்கள். அப்போது இந்துக்கள், முஸ்லிம்கள் ஆகிய இரு சமூகத்தினரது வீரதீரத்தையும், பேராண்மை யையும், போரிடும் வல்லமையையும் சோதித்துப் பார்த்துவிடுவோம். இதற்கு ஏற்பாடு செய்ய நான் தயாராக இருக்கிறேன். இந்தியாவில் 7 கோடி முசல்மான்கள் இருக்கிறார்கள். எனவே, அவர்களைப் பிரதிநிதித்துவப்படுத்தும் வகையில் 700 முசல்மான்களுடன் குறிப்பிட்ட தேதியில் பானிபட் வந்து சேருகிறேன்.

இந்தியாவில் 22 கோடி இந்துக்கள் இருப்பதால் 2200 இந்துக்களுடன் நீங்கள் பானிபட் வந்து சேர அனுமதிக்கிறேன். இந்தப் போரில் பீரங்கி களையோ எந்திரத் துப்பாக்கிகளையோ அல்லது வெடிகுண்டு களையோ பயன்படுத்துவது முறையாக இருக்காது. வாட்கள், ஈட்டிகள், வேல்கம்புகள், வில், அம்புகள், பட்டாக்கத்திகள்,

குத்துவாள்கள் போன்றவற்றை மட்டுமே பயன்படுத்தவேண்டும். இந்துப் படைகளின் தளபதி பொறுப்பை நீங்கள் ஏற்க இயலவில்லை என்றால் அந்தப் பொறுப்பை சதாசிவராவ் அல்லது விஷ்வாஸ்ராவ் ஆகியோரது வழித்தோன்றல்களில் எவருக்கேனும் அளிக்கலாம்.

1761-ல் தங்களுடைய முன்னோர்கள் அடைந்த தோல்விக்குப் பழி தீர்த்துக்கொள்ள இதன்மூலம் அவர்களுடைய சந்ததியினருக்கு வாய்ப்பு கிட்டும். எப்படியாயினும் ஒரு பார்வையாளராகவாவது பானிபட்டுக்கு வந்து சேருங்கள். அங்கு நடைபெறும் போரின் முடிவை நேரில் பார்த்த பிறகு நீங்களே உங்கள் கருத்துகளை மாற்றிக்கொள்வீர்கள்.

பின்னர் நாட்டில் தற்போது நடைபெற்றுவரும் சர்ச்சைக்கு இதன்மூலம் ஒரு முடிவு ஏற்படும். இறுதியாக ஒன்றைச்சொல்லிக் கொள்ள விரும்புகிறேன். நான் அழைத்துவரும் 700 பேரில் நீங்கள் அஞ்சி நடுநடுங்கும் பட்டாணியர்களோ ஆப்கன்களோ எவரும் இருக்கமாட்டார்கள். ஷரியத்தைப் பற்றுறுதியுடன் பின்பற்றும் சிறந்த குடும்பங்களைச் சேர்ந்த இந்திய முசல்மான்களை மட்டுமே அழைத்து வருவேன்.'

முஸ்லிம்களின் இந்த எண்ணம் எப்போதுமே மாறாதது. முஸ்லிம்களிடம் தேசிய உணர்வு இல்லாதது போலவே எல்லோரையும்போல அரசாங்கத்துக்குக் கீழ்ப்படிதல் என்ற உணர்வுகூட இருக்காது என்பது அம்பேத்கரின் ஆய்வு முடிவு.

தாழ்த்தப்பட்டவர்களது மதமாற்றத்தின் மூலம் தேசத்துக்கு கேடுகள் சூழ்ந்துவிடக் கூடாது என்பதால் (பல காரணங்களில் இதுவும் ஒன்று) அம்பேத்கர் இஸ்லாமைத் தேர்ந்தெடுக்கவில்லை.

அத்தியாயம்

9

'யுவான்சுவாங் வந்த காலத்தில் பஞ்சாப் மட்டுமின்றி ஆப்கானிஸ் தானமும் கூட இந்தியாவின் ஒரு பகுதியாக இருந்தது; அக்காலத்தில் இப்பகுதிகளில் வேதமதமும் புத்த மதமும் மட்டுமே நிலவின. ஆனால் யுவான் சுவாங் தம் நாட்டுக்குத் திரும்பியதற்குப் பிந்தைய காலத்தில் என்னென்ன நிகழ்ச்சிகள் நடந்துள்ளன என்பதையும் பார்க்க வேண்டாமா?

இக்கால இடைவெளியில் நிகழ்ந்தவற்றுள் முக்கியமானவை வடமேற்கு எல்லை வழியாகக் கூட்டமாக வந்த முஸ்லிம் படை யெடுப்புகளே. இவற்றுள் முதல் படையெடுப்பு கி.பி.711-ல் முகமது பின் காசிம் தலைமையில் நடைபெற்றது, அப்போது அரேபியர்கள் சிந்து மாநிலத்தை வென்று தம் ஆதிக்கத்தின் கீழ்கொண்டுவந்தனர். பாக்தாத்தில் ஆட்சிபுரிந்த கலீபாவின் ஆணைப்படி நிகழ்ந்த இப்படை யெடுப்பு நிலையான ஆட்சிக்கு வழிகோலவில்லை. தொலைதுரத்தி லிருந்து நேரடியாக ஆட்சி செய்வதில் உள்ள சிரமங்களால் இந்த ஆட்சி கி.பி. ஒன்பதாம் நுற்றாண்டின் மத்தியில் விலக்கிக் கொள்ளப்பட்டது. இதற்குப் பின்னர் கி.பி. 1001-ல் இருந்து தொடர்ச்சியாகப் பல கடும் படையெடுப்புகளை கஜினிமுகமது நடத்தினார். இவர் 1030 ஆம் ஆண்டு இறந்தார். ஆனால் முப்பதாண்டு காலக் குறுகிய இடைவெளியில் 17 முறை படையெடுத்தார்.

இவரையடுத்து 1173 முதல் கோரி முகமதுவின் படையெடுப்புகள் தொடங்கின, இவர் கி.பி. 1206-ல் கொல்லப்பட்டார், கஜினி முகமதுவின் 30 ஆண்டு காலப் படையெடுப்புகளும் இந்தியாவைக் கடுமையாகப் பாதித்தன. இதனைத் தொடர்ந்து செங்கிஸ்கான் தலைமையில் மொகலாயக் கூட்டங்களின் படையெடுப்புத் தொடங்கியது, 1221-ல் நிகழ்ந்த முதல் படையெடுப்பில் இந்தியாவின் எல்லையைத் தாக்கி விட்டு நாட்டுக்குள் நுழையாமல் திரும்பிவிட்டனர்.

இருபதாண்டுகளுக்குப் பின்னர் இரண்டாம் படையெடுப்பின் போது லாகூர்வரை வந்தனர். இப்படையெடுப்புகளில் 1398-ல் நடந்த தைமூரின் படையெடுப்பே மிகப் பயங்கரமானது. பின்னர் 1526-ல்

பாபரின் படையெடுப்பு நிகழ்ந்தது. இத்தகைய படையெடுப்புகள் பாபருடன் நின்றுவிடவில்லை. இரு நூற்றாண்டுகளுக்குப் பின்னர் மேலும் இரண்டு கடுமையான படையெடுப்புகளை இந்தியா எதிர் கொள்ள நேர்ந்தது. 1738-ல் நாதிர்ஷா அப்தாலியின் படையெடுப்பின் போது பானிப்பட்டில் மராட்டியர்கள் ஒடுக்கப்பட்டனர். இதையடுத்து முஸ்லிம் ஆதிக்கத்துக்கெதிரான இந்துகளின் எழுச்சி மீண்டும் தலைதூக்க முடியாத வகையில் முற்றுமாக வேரறுக்கப்பட்டது.

இம்முஸ்லிம் படையெடுப்புகள் நாடு பிடிக்கவும் கொள்ளையடிக்கவும் மட்டுமே நடத்தப்படவில்லை. வேறு முக்கியமானதோர் நோக்கத்தின் அடிப்படையிலும் இவை நிகழ்ந்தன. சிந்து மாநிலத்தின் துறை முகத்துக்கருகில் கைப்பற்றப்பட்ட கப்பலொற்றை சிந்துவின் அரசர் தாகீர் திருப்பித் தர மறுத்ததற்குப் பழிவாங்கும் நோக்கிலேயே முகமது பின் காசிமின் படையெடுப்பு நிகழ்ந்தது. எனினும் பல தெய்வ, உருவ வழிபாடுகளை மேற்கொண்டிருந்த இந்திய நாட்டைத் தாக்கி வென்று முஸ்லிம் மதத்தை இங்கு நிறுவுதலும் அவர்களது குறிக்கோள்களில் ஒன்றாக இருந்தது. முகமுது பின் காசீம் விடுத்த மடல் ஒன்றில், பின்வருமாறு குறிப்பிட்டுள்ளார்.

தாகீர் அரசரின் மருமகனும் படை வீரர்களும் முக்கிய அதிகாரிகளும் கொல்லப்பட்டனர். புறச்சமயிகள் பலர் இஸ்லாத்துக்கு மாறினர். மாறாதோர் கொல்லப்பட்டனர். விக்கிரக வழிபாட்டுக் கோயில் களுக்குப் பதிலாக மசூதிகளும் வழிபாட்டிடங்களும் நிறுவப்பட்டு உரியகாலங்களில் குத்பா ஓதி வழிபாடு செய்ய ஏற்பாடு செய்யப் பட்டுள்ளது. நாள்தோறும் காலையும் மாலையும் தக்பீரும் எல்லாம் வல்ல இறைவனின் புகழும் முழங்குகின்றன.

சிந்து அரசின் தலையோடு அனுப்பப்பட்ட இக்கடிதத்துக்குப் பதிலாக எழுதியதாவது:

பகைவர், நண்பர் என்ற வேறுபாடோ உயர்ந்தோர் தாழ்ந்தோர் என்ற வேறுபாடோ காட்டாமல் மக்கள் அனைவருக்கும் தகுந்த பாதுகாப்பு அளிக்கவேண்டும். புறச்சமயிகளுக்கு இடங்கொடாதீர், அவர்களது தலையை வெட்டுக என இறைவன் கூறுகிறார். இறைவனின் இவ்வாணையை உணர்க, அதன்படி எதிரிகளுக்குத் தாராளமாகப் பாதுகாப் பளித்துக்கொண்டே போனால் உமது பணி நீளுமென்பதை உணர்ந்து நம்மைச் சாராத எதிரிகளுக்குச் சற்றும் இடங் கொடுக்காதீர்கள்.

முகமது கஜினியும் தமது பல படையெடுப்புகளைப் புனிதப் போர் களாகவே கருதினார். இவரது வரலாற்றாசிரியரான அல்உத்பி இவரது படையெடுப்புகளைக் குறித்து எழுதுவதாவது: அவர் உருவ வழிபாட்டுக் கோயில்களை அழித்து இஸ்லாத்தை நிறுவினார்.

நகரங்களைக் கைப்பற்றி மூடநம்பிக்கையும் உருவ வழிபாடும் கொண்ட ஈனர்களைக் கொன்று முஸ்லிம்களுக்குத் திருப்தியளித்தார். தாய்நாடு திரும்பி இஸ்லாத்துக்காகத் தாம் பெற்ற வெற்றிகளை விவரித்ததுடன் ஆண்டுக்கொரு முறை இந்தியா மீது புனிதப்போரை மேற்கொள்வதாகவும் உறுதிபூண்டார்.

முகமதுகோரியும் தமது இந்தியப் படையெடுப்புகளைப் புனிதப் போர்களாகவே கருதினார். அவரது வரலாற்றாசிரியரான ஹசன் நிசாமி, படையெடுப்புகளைக் குறித்துக் கூறுவதாவது: அவர் பல தெய்வ வழிபாடு, உருவ வழிபாடு எனும் முட்புதர்களைத் தமது வாள்கொண்டு களைந்து இந்திய நாட்டைப் புறச்சமய அழுக்கு நீக்கித் தூய்மைப் படுத்தினார். அவரது அரசாணை வீச்சின் உத்வேகம் ஒரு கோயிலைக் கூட விட்டு வைக்கவில்லை.

தமது இந்தியப் படையெடுப்பின் நோக்கம் குறித்துத் தைமூர் தமது நாட்டுக் குறிப்புகளில் எழுதியுள்ளதாவது:

(இறைவனின் ஆசியும் அருளும் தமக்கும் தமது குடும் பத்துக்கும் நிறைவாகப்பெற்ற) முகமது நபியவர்களின் ஆணைப்படி, புறச்சமயி களைப் போரில் வென்று மெய்யான நம்பிக்கையின் பாதைக்கு அவர்களை மாற்றுவதே எனது இந்தியப் படையெடுப்பின் நோக்கம். நம்பிக்கையின்மை, பல தெய்வ வழிபாடு போன்ற அழுக்குகளையும் கோயில்களையும் வழிபாட்டுச்சிலைகளையும் அழிப்பதன் மூலம் களைந்து அந்நாட்டைத் தூய்மைப்படுத்துவதில் இறைவனின் நம்பிக்கைக்குத் துணைவர்களாகவும் அவருடைய படை வீரர்களாகவும் செயல்படுவோம்.

முஸ்லிம்களின் இத்தகைய படையெடுப்புகளில் முஸ்லிம்களுக் கிடையிலான பல போர்களும் நிகழ்ந்துள்ளன என்னும் உண்மையை, முஸ்லிம் படையெடுப்புகள் என இவற்றைக் கருதுவதன் மூலம் மறந்துவிடுகிறோம். ஆனால் படையெடுத்து வந்தவர்கள் தார்த்தாரியர், ஆப்கானியர், மங்கோலியர் எனப் பல்வேறு இனத்தவர்கள் என்பதே மெய். கஜினி முகமது தார்த்தாரியர்; கோரிமுகமது ஆப்கானியர்; தைமூர் மங்கோலியர்; பாபர் தார்த்தாரியர்; நாதிர்ஷாவும் அகமதுஷா அப்தலியும் ஆப்கானியர்.

இந்தியப் படையெடுப்புகளில், தார்தாரியரை அழிக்க ஆப்கானியர் நடத்திய படையெடுப்புகளும், தார்த்தாரியரையும் ஆப்கானியரையும் அழிக்க மங்கோலியர் நடத்திய படையெடுப்புகளும் அடங்கும். முஸ்லிம் படையெடுப்பாளர்கள் அனைவரையும் சமய சகோதரத்துவ அன்பால் பிணைக்கப்பட்ட, ஒரே குடும்பத்தவராகக் கருதுதல் கூடாது. அவர்கள் ஒருவருக்கொருவர் கடும் பகைவர்களாக விளங்கி மற்றவர்களைப் பூண்டோடு அழிக்கும் போர்களை நடத்தியுள்ளனர்.

இவ்வாறு தமக்கிடையே பல போர்களை நிகழ்த்திக் கொண்டிருந்தாலும்கூட, இந்து மத நம்பிக்கையை ஒழிக்கும் நோக்கத்தில் இவர்கள் அனைவரும் ஒன்றுபட்டிருந்தனர் என்பதை நமது கவனத்தில் கொள்ள வேண்டும்.

படையெடுப்பில் வென்ற காசிம் முகம்மதுவின் முதல் சமயச்செயலே சிறைப்பிடிக்கப்பட்ட பார்ப்பனர்கள் அனைவரையும் சுன்னத் செய்து கொள்ளக் கட்டாயப்படுத்தியதே ஆகும். இத்தகைய பலவந்த மதமாற்றத்துக்கு வலுவான எதிர்ப்பு காட்டப்பட்டதால் 17 வயதுக்கு மேற்பட்டோர் அனைவரும் கொல்லப்பட்டனர், பெண்கள், குழந்தைகள் உட்பட ஏனையோர் அடிமைகளாக்கப்பட்டனர். மேலும், இந்துக் கோயில்கள் கொள்ளையடிக்கப்பட்டு, கிடைத்த கொள்ளையில் ஐந்தில் ஒரு பங்கை அரசாங்கத்துக்கு ஒதுக்கி மீதியைப் படையினரே பங்குபோட்டுக்கொண்டனர்.

கஜினி முகம்மது தொடக்கத்திலிருந்தே இந்துக்களின் உள்ளங்களில் பீதியைத் தோற்றுவிக்கும் நடைமுறைகளை மேற்கொண்டனர். கி.பி.1001-ல் ஜெய்பால் அரசர் தோற்கடிக்கப்பட்டபோது அவரை அடிமைத்தளையுடன் வீதிகளில் இழுத்துவந்து அவர் அவமானப்படுவதை அவரது படைத் தலைவர்களும், மகன்களும் காணச்செய்தார், இதன்வழி புறச்சமயிகளின் பூமியில் இஸ்லாத்தைப் பற்றிய அச்சம் கொடிகட்டிப் பறந்திடுவதையே விரும்பினார்.

புறச்சமயிகளைக் கொன்றழிப்பது (கஜினி) முகம்மதுவுக்குத் தனியான தோர் இன்பமாகவே இருந்தது. கி.பி.1019-ல் சந்தராய் நகரின்மீது நடந்த படையெடுப்பில் ஏராளமான புறச்சமயிகள் கொல்லப்பட்டனர். முஸ்லிம்கள் கொள்ளைப் பொருள்களோடு எளிதில் திருப்தியடைந்து விடுவதில்லை. சூரியனையும் தீயையும் வணங்கும் புறச்சமயிகளைக் கொன்றுகுவிக்கும் வெறியே கொள்ளையடிப்பைவிட அவர்களிடம் மிகுதியாக இருந்தது.

முஸ்லிம் வரலாற்றாசிரியர்கள் இந்துப் படைகளைச் சேர்ந்த யானைகள் அப்படைகளிலிருந்து விலகி இஸ்லாத்தின் சேவைக்காக முஸ்லிம் படைகளுடன் சேர்ந்து வருவதாகக்கூட எழுதியுள்ளனர்.

அடிக்கடி நிகழ்ந்த சமயப் படுகொலைகளால் இந்துக்களின் உள்நாட்டுப் பண்பாடும் பெருமளவில் பாதிக்கப்பட்டது. எடுத்துக் காட்டாக முகமது பக்தியார் கில்ஜி பீகாரை வென்றபோது நிகழ்ந்த வற்றைப் பற்றி தபாகுத்-இ-நசிரி இவ்வாறு எழுதுகிறார்.

'வெற்றியாளர்கள் ஏராளமான செல்வங்களைக் கைப்பற்றினர். அங்கு வாழ்ந்தவர்கள் பலர் பார்ப்பனர்கள். அவர்கள் யாவரும் கொல்லப்பட்டனர். கல்வியில் சிறந்து விளங்கிய அந்நகரில் ஏராளமான

நூல்கள் கிடைத்தன; ஆனால் கோட்டை கைப்பற்றப்பட்டபோது படிப்பறிவுடையோர் யாவரும் கொல்லப்பட்டுவிட்டதால் அந்நூல்களின் பொருளை அறிந்து சொல்ல யாரும் கிடைக்கவில்லை.'

இப்படையெடுப்பு பற்றிய சான்றுகளைத் தொகுத்துரைக்க முற்பட்ட டாக்டர் டைடஸ் பின்வருமாறு கூறுகிறார்:

முந்தைய பேரரசின் (அக்பரின்) ஆட்சிக்காலத்தின்போதே, புறச்சமயிகள் தமது சமயத் தலைமைப்பீடமான காசியில் பல கோயில்களைக் கட்டத் தொடங்கினர். அவை முடிக்கப்படாத நிலையில் உள்ளனவென வரலாற்று ஆசிரியர் கூறுகிறார். புறச்சமயிகள் அவற்றைக் கட்டி முடிப்பதில் ஆர்வம் காட்டினர். (இஸ்லாம்) நம்பிக்கையின் காவலரான பேரரசர் காசியில் மட்டுமன்றித் தமது ஆட்சிக்கு உட்பட்ட ஏனைய இடங்கள் அனைத்திலும் கோயில்களை அழிக்க ஆணையிட்டார். காசியில் 76 கோயில்கள் இடிக்கப்பட்டதாக அலகாபாத் மாநில நிர்வாகம் தெரிவிக்கிறது.

உருவ வழிபாட்டை முற்றுமாக அழிக்கும் இறுதி முயற்சியை அவுரங்கசீப் எடுத்துக்கொண்டார். மாஸிர்-இ-ஆலம்கிரி (*Maasir-i-Alamgiri* : A history of emporer Aurangzeb) என்ற நூலின் ஆசிரியர் பின்வருமாறு விவரிக்கிறார்:

தத்தா, மூல்தான், காசி ஆகிய மாநிலங்களில், குறிப்பாகக் காசியில் முட்டாள் பார்ப்பனர்கள் மூடத்தனமான நூல்களைப் பள்ளிகளில் கற்பித்துவருகிறார்கள் என்ற செய்தி கி.பி.1669 ஏப்ரலில் அவுரங்க சீப்புக்கு எட்டியது. முஸ்லிம்களும் கூட இப்பள்ளிகளுக்குச் செல் கின்றனர் எனவும் அறிந்தார். மார்க்க நெறியாளரான பேரரசர் புறச்சமயிகளின் கோயில்களைக் கடுமையாக ஒடுக்கவேண்டுமென மாநில ஆளுநர்களுக்கு ஆணை பிறப்பித்தார். உருவ வழிபாட்டுப் போதனையும் கடைப்பிடிப்பும் முற்றுமாக நிறுத்தப்படவேண்டுமென அவரது ஆணை கூறியது. காசி விசுவநாதர் ஆலயம் அழிக்கப்பட்ட தென அரசு அதிகாரிகள் மாமன்னருக்குத் தகவல் அனுப்பினர். டாக்டர் டைடஸ் மேலும் வருணிப்பதாவது.

முகமது, தைமூர் போன்ற படையெடுப்பாளர்கள் புறச்சமயிகளை நயத்தாலும் பயத்தாலும் மதமாற்றம் செய்வதைவிடத் தமது போர்வாள் கொண்டு உருவ உடைப்பு, கொலை, கொள்ளை, பிடிபட்டவர்களை அடிமைகளாக்குதல் போன்ற செயல்களிலேயே நாட்டம் கொண்டிருந்தனர். ஆனால், நிலையான ஆட்சியாளர்களாக ஆள முற்பட்டோருக்கு, மத மாற்றம் அவசரத் தேவையானது. நாடு முழுமைக்குமான சமயமாக இஸ்லாத்தை நிறுவுதல் அரசின் அடிப்படைக் கொள்கையாக உருவெடுத்தது.

முகமதுவைப்போலவே, ஆயிரம் கோயில்களை அழித்தவர் என்று பெரும் பெயரெடுத்த குத்புதீன், பன்னிரண்டாம் நூற்றாண்டின் பிற்பகுதியிலும், பதிமூன்றாம் நூற்றாண்டின் தொடக்கத்திலும், அடிக்கடி பலவந்தமான மதமாற்றத்தைத் தூண்டினார். இதற்கு உதாரண மாக ஒரு நிகழ்ச்சியைச் கூறலாம். கி.பி.1194-ல் அவர் அலிகாரில் இருந்த கோயிலை நெருங்கியபோது விவேகமும் புத்திகூர்மையும் கொண்ட படைவீரர்கள் இஸ்லாத்தைத் தழுவினர்; ஏனையோர் வாள் வீச்சில் உயிர் இழந்தனர்.

கடுமையான நடவடிக்கைகள் மூலமாக மதமாற்றங்கள் நிகழ்த்தப் பட்டதற்கு மேலும் ஏராளமான எடுத்துக்காட்டுகள் காணப்படுகின்றன. பிரோஸ்ஷாவின் ஆட்சி காலத்தில் (கி.பி.1351-1388) நடந்த பரிதாபகர மான நிகழ்ச்சி ஒன்றைச் சுட்டுவோம்; டெல்லியைச் சேர்ந்த முதிய பார்ப்பனர் ஒருவர் தமது வீட்டில் சிலைகளை வைத்து வழிபடு வதாகவும், முஸ்லிம் பெண்களை மதமாற்றத்துக்குத் தூண்டுவதாகவும் குற்றம் சாட்டப்பட்டார். அவர் வரவழைக்கப்பட்டு நீதிபதிகள், மருத்து வர்கள், வழக்கறிஞர்கள் மற்றும் மூத்தோர்கள் கொண்ட அவை முன் நிறுத்தப்பட்டார்.

அவர் முஸ்லிமாக மாற வேண்டும், அல்லது எரிக்கப்படவேண்டும் என்று அவை தீர்ப்பளித்தது. மெய்யான சமயமும் சரியான நெறியும் தெளிவுறுத்தப்பட்டும் கூட அவற்றை அவர் ஏற்க மறுத்ததால், சுல்தானின் ஆணைப்படி உயிருடன் எரிக்கப்பட்டார். சுல்தானின் கடுமையான சட்டங்களையும், அவற்றைச் செயல்படுத்துவதில் அவர் காட்டும் உறுதியையும், அவரது ஆணைகள் சிறிதளவும் பிறழாது நிறை வேற்றப்படும் என்பதையும் நோக்குக என்ற எச்சரிக்கையும் விடுக்கப்பட்டது.

கோயில்களை அழிப்பதுடன், இந்துக்களை அடிமைகளாக்குவதும் கஜினி முகமதுவின் கொள்கையாக இருந்தது. இதுபற்றி டாக்டர் டைடஸ் கூறுவதாவது:

இந்தியாவில் இஸ்லாம் நுழைய முற்பட்ட தொடக்க காலத்தில் புறச்சமயிகளைக் கொன்று குவித்துக் கோயில்களை அழித்ததுடன் நிற்காமல் தோல்வியுற்ற மக்களில் பலர் அடிமைகளாகப்பட்டனர் என்பதையும் காண்கிறோம். இப்படையெடுப்புகளில் படைத்தலைவர் களுக்கும் பிற படைவீரர்கள் யாவருக்கும் கொள்ளையில் பங்கு என்பது அவர்களைப் பெரிதும் கவரும் ஓர் அம்சமாக விளங்கியது. புறச்சமயி களைக் கொன்று குவித்தல், கோயில்களை அழித்தல், அடிமைகளைக் கைப்பற்றுதல், மக்களின் வீடுகளில், குறிப்பாக கோயில் பூசாரிகளின் வீடுகளில் கொள்ளையடித்தல் ஆகியவையே முகமதுவின்

படையெடுப்புகளுக்கு முக்கிய நோக்கங்களாகத் தோன்றுகின்றன. அவரது படையெடுப்புகளின் போது ஒருமுறை, அழகிய ஆடல் மகளிர்களில் ஏராளமானோர் கஜினிக்குக் கொண்டு செல்லப்பட்டனர்.

பின்னர், கி.பி. 1017-ல் கனோஜியை முகமது கைப்பற்றியபோது அளவிறந்த செல்வத்துடன், எண்ண முயன்றோர் விரல் சோர்வுறும் அளவுக்கு ஏராளமான கைதிகளையும் கொண்டு சென்றார். அவரது கி.பி. 1019 ஆம் ஆண்டுப் படையெடுப்புக்குப் பிறகு மத்திய ஆசியாவில் இந்திய அடிமைகள் எவ்வாறு மலிந்திருந்தனர் என்பதை அக்கால வரலாற்றாசிரியர் கூற்றாகக் காண்போம்.

கைதிகளின் எண்ணிக்கையை அவர்கள் எந்த அளவுக்கு மலிந்திருந் தார்கள் என்பதிலிருந்து உணரலாம். நபர் ஒருவர் இரண்டு திராம் முதல் பத்து திராம் வரை விலை வைத்து விற்கப்பட்டனர். நெடுந்தொலைவு பட்டணங்களிலிருந்து அடிமை வணிகர்கள் வந்து இவர்களை வாங்கிச் சென்றனர். கறுப்பர், வெள்ளை நிறமுடையவர்கள், செல்வந்தர், ஏழை என்ற வேறுபாடின்றி, அகப்பட்டோரெல்லாம் அடிமைகளாக்கப் பட்டனர்.

கி.பி.1202-ல் குத்புதீன் நாட்டைக் கைப்பற்றியபோது, கோயில்கள் அனைத்தும் மசூதிகளாக மாற்றப்பட்டு உருவ வழிபாடு பூண்டோடு அழிக்கப்பட்டது. ஐம்பதாயிரம் ஆடவர் அடிமைத்தளையில் பிணைக் கப்பட்டனர். சமவெளி முழுவதும் இருந்த இந்துக்கள் அனைவரும் அடிமைத்தனமெனும் இருளில் மூழ்கினர்.

புனிதப்போரில் கைப்பற்றப்பட்ட இந்துக்களுக்கு அடிமைத்தனமே கதியாயிருந்தது. போர் நிகழாத காலங்களிலும் இந்துக்களை இழிவு படுத்தக் கையாளப்பட்ட கொடுமையான வழிகளும் கொஞ்ச நஞ்சமல்ல. அலாவுதீனின் ஆட்சிக்காலத்தில் 14 ஆம் நூற்றாண்டின் தொடக்கத்தில், சில பகுதிகளில் இந்துக்கள் சுல்தானுக்கு எதிராகக் கிளர்ந்தெழுந்தனர். எனவே, இந்துக்களை ஒரேயடியாக ஒடுக்க முனைந்தார். குதிரைகளையும் ஆயுதங்களையும் வைத்துக்கொள்ளவோ, உயர்ந்த துணிமணிகள் அணியவோ, உயர்தர வாழ்க்கை வசதிகளைத் துய்க்கவோ இயலாதவாறு இந்துக்கள் சுரண்டப்பட்டனர்.

ஜிஸியா வரியைப் பற்றி டாக்டர் டைடஸ் கூறுகிறார்:

சுல்தான்கள், பேரரசர்கள், மன்னர்கள் எனப் பலவகைப்பட்ட ஆட்சி களிலும், இந்துக்களிடம் ஜிஸியா வரி வசூலிக்கப்பட்டதில் மட்டும் மாற்றமில்லை. வரி விதிப்பு ஆள்வோர்களின் வசூல் திறமையைப் பொறுத்து அமைந்தது. இறுதியாக, அக்பரின் அறிவார்ந்த ஆட்சியில் (கி.பி.1665) தான் மொகலாயப் பேரரசு முழுவதிலும் (முஸ்லிம்

ஆட்சியின் அடிப்படைக்கொள்கையாக எட்டு நூற்றாண்டுகளுக்கு மேல் நிலவிய) இவ்வரி நீக்கப்பட்டது.

இவ்வரியைப் பற்றி லேன்பூலே கூறுவதாவது:

இந்துக்களுக்கு நிலத்தின் விளைச்சலில் பாதி வரியாக விதிக்கப் பட்டதுடன் அவர்களிடமிருந்து எருமைகள், ஆடுகள் கறவைகள் ஒவ்வொன்றுக்கும் தனித்தனியே தீர்வைகள் விதிக்கப்பட்டன. ஏழை, செல்வந்தர் வேறுபாடின்றி அனைவருக்கும் ஒரு ஏக்கர் நிலத்துக்கு இவ்வளவு, கால்நடை ஒன்றுக்கு இவ்வளவு என்று வரிவிதிக்கப் பட்டது. வரி வசூல் அலுவலர்கள் கையூட்டு பெற்றுச் சலுகை காட்டினால், பணி நீக்கத்துடன் தடியடி, குறடு, கிடுக்கிச்சட்டம், தளையிடல், சிறை முதலான கடுமையான சித்திரவதைகளுக்கு உட்படுத்தப்பட்டனர். புதிய விதிகள் மிகக் கடுமையாகச் செயல்படுத்தப்பட்டன.

ஒரு அலுவலர் 20 இந்துக்களிடமிருந்து கட்டிவைத்து அடித்தல் போன்ற முறைகளில் வரி வசூலிக்கப் பணிக்கப்பட்டார். இந்துக்கள் தங்கள் வீடுகளில் தங்கம், வெள்ளியேதும் வைத்துக்கொள்ளக்கூடாது; வெற்றிலை பாக்கு போன்ற மலிவான இன்பங்களைக் கூடத் துய்க்கக் கூடாது. அரசின் உள்ளூர் (இந்து) அலுவலர்கள் வறுமையிலேயே வாழ்ந்தனர்; அவர்களது மனைவியர் முஸ்லிம் வீடுகளில் பணிப் பெண்டிராகும் நிலைக்குத் தள்ளப்பட்டனர். அரசின் வருவாய்த்துறை அலுவலர்கள், பிளேக் என்னும் கொள்ளை நோயைவிடக் கடுமையாய்க் கருதப்பட்டனர். அரசுப்பணியாளராக நேர்வது மரணத்தைவிடக் கொடுமையான இழிவாய்க் கருப்பட்டது; அத்தகையோருக்கு இந்துக்கள் எவரும் பெண் கொடுக்கமாட்டார்கள்.

இந்த ஆணையைப்பற்றி அக்கால வரலாற்றாசிரியர் கூறுகிறார்:

சட்டங்கள் மிகக் கடுமையாகப் பின்பற்றப்பட்டன, சௌக்கிதார்கள், குத்கள், முகாதிம்கள் போன்ற பணியாளர்கள் குதிரையில் செல்லவோ, ஆயுதந்தரிக்கவோ, வெற்றிலை போடவோ, நல்ல துணியணியவோ இயலாத நிலையிலிருந்தனர். இந்துக்கள் தலை நிமிர்ந்து நடக்கவும் அனுமதிக்கப்படவில்லை. அடி உதைகள், தளைகள், கிடுக்கிச் சட்டங் களில் பிணைத்தல் போன்ற முறைகளில் வரிவசூல் செய்யப்பட்டது.,

இக்கொடுமைகளெல்லாம் பேராசை, பிறழ்ந்த அறநெறியுணர்வு காரணமாகச் செய்யப்பட்டன என்பதற்கில்லை. மாறாக, இஸ்லாமிய ஆட்சியின் அடிப்படை வழிமுறைகளாக இவை நிலவிவந்தன. சுல்தான் அலாவுதீன் ஒருமுறை, முஸ்லிம் சட்டநெறிகளின் கீழ் இந்துக் களின் நிலையென்ன எனத் தெளிவுறுத்துமாறு கேட்டபோது, காஜி விடுத்த பதில் இதனையுணர்த்துகிறது. காஜியின் விளக்கமாவது:

அவர்கள் திறை செலுத்தக்கடமைப்பட்டவர்கள்; வரி வசூல் அலுவலர் வெள்ளி வேண்டுமெனக் கேட்டால், மறுபேச்சின்றி பணிவும், மரியாதையும் காட்டித் தங்கம் கொடுக்க வேண்டியது அவர்கள் கடமை. அலுவலர்கள் அவர்களது வாயில் குப்பையைப் போடவிரும்பினால் மறு பேச்சின்றி வாயைத் திறந்து அதனை ஏற்றுக் கொள்ள வேண்டும். அவர்கள் செலுத்தும் திறையைப் பணிந்து உவந்து செலுத்துகின்றனர் என்பதற்கு அடையாளமாக இக்குப்பையை வாயில் ஏற்றுக்கொள்ள வேண்டும்.

இஸ்லாத்தின் புகழை உயர்த்துதலே கடமையென்றும், அதையெதிர்க்க முனைவதில் பயனில்லையென்றும் அவர்கள் உணரவேண்டும். அவர்களை இழிவானவர்கள் எனக்கூறி அவர்களை அடிமைத்தனத்திலேயே வைத்திருங்கள் எனக் கடவுளே கட்டளையிடுகிறார். இந்துக்களை இழிநிலையில் நடத்துதல் நமது சமயக் கடமை, ஏனெனில் இறைத்தூதருக்கு அவர்கள் உறுதியான எதிரிகள்; அவர்களைக் கொலை செய்யவும், கொள்ளையடிக்கவும் அடிமைப்படுத்தவும் தூதர் கட்டளையிட்டுள்ளார். அவர்களை இஸ்லாத்துக்கு மாற்றுங்கள், மறுத்தால் கொலை செய்தோ அடிமைப்படுத்தியோ அவர்களது செல்வங்களையும் சொத்துக்களையும் கவர்ந்துகொள்ளுங்கள் என இறைத்தூதர் கூறியுள்ளார். இந்துக்கள் மீது ஜிஸியா வரி விதிப்பதற்கு இஸ்லாமியச் சட்ட வல்லுநர்களில் பேரறிஞரான ஹனிபாவே அனுமதியளித்துள்ளார். மற்ற சட்ட நெறியாளர்களோ, இஸ்லாமா சாவா என்ற இரண்டிலொன்றுதான் இந்துக்களுக்கான தேர்வாக முடியும் என்று கூறியுள்ளனர்.

கஜினி முகமதுவின் படையெடுப்புக்கும் அகமதுஷா அப்தலியின் படையெடுப்புக்கும் இடைப்பட்ட 762 ஆண்டுக்கால நிலை இதுதான்.'

இவ்வாறு இந்திய தேசத்தின் மீது நிகழ்ந்த இஸ்லாமிய படையெடுப்புகளை குறிப்பிடுகிற அம்பேத்கர் அதனால் ஏற்பட்ட விளைவுகளையும் கூறுகிறார் :

'படையெடுப்புகளின் பல்வேறு விளைவுகளுக்கிடையே முக்கியமானது, தற்போது பாகிஸ்தானாகப் பிரிக்கப்பட வேண்டுமென்று கோரப்படும் பகுதிகளின் வாழ்க்கைநிலை, பண்பாடு ஆகியவை பெருமளவில் மாற்றப்பட்டுள்ளமையே யென்று கருதுகிறேன். எனவே, இப்பகுதிகளுக்கும் இந்தியாவின் பிற பகுதிகளுக்குமிடையே ஒருமைப்பாடு சிதைந்துவிட்டது. அது மட்டுமல்லாமல் வெறுப்புணர்வே மிகுந்துள்ளது.

படையெடுப்புகளின் முதல் விளைவு, வடஇந்தியாவுக்கும் இந்தியாவின் பிற பகுதிகளுக்குமிடையிலான ஒருமைப்பாட்டின்

சிதைவே. வட இந்தியாவை வென்றபின் கஜினிமுகமது அதை இந்தியாவிலிருந்து பிரித்து கஜினியிலிருந்து ஆட்சி செய்தார்.

கோரிமுகமது வட இந்தியாவை வென்றபோது அதை இந்தியாவோடு இணைத்து முதலில் லாகூரிலிருந்தும் பின்னர் டெல்லியிலிருந்தும் ஆட்சிசெய்தார். அக்பரின் அண்ணனான ஹக்கீம் வட இந்தியாவிலிருந்து காந்தாரத்தையும் காபூலையும் பிரித்து ஆட்சிசெய்தார். அக்பர் அவற்றை மீண்டும் வட இந்தியாவுடன் இணைத்தார், அவை மீண்டும் 1738-ல் நாதிர்ஷாவினால் பறிக்கப்பட்டன. சீக்கியர்களின் எழுச்சி மட்டும் நிகழாதிருந்தால் அப்போதே வட இந்தியா தனித்துப் பரிந்திருக்கும். எனவே, வடஇந்தியா, அடிக்கடி கழற்றிமாட்டப்படும் புகைவண்டியின் சரக்குப்பெட்டி போலவே இருந்து வந்துள்ளது. இதைப்போன்றே, அல்சாஸ்-லொரைன் பகுதி ஆரம்பத்தில் ஸ்விட்சர்லாந்து தாழ்நாடுகள் இவற்றோடு ஜெர்மனியின் பகுதியாய் கி.பி.1680 வரை விளங்கியது. 1680 -ல் ஃபிரான்ஸ் வென்று அதனைத் தனது பகுதியாக்கிக் கொண்டது. மீண்டும் ஜெர்மனி 1871-ல் அதை வென்று தமது நாட்டுடன் சேர்த்துக் கொண்டது. 1918-ல் மீண்டும் அது பிரிக்கப்பட்டு ஃபிரான்ஸுடன் சேர்க்கப்பட்டது. 1940-ல் அது ஃபிரான்ஸிலிருந்து பிரிக்கப்பட்டு ஜெர்மனியுடன் சேர்க்கப்பட்டது.

படையெடுப்பாளர்கள் கடைப்பிடித்த ஆட்சிமுறைகள் பல பின்விளைவுகளை இங்கு விட்டுச் சென்றுள்ளன. இவ்விளைவுகளில் ஒன்றே இந்து, முஸ்லிம்களுக்கிடையே நிலவும் கசப்புணர்வு. ஒரு நூற்றாண்டுகால இணை அரசியல் வாழ்க்கைக்குப் பின்னரும், தணியவோ, மறக்கவே இயலாத அளவுக்கு இந்தக் கசப்புணர்வு ஆழமாக வேரூன்றியுள்ளது.

படையெடுப்புகளின் போதெல்லாம் நடைபெற்ற கோயில்களை இடித்தல், கட்டாய மதமாற்றம், சொத்துக்களைச் சூறையாடி மக்களைக் கொன்று குவித்தல், ஆண் பெண் குழந்தைகளை அடிமைப் படுத்திப் பலவகையில் இழிவு செய்தல் போன்ற நிகழ்ச்சிகள் தலைமுறை தலைமுறையாய் நினைவில் நிற்பதன் வாயிலாகக் கர்வமடைந்துள்ள முஸ்லிம்களுக்கும் அவமான உணர்வில் மூழ்கிய இந்துக்களுக்குமிடையே நல்லுணர்வு நிகழ வாய்ப்பேதும் இல்லையன்றோ? இதுவுமன்றி இந்தியாவின் வடமேற்கு மூலைதான் பல கொடூர நிகழ்ச்சிகளுக்குக் களமாக விளங்கியது.

முஸ்லிம் கொள்ளையர் கூட்டத்தினர் இப்பகுதியில் அலையலையாய் வந்து குவிவர். பின்னர் நாட்டின் பிற பகுதிகளுக்கு வெவ்வேறு திசைகளில் செல்வர். இப்படையினர் சிறு சிறு எண்ணிக்கையில் இந்தியாவின் பல்வேறு பகுதிகளைச் சென்றடைந்தனர்.

காலப்போக்கில் இந்தியாவின் தூரப்பகுதிகளிலிருந்து அவர்கள் பின்வாங்கவும் செய்தனர். நெடுங்காலம் நிலவிய அவர்களது ஆட்சியின்போது இங்கு நிலவிய ஆரியப் பண்பாட்டின் மீது, இஸ்லாமியப் பண்பாடு ஆழமாகப் பதிக்கப் பெற்றதன் விளைவாய் இந்தியாவின் வடமேற்கு மூலையில், பிற பகுதிகளினின்றும் சமய, அரசியல் நோக்குகளில் முற்றிலும் மாறுபட்ட சமுதாயம் உருவாகியது.

முஸ்லிம் படையினர் இந்தியா வரும்போது இந்துக்களுக்கு எதிரான முழக்கங்களோடுதான் வந்தனர். ஆனால் எதிர்ப்பு முழக்கங்கள் முழங்கி கோயில்களுக்குத் தீவைப்பதுடன் திரும்பிவிடவில்லை. அப்படிப் போயிருந்தால் அந்த இழப்புகளோடு போயிருக்கும். ஆனால், இப்படிப் பட்ட எதிர்மறை விளைவுகளுடன் அவர்கள் திருப்தியடைந்துவிட வில்லை. அதற்கு மேலாக இஸ்லாத்தை இம்மண்ணில் விதைத்து விட்டுத் தான் சென்றனர். அதன் வளர்ச்சி ஓங்கி உயர்ந்த தேக்குத்தோப்பு போன்று மாபெரும் அளவில் நிகழ்ந்தது, அத்தோப்பு வட இந்தியாவில்தான் மிக அடர்த்தியாய்ப் பெருகியது. தொடர்ந்துவந்த படையெடுப் பாளர்கள் அதற்கு நல்ல உரமும் நீரும் இட்டு அதனைத் தழைத்தோங்கிடச் செய்தனர். இவ்வளர்ச்சியோடு ஒப்பிடும்போது பௌத்தமும் இந்து சமயமும் வெறும் புதர்களெனக் கிடந்தன. சீக்கியர் எழுச்சி என்னும் கோடரிகூட இப்பெருந்தோப்பைப் பெரிதும் பாதித்துவிடவில்லை.'

இஸ்லாமிய படையெடுப்பாளர்கள் இஸ்லாத்தை இம்மண்ணில் விதைத்துவிட்டு சென்றதன் காரணமாக அவர்களின் மனங்களில் முழுமையாக - மனநிறைவாக - இந்திய தேசத்தை தாய்நாடாக ஏற்றுக் கொள்ள முடியவில்லை.

முஸ்லிம்கள் முழுமையான இஸ்லாமிய அரசு இந்தியாவில் உருவானால் மட்டுமே இந்திய தேசத்தைத் தங்கள் சொந்த தேசமாக கருதுவார்கள். இஸ்லாமிய அரசு உருவாக வேண்டுமானால் இந்தியாவை முழுவீச்சுடன் மதம் மாற்றினால் மட்டுமே அது சாத்தியப் படும். இன்றைய சூழ்நிலையில் மதமாற்றத்தின் மூலமாக மட்டுமே இந்தியாவை மறுபடியும் அடிமைப்படுத்த முடியும். ஆனால், அம்பேத்கரின் எண்ணமோ மீண்டும் இந்தியா அடிமைப்படக்கூடாது என்பதாகும். மீண்டும் இந்திய சுதந்தரத்தைக் காக்கக் கடைசி சொட்டு ரத்தம் உள்ளவரை போராடுவோம் என்பதே அம்பேத்கரின் அறைகூவல்.

இதோ அந்த அறைகூவல் :

'என்னை மிகவும் கலக்கமடையச் செய்யும் நிலைமை எதுவென்றால் இந்தியா இதற்கு முன் ஒரே ஒரு தடவை மட்டுமே தன் சுதந்தரத்தை இழக்க வில்லை. இந்திய மக்களே செய்த துரோகத்தாலும் காட்டிக்கொடுக்கும் கயமைத்தனத்தாலும் இந்தியா தன் சுதந்தரத்தைப் பல தடவை இழந்தது.

முகமது பின் காசிம் சிந்துவின் மீது படையெடுத்தபோது சிந்துவின் மன்னன் தாகிரின் படைத்தளபதிகள் முகம்மது பின் காசிமின் கையாட்களிடம் கையூட்டு பெற்றுக்கொண்டு அவர்களுடைய அரசருக்காகப் போரிட மறுத்தனர்.

ஜெயச்சந்திரன் முகம்மது கோரியை இந்தியா மீது படையெடுத்து வந்து பிருதிவிராஜனுக்கு எதிராகப் போரிடுமாறு அழைத்தான். அவனுடைய உதவியையும், சோலங்கி மன்னர்களின் உதவியையும் அளிப்பதாகக் கோரிக்கு உறுதி கூறினான். சிவாஜி இந்துக்களின் விடுதலைக்காகப் போராடிக்கொண்டிருந்தபோது மற்ற மராட்டியத் தலைவர்களும் இராசபுத்திர அரசர்களும் முகலாயப் பேரரசின் பக்கம் நின்று சிவாஜிக்கு எதிராகப் போரிட்டனர்.

பிரிட்டிஷார் சீக்கிய அரசர்களுக்கு எதிராகப் போரிட்டபோது, சீக்கியர்களின் தலைமைத் தளபதி சீக்கிய அரசைக் காத்திட உதவ வில்லை. 1857-ல் இந்தியாவின் பெரும்பகுதியில் ஆங்கிலேயருக்கு எதிராகச் சுதந்தரப் போராட்டம் நடந்தபோது சீக்கியர்கள் ஏதும் செய்யாமல் வேடிக்கைப் பார்த்துக் கொண்டிருந்தனர். வரலாறு திரும்புமா...?

சாதிகள், மதங்கள் முதலான பழைய பகைச் சக்திகளுடன் தற்போது வெவ்வேறான மற்றும் எதிரெதிரான கொள்கைகளைக் கொண்ட கட்சிகள் பல உருவாகியிருப்பது மேலும் கவலை கொள்ளச் செய்கிறது. நாட்டின் நலனைவிடத் தங்கள் தங்கள் கட்சியின் நலனை இக்கட்சிகள் முன்னிறுத்தாதவகையில் இந்திய மக்கள் மனத்திட்பத்துடன் கண்காணிக்கவேண்டும். அவ்வாறு இல்லாவிட்டால் நாட்டின் சுதந்தரம் இரண்டாவது முறையாக நெருக்கடிக்கு உள்ளாகிவிடும். மீண்டும் மீட்கவே முடியாத நிலை ஏற்பட்டுவிடக்கூடும். கடைசிச் சொட்டு ரத்தம் இருக்கும்வரை நம்முடைய சுதந்தரத்தைக் காத்திடுவோம் என்று நாம் உறுதி பூணுவோம்.'

1949 நவம்பர் 25-ம் தேதி அன்று அரசியல் சட்டம் குறித்து நடந்த மூன்றாவது சுற்று விவாதத்துக்குப் பதிலளித்து அம்பேத்கர் இவ்வாறு பேசினார். அம்பேத்கரின் இந்த அறைகூவல் இந்திய தேசியத்துக்கான அறைகூவல்.

இந்திய தேசியம் மறுபடியும் சிதைந்துவிடக்கூடாது என்ற பேரார் வத்தினால் - தேசிய உணர்வினால் உந்தப்பட்டு எழுந்த அறைகூவல். இஸ்லாத்துக்கு மாறியிருந்தால் நாடே சின்னாபின்னமாகியிருக்கும் என்று அம்பேத்கர் கூறியிருந்த வார்த்தைகளோடு இதை இணைத்துப் பார்த்தால் அம்பேத்கர் மதமாற்றத்துக்கு ஏன் இஸ்லாத்தை தேர்ந் தெடுக்கவில்லை என்பதை நாம் தெள்ளத் தெளிவாகப் புரிந்து கொள்ளலாம்.

அத்தியாயம்
10

1947 ஆகஸ்ட் 15க்குப் பிறகு பாகிஸ்தானில் நடந்த கொடுமைகள் மானிடர்கள் கண்டிராத கொடூரங்கள், சொல்ல முடியாத துயரங்கள் நடந்தேறின. கோடிக்கணக்கான மக்கள் தாம் வாழ்ந்த இடங்களி லிருந்து விரட்டியடிக்கப்பட்டனர். பல லட்சம் மக்கள் படுகொலை செய்யப்பட்டனர். பெண்கள் மானபங்கப்படுத்தப்பட்டனர். கடத்திச் செல்லப்பட்டனர். தெருக்களிலெல்லாம் ரத்த ஆறு பெருக்கெடுத் தோடியது. சிதைக்கப் பட்ட உடல்களும், கருகிய உடல்களும் ஊரெல்லாம் சிதறிக்கிடந்தன. குற்றுயிராகக் கிடந்த ஆண்களின், சிறுவர்களின், பெண்களின் துன்ப ஓலங்கள் வீதிகளில் எதிரொலித்தன.

பாகிஸ்தானில் இருந்த தீண்டப்படாத வகுப்பு மக்களுக்கும் இந்துக் களாக இருந்த காரணத்தினால் இதே கதிதான் ஏற்பட்டது.

தீண்டப்படாத வகுப்பினர் ஜின்னாவை அவர்களுடைய மீட்பராகக் கருதவேண்டும்;, இஸ்லாமியர்களுடன் இணக்கமாக இருக்க விரும்பு வதை மிகத் தெளிவாகப் புலப்படுத்தும் தன்மையில் ஒரு பேட்ஜ் அணிந்து கொள்ள வேண்டும் என்று கூறிவந்தார் பாகிஸ்தானில் சட்டம் மற்றும் தொழிலாளர் நலத்துறை அமைச்சராக இருந்த தீண்டப்படாத வகுப்பைச் சார்ந்தவரான ஜோகேந்திரநாத் மண்டல். அவர் கண்ட இனிய கனவுகள் இப்படுகொலைகளால் இடிந்து நொறுங்கின. பாகிஸ்தானில் தீண்டப்படாத வகுப்பினருக்கு ஏற்படும் கொடூரங் களால் அவர் மிகவும் வேதனைப்பட்டார். பின்பு அவர் தன் பதவியை ராஜினாமா செய்தார்.

பாகிஸ்தானில் நடந்தவை அம்பேத்கரைப் பெரும் அதிர்ச்சிக் குள்ளாக்கின. ஏனென்றால் இஸ்லாமியர்கள் தீண்டப் படாதவர்களை மனிதத்தன்மையற்ற முறையில் கொடுமைக் குள்ளாக்குவர் என்று அவர் சிறிதும் எண்ணிப் பார்க்கவில்லை. பிரிவினை நடப்பதற்கு இரண்டு மாதத்துக்கு முன் அதாவது 1947, ஜூன், 2-ம் தேதி ஜோகேந்திரநாத் மண்டலுக்கு அம்பேத்கர் பதில் கடிதம் ஒன்றை எழுதியிருந்தார்.

அக்கடிதத்தில் அம்பேத்கர் கூறியிருந்ததாவது :

.... வங்காளப் பிரிவினை பற்றிய எனது கருத்துகளை உங்களுக்குத் தெரிவிக்கிறேன். தாழ்த்தப்பட்ட இன மக்களைத் தனியான, சுயேட்சையான பிரிவினராக ஏற்றுக்கொள்ள ஆங்கிலேயர்கள் மறுத்திருக்கிறார்கள் என்பதை எப்போதுமே உணர்ந்திருக்கிறேன். பிரிவினையைத் திணிக்கவும் முடியாது.

தாழ்த்தப்பட்ட இன மக்களுக்கு ஒரே வழி, ஒன்றுபட்ட வங்காளமாக இருந்தாலும் சரி, பிளவுபட்ட வங்காளமாக இருந்தாலும் சரி தங்களின் பாதுகாப்புக்காகப் போராடுவதுதான். இந்துக்களைவிட தாழ்த்தப்பட்ட இன மக்களுக்கு முஸ்லிம்கள் ஒன்றும் பெரிய நண்பர்களல்ல என்பது எனது கருத்து.

தாழ்த்தப்பட்ட இனமக்கள் தங்களின் சொந்தச் சூழ்நிலை காரணமாக, இந்துக்களின் வங்காளத்திலோ முஸ்லிம்களின் வங்காளத்திலோ சிறுபான்மையினராக வாழ நேரிட்டால் அவர்கள் தங்களை எதிர்நோக்கும் ஒவ்வொரு அவசரகட்டத்திலும் தங்களது பாதுகாப்புக் காகப் போராட வேண்டியதுதான் அவர்களுக்கு உள்ள ஒரே வழி.

நீங்கள் குறிப்பிட்டிருக்கும் காரணங்களின் அடிப்படையில் பிரிவினை ஏற்படுமானால் கிழக்கு வங்காளத்தில் உள்ள தாழ்த்தப்பட்ட இனமக்கள் தாமோதர் பள்ளத்தாக்குத்திட்டம் நிறைவேறிப் பயிரிடு வதற்கு அதிக நிலம் கிடைக்கும்போது, கிழக்கு வங்காளத்திலுள்ள தாழ்த்தப்பட்ட இனமக்கள் மேற்கு வங்காளத்துக்கு இடம் பெயர விருப்பம் தெரிவிப்பார் களேயானால், அவர்களுக்கு மேற்கு வங்காளத்தில் சிறிது இடம் ஒதுக்கித்தர இசையவேண்டும் என்று இந்துக்களிடம் கூறியிருக்கிறேன். ஆனாலும் இவ்வாறு நடைபெறு வதற்கு வாய்ப்பே இல்லை. இதற்கிடையில், நீங்கள் லீக்குடன் இணைந்து பாடுபட்டு அவர்களுக்குப் போதுமான பாதுகாப்பு கிடைப்பதை உறுதி செய்யவேண்டும் என்பதை ஏற்றுக் கொள்கிறேன்.

தாழ்த்தப்பட்ட இன மக்களுக்கு அரசியல் பாதுகாப்பு கொடுப்பதில் இந்துக்களின் கண்ணோட்டம் பற்றிய விஷயத்தில் நான் உங்களைப் போல அவ்வளவு நம்பிக்கையில்லாதவனாக இல்லை. பண்பட்ட உள்ளம் எங்கும் இருக்க முடியாது. நான் என்ன நினைக்கிறேன் என்றால், அனேகமாக நாம் விரும்புகிற எல்லாப் பாதுகாப்புகளையும் கொடுக்க அவர்கள் இசைவார்கள். தனித்தொகுதிகள் விஷயத்தில் மட்டும் சில மாற்றங்கள் செய்ய அவர்கள் வலியுறுத்துவார்கள். ஆனாலும் தாழ்த்தப்பட்ட இன மக்களுக்குத் தனித்தொகுதிகள் கொடுக்க முஸ்லிம்லீக் தயாராக இருக்கும். ஏனென்றால் தங்கள் இனத்துக்குத் தனித்தொகுதிகள் வேண்டுமென்று அவர்களே விரும்பு கிறார்கள். கிழக்கு வங்காள தாழ்த்தப்பட்ட இனமக்களைப்

பொறுத்தவரையிலும் இது சாதகமான விஷயம்தான் என்பதில் ஐயமே இல்லை.

முஸ்லிம் லீக்கின் முன் வைக்கப்பட வேண்டிய கோரிக்கைகளை உங்களுக்குத் தெரிவிக்கும்படி என்னிடம் கேட்டிருந்தீர்கள். நான் என்னுடைய கோரிக்கை மனுவில் பல்வேறு கோரிக்கைகளை முறைப்படுத்தியிருக்கிறேன். அவை அச்சடிக்கப்பட்டு, சிறுபான்மையினர் குழு உறுப்பினரிடையே சுற்றுக்கு விடப் பட்டிருக்கின்றன. உங்கள் தகவலுக்காக அதன் பிரதி ஒன்றை உங்களுக்கு அனுப்பியிருக்கிறேன். என்னுடைய கணிப்பில், மேற்கு வங்காளம் மட்டுமல்ல, இந்தியாவிலுள்ள ஒவ்வொரு மாநிலத்திலும் நமது பாதுகாப்புக்காக நாம் விரும்பும் அனைத்தும் அந்தக் கோரிக்கை மனுவில் இடம் பெற்றுள்ளன. முஸ்லிம் லீக்கோடு பேச்சுவார்த்தை நடத்தும்போது இந்தக் கோரிக்கை மனுவை நீங்கள் பெரிதும் பயன்படுத்த வேண்டி யிருக்கும் என்று நினைக்கிறேன். மேற்கு வங்காளத்திலுள்ள நமது மக்களுக்கு, அங்குள்ள விசேஷச் சூழ்நிலைகள் காரணமாக ஏதாவது புதிய பாதுகாப்புகள் சேர்க்கப்பட வேண்டுமென்று நீங்கள் நினைத்தால் அவ்வாறே நீங்கள் தாராளமாகச் சேர்த்துக் கொள்ளலாம்.'

இதுதான் அம்பேத்கரின் எண்ணமாக இருந்தது. இந்த எண்ணம் வர ஜோகேந்திரநாத் மண்டலும் ஒரு காரணம். ஏனென்றால் இஸ்லாமியர்களைப் பற்றி நல்லவிதமாகவே அம்பேத்கருக்கு அவர் சொல்லி யிருந்தார். இஸ்லாமியர்கள் கொடுத்த வாக்குறுதிகள் பற்றி சொல்லி யிருந்தார். அதனாலேயே அம்பேத்கர் இஸ்லாமியரை நம்பினார். ஆனாலும் அம்பேத்கருக்குள் ஒரு எண்ணம் இருந்தது. 'இந்துக்களை விட தாழ்த்தப்பட்ட இனமக்களுக்கு முஸ்லிம்கள் ஒன்றும் பெரிய நண்பர்களல்ல என்பது எனது கருத்து' என்று வெளிப்படையாக அம்பேத்கர் ஜோகேந்திரநாத் மண்டலுக்கு கூறத் தயங்கவில்லை.

அம்பேத்கரின் இந்தக் கருத்து பாகிஸ்தான் பிரிவினையின் போது உண்மையிலேயே பலித்துவிட்டது. தாழ்த்தப்பட்டவர்களுக்கு இஸ்லாமியர்கள் நண்பர்களல்ல என்பதை இஸ்லாமியர்களே நிரூபித்து விட்டனர். தாழ்த்தப்பட்டவர்கள் பாகிஸ்தானில் தாக்கப்படுவது குறித்து அம்பேத்கர் ஓர் அறிக்கை வெளியிட்டார். அந்த அறிக்கையில் அம்பேத்கரின் தேசிய உணர்வை நாம் புரிந்துகொள்வது மட்டுமல்ல மதமாற்றம் எதற்காக என்பது பற்றியும் அவர் கூறியுள்ளார். இது ஒரு வரலாற்றுச் சிறப்புமிக்க அறிக்கை.

1947, நவம்பர் 27 அன்று வெளியிடப்பட்ட அந்த அறிக்கை அம்பேத்கரின் மதமாற்றம் எதை நோக்கியது என்பதை தெள்ளத் தெளிவாக அறிவுறுத்துகிறது என்பதையும் நாம் கவனத்தில் கொள்ள வேண்டியுள்ளது.

இதோ அந்த அறிக்கை.

'இந்தியாவுடன் இணைவதை எதிர்க்கும் நிஜாமுக்கு எவ்வித ஆதரவும் கிடையாது. இந்தியாவின் எதிரியாக இருக்கும் ஒருவருக்கு ஆதரவு கொடுப்பதன்மூலம், தாழ்த்தப்பட்ட இனத்தைச் சேர்ந்த எவரும் அந்த இனத்துக்கு அவப்பெயரை தேடிக் கொடுத்துவிடக்கூடாதென்ற கவலை எனக்கிருக்கிறது' என்றார்.

பாகிஸ்தானிலுள்ள அவரது ஆதரவாளர்களின் நிலை பற்றிக் கேட்ட போது, முஸ்லிம் லீக்கும் அதன் தலைவரும் அவர்களுக்குத் தேவைப் பட்டபோது மட்டும் தாழ்த்தப்பட்ட இனத்தவரை ஆதரிக்கிறார்கள் என்றார். அவர்களுக்குப் பெரும் அநீதி இழைக்கப்பட்டிருக்கிறது. எனவே, அவர்களும்கூட பாகிஸ்தானிலிருந்து இந்தியாவுக்கு வந்து விட வேண்டும் என்று யோசனை கூறினார்.

இந்தியாவிலுள்ள தாழ்த்தப்பட்ட மக்களின் எண்ணிக்கை மிக அதிகம். அமைப்புரீதியாக நன்கு திரட்டப் பட்டிருக்கிறார்கள். எனவே இன்றுள்ள அரசின் மேல் தங்கள் செல்வாக்கைச் செலுத்த அவர்கள் தவறமாட்டார்கள் என்று அம்பேத்கர் உணருகிறார்.

பாகிஸ்தானிலும் ஹைதராபாத்திலும் உள்ள தாழ்த்தப்பட்ட மக்களிட மிருந்து எனக்கு ஏராளமான முறையீடுகள் வந்துள்ளன. பாகிஸ் தானிலும் ஹைதராபாத்திலும் அவர்களுக்கு எதிராகக் கடைப் பிடிக்கப்படும் கொள்கைகள் காரணமாக அவர்கள் அனுபவித்துவரும் இன்னல்களிலிருந்து மீட்க நான் ஏதாவது செய்ய வேண்டுமென்று அவர்கள் கேட்டுள்ளார்கள் என்று கூறினார்.

பாகிஸ்தானில் அவர்கள் இந்தியாவுக்கு வர அனுமதிக்கப் படுவதில்லை. அவர்கள் பலவந்தமாக இஸ்லாமுக்கு மாற்றப் படுகிறார்கள். ஹைதரா பாத்தில், அங்குள்ள முஸ்லிம் மக்கள் தொகையை அதிகரிக்கும் நோக்கத் தோடு அவர்கள் பலவந்தமாக முஸ்லிம்களாக மாற்றப்படுகிறார்கள். மேலும், ஹைதராபாத்தில் ஒரு பொறுப்புள்ள அரசு அமைய வேண்டும் என்றும் ஹைதராபாத், இந்தியக் கூட்டாட்சியுடன் இணையவேண்டும் என்றும் கோரிக்கை வைத்து நடைபெறும் இயக்கங்களில் ஹைதரா பாத்திலுள்ள தாழ்த்தப்பட்ட மக்கள் கலந்துகொள்ள இயலாத அளவுக்கு அவர்கள் உள்ளத்தில் பய உணர்வை ஏற்படுத்துவதற்காக அங்குள்ள தீண்டப்படாதவர்களின் வீடுகளை எரித்து, இட்டிஹட்-உல்-முஸ்லிமின் என்னும் அமைப்பு தொடர்ந்து இயக்கங்களை நடத்திவருகிறது.

என்னால் செய்ய முடிந்ததெல்லாம், இந்தியாவுக்கு வரும்படி அவர் களை அழைப்பதுதான். ஏனென்றால், இந்தியாவிலுள்ள தாழ்த்தப் பட்ட மக்களின் நிலைமையும் பாகிஸ்தானில் உள்ளதைப் போன்றே

இருக்கிறது. இந்தியாவில், நாட்டின் எல்லாம் பகுதிகளிலும் ஜாதி இந்துக்களால் அவர்கள் கொடுமைப் படுத்தப்படுகிறார்கள். பாகிஸ்தானில் அவர்கள் கட்டாய மதமாற்றத்துக்குள்ளாக்கப்படுகிற போது, இந்துஸ்தானத்தில் அவர்கள் கட்டாய அரசியல் மாற்றம் செய்யப்படுகிறார்கள். அவர்கள் காங்கிரஸ் உறுப்பினர்களாகக் கட்டாயப்படுத்தப் படுகிறார்கள். அவ்வாறு உறுப்பினர்களாக மறுத்தால் அவர்கள் ஒதுக்கி வைக்கப்படுகிறார்கள். இதனால் அவர்கள் வாழ்க்கை நாசமடைகிறது.

அநேக நிகழ்வுகளில், குறிப்பாக உத்திரப் பிரதேசத்தில் தாழ்த்தப்பட்ட இன மக்களுக்கு இழைக்கப்படும் கோரக் கொடுமை அவர்களை உயிரோடு எரிக்கும் அளவுக்கு அதிகரித்திருக்கிறது. இதேபோல் மேற்கு பஞ்சாபிலிருந்து கிழக்கு பஞ்சாபுக்கு இடம் பெயர்ந்திருக்கும் சீக்கியர்களும் ஜாட்டுகளும் தாழ்த்தப்பட்ட மக்களுக்கு இழைக்கும் கொடுமையும் அநீதியும் இதே போன்று மிகவும் தாளமுடியாத அளவுக்கு இருக்கிறது. ஜாதி இந்துக்களின் கையில் முழுமையாக இருக்கும் நிர்வாகம், அவர்களுக்குச் சிறிதளவுகூட உதவிகரமாக இல்லை.

இந்தியாவிலுள்ள தாழ்த்தப்பட்ட இன மக்களின் எதிர்காலம் இருண்ட தாக இருந்தாலும்கூட இன்றைக்குப் பாகிஸ்தானில் அடை பட்டுக்கிடக்கும் தாழ்த்தப்பட்ட இனமக்கள் எல்லாம் இந்தியாவுக்கு வந்துவிடுங்கள் என்றுதான் கூறுவேன். காங்கிரஸ் கட்சி, புதிய அரசியலமைப்புச் சட்டத்தின்கீழ் தாழ்த்தப்பட்ட இன மக்களுக்குத் தேவையான அரசியல் பாதுகாப்புகளை எதற்கும் பயன்படாத அளவுக்குப் பலவீனமடையச் செய்துவிட்டன. இருந்தபோதிலும் நமது எண்ணிக்கை மிகவும் அதிகமாக இருப்பதால் நாம் அமைப்பு ரீதியாக நன்கு திரட்டப்பட்டால் இன்றைய அரசின்மீது நமது செல்வாக்கைச் செலுத்தமுடியும்.

பாகிஸ்தானிலோ ஹைதராபாத்திலோ இருக்கும் தாழ்த்தப்பட்ட இன மக்கள் முஸ்லிம்கள் அல்லது முஸ்லிம் லீக்கின் மீது நம்பிக்கை வைப்பது அவர்களுக்குப் பெருங்கேட்டைத்தான் விளைவிக்கும்.

இந்துக்களை வெறுப்பதனாலேயே முஸ்லிம்களை நண்பர்களாகப் பாவிப்பது தாழ்த்தப்பட்ட மக்களுக்குப் பழக்கமாகிவிட்டது. இது ஒரு தவறான கண்ணோட்டமாகும். தாழ்த்தப்பட்ட மக்களின் ஆதரவை முஸ்லிம்கள் வேண்டுகிறார்கள். ஆனால், அவர்கள் தங்களின் ஆதரவைத் தாழ்த்தப்பட்ட இனமக்களுக்குத் தருவதே இல்லை. எப்போதுமே ஜின்னா இரட்டை வேடம் போட்டு வருகிறார். அவருக்குத் தேவைப்படும்போது தாழ்த்தப்பட்ட இனமக்கள்

தனிப்பிரிவினர் என்று மிக அழுத்தமாகச் சொல்லுவார். அவருக்குத் தேவைப்படாதபோது அவர்கள் இந்துக்கள் என்று அதே அழுத்தத்தோடு கூறுவார். முஸ்லிம்களும் முஸ்லிம் லீக்கும் எவ்வளவு விரைவில் முடியுமோ அவ்வளவு விரைவில் முஸ்லிம்களை ஆளும் வர்க்கமாக்கிவிடவேண்டும் என்னும் வெறியில் இருப்பதால் தாழ்த்தப்பட்ட இனமக்களின் கோரிக்கைகளுக்கு அவர்கள் முக்கியத்துவம் கொடுக்கவே மாட்டார்கள். இதை எனது அனுபவத்திலிருந்து கூறுகிறேன்.

மதமாற்றத்தைப்பொறுத்தவரையில் தங்கள்மீது வன்முறை மூலம் திணிக்கப்படுகிற கடைசிப் புகலிடமாகத்தான் தாழ்த்தப் பட்ட மக்கள் அதைப் பார்க்க வேண்டும். நிர்ப்பந்தம் மூலமோ வன்முறை மூலமோ மதமாற்றம் செய்யப்பட்டவர்கூட, தாங்கள் மீளமுடியாத வகையில் அந்த மதத்துக்கு இழுக்கப்பட்டு விட்டதாகக் கருதக்கூடாது என்று அவர்களுக்குக் கூறுவேன். அவர்கள் மீண்டும் தங்கள் மதத்துக்குத் திரும்ப விரும்பினால், அவர்கள் வரவேற்கப்பட்டு, மதமாற்றத்துக்கு முன்னால் எவ்வாறு நடத்தப்பட்டார்களோ அதேமுறையில் அல்லாமல் சகோதரத்துவத்துடன் நடத்தப்படுவார்கள் என்று உறுதி கூற விரும்புகிறேன். ஹைதராபாத்தில் உள்ள தாழ்த்தப்பட்ட இனமக்கள் எந்தச் சூழ்நிலையிலும் நிஜாமையும் இட்டிஹட்-உல்-முஸ்லிமினையும் ஆதரிக்கக்கூடாது.

என்னதான் அநீதியையும் கொடுமையையும் இந்துக்கள் நமக்கு இழைத்தாலும் அது நமது கவனத்தைத் திருப்பக்கூடாது. நமது கடமையிலிருந்து நாம் விலகிச் செல்ல அனுமதிக்கக்கூடாது. இந்தியாவோடு இணைவதை எதிர்க்கும் நிஜாமுக்கு நமது ஆதரவு கிடையாது. இவ்வாறு செய்வதன்மூலம் அவர் தனது சொந்த நலனுக்கு எதிராகவே செயல்படுகிறார். தனது சொந்த பாரம்பரிய உரிமையைப் பாதுகாக்க இட்டிஹட்-உல்-முஸ்லிமினை நம்பியிருப்பதைவிட, இந்தியாவிலுள்ள 90சதவீத இந்துக்களின் ஒப்புதலைப் பெற்றிருக்கும் கூட்டரசு அரசியலமைப்புச் சட்டத்தின் உத்திரவாதம் கிடைக்குமானால் அது மிகவும் பத்திரமாக இருக்கும் என்பதை அவர் உணரவில்லை.

இந்தியாவின் எதிரியாக இருக்கும் ஒருவருக்கு ஆதரவு கொடுப்பதன் மூலம், தாழ்த்தப்பட்ட இனத்தைச் சேர்ந்த எவரும் அந்த இனத்துக்கு அவப்பெயரைத் தேடிக்கொடுத்துவிடக்கூடாது என்ற கவலை எனக்கிருக்கிறது.'

அம்பேத்கரின் இந்த அறிக்கையைப் படிக்கும்போது அவருடைய தேசிய உணர்வை - தேச பக்தியை நாம் பாராட்டாமல் இருக்க முடியாது.

இங்கு ஒன்று கவனிக்கவேண்டியது அம்பேத்கர் இஸ்லாமிய மதமாற்றத்தையும் நேரடியாகவே எதிர்க்கிறார். இந்துக்களை வெறுப்பதனாலேயே முஸ்லிம்களை நண்பர்களாகப் பாவிப்பது தாழ்த்தப்பட்ட மக்களுக்குப் பழக்கமாகிவிட்டது. இது ஒரு தவறான கண்ணோட்டமாகும் என்று தாழ்த்தப்பட்ட சமூகத்துக்கு வெளிப்படையாக அறிவுறுத்துகிறார். இந்த அறிக்கையின் மூலம் தாழ்த்தப்பட்டவர்கள் இஸ்லாம் மதத்துக்கு மாறுவதை அம்பேத்கர் சற்றும் விரும்பவில்லை என்று தெரிந்துகொள்ளலாம்.

பாகிஸ்தானில் நடைபெற்ற கொடூரங்கள், கொடுமைகள் எண்ணற்ற தீண்டப்படாதவர்களையும் பாதித்தன. இந்துக்கள், முஸ்லிம்கள், சீக்கியர்கள், ஜாட்டுகள் ஆகியோரினால் அடையும் துயரங்களை விவரித்து எண்ணற்ற தீண்டப்படாதவர்கள் அம்பேத்கருக்குக் கடிதங்கள் எழுதினார்கள். ஆகவே, தீண்டப்படாதவர்களின் துன்பங்களை எடுத்துக் கூறி, அந்த தாழ்த்தப்பட்ட இன அகதிகளுக்கு நிவாரணம் அளிக்கக் கோரி அவர் பிரதம மந்திரி நேருவுக்கு 1947 டிசம்பர் 18ம் தேதி ஒரு கடிதம் எழுதினார். அதில்,

'பாகிஸ்தானிலிருந்து இந்தியாவுக்கு வெளியேற்றப்பட்ட மற்றும் இந்தியாவுக்கு வருவதினின்றும் தடுக்கப்பட்டு பாகிஸ்தான் அரசினால் அங்கேயே அடைக்கப்பட்டிருக்கிற தாழ்த்தப்பட்ட மக்களிடமிருந்து எண்ணற்ற முறையீடுகள் எனக்கு வந்துள்ளன. அவர்களின் துயரங்களைத் தங்களின் கவனத்துக்குக் கொண்டுவர வேண்டிய தருணம் வந்துவிட்டதாகக் கருதுகிறேன்.

அங்கு என்ன நடைபெறுகிறது, என்ன செய்ய வேண்டும் என்பதைத் தங்கள் பார்வைக்குக் கொண்டுவருவதற்காக அவர்கள் படும் துயரங்களுக்கான காரணங்களையும், அவற்றை நீங்குவதற்காக எடுக்கப்பட்ட வேண்டிய நடவடிக்கைகளையும் இங்கு கீழே தந்திருக்கிறேன்.

1. பாகிஸ்தான் அரசு தங்கள் எல்லையிலிருந்து தாழ்த்தப்பட்ட இன மக்கள் வெளியேறுவதை எல்லா வழிகளிலும் தடுத்து வருகிறது. குற்றேவல்கள் செய்வதற்கும் நிலமுள்ள பாகிஸ்தானிய மக்களுக்கு நிலமற்ற கூலிகளாக இருந்து உழைப்பதற்கும் தாழ்த்தப்பட்ட இன மக்கள் பாகிஸ்தானிலேயே இருக்கவேண்டும் என்று அவர்கள் விரும்புவதுதான் இதற்குக் காரணம் என்று எனக்குத் தோன்றுகிறது. பாகிஸ்தான் அரசு குறிப்பாகத் தோட்டிகளை இருத்திக்கொள்ளவே மிகவும் ஆர்வமாக இருக்கிறது. அவர்களை அத்தியாவசியப் பணியில் ஈடுபட்டிருப் பவர்கள் என்று அறிவித்திருக்கிறது. ஒருமாத அறிவிப்புக் கொடுத்தாலன்றி அவர்களை விடுவிக்க அரசு தயாராக இல்லை.

2. வெளியேற விரும்புகிற தாழ்த்தப்பட்ட இன அகதிகளுக்கு எம்.இ.ஓ.என்று அழைக்கப்படும் ஓர் அமைப்புதான் சிறிது உதவி

செய்துவருகிறது. எனினும் வெளியேற விரும்புகிற தாழ்த்தப்பட்ட மக்களோடு நேரடித்தொடர்பு கொள்ள எம்.இ.ஓ.வை பாகிஸ்தான் அரசு அனுமதிப்பதில்லை என அறிகிறேன். இதன் விளைவாக, தாழ்த்தப்பட்ட மக்களை வெளியேற்றும் நடவடிக்கைகள் மிக மெதுவாகவே நடைபெறுகின்றன. சில இடங்களில் அது ஸ்தம்பித்துவிட்டது. வெகுவிரைவில் எம்.இ.ஓ.மூடப்பட்டுவிடும் என்றும் கேள்விப்பட்டேன். அது நடைபெற்றால் பாகிஸ்தானிலிருந்து தாழ்த்தப்பட்ட இனத்தவரை வெளியேற்றுவது என்பது முடியாததாகிவிடும்.

3. இந்நிலையில் என்ன செய்யப்பட வேண்டும் என்றால் :

1. தாழ்த்தப்பட்ட இன மக்கள் வெளியேறுவதற்கு எந்தவிதத் தடையும் செய்யவேண்டாம் என்று பாகிஸ்தான் அரசைக் கேட்டுக்கொள்ளவேண்டும்.

2. வெளியேற விரும்புகிற தாழ்த்தப்பட்ட இனமக்களோடு நேரடித் தொடர்புகொள்ள எம்.இ.ஓவை அனுமதிக்கவேண்டும்.

3. தாழ்த்தப்பட்ட இன மக்கள் எல்லாம் வெளியேற்றப்படுகிற வரைக்கும் எம்.இ.ஓ. தொடர்ந்து செயலாற்றவேண்டும்.

4. இதுவரையிலும் நிவாரணம் மற்றும் மறு சீரமைப்பு அமைச்சகம் மேற்கு பஞ்சாபுக்குத் தாழ்த்தப்பட்ட இனத்திலிருந்து ஒரே ஒரு அதிகாரியைத்தான் நியமித்திருக்கிறது. ஆனால், பாகிஸ்தானிலுள்ள வடமேற்கு எல்லை மாகாணம், சிந்து, பவல்பூர் போன்ற பிற மாகாணங்கள் விடுபட்டுப் போய்விட்டன. அம்மா காணங்களுக்கு இப்படிப்பட்ட அதிகாரிகள் நியமிக்கப்படவேயில்லை. இந்தப் பகுதிகளுக்கு அதிகாரிகளை நியமனம் செய்யும்படி அமைச்சகம் அறிவுறுத்தப்படவேண்டும். இதனால் அச்சிறப்பு அதிகாரிகள் பாகிஸ்தான் பகுதிகளில் சுற்றுப்பயணம் செய்து எந்தெந்தப் பகுதிகளில் தாழ்த்தப்பட்ட இனமக்கள் வெளியேறுவதினின்றும் பாகிஸ்தான் அரசினால் தடுக்கப்படுகிறார்கள் என்பதைக் கண்டுபிடிக்கமுடியும்'

என்று அக்கடிதத்தில் எழுதியிருந்தார். அதாவது தாழ்த்தப் பட்டவர்கள் பாகிஸ்தானில் இருக்கக்கூடாது. இருந்தால் இஸ்லாமியர்களால் கொடுமைப்படுத்தப்படுவார்கள். இந்தியாவில் உள்ளதுபோல் வாழமுடியாது என்பதே அவர் எண்ணம். அதனாலேயே பிரிவினை ஏற்பட்டு தாழ்த்தப்பட்டவர்கள் கொடுமைப்படுத்தப்பட்டபோது அம்பேத்கர் தாழ்த்தப்பட்டவர்களை காப்பாற்ற மஹர்சேனை என்ற அமைப்பை உருவாக்கி பாகிஸ்தானுக்கு அனுப்பினார். அவர்கள் தாழ்த்தப்பட்டவர்களை பத்திரமாக இந்தியாவுக்கு அழைத்து வந்தனர்.

மஹர்சேனையின் இந்த வீரச்செயல் அன்று தாழ்த்தப்பட்டவர்களிடையே பெரும் பாராட்டுதலைப் பெற்றது.

இது குறித்து 1951 அக்டோபர் 27-ல் ரம்தாஸ்பூர், ஜலந்தர், பஞ்சாபில் நடந்த தேர்தல் பிரசாரக்கூட்டத்தில் அம்பேத்கர் பேசும்போது '..... பண்டிட் நேரு எப்போதும் முஸ்லிம்களின் பக்கம் நிற்பார். முஸ்லிம்கள் அலட்சியப்படுத்தப்படவேண்டும் என்று நான் சொல்லவில்லை. ஆனால் அவர்களைவிட அதிகப் பாதுகாப்பு தேவைப்படுகிற மற்ற வகுப்பினருக்குக் கிடைக்க வேண்டிய உரிமைகளை அவர்கள் தட்டிச் செல்லக்கூடாது என்றுதான் கூறுகிறேன்' என்று சொன்ன அம்பேத்கர் தொடர்ந்து பேசுகையில், பிரிவினையின்போது, பாகிஸ்தான் அதிகாரிகள் எம்மிடம், பாகிஸ்தானிலே இருந்துவிடுங்கள். அப்போது தான் நீங்கள் கேவலமாக வேலை செய்ய வேண்டியது இருக்காது என்று சொன்னார்கள்.

ஆனால், அப்போது நான் பண்டிட் நேருவிடம் ஏழை தாழ்த்தப்பட்டோர் வெளியேறுவதற்கு உதவும்படிக் கேட்டுக் கொண்டேன். நமது மக்கள் வெளியேறுவதற்கு வசதி செய்வதற்காக இரு நபர்களை அனுப்பினேன். அத்துடன் நமது மஹர் படைகளையும் அனுப்பினேன். நமது மக்களின் பாதுகாப்புக்காக அங்கு அனுப்பிவைத்தேன்' என்று கூறுகிறார்.

மேலும் இதே கருத்தை 1951 நவம்பர் 22-ம்தேதி தாழ்த்தப்பட்டோர் சம்மேளனத்தின் பம்பாய் கிளை சார்பில் பொவேடாவிலுள்ள விளையாட்டு அரங்கில் அம்பேத்கருக்கு வரவேற்பு அளிக்கப்பட்ட போது அம்பேத்கர் பேசியதாவது : தேசப்பிரிவினை சமயத்தில் சாதி இந்துக்கள் இந்தியாவுக்குச் செல்ல பாகிஸ்தான் அரசாங்கம் அனுமதித்தது. ஆனால் தாழ்த்தப்பட்டோர் பாகிஸ்தானை விட்டுச் செல்ல அனுமதிக்கப்படவில்லை. இவர்களில் பலர் முஸ்லிம்களாக மதமாற்றம் செய்யப்பட்டனர். மஹர்சேனை சில தாழ்த்தப்பட்டோரை இந்தியாவுக்குக் கொண்டுவருவதில் வெற்றி பெற்றது. ஆனால், இந்திய அரசாங்கம் அவர்களுக்கு எந்த உதவியும் செய்யவில்லை. அவர்களில் சிலர் ராஜ்காட்டில் உண்ணாவிரதம் மேற்கொண்டனர். ஆனால், எவரும் அவர்களது போராட்டத்தில் அக்கறை காட்டவில்லை. காங்கிரஸ் அரசாங்கம் அவர்களது குறைகளைத் தீர்க்க முன்வராது என்பதை உணர்ந்தேன். எனவே பதவி விலகுவதென முடிவு செய்தேன். பண்டிட் நேரு எந்தப் பதிலும் எனக்குத் தரவில்லை' என்று கூறுகிறார்.

இங்கு 'தாழ்த்தப்பட்டோர் பாகிஸ்தானை விட்டுச் செல்ல அனுமதிக்கப்படவில்லை. இவர்களில் பலர் முஸ்லிம்களாக மதமாற்றம் செய்யப்பட்டனர். மஹர்சேனை சில தாழ்த்தப் பட்டோரை இந்தியாவுக்குக்

கொண்டுவருவதில் வெற்றி பெற்றது' என்று அம்பேத்கர் சொல்ல வருவதன் நோக்கம் என்ன? இஸ்லாம் மதமாற்றத்துக்கு உகந்தது அல்ல என்பதுதான்.

இது ஒருபுறமிருக்க பிரிவினையின்போது நடைபெற்ற கொடூரங்கள், கற்பழிப்புகள், படுகொலைகள் இவற்றைத் தடுத்திருக்க முடியாதா என்ற கேள்வி மனதில் எழும்போது சோகம் நிறைந்த அந்த சம்பவங்களை அம்பேத்கர் சொன்ன திட்டத்தை செயற்படுத்தியிருந்தால் கண்டிப்பாக இவைகளைத் தடுத்திருக்க முடியும். மேலும் இப்போதுள்ள இந்து - முஸ்லிம் மதப்பிரச்னையும் 90சதவீதம் ஏற்பட்டிருக்காது. இஸ்லாமிய மதமாற்றம் நடைபெறுகிறதே என்ற கவலையும் இருந்திருக்காது. அப்படி என்ன திட்டத்தை முன் மொழிந்தார் அம்பேத்கர்?

அம்பேத்கர் கூறுகிறார் :

'பஞ்சாப், வங்க மாநில நிலவரங்களிலிருந்து, வடமேற்கு எல்லை, சிந்து மாநில நிலவரங்கள் முற்றிலும் வேறுபட்டுள்ளதைக் காண்கிறோம். பஞ்சாப், வங்க மாநிலங்களில் இயற்கையாகவே முஸ்லிம், இந்துப் பெரும்பான்மைப் பகுதிகள் பிரிந்து அமைந்திருப்பதால், எல்லைகளைச் சரியாகத் திருத்தியமைப்பதன் மூலம் ஒரே சமய மக்கள் சீராக வாழும் பகுதிகளைப் பிரித்து, ஒரே வகுப்பினர் கொண்ட நாடாக உருவாக்குதல் இயலும். மிகச் சிறு எண்ணிக்கையில் மட்டுமே மக்கள் குடிபெயர நேரும். ஆனால், வடமேற்கு எல்லைப்புற சிந்து மாநிலங்களில், இந்துச் சிறுபான்மையோர் மாநிலம் முழுவதும் பரவலாக விரவிக் கிடப்பதால் எல்லைகளைத் திருத்தி அமைப்பதால் மட்டுமே ஒரு குறிப்பிட்ட வகுப்பைச் சேர்ந்த மக்கள் வாழும் அரசை உருவாக்க இயலாது. மக்களை குடிபெயரச் செய்தல் ஒன்றே இங்கு வழியாகத் தெரிகிறது.

மக்களை இடம் பெயர்த்துக் குடியமர்த்தும் திட்டத்தைப் பலர் பழித்து இகழ்வர். அப்படி இகழ்வோர், பெரும்பான்மை வகுப்பினரின் பகைப் புலத்துக்கிடையே சிறுபான்மையோரை வாழவிடுவதால் அவர்களுக்கு நிகழும் இன்னல்களையும், கடந்த காலத்தில் அத்தகையோரின் துயரைக் களைய எடுத்துக் கொள்ளப் பட்ட முயற்சிகளின் தோல்விகளையும் பற்றி அறியாதவர்கள் என்றே கூறலாம்.

ஐரோப்பாவில் உலகப் பெரும் போருக்குப் பின்னர் அமைந்த நாடுகளிலும், பழைய நாடுகளிலும் கூடச் சிறுபான்மை யோருக்கான பாதுகாப்பு, அரசியலமைப்புச் சட்டத்தில் உறுதி செய்யப்படுவதன் மூலமாகவே எய்தப்படுமென்ற எதிர்பார்ப்புகள் பொய்த்துப்

போனதையே வரலாறு உணர்த்துகிறது. எனவே, சிறுபான்மையோர் உரிமைகளைப் பெரும்பான்மையோர் மிதித்துச் சிறுமைப்படுத்து வதைத் தவிர்க்க நீண்ட அடிப்படை உரிமைப் பட்டியல்கள் அரசியல மைப்புச் சட்டத்தில் சேர்க்கப்பட்டு வருவதையும் அறிவோம்.

வரலாற்று அனுபவம் என்ன கூறுகிறது? சட்டப் பாதுகாப்புகளால் சிக்கல் தீரவில்லை என்பதையும், சிறுபான்மை இனத்தவர் மீது நடத்தப்பட்ட கொடும்போர்களாலும் சிக்கலைத் தீர்க்க இயலவில்லை என்பதையுமே வரலாறு உணர்த்துகிறது. எனவே, அயலவரான சிறுபான்மையினரை நாடுகளுக்கிடையே குடிபெயரச் செய்து மாற்றிக் கொள்வதன் வாயிலாக ஒரே இனத்தவர் நாடு எனும் நிலையை அடை வதையே இறுதியான தீர்வாக வரலாறு காட்டுகிறது. துருக்கி, கிரேக்கம், பல்கேரியா ஆகிய நாடுகளுக்கிடையே இத்தகைய சிறுபான்மையோர் பரிமாற்றம்தான் இறுதித் தீர்வாக அமைந்தது.

குடிபெயர்த்தல் திட்டத்தைப் பழித்து இகழ்வோர் துருக்கி, கிரேக்கம், பல்கேரியா ஆகிய நாடுகளின் சிறுபான்மையினரது சிக்கல் வரலாற்றினைப் படித்துப் பார்க்கவேண்டும். படித்தால் சிறுபான்மை யோர் சிக்கல்களுக்கான நிலையான தீர்வு காண்பதற்கு ஒரே வழி சிறுபான்மை மக்கள் குடிபெயர்ப்புப் பரிமாற்றம்தான் என்ற முடிவுக்கு இந்நாடுகள் வந்ததை அறிந்து கொள்வர். இந்த நாடுகளில் நடை பெற்றது, ஏதோ ஒரு சில மக்களைக் குடிபெயர்க்கும் எளிய செயலன்று. ஏறத்தாழ இரண்டு கோடி மக்கள் குடிபெயர்க்கப்பட்ட மாபெரும் திட்டப் பணியாகும். நிலையான வகுப்பு அமைதி என்னும் குறிக்கோளை எய்துவதற்கு இப்பணியின் தேவையை உணர்ந் தமையால், இதிலுள்ள இடர்ப்பாடுகளைப் பொருட்படுத்தாமல், திட்டத்தை நிறைவேற்றும் பணியில் மூன்று நாடுகளுமே ஒன்றுபட்டுச் செயலாற்றின.

சிறுபான்மை மக்களைக் குடிபெயர்ப்பு செய்வதுதான் நீடித்த வகுப்பு அமைதிக்கு ஒரே வழி என்பதில் ஐயம் ஏதும் இல்லை.

இந்துக்கள் அக்கறை செலுத்த வேண்டிய பிரச்னை இதுதான் : பாகிஸ்தான் உருவாக்கப்படுவதன் மூலம், இந்துஸ்தானத்தில் வகுப்புப் பிரச்னை எந்த அளவுக்குத் தணிவடையும்? நாம் கருத்துச் செலுத்த வேண்டிய மெய்யான பிரச்னை இதுவே. பாகிஸ்தான் உருவாக்கப் படுவதால் இந்துஸ்தானத்தில், வகுப்புப் பிரச்னை அறவே மறைந்து விடாது என்பதை ஒப்புக்கொள்ளத்தான் வேண்டும்.

எல்லைகளைத் திருத்தியமைப்பதன் மூலம் பாகிஸ்தானை ஒரே இனத்தைச் சேர்ந்த மக்களின் நாடாக உருவாக்குதல் இயலு மென்றாலும், இந்துஸ்தான் பல்வேறு வகுப்பினர் கொண்ட நாடாகத்

தான் விளங்கமுடியும். இந்துஸ்தானம் முழுவதும் முஸ்லிம்கள் பரவிக் கிடக்கின்றனர். அவர்களில் பெரும்பாலோர் நகரங்களிலேயே திரண்டு வாழ்ந்து வருகின்றனர். எவ்வளவு திறமையாக முயன்று பார்த்தாலும் எல்லைக்கோடுகளை எப்படி மாற்றி வரைந்து பார்த்தாலும் இந்துஸ்தானத்தை ஒரே இனத்தவர் வாழும் நாடாக மாற்றிவிட முடியாது. இந்துஸ்தானத்தை ஒரே இன நாடாக்குவதற்குக் குடிபெயர்த்தல் ஒன்றே வழியாக இருக்க முடியும். இதனைச் செய்து முடிக்கும்வரை, பாகிஸ்தான் உருவாக்கப்பட்டாலும்கூட, இந்துஸ்தானத்தில் பெரும்பான்மை யோர் - சிறுபான்மையோர் பூசல்களையும், அதனால் இந்திய அரசியலில் விளையும் குழப்பங்களையும் தவிர்க்க இயலாது என்பதை நாம் ஏற்றுக்கொள்ளத்தான்வேண்டும்' என்று கூறுகிற அம்பேத்கர் மேலும் தொடர்கிறார் :

.... முஸ்லிம்கள் எதற்காக பாகிஸ்தான் கோருகிறார்கள்? முஸ்லிம்கள் தங்களுக்கு ஒரு தேசியத் தாயகம்தான் தேவையென்று கருதினால் அதற்காக பாகிஸ்தான் பிரிவினை கோர வேண்டியதில்லை. இந்தியாவிலேயே, முஸ்லிம் மாநிலங்களை அவர்கள் தம் தாயகமாக்கிக் கொள்ள முடியும். அவர்களது சமயப் பண்பாட்டை மேம்படுத்தும் வாய்ப்புகளுக்கு இங்கு குறையேதும் இருக்காது. அவர்கள் பாகிஸ்தானை ஒரு தேசிய அரசாகக் கோருகிறார்களெனில், தமது நாட்டுப் பகுதி மீது முழு இறையாண்மை கோருவதாகவே பொருள். அதைக் கோர அவர்களுக்கு உரிமையுண்டு. ஆனால், அவர்கள் பெறும் நாட்டின் எல்லைப் பகுதிகளுள், முஸ்லிம் அல்லாத சிறுபான்மையினரையும் குடிமக்களாக இருத்திக்கொண்டு அச்சிறுபான்மையினர் மீது இஸ்லாமிய தேசியத்தைத் திணிக்க அனுமதிக்கப்பட வேண்டுமா என்பதே கேள்வி.

அரசியல் இறையாண்மையுடன் அத்தகைய உரிமை இணைந்தேயிருக்குமென்பதில் ஐயமில்லை. ஆனால் இத்தகைய கலப்பு மக்கட் குழுமங்கள் வாழும் நாடுகளிலெல்லாம் இதுவே பெரும்பாலான குழப்பங்களுக்குக் காரணமாயிருக்கிறது என்பது இது நாள்வரையான உலகநிலை. இந்த அம்சத்தைப் புறக்கணித்துவிட்டுப் பாகிஸ்தான் பிரிவினைக்குத் திட்டமிடுதல் வரலாற்றின் படிப்பினையைப் புறக்கணிப்பதாகும்.

வெகு அண்மைக்காலத்தில் துருக்கி, கிரேக்கம், பல்கேரியா, செக்கோஸ்லோவாகியா ஆகிய நாடுகளில் சிறுபான்மையினத்தவர் மீது பெரும்பான்மையினத்தவர் நிகழ்த்திய கொடுமைகள், கொலைகள், கொள்ளைகள், சூறையாடல்கள் முதலான அட்டூழியங்களைப்பற்றி இக்கால வரலாற்று ஏடுகள் விவரிப்பனவற்றையெல்லாம் மறந்துவிடத்தான் முடியுமா? ஆனால் இதற்கான வாய்ப்பை நம்மால் தவிர்க்க இயலும். அதாவது முற்றிலும், முஸ்லிம் மக்களை மட்டுமே கொண்ட தேசிய முஸ்லிம் அரசினை அமைக்க அனுமதிப்பதன் வாயிலாகவே

225

இதைச் சாதிக்க இயலும். முஸ்லிம்களும் இந்துக்களும் கலந்து ஒருவருக்கொருவர் பகைமையுணர்வு பூண்டு முஸ்லிம் பெரும் பான்மையுடன் வாழும் பகுதிகளைக்கொண்டு பாகிஸ்தான் அரசு அமைக்க ஒருபோதும் அனுமதியளிக்கக் கூடாது.'

அம்பேத்கரின் இந்தக் குடிபெயர்த்தல் திட்டம் இங்கிருக்கும் எல்லா முஸ்லிம்களையும் பாகிஸ்தான் பகுதிக்கு அனுப்பி விடுதல் என்பதாகும். இதன்மூலம் அவர் இஸ்லாமியர்கள் அல்லாத இந்தியாவை உருவாக்க வேண்டும் என்ற எண்ணத்தை - தம்முடைய கருத்தை முன்மொழிந்தார். அதுமட்டுமல்லாமல் காஷ்மீரிலும் இஸ்லாமியர் களைத் தவிர்த்து நமது மக்களையாவது காப்பாற்ற வேண்டும் என்று பேசினார்.

1951 நவம்பர் 7-ல் லக்னோ பல்கலைக்கழக மாணவர்களிடையே டாக்டர் அம்பேத்கர் காஷ்மீர் பிரச்னையைக் குறிப்பிட்டுப் பேசும்போது 'காஷ்மீர் ஓர் ஒன்றிய அரசல்ல என்று கூறினார். அது இந்துக்கள், பௌத்தர்கள், முஸ்லிம்கள் முதலியோரைக் கொண்ட ஒரு கலப்பு வகுப்பாகும். ஜம்முவும் லடாக்கும் முஸ்லிமல்லாத பகுதிகள். ஆனால், காஷ்மீர் பள்ளத்தாக்கோ முஸ்லிம் பிரதேசம் என்று கூறிய அவர் மேலும் தொடர்கையில், 'காஷ்மீரிகள் எவ்வாறு வாக்களிப்பார்கள் என்பது நமக்குத் தெரியாது. ஆனால் சர்வஜன வாக்கெடுப்பு நடத்த ஐக்கிய நாடுகள் சபைக்கு இந்தியா கட்டுப்பட்டுள்ளது. இந்த வாக்கெடுப்பு பாகிஸ்தானுக்குச் சாதகமாக இருக்குமானால், முஸ்லிம்கள் அல்லாத 20 சதவிகித மக்களின் கதி என்னவாகும்? இது ஒரு மிகப்பெரிய கேள்வியாகும். காஷ்மீரிகள் அனைவரையும் காப்பாற்ற முடியாவிட்டாலும் குறைந்தபட்சம் நமது உற்றார் உறவினர் களையாவது காப்பாற்றுவோம். இது தெள்ளத்தெளிவான உண்மை நிலவரமாகும். இதனை எவரும் மறுக்க முடியாது' என்றார்.

பாகிஸ்தான் பிரிக்கப்பட்டு நாட்டில் அமைதி ஏற்பட வேண்டும் என்ற தமது எண்ணம் நிறைவேறியதற்காக மகிழ்ச்சி தெரிவித்துக் கீழ்க்கண்ட வாறு அம்பேத்கர் எழுதினார் :-

'பாகிஸ்தானிலிருந்து இந்தியா பிரிக்கப்பட்டதற்காக மிக்க மகிழ்ச்சி யடைகிறேன். பாகிஸ்தானைப் பொறுத்தவரை என் கருத்து தீர்க்கதரி சனமாகப் பலித்தது. பாகிஸ்தானை நான் ஆதரித்தற்கான காரணம், பிரிவினை ஏற்பட்டால்தான் இந்துக்கள் சுதந்தர மடைவதோடு சிக்கலிலிருந்தும் விடுபடுவார்கள். இந்தியாவும் பாகிஸ்தானும், ஒரே நாடாயிருந்தால் இந்துக்கள் முஸ்லிம்களின் தயவில்தான் வாழ வேண்டி நிலை வரும். இந்துக்களைப் பொறுத்தவரை அரசியல் விடுதலை மட்டுமே விடுதலையாக கருதப்படமாட்டாது. ஒரே நாட்டில் இரு தேசங்கள் செயல்பட்டுக்கொண்டிருக்கும். அப்படிப்பட்ட

சூழ்நிலையில் முஸ்லிம்கள்தான் ஆளும் மக்களாக இருப்பார்கள். இந்து மகாசபையோ ஜனசங்கமோ அவர்களிடம் வாலாட்ட முடியாது'

இதிலிருந்து நாம் ஒன்றைத் தெரிந்துகொள்ளலாம். இந்திய தேசம் யாருக்கானது, யாருடைய ஆட்சி நடைபெற வேண்டும், இங்கு யார் சுதந்தரமாக இருக்க வேண்டும் என்று அம்பேத்கர் நினைத்தார் என்பதைப் புரிந்துகொள்ளலாம்.

இழிவு நீங்குவதற்கு இஸ்லாம் இனிய மருந்து என்பதை அம்பேத்கர் எப்போதுமே ஏற்றுக்கொள்ளவில்லை. தாழ்த்தப்பட்டவர்களின் மதமாற்றத்துக்கு இஸ்லாம் ஏற்றுக் கொள்ளக்கூடிய மதம் அல்ல என்பதுதான் அம்பேத்கரின் கருத்து என்பதை மேற்கண்ட அம்பேத்கரின் எழுத்துக்களிலிருந்தும் பேச்சுகளிலிருந்தும் நாம் தெரிந்துகொள்ளலாம்.

அடுத்து அவர் முன் நின்றது கம்யூனிஸம்.

அத்தியாயம்

11

தன் மதமாற்ற அறிவிப்புக்குப் பின் கிட்டத்தட்ட பத்து மாதங்கள் கழித்து 1936ஆம் ஆண்டு ஆகஸ்ட் மாதம் அம்பேத்கர் சுதந்தரத் தொழிலாளர் கட்சி என்கிற ஒரு புதிய அரசியல் கட்சியைத் தோற்றுவித்தார். அக்கட்சியின் வேலைத் திட்டமானது:

தொழிற்சாலைகளை அரசுடைமையாக்குதல்; தொழிற் சாலைகளில் தொழிலாளர்களை வேலைக்கு அமர்த்துதல், நீக்குதல், பதவி உயர்வு அளித்தல் ஆகியவற்றை நெறிப்படுத்துதல்; தொழிலாளர் வேலை செய்யும் நேரத்தின் அளவை நிர்ணயித்தல், நியாயமான கூலிபெற வழிகாணல், ஊதியமுடன் கூடிய விடுமுறை அளித்தல், தொழிலாளர்களுக்கு மலிவானதும் தூய்மையானதுமான குடியிருப்புகள் அமைத்தல் போன்ற வேலைதிட்டங்களை வரையறுத்தியது அம்பேத்கரின் சுதந்தரத் தொழிலாளர் கட்சி.

இதைப் பார்க்கும்போது அம்பேத்கர் கம்யூனிஸ சிந்தனையால் கவரப் பட்டுவிட்டதாகவே தோன்றும். தீண்டப்படாதவர்களுக்காகப் போராடி வந்த அம்பேத்கர் தொழிலாளர் நோக்கித் திரும்பியது கம்யூனிஸ சிந்தனையால்தானா?

புரட்சியாளர் அம்பேத்கர் ஒருபோதும் கம்யூனிஸ சிந்தனையால் கவரப்படவில்லை. அவர் கம்யூனிஸத்தை - கம்யூனிஸ்டுகளைத் தன் வாழ்நாள் முழுவதும் எதிர்த்து வந்ததிலிருந்தே நாம் இதைத் தெரிந்து கொள்ளலாம்.

அம்பேத்கருக்கு ஏற்பட்ட இந்தச் சிந்தனை இந்திய சிந்தனை. கம்யூனிஸம் வர்க்கப் பார்வையை முன்வைத்தது. அம்பேத்கரோ வர்க்கப்பார்வையுடன் மேலும் ஒன்றைக் கண்டார். அது என்ன? பின்பு பார்க்கலாம்.

தாழ்த்தப்பட்ட மக்களுக்கு சுதந்தரம், சமத்துவம், சகோதரத்துவம் கிடைக்கவேண்டும் என்று விரும்பிய அம்பேத்கர் கம்யூனிஸத்தை ஏன் தேர்ந்தெடுக்கவில்லை? அதுவும் ஒடுக்கப்பட்டவர்கள் பெரும்பாலும் அன்று தொழிலாளர்களாக இருந்தபோதும் அவர் கம்யூனிஸத்தைத் தேர்ந்தெடுக்கவில்லை.

இரு காரணங்களை முக்கியமாகப் பார்ப்போம்.

கம்யூனிஸம் மதம் மக்களுக்கு அபின் போன்றது என்ற கருத்தைக் கொண்டிருந்தது. மேலும் கம்யூனிஸம் இந்தியாவில் எல்லாப் பிரச்னைகளுக்குக் காரணம் முதலாளித்துவம்; அதை ஒழித்தால் போதும் என்ற கருத்தைக் கொண்டிருந்தது. வர்க்கப் போராட்டமே எல்லாவற்றையும் தீர்க்கும் சர்வ வல்லமை பெற்றது என்பதே அவர்களின் கருத்தாக இருந்தது.

இந்த இரு காரணங்களில் அம்பேத்கர் எந்த அளவுக்கு நம்பிக்கை வைத்திருந்தார் என்பதைப் பார்த்தால் அம்பேத்கர் ஏன் கம்யூனிஸத்தை ஏற்றுக்கொள்ளவில்லை என்பது புரிந்துகொள்ள முடியும்.

புரட்சியாளர் அம்பேத்கரைப் பொறுத்தவரையில் மனிதர்களுக்கு மதம் அவசியமானது; ஏனென்றால் மனிதர்களைப் பண்படுத்துவது, நல்வழிப்படுத்துவது மதம் மட்டுமே என்ற கருத்தை ஆழமாகப் புரிந்துகொண்டிருந்தவர்.

1938 பிப்ரவரி 12 அன்று அம்பேத்கர் தலைமையில் நடைபெற்ற பம்பாய் மாகாண ஒடுக்கப்பட்ட வகுப்பு இளைஞர் மாநாட்டில் '....மதத்தை அலட்சியமாக நினைக்கும் இளைஞர்கள் எனக்கு மிக மிக வருத்தத்தைத் தருகிறார்கள். யாரோ சொன்னது போல் மதம் ஓர் அபினியல்ல. என்னிடமிருக்கும் நல்ல பண்புகளுக்கும் என் கல்வியால் சமுதாயத்துக்குக் கிடைத்த நல்ல பயன்களுக்கும் என் மத உணர்வுகளே காரணம். மதம் எனக்குத் தேவை. அதே சமயம், மதம் என்னும் பெயரில் கபடவேடம் போடுவதும் எனக்குப் பிடிக்காது' என்று கூறினார். இந்தக் கருத்தைப் பல மேடைகளில் முழங்கினார்.

புதுடெல்லியில் 1950 மே 2ஆம் நாள், இந்தியாவின் சட்ட அமைச்சரான டாக்டர் அம்பேத்கர் 7 கோடி தாழ்த்தப்பட்ட மக்களும் புத்தமதத்தில் சேர்ந்துவிடவேண்டும் என்று அறிவுறுத்தினார். மேலும் அவர் கூறினார்:

சோஷலிஸ்டுகளும் கம்யூனிஸ்டுகளும் சொல்வதுபோல் மதமே தேவையில்லை என்று நான் நம்பவில்லை.... மனிதனுக்கு மதம் கண்டிப்பாகத் தேவை. நீதி, தர்மசாஸ்திரங்களைப்போல மனிதகுலத்தை எந்த அரசாங்கமும் பாதுகாக்கவோ ஒழுங்குபடுத்தவோ இயலாது என்று கூறினார்.

மதம் பற்றி கம்யூனிஸ்டுகள் கொண்டிருந்த இந்த (மதம் மக்களுக்கு அபின்) கருத்தைப் பல்வேறு சந்தர்ப்பங்களில் எள்ளிநகையாடினார்.

கம்யூனிஸ்ட் கட்சி உழைக்கும் மக்களுக்கான இயக்கமா என்றால் இல்லை என்பதுதான் அம்பேத்கரின் புரிதல். கம்யூனிஸ்ட்கள்

தொழிலாளர்களைச் சுரண்டுபவர்கள் என்றும், நான் அவர்களுடைய பரம்பரை எதிரி என்றும் கடுமையான விமர்சித்தவர் அம்பேத்கர்.

1937, செப்டம்பர் தொடக்கத்தில் மசூர்-இல் ஒடுக்கப்பட்ட மக்களின் மாவட்ட மாநாட்டைத் தலைமை தாங்கிய அம்பேத்கர் கம்யூனிஸ்ட்கள் நடத்தும் தொழிலாளர் இயக்கத்தைப்பற்றிப் பேசுகையில் 'நான் அதில் சேரும் சாத்தியக்கூறே இல்லை. நான் அவர்களின் பரம்பரை எதிரி. கம்யூனிஸ்ட்டுகள் என்பவர்கள் தொழிலாளர்களைத் தங்களுடைய அரசியல் நோக்கத்துக்காகச் சுரண்டுபவர்கள்' என்று விமர்சித்தார்.

பம்பாயில் இருந்த பஞ்சு தொழிற்சாலையில் பருத்தியைப் பிரித்தெடுக்கும் தொழிலில் தீண்டப்படாதவர்களை அனுமதிக்கவில்லை. ஏனென்றால், அந்தப் பஞ்சு நூலை வாய் வைத்துத்தான் பிரிப்பார்கள். தீண்டப்படாதவர்கள் வாய் வைத்துப் பிரித்தால் தீட்டுப்பட்டுவிடும் என்ற காரணத்தினால் அந்த வேலையை அவர்களுக்கு தரவில்லை. அம்பேத்கர் இந்த ஒடுக்குதலை எதிர்த்து போராடும்படி கம்யுனிஸ்ட்களிடம் பேசினார். ஆனால் அவர்கள் அதை ஏற்றுக்கொள்ளவில்லை. அதோடு நிற்காமல் அம்பேத்கர் தானாகவே இந்த விஷயத்துக்காகப் போராடியபோது கம்யூனிஸ்ட்கள் அவரை எதிர்த்தார்கள்.

1938 ஜனவரி 10 அன்று பம்பாய் எஸ்பிளனேட் மைதானத்தில் நடைபெற்ற விவசாயிகளின் கூட்டத்தில் 'எல்லாக் கம்யூனிஸ்ட் தலைவர்களும் சேர்ந்து எத்தனை புத்தகங்கள் படித்திருப்பார்களோ அவற்றைவிட நான் அதிகம் படித்து இருக்கிறேன். அவர்கள் எப்போதுமே எந்தப் பிரச்னைக்கும் செயல்பூர்வமான அணுகுமுறையை மேற்கொண்டதில்லை' என்றும் விமர்சித்தார். இந்தக் கூட்டத்தில் இந்திய கம்யூனிஸ்டுகள் பெருந்திரளாகக் கலந்துகொண்டனர் என்று அ.மார்க்ஸ் (நூல் : அம்பேத்கர் வாழ்வில் - இந்த நூலில் பல பொய்யான தகவல்களை அ.மார்க்ஸ் குறிப்பிட்டுள்ளதை வேறொரு சந்தர்ப்பத்தில் பார்க்கலாம்) குறிப்பிடுகிறார். அப்படியே வைத்துக்கொண்டாலும் இந்திய கம்யூனிஸ்டுகள் பெருந்திரளாகக் கலந்துகொண்ட மாநாட்டிலேயே அம்பேத்கர் அவர்களைக் கடுமையான வார்த்தைகளால் விமர்சித்தார் என்பதையும் நாம் நினைவில் வைத்துக்கொள்ளவேண்டும்.

1938 பிப்ரவரி 12,13 ஆகிய தேதிகளில் மன்மத் என்னுமிடத்தில் கிரேட் இந்தியன் பெனின்சுலா (ஜி.ஐ.பி) ரயில்வேவைச் சேர்ந்த ஒடுக்கப்பட்ட தொழிலாளர் மாநாடு கூட்டப்பட்டது. இந்த மாநாட்டில் அம்பேத்கர் கம்யூனிஸ்டுகளைக் கடுமையாக விமர்சித்தார். மாநாட்டின் இரண்டாம் நாளான 13-ம் தேதி அம்பேத்கர் பேசினார். அவர் 'தொழிலாளர்களுக்கும் முதலாளிகளுக்கும் இடையே நடக்கும் போராட்டத்தை விடக் கடுமையான போராட்டம் போட்டிச் சங்கங்கள் மத்தியில்

நடப்பது விசித்திரத்திலும் விசித்திரம். இத்தனையும் எதற்காக? தமது தலைமைப் பதவியைத் தக்கவைத்துக்கொள்வதற்காக!

இதில் கம்யூனிஸ்ட்டுகள் இன்னொரு வகை. அவர்கள் அர்த்தமுள்ள வர்கள்தான். ஆனால் தவறான வழிகாட்டுதலில் இயங்குபவர்கள். அவர்களைவிடத் தொழிலாளி வர்க்கத்துக்குப் பேரழிவைக் கொண்டு வந்தவர்கள் வேறு எவரும் இல்லை.

இன்று தொழிலாளி வர்க்கத்தின் முதுகெலும்பு உடைக்கப்படுகிறது. முதலாளிகளின் கை மேலோங்கியிருக்கிறது. பொதுமக்களுக்கும் தொழிலாளி வர்க்கத்துக்கும் நெருங்கிய நட்பும் இல்லை. இவற்றுக்கெல்லாம் காரணம் இந்தக் கம்யூனிஸ்ட் தலைவர்கள்தான். தாங்கள் ஒரு காலத்தில் வென்றெடுத்த அதிகாரத்தை இவர்கள் தவறாகப் பயன்படுத்தி வருகிறார்கள்.

இவர்கள் வேலையே தொழிலாளர்களிடையே அதிருப்தியை வளர்ப்பதுதான். அதிருப்திதான் புரட்சியைத் தூண்டும், புரட்சியின் மூலம் தொழிலாளி வர்க்கக் கட்சியை நிறுவ முடியும் என்றெல்லாம் இவர்கள் கணக்குப் போடுகிறார்கள். இதற்காகவே இந்த அதிருப்திப் பிரசாரத்தை முடுக்கிவிட்டு பிளவு, சிதறல் இவற்றையே தொடர்ந்து விளைவித்துவருகிறார்கள். இவர்கள் தொழிலாளர்கள் மீது திணிக்கும் தொடர்வேலை நிறுத்தங்களுக்கு என்ன அர்த்தம்? இது சிதறுதலைத் திட்டமிட்டுச் செயல்படுத்தும் ஒரு முயற்சிதானே?

வெற்றிகரமான புரட்சிக்கு அதிருப்தி மட்டுமே போதாது. அரசியல் சமூக உரிமைக்கான நியாயம், அவசியம், முக்கியத்துவம் ஆகியவை பற்றிய உண்மையான நம்பிக்கை இருந்தால் மட்டுமே வெற்றிகரமான புரட்சி சாத்தியமாகும். ஒரு புரட்சிகர மார்க்ஸிஸ்ட் வேலைநிறுத்தம் நடத்துவதே வேலை என்று அலையமாட்டான். புரட்சிகர சிண்டிகலி ஸ்ட்டுகளின் காலங்களில் அப்படித்தான் நடந்தது. வேலை நிறுத்தத்தை மார்க்ஸிஸ்டுகள் ஒரு புரட்சி நடவடிக்கையாக எப்போதுமே தீர்மானித்துக்கொண்டதில்லை. எல்லா வழிகளுமே அடைக்கப்பட்ட பிறகுதான் இறுதி புகலிடமாக வேலைநிறுத்தம் கையாளப்பட வேண்டும் என்பதே மார்க்ஸியம்.

இந்த உண்மைகளை கம்யூனிஸ்ட்கள் காற்றில் பறக்கவிட்டு விட்டார்கள். தொழிலாளர்களிடையே அதிருப்தியை உருவாக்கத் தங்களுக்குக் கிடைத்த தெய்விக சாதனமாக வேலை நிறுத்தங்களை ஒவ்வொருகட்டத்திலும் திணித்தார்கள். இதனால் அதிருப்தி வளர்ந்ததோ இல்லையோ அவர்களுக்கு ஆற்றலும் அதிகாரமும் தந்த தொழிற்சங்க இயக்கமே உருத்தெரியாமல் சிதைந்துவருகிறது. இன்றைய தினம் அவர்கள் தெருவுக்கே வந்துவிட்டார்கள்.

முதலாளித்துவ அமைப்புகளில் புகலிடம் தேடிக்கொண்டிருக்கிறார்கள். பொருளற்ற செயல்கள் அப்படித்தானே முடியவேண்டும்?

இன்றைய கம்யூனிஸ்ட் எப்படி இருக்கிறான்? சுற்றுவட்டத்தில் மாபெரும் தீ விபத்தை உண்டாக்குவதற்கான வெடிகுண்டை எறிந்த ஒருவன் தன் சொந்த வீட்டையும் சேர்த்து எரித்துவிட்ட நிலையில் இருக்கிறான்' என்று கம்யூனிஸ்டுகளைத் தொடர்ந்து விமர்சித்து வந்தார்.

கம்யூனிஸம் வர்க்கப் பார்வையை முக்கியமாகக்கொண்டது. அம்பேத்கரோ வர்க்கப்பார்வையுடன் மேலும் ஒன்றைக் கண்டார். அது பார்ப்பனியம். முதலாளித்துவத்தையும் பார்ப்பனியத்தையும் அம்பேத்கர் ஒரே நேரத்தில் எதிர்த்தார். கம்யூனிஸ்டுகள் முதலாளித்துவத்தை எதிர்த்தன ரேதவிர பார்ப்பனியத்தை அந்த அளவுக்கு எதிர்க்கவில்லை. முதலாளித்துவத்தை ஒழித்தால் இதுவும் தானாகவே ஒழிந்துவிடும் என்பதுதான் அவர்களின் எண்ணமாக இருந்தது. ஆனால் அம்பேத்கர் இதை ஏற்றுக்கொள்ளவில்லை.

இதே மாநாட்டில் இதைத் தெளிவாக மக்களுக்கு எடுத்துரைத்தார்.

அம்பேத்கர் கூறுகிறார் : 'நம் நாட்டில் உழைக்கும் வர்க்கத்துக்கு எதிராக இரண்டு சக்திகள் இருக்கின்றன. ஒன்று பார்ப்பனியம்; மற்றது முதலாளித்துவம். பார்ப்பனியம் என்று நான் குறிப்பிடுவது, பார்ப்பன வகுப்பினரிடம் மட்டும் குவிந்துள்ள அதிகாரம், சிறப்புரிமைகள், தன்னலம் முதலானவற்றை அல்ல. பார்ப்பனர் களை மட்டும் குறிப்பிடும் சொல்லாகப் பார்ப்பனியத்தை நான் பயன்படுத்தவில்லை. சுதந்தரம், சமத்துவம், சகோதரத்துவம் ஆகியவற்றுக்கு எதிரான தன்மையையே பார்ப்பனியம் என நான் கருதுகிறேன். இதன்படிப் பார்த்தால் பார்ப்பனியம் எல்லாச் சாதிகளிலும் வகுப்புகளிலும் படிந்திருக்கிறது. பார்ப்பனியத்தின் மூலகர்த்தாக்கள் பார்ப்பனர்களே. ஆயினும் பார்ப்பனர்களிடம் மட்டும் அது இருக்கவில்லை. சமபந்தி விருந்து, கலப்புத் திருமணம் போன்ற சமூக உரிமைகளில் தடை போடுவதுடன் பார்ப்பனியம் நின்றுவிடவில்லை. அது குடியுரிமை களையும் வெகுமக்களுக்கு வழங்கிட மறுத்தது. வாழ்வில் எல்லா வற்றிலும் ஊடுருவி நிற்பது பார்ப்பனியம். அதனால்தான் பொருளாதார வாய்ப்புகளையும் அது பாதித்தது.'

முக்கியமான இந்த இரு காரணங்களினாலும் இந்திய கம்யூனிஸ்ட் களின் செயல்களாலுமே அம்பேத்கர் கம்யூனிஸம் பக்கம் தாழ்த்தப் பட்ட சமூகத்தை நோக்கி அழைத்துச் செல்லவில்லை.

1938, செப்டம்பர் மாதத்தில் பம்பாய் சட்டசபையில் தொழில் தகராறு மசோதா விவாதத்துக்கு எடுத்துக் கொள்ளப்பட்டது. இம்மசோதா சில குறிப்பிட்ட சூழ்நிலைகளில் வேலை நிறுத்தம் செய்வதைச் சட்ட

விரோதமானதாக்குகிறது. அம்பேத்கர் இதைக் கடுமையாக எதிர்த்தார். கம்யூனிஸ்டுகளும் எதிர்த்தார்கள். ஆனால் காங்கிரஸ் அமைச்சரவை அம்மசோதாவை நிறைவேற்றுவது என்று உறுதி பூண்டது.

நவம்பர் 7ம் நாள் ஒருநாள் வேலைநிறுத்தம் செய்வதெனச் சுதந்தரத் தொழிற்கட்சியும், பி.பி.டி.யூ.சி-(பம்பாய் மாகாணத் தொழிலாளர் யூனியன் காங்கிரசு)யும் அறிவித்தன. இந்தப் போராட்டத்தில் அம்பேத்கர் கம்யூனிஸ்டுகள் மற்றும் இதர தொழிலாளர் அமைப்பு களுடன் சேர்ந்து போராடினார். வேலை நிறுத்தத்தில் கலந்துகொள்ளு மாறு அறுபது தொழிற்சங்கங்கள் தொழிலாளர்களுக்கு அழைப்பு விடுத்தன. வேலைநிறுத்தப் போராட்டப் பிரசாரத்தில் ஈடுபட்டிருந்த 2500 தொண்டர்களில் தொண்ணூறு விழுக்காட்டினர் அம்பேத்கரின் சுதந்தரத் தொழிற் கட்சியைத் சேர்ந்தவர்களாவே இருந்தனர். அம்பேத் கருடைய கட்சிதான் வேலைநிறுத்தத்தில் முக்கியமான பெரும் பங்களிப்பைச் செய்தது. தொழிலாளர் நலன் குறித்த இப்பிரச்னையில் அம்பேத்கரும் கம்யூனிஸ்டுகளும் ஒரு ஐக்கிய முன்னணியாக இணைந்து செயல்பட்டனர் என்றபோதிலும் அவருடைய கட்சியையும் அமைப்பையும் கம்யூனிஸ்டுகளிடமிருந்து தனித்துச் செயல்படும் விதத்தில் மிகத் திறமையாகக் கட்டிக் காத்தார்.

அம்பேத்கர் கம்யூனிஸ்டுகளுடன் இணைந்து போராடினார் என்பதை வைத்து அவர் கம்யூனிஸத்தை அரவணைத்தார் என்பது பொருளல்ல. ஏனென்றால் அம்பேத்கர் தொடர்ந்து கம்யூனிஸத்தை கடுமையாக எதிர்த்து வந்தார். தன் கட்சியை ஒருநாளும் கம்யூனிஸ்டுகளிடம் கூட்டு வைத்துக்கொள்ள அனுமதிக்கவில்லை. அதை நேரடியாகவும் அறிக்கையிலேயும் தெளிவுபடுத்தினார்.

1951 அக்டோபர் 6-ல் ஷெட்யூல்டு வகுப்பினர் சம்மேளனத்தின் செயற்குழு அம்பேத்கர் இல்லத்தில் நடைபெற்றது. அதில் காங்கிரஸ், இந்து மகாசபை, ஆர்எஸ்எஸ், கம்யூனிஸ்டு கட்சி மற்றும் ஜனசங்கம் ஆகியவற்றுடன் கூட்டுறவு கொள்வதில்லை என்ற தீர்மானம் நிறை வேற்றப்பட்டது. கட்சிக் கோட்பாடுகளை விளக்கியபின் கம்யூனிஸம், சோஷலிசம், காந்தியம் அல்லது வேறு எந்த இசத்துக்கும் எந்தக் குறிப்பிட்ட சித்தாந்தத்துக்கும் கட்சியின் கோட்பாடு கட்டுப்பட்டதல்ல என்பதையும் ....தனிப்பட்டவர்களின் சுதந்தரம் மற்றும் நாடாளுமன்ற ஜனநாயகத்தை அழித்து அதற்குப் பதிலாக யதேச்சாதிகாரத்தை கொண்டுவருவதை இலட்சியமாகக் கொண்டுள்ள கம்யூனிஸ்டு கட்சிகள் போன்ற கட்சிகளுடன் ஷெட்யூல்டு வகுப்பினர் சம்மேளனம் எந்த உறவையும் வைத்துக்கொள்ளாது என்பதையும் மறுபடியும் தெளிவுபடுத்தியது. இந்தச் செயற்குழு தமது வெளிநாட்டுக் கொள்கை என்ன என்பது பற்றியும் சொல்லியது.

அந்த வெளிநாட்டுக் கொள்கையைப் பார்த்தோமானால் அம்பேத்கர் கம்யூனிஸ சீனாவையும் நம்பவில்லை என்பதை நாம் புரிந்து கொள்ளலாம்.

'நமது வெளிநாட்டுக் கொள்கைகளில் சீனா பற்றிய நம் கண்ணோட்டம் பல நாடுகளை நமது விரோதிகளாக்கிவிட்டன. ஐ.நா.வில் சீனா நிரந்தர உறுப்பினராவதற்கு இந்தியா போராட வேண்டி வந்துள்ளது. இது ஓர் அசாதாரணமான விஷயம். இந்தப் போராட்டத்தை நடத்த சீனாவுக்கு வலிமை இருக்கும்போது ஏன் இதற்காக இந்தியா போராடவேண்டும். கம்யூனிஸ்டு சீனாவுக்கு ஆதரவாக இந்தியா செயல்படுவதே இந்தியாவுக்கும், அமெரிக்காவுக்கும் இடையே நிலவும் பகைமை உணர்ச்சிக்குக் காரணம். இதன் விளைவாக அமெரிக்காவிடமிருந்து நிதி மற்றும் தொழில்நுட்ப உதவிகளை நாம் பெற முடிவதில்லை.

.....தன் பிரச்னைகளில் கவனம் செலுத்துவதே இந்தியாவின் தலையாய கடமை. ஐ.நா.வில் சீனா நிரந்தர உறுப்பினராகச் சேர்க்கப்பட வேண்டும் என்பதற்குப் போராடுவதற்குப் பதிலாகத் தான் ஐ.நா.வின் நிரந்தர உறுப்பினராவதற்கு இந்தியா பாடுபட வேண்டும். இதைச் செய்வதற்குப் பதிலாக சியாங்கேஷேக்குக்கு எதிரான மாவோவின் போராட்டத்தில் இந்தியா தன் சக்தியை விரயம் செய்கிறது. உலக ரட்சகனாக நடந்து கொள்ளும் இந்த பைத்தியக்காரக் கொள்கை இந்தியாவுக்கு அழிவையே கொண்டுவரும். தற்கொலைக்கு சமமான இந்த வெளிநாட்டுக் கொள்கை எவ்வளவு சீக்கிரம் மாற்றப்படுகிறதோ அவ்வளவு சீக்கிரம் இந்தியாவுக்கு நன்மை உண்டாகும்.

ஆசிய நாடுகளின் பிரச்னைகளுக்கு குரல் எழுப்புவதற்கு முன்பு இந்தியா தன்னைப் பலப்படுத்திக்கொள்ள எல்லா உதவிகளையும் பெறக் கடுமையாகப் பாடுபட வேண்டும். அப்போதுதான் அதன் குரலுக்கு மதிப்பு இருக்கும். இத்தகைய வெளிநாட்டுக் கொள்கையையே ஷெட்யூல்டு வகுப்பினர் சம்மேளனம் கடைபிடிக்கும்.'

அதாவது இந்திய கம்யூனிஸம் மட்டுமல்ல கம்யூனிஸ சீனா, கம்யூனிஸ ரஷ்யா போன்ற கம்யூனிஸம் கோலோச்சுகிற நாடுகளையும் அவர் நம்பவில்லை.

இந்தியாவின் இரண்டாவது தலைநகரம் அமைவது பற்றி எழுதுகையில் அம்பேத்கர் குறிப்பிடுகிறார் : 'இந்தியாவும் சீனாவும் இப்போது இப்போது நட்புநாடுகளாக இருந்தாலும் இந்த நட்புறவு எவ்வளவு காலம் நீடிக்கும் என்பதை யாராலும் திட்டவட்டமாகக் கூற முடியாது. இந்தியாவுக்கும் சீனாவுக்கும் இடையே மோதல் ஏற்படும் வாய்ப்பு எப்போதும் இருக்கவே செய்கிறது' என்று - மொழிவாரி மாநிலங்கள் பற்றிய சிந்தனைகள், (1955) நூலில் கூறுகிறார்.

1956 ஆகஸ்டு 26-ம் நாள் அம்பேத்கர் மாநிலங்கள் அவையின் கூட்டத் தொடரில் கலந்துகொண்டு இந்தியாவின் அயல்நாட்டுக் கொள்கை பற்றிச் சிந்திக்க வைக்கும்படியான சிறந்ததோர் உரையாற்றினார். அம்பேத்கர் பேசுகிறார் :

'நேருவின் வெளியுறவுக்கொள்கை மூன்று கோட்பாடுகளை அடித்தள மாகக் கொண்டிருக்கிறது. முதலாவது அமைதி, இரண்டாவது கம்யூனிஸத்துக்கும் சுதந்தர சனநாயகத்துக்கும் இடையிலான இணக்கம், மூன்றாவது SEATO: தெற்காசிய நாடுகளின் கூட்டமைப்புக் கான எதிர்ப்பு என்று அம்பேத்கர் கூறினார். ரஷ்யா பத்து ஐரோப்பிய நாடுகளைத் தன் நாட்டுடன் இணைத்துக்கொண்டது. மேலும் சீனா, மஞ்சூரியா, கொரியா ஆகிய நாடுகளின் சில நிலப்பரப்புகளையும் கைப்பற்றிக் கொண்டிருக்கிறது என்று அம்பேத்கர் கூறியபோது, கம்யூனிஸ்ட் உறுப்பினர் ஒருவர் அதை மறுத்துக் குரலெழுப்பினார். நாடுகளைப் பிரிப்பதன் பெயராலோ அல்லது நாடுகளைப் பிரித்துத் தனிமைப்படுத்துவதாலோ அமைதி கெடுகிறது என்று அம்பேத்கர் குறிப்பிட்டார்.

ரஷ்யாவைப் பற்றி அம்பேத்கர் பேசியபோது, 'ரஷ்யா பல நாடுகளை இல்லாமல் ஆக்குவதில் தொடர்ந்து ஈடுபட்டு வருகிறது. விடுதலை அளிப்பது என்ற கோட்பாட்டின் அடிப்படையில் மற்ற நாடுகளைத் தன் நாட்டுடன் சேர்த்துக் கொள்கிறது. மற்ற நாடுகளுக்கு ரஷ்யா வழங்கும் விடுதலை என்பது, விடுதலையின் பேராலான அடிமைத்தனம் என்பதாகவே இருக்கிறது. விடுதலைக்குப் பிறகு அங்கே சுதந்தரம் முகிழ்ப்பதில்லை. இத்தகைய அமைதியினால் எந்தவொரு பயனும் விளைவதில்லை. மாறாக ரஷ்ய பூதம் வாயைத் திறந்து இரை கேட்கும் போதெல்லாம் அதற்குப் பிற நாடுகள் பலியாக்கப்படுகின்றன' என்று கூறினார்.

ரஷ்யா இந்தியா மீதும் இதேபோல் கை வைக்குமா? என்ற கேள்வியை மறந்துவிடாமல் - புறக்கணித்துவிடாமல் இந்தியர்கள் நினைவில் கொண்டிருக்கவேண்டும் என்று அம்பேத்கர் எச்சரித்தார். 'கம்யூனிஸமும் சுதந்தர ஜனநாயகமும் ஒன்றிணைந்து செயல்படும் என்று கூறப்படுவது அறிவுக்குப் பொருந்தாக்கூற்று என்பதே என் கருத்தாகும். ஏனெனில் கம்யூனிஸம் ஒரு காட்டுத்தீயைப் போன்ற தாகும். தன்னை எதிர்ப்படும் எல்லாவற்றையும் எரித்து அழித்துவிடும்' என்று அம்பேத்கர் கூறினார். காட்டுத்தீ போன்று விளங்கும் ரஷ்யாவுக்கு அருகிலுள்ள நாடுகளுக்கு ஆபத்து ஏற்படும் வாய்ப்புள்ளது. ஒரு நாட்டின் வெளியுறவுக் கொள்கையை வகுக்கும்போது அந்நாட்டின் நிலவியல் அமைப்பையும் கணக்கில் எடுத்துக்கொள்ள மறந்துவிடக் கூடாது என்று அம்பேத்கர் சுட்டிக்காட்டினார்.

ரஷ்யாவும் சீனாவும் இவ்வுலகில் சுதந்தரமாகவுள்ள மற்ற நாடுகளை ஆக்கிரமிப்புச் செய்து கைப்பற்றிக் கொள்வதைத் தடுப்பதற்காக 'சீட்டோ' என்ற அமைப்பை உருவாக்கிட அமெரிக்காவும், பிரிட்டனும் திட்டமிட்டன என்று அம்பேத்கர் கூறினார். சீட்டோ அமைப்பு எந்தவொரு நாட்டின்மீதும் ஆக்கிரமிப்பு செய்யும் நோக்கத்துக்காக அமைக்கப்பட்டதன்று. மாறாக சுதந்தர நாடுகளின்மீது ஆக்கிரமிப்புச் செய்யப்படுவதைத் தடுப்பதே அதன் குறிக்கோளாகும் என்று அம்பேத்கர் விளக்கினார்.

சீட்டோ அமைப்பின்பால் காட்டப்படுகின்ற வெறுப்பு, நேருவுக்கு அமெரிக்காவிடம் ஏதோ ஒருவகையில் ஏற்பட்ட மனவேறுபாடு காரணமாகவும், இந்தியா சீட்டோ அமைப்பில் சேர்ந்துவிட்டால் ரஷ்யா என்ன நினைக்குமோ என்ற அச்சத்தினாலும் தோன்றியதாகும் என்று அம்பேத்கர் மேலும் கூறினார். இந்தியாவை ஒருபுறத்தில் பாகிஸ்தானும், மற்ற இஸ்லாமிய நாடுகளும் சூழ்ந்திருப்பதையும், இன்னொரு பக்கத்தில் சீனா லாஸா பகுதியைக் கைப்பற்றிக்கொள்ள அனுமதித்திருப்பதையும் அம்பேத்கர் அவையின் கவனத்துக்குக் கொண்டுவந்தார்.

'சீனா அதனுடைய எல்லையை இந்தியாவின் எல்லைவரையில் கொண்டுவந்துவிட பிரதமர் அனுமதித்துவிட்டார். இந்த உண்மை களையெல்லாம் ஒருசேர நினைக்கும்போது, உடனடியாக என்று கூற முடியாவிடினும் எதிர்காலத்தில் இந்தியா ஆக்கிரமிப்புக்குள்ளாகும் அபாயம் இருக்கிறது. இந்த ஆக்கிரமிப்பை யார் செய்வார்களெனில் ஆக்கிரமிப்புச் செய்வதையே வழக்கமாக்கிக் கொண்டவர்கள் செய்வார்கள்' என்று அம்பேத்கர் உறுதிபடக் கூறினார்.

பிரதமர் நேரு மாசேதுங் ஒப்புக்கொண்ட பஞ்சசீலக் கொள்கை யையோ, ஒரு நாடு மற்ற நாட்டின்மீது ஆக்கிரமிப்புச் செய்யக்கூடாது என்று திபெத்தில் செய்துகொண்ட ஒப்பந்தத்தையோ நம்பக்கூடாது என்று அம்பேத்கர் அவருடைய உரையில் குறிப்பிட்டார். பௌத்தச் சமயத்தின் முக்கிய அம்சமாக விளங்கும் பஞ்சசீலக் கொள்கையின்பால் உண்மையில் மாசேதுங்குக்கு நம்பிக்கையிருக்குமானால் அவருடைய நாட்டில் பௌத்தர்களை இப்போது நடத்துவதுபோல் கொடுமையாக நடத்தியிருக்கமாட்டார்.

கம்யூனிஸ நாட்டின் அரசியலில் பஞ்சசீலக் கொள்கை இடம்பெறவே முடியாது. கம்யூனிஸ நாடுகள் இரண்டு கொள்கைகளின் மீதே எப்போதும் செயல்படுகின்றன என்பது நாம் அனைவரும் அறிந்ததே. கம்யூனிஸ நாடுகளில் ஒழுக்கநெறி என்பது மாறிக்கொண்டே யிருக்கும். ஆகவே ஒழுக்கநெறி என்ற ஒன்றே இருக்காது. இன்று ஒழுக்கநெறியாகக் கருதப்படுவது அடுத்தநாளே ஒழுக்க

நெறிக்குரியதாக இல்லாமல் ஆகிவிடும். ஆசியா ஒரு போர்க்களமாக ஆகிவிட்டது. ஆசியாவில் பாதிக்கு மேற்பட்டவை கம்யூனிஸ நாடுகளாக இருக்கின்றன. கம்யூனிஸ நாடுகள் மாறுபட்ட வாழ்வியல் கோட்பாடு களையும் வேறுபட்ட அரசமைப்பு முறையையும் பின்பற்றுகின்றன. ஆகவே நமக்குச் சுதந்தரத்தில் நம்பிக்கையிருக்குமாயின் சுதந்தர நாடுகள் என்று கருதப்படும் நாடுகளுடன் நாம் கூட்டு வைத்துக்கொள்வது நல்லது' என்று அம்பேத்கர் கூறினார்.

அம்பேத்கரின் தீர்க்கதரிசனம் இந்தியா மீது 1962ல் சீனா படையெடுத்த போது நமக்கு வெளிப்பட்டது.

மறுபடியும் 1951, நவம்பர் 7 அன்று பி.டி.ஐ-க்கு அளித்த பேட்டியில் அம்பேத்கர் 'நான் கம்யூனிஸத்தில் நம்பிக்கைக் கொண்டிருக்கவில்லை என்ற ஒளிவுமறைவற்ற காரணத்தினால் என் கட்சி எக்காரணத்தைக் கொண்டும் கம்யூனிஸ்டு கட்சியுடன் கூட்டணி அமைக்காது' என்று கூறினார்.

1952 பொதுத்தேர்தலில் காங்கிரஸ் வெற்றி பெற்றாலும் கூடப் பரவாயில்லை... அம்பேத்கர் வெற்றி பெற்றுவிடக்கூடாது என்று கம்யூனிஸ்ட் கட்சித் தலைவர் டாங்கே தேர்தல் பிரசாரம் செய்தார். காங்கிரஸும் கம்யூனிஸ்ட்களும் கூட்டாக சதி செய்ததால்தான் அம்பேத்கர் அந்தத் தேர்தலில் தோற்க நேர்ந்தது. இத்தனைக்கும் காங்கிரஸும் கம்யூனிஸ்டும் ஒன்றை ஒன்று எதிர்த்துப் போட்டியிட்ட கட்சிகள்தான். ஆனால், அம்பேத்கரை வீழ்த்தும் நோக்கில் கம்யூனிஸ்ட் கட்சி காங்கிரஸுடன் கைகோர்த்தது. இந்த 1952 தேர்தலில் அம்பேத்கருக்கு ஆதரவாகச் செயல்பட்ட ஒரே இயக்கம் ஆர்.எஸ்.எஸ். மட்டுமே.

அம்பேத்கர் கம்யூனிஸத்துக்கு மிகப் பெரிய எதிரியாக இருந்தார். கம்யூனிஸத்தின்பால் அவருடைய கவனம் எப்போதும் சென்றதில்லை. கடுமையான வார்த்தைகளால் கம்யூனிஸ தத்துவத்தை விமர்சித்தார். கம்யூனிஸ்ட்டுகளும் அவரை நிராகரித்தனர். பொதுவுடமைவாதியான ராகுல் சாங்கிருத்யாயன் போன்றவர்கள் கூட ஏகாதிபத்திய கைக்கூலி என்றுதான் அம்பேத்கரை அவமரியாதை செய்தனர்.

இந்தியாவின் சிறந்த தேசபக்தரும், சீர்திருத்தவாதியுமான ரானடேயின் பிறந்தநாளையொட்டி 1943 ஜனவரி 19-ம் தேதி பூனாவில் ஏற்பாடு செய்யப்பட்ட கூட்டத்தில் அம்பேத்கர் பேசும்போது 'ஆண்டவனின் புனிதத்திட்டத்தின்படிதான் வரலாறு நடந்து கொண்டிருக்கிறது. தீர்ப்பு நாளின்போது, இப்புனிதத் திட்டம் முடிவுக்கு வரும்வரையில் மனிதச் சமுதாயம் போர்களிலும், துன்பங்களிலும் உழன்று கொண்டு

தானிருக்கும் என்பது ஆகஸ்டைன் கூறும் தத்துவம். இது இன்று மதவாதிகளின் நம்பிக்கையாக மட்டுமே இருக்கிறது.

பக்ளியின் தத்துவம், வரலாற்றை நிலவியலும், இயற்பியலும் உருவாக்குகின்றன என்று சொல்கிறது. கார்ல் மார்க்ஸின் கம்யூனிஸத் தத்துவமோ பொருளாதாரச் சக்திகளே வரலாற்றைத் தீர்மானிக்கின்றன என்று கூறுகிறது. இவ்விரண்டு தத்துவங்களும் முழுமையான உண்மை களைக் கொண்டிருக்கவில்லை. மனிதனுக்கு வெளியே உள்ள சக்திகளே எல்லாவற்றையும் தீர்மானிக்கின்றன என்றும், வரலாற்றின் நிகழ்வுகளை முடிவு செய்வதில் மனிதன் ஒரு சக்தியாக இல்லை யென்றும் இவர்கள் கூறுவது முற்றிலும் தவறாகும்' என்று கூறினார்.

1951ஆம் ஆண்டு அக்டோபர் 21-ம்நாள் ஜலந்தர் நகரிலுள்ள டி.ஏ.வி.கல்லூரியில் நடைபெற்ற 'மாணவர் நாடாளுமன்ற'த்தில் அம்பேத்கர் பேசியதாவது 'இந்த நாட்டில் நாடாளுமன்ற ஜனநாயகம் தோற்றுப்போனால் நான் குறிப்பிட்ட காரணங்களால் அது தோற்றுத்தான் போகும். அதன் விளைவாகக் கலகம், அராஜகம், கம்யூனிஸம் தோன்றும். வாரிசு வழி அதிகாரத்தை மக்கள் சகித்துக் கொள்ளமாட்டார்கள் என்று ஆட்சியிலுள்ளவர்கள் புரிந்து கொள்ள வில்லை என்றால் இந்நாடு அழிந்தே போகும். கம்யூனிஸம் இங்கு வரலாம். ரஷ்யா நமது நாட்டில் மேலாண்மை பெற்றுத் தனி மனித சுதந்தரத்தை நசுக்கி, நமது சுதந்தரத்தையும் ஒழித்துவிடும். அல்லது ஆட்சியதிகாரத்திலிருக்கும் கட்சி தோல்வியடைந்தால் அதிருப்தியுற்ற ஒரு பிரிவு மக்கள் கலகத்தில் ஈடுபடலாம், அராஜகம் அப்போது தலைதூக்கும்' என்றார்.

மகாராஷ்டிராவில் கம்யூனிஸ்டுகளின் பலவீனங்கள் பற்றி 1953 பிப்ரவரி 21, 28, மற்றும் அக்டோபர் 9ஆம் தேதிகளில் அமெரிக்கப் பத்திரிகை யாளர் திரு.சீலிங் எஸ்,ஹாரிசன், டாக்டர் அம்பேத்கரிடம் பேட்டி எடுத்தார். அந்தப் பேட்டியில் 'திரு.டாங்கே மற்றும் இதர பிராமண இளைஞர்களின் கைகளில் ஆரம்பத்தில் கம்யூனிஸ்டுக் கட்சி இருந்தது. மராத்தா சமூகத்தையும் ஷெட்யூல்டு வகுப்பினர்களையும் தங்கள் பக்கம் கொண்டுவர அவர்கள் முயன்றனர். ஆனால் மகாராஷ்டிராவில் எந்த முன்னேற்றமும் இல்லை. ஏன்? பெரும்பாலும் அவர்கள் பிராமண இளைஞர்களின் கூட்டமே. இந்தியாவில் கம்யூனிஸ்டு இயக்கத்தை வளர்க்க அவர்களை நம்பியது ரஷ்யர்கள் செய்த பெரும் தவறு. இந்தியாவில் கம்யூனிஸம் வளர்வதை ரஷ்யர்கள் விரும்பவில்லையா - அவர்கள் வெறும் ஜால்ராக்களை விரும்பியிருக்கலாம் அல்லது அவர்கள் புரிந்துகொள்ளாமல் இருந்திருக்கலாம்' என்று கூறினார்.

கம்யூனிஸத்தைப் பற்றிய புரிதல் அம்பேத்கருக்கு எந்த அளவுக்கு

இருந்தது என்பது பற்றித் தெரிந்துகொள்ள வேண்டுமானால் அவர் 1956, மே 12ல் புதுடெல்லியில் வெளியிட்ட 'புத்தமதத்தை நான் ஏன் விரும்புகிறேன்' என்ற அறிக்கையில் நாம் காணலாம். அதில் குறிப்பிடுகிறார் :

'.... வேறு எந்தமதமும் செய்யாதவிதத்தில் புத்தமதம் மூன்று கோட்பாடுகளை இணைத்துப் பிணைத்துத் தருகிறது. எல்லா மதங்களும் கடவுளையும், ஆன்மாவையும், மரணத்துக்குப் பிந்திய வாழ்க்கையையும் பற்றியே அதிகமும் பேசுகின்றன. புத்தமதம் அல்லது பௌத்தம் பிரக்ஞையை (மூடநம்பிக்கையையும் இயற்கைக்கு அப்பாற்பட்டதில் நம்பிக்கையை வைப்பதையும் எதிர்ப்பதை) போதிக்கிறது. அது கருணையைப் போதிக்கிறது. அது சமதாவை (சமத்துவத்தை) போதிக்கிறது.

இந்தப் பூவுலகில் ஒரு நல்ல, மகிழ்ச்சிகரமான வாழ்க்கை நடத்துவதற்கு மனிதன் இதைத்தான் விரும்புகிறான். புத்தமதத்தின் இந்த மூன்று கோட்பாடுகளும் என்னைப் பெரிதும் கவர்கின்றன.' என்று கூறுகிற அம்பேத்கர் கம்யூனிஸத்தின் தாக்கத்தையும் அதில் குறிப்பிட்டு அதை விமர்சிக்கிறார். ' உலகை அழிக்கும், குறிப்பாக அதன் தென்கிழக்கு ஆசியப் பகுதியைப் பாதிக்கும் மூன்றாவது அம்சம் ஒன்று உள்ளது. கார்ல் மார்க்ஸும் அவர் ஈன்றெடுத்த கம்யூனிஸமும்தான் அந்த மூன்றாவது அம்சம். இதன் தாக்கம் கடுமையாக உள்ளது. மார்க்ஸியமும் கம்யூனிஸமும் சமயச் சார்பற்ற விவகாரங்கள் சம்பந்தப்பட்டவை.

இவை அனைத்து நாடுகளின் சமயச் சார்பு அமைப்பின் அடித்தளத்தையே ஆட்டம் காணச் செய்துள்ளன. சமயச் சார்பு அமைப்புக்கு இது முற்றிலும் இயல்பானதே. இன்றைய நிலைமை சமயச் சார்பற்ற அமைப்புடன் சம்பந்தப்படாது இருந்தாலும், அதன் அடித்தளத்தின் மீதுதான் சமயச் சார்பற்றவை அனைத்துமே அமைந்துள்ளன. சமயத்தின் அங்கீகாரத்தைப் பெற்றிருந்தாலொழிய சமயச் சார்பின்மை அமைப்பு நீண்டகாலம் நீடிக்க முடியாது. சமயத்தின் அங்கீகாரம் கிடைப்பதே அரிதே.

தென்கிழக்கு ஆசியாவிலுள்ள பௌத்தமத நாடுகளின் மனப்போக்கு கம்யூனிஸத்தின் பக்கம் சாய்ந்திருப்பது எனக்கு மிகவும் வியப்பாக உள்ளது. பௌத்தமதம் என்பது என்ன என்பதை அவர்கள் புரிந்து கொள்ளவில்லை என்பதே இதன் பொருள். என்னைப் பொறுத்த வரையில் பௌத்தமதம் மார்க்ஸுக்கும் அவரது கம்யூனிஸத்துக்கும் ஒரு மாபெரும் சவால் என்று கூறுவேன்.

ரஷ்ய பாணி கம்யூனிஸம் ரத்தக் களறியான ஒரு புரட்சியின் மூலம் அதனைச் சாதிக்க முயல்கிறது. பௌத்தமோ, ரத்தம் சிந்தாத மனப் புரட்சியின் வாயிலாக அதனைக்கொண்டு வருகிறது. கம்யூனிஸத்தைத் தழுவ ஆர்வத்தோடு இருப்பவர்கள், சங்கம் ஒரு கம்யூனிஸ அமைப்பு தான் என்பதை மனதில் கொள்ள வேண்டும். அதில் தனிச் சொத்துடைமை ஏதும் இல்லை. வன்முறை மூலம் இது சாத்தியப்பட வில்லை. மன மாற்றத்தின் மூலமாகவே இது சாதிக்கப்பட்டது. எனினும் 2500 ஆண்டுகளாக அது நிலைத்து நின்று வருகிறது. ஒருக்கால் அது சிதைந்திருக்கலாம். ஆனால் அது இன்னமும் நிலைத்து நின்றுவருகிறது. இது எவ்வாறு சாத்தியமாயிற்று?

இந்தக் கேள்விக்கு ரஷ்யக் கம்யூனிஸம் பதிலளிக்க வேண்டும். வேறு இரண்டு கேள்விகளுக்கும் அவர்கள் பதில் கூறியாக வேண்டும். முதலாவதாக எல்லாக் காலத்துக்கும் கம்யூனிஸ அமைப்பு முறை ஏன் தேவை? ரஷ்யர்கள் என்றும் செய்யமுடியாத பணியைச் செய்து முடித்திருக்கிறார்கள் என்பதில் ஐயமில்லை. பணி முடிந்த பிறகு புத்தர் போதித்தது போல் அன்பைத் தொடர்ந்து, மக்களுக்கு ஏன் சுதந்தரம் அளிக்கவில்லை? எனவே, தென்கிழக்கு ஆசிய நாடுகள் அவசரப்பட்டு ரஷ்யவலையில் குதித்துவிடாதபடி ஜாக்கிரதையாக இருக்கவேண்டும். அவ்வாறு குதித்தார்களானால் அவர்களால் ஒருபோதும் அதிலிருந்து தப்பி வெளியேற இயலாது. இப்போது அவர்கள் செய்ய வேண்டியது எல்லாம் புத்தரையும், அவரது வாழ்க்கையையும் அவரது போதனை களையும் பற்றித் தெரிந்துகொள்ளவேண்டும்....'

இந்த அறிக்கை இந்தியாவுக்கு மட்டுமல்ல ஆசிய நாடுகளுக்கும் ஓர் எச்சரிக்கை. அம்பேத்கர் எந்த அளவுக்கு கம்யூனிஸத்துக்கு எதிரியாக இருந்தார் என்பது இதிலிருந்து புலப்படும்.

காட்மாண்டில் உலக பௌத்த கவுன்சில் மாநாட்டுக்கு சற்று முன்னர் 1956 நவம்பர் 26ஆம் தேதி டாக்டர் அம்பேத்கர் நேபாள மன்னரின் அரண்மனையில் சொற்பொழிவு ஒன்றை நிகழ்த்தினார். மனுதர்மத்தை அடிப்படையாகக் கொண்ட இந்துமதம் அதிகாரப்பூர்வமாக கோலோச்சும் நேபாளத்தில் புத்தமதத்தைப் பற்றிப் பிரசாரம் செய்வது என்பது ஒரு புரட்சிகர நிகழ்ச்சியாகும்.

..... பௌத்தரும் கம்யூனிஸமும் என்னும் பொருள் பற்றி நான் பேசவேண்டும் என்று மாநாட்டுக்கு வந்திருப்போரில் பெரும்பாலோர் விரும்புகிறார்கள் என்பதைத் தெரிந்து கொண்டேன்.

......உண்மையைக் கூறுவதானால் இது பாதி உலகைத் தன் பிடியில்

240

வைத்துக்கொண்டுள்ள விஷயம். பௌத்த நாடுகளில் ஏராளமான மாணவர்கள் இதன் பிடியில் சிக்கி உள்ளனர். இந்த விஷயத்தின் பிந்திய அம்சத்தை நான் மிகுந்த கவலையோடு நோக்குகிறேன்.

கம்யூனிஸம் வழங்கும் வாழ்க்கை முறையைவிடச் சிறந்த வாழ்க்கை முறையை பௌத்தம் வழங்குகிறது என்பதை பௌத்த நாடுகளில் உள்ள இளம் தலைமுறையினரால் உணர முடியவில்லை என்றால் பௌத்தத்தின் கதி அதோகதிதான். அது ஒரு தலைமுறை அல்லது இரண்டு தலைமுறைக்கு மேல் நீடிக்காது.

எனவே, பௌத்தத்தில் நம்பிக்கை உள்ளவர்கள் இளம் தலைமுறை யினரைச் சமாளிப்பதும் பௌத்தம் கம்யூனிஸத்துக்கு ஒரு மாற்றாக இருக்க முடியும் என்பதை அவர்களுக்கு எடுத்துரைப்பதும் அவசியம். அப்போதுதான் அது நிலைத்து நிற்க முடியும் என்று பௌத்தம் நம்பிக்கை கொள்ள முடியும்.

இன்று ஐரோப்பாவின் பெரும்பாலான மக்களும் ஆசியாவின் பெரும் பாலான இளம் மக்களும் மார்க்ஸ் ஒருவர்தான் நாம் வழிபடக்கூடிய ஒரே தீர்க்கதரிசி என்ற முடிவுக்கு வந்துள்ளனர். அவர்கள் பௌத்த சங்கத்தின் பெரும்பகுதி ஆபத்தே தவிர வேறல்ல என்று கருதுகின்றனர். இதனை பிக்குகள் கவனத்தில் கொள்ள வேண்டும். கார்ல் மார்க்ஸுடன் ஒப்பிடும் அளவுக்கு அவர்கள் தங்களைச் சீர்திருத்திக்கொள்ள வேண்டும். அப்போது பௌத்தம் அதனுடன் போட்டியிட முடியும்.

இப்பொழுது இந்த முன்னுரையுடன் பௌத்தத்திலும் மார்க்ஸி யத்திலும் அல்லது கம்யூனிஸத்திலும் இடம்பெற்றுள்ள சில முக்கிய அம்சங்களை உங்களுக்கு எடுத்துரைக்கப் போகிறேன். பௌத்தத்துக்கும் மார்க்ஸியத்துக்கும் இடையே எங்கு இலட்சிய ஒற்றுமைகள் உள்ளன, எங்கு வேறுபாடுகள் இருக்கின்றன என்பது குறித்து சில முக்கியமான விஷயங்களை உங்களிடம் கூறப்போகிறேன்.

மூன்றாவதாகக் குறிக்கோளை எய்துவதில் பௌத்த வாழ்க்கை முறை நிலையானதா கம்யூனிஸ வாழ்க்கை முறை நிலையானதா? குறிப்பிட்ட தொரு பாதை ஒரு நிலையான பாதையாக இருக்கப்போவதில்லை என்றால் அது உங்களைக் காட்டுக்கு இட்டுச்செல்கிறது. என்றால் அந்தப் பாதையைப் பின்பற்றுவதில் அர்த்தமில்லை. பயன் இல்லை. ஆனால், நீங்கள் பின்பற்ற வேண்டும் என்று கேட்டுக்கொள்ளப்பட்ட பாதை தாமதமானதாக, சுற்றி வளைத்து அழைத்துச் செல்லக்கூடியதாக, சிரமங்கள் நிறைந்ததாக இருந்தாலும் அது உங்களைப் பத்திரமான இடத்துக்கு இட்டுச் செல்லும். நீங்கள் கடைப்பிடிக்கும் லட்சியங்கள் அங்கு உங்களுக்கு உதவிகரமாக இருக்கும். உங்கள் வாழ்க்கையை

நிரந்தரமாக வடிவமைத்துக்கொள்ளத் துணை நிற்கும்.

எனவே, அவரசரப்பட்டு குறுக்கு வழிகளில் செல்லுவதைவிட மெதுவாக செல்லும்பாதையில், சுற்றி வளைத்துச் செல்லுவது எவ்வளவோ நல்லது என்பது என் கருத்து. வாழ்க்கையில் குறுக்கு வழியில் செல்லுவது எப்போதுமே அபாயகரமானது, மிகவும் ஆபத்தானது.

சரி, இனி விஷயத்துக்கு வருவோம். கம்யூனிஸ சித்தாந்தம் என்பது என்ன? அது எதிலிருந்து தொடங்குகிறது. ஏழைகள் செல்வந்தர்களால் சுரண்டப்படுகின்றனர். அவர்களிடம் சொத்து இருப்பதே இதற்குக் காரணம். அவர்கள் மக்களை அடிமைப் படுத்துகின்றனர். அவ்வாறு அவர்கள் அடிமைப்படுத்துவது ஏழைகளைத் துயரத்திலும் துக்கத்திலும் வறுமையிலும் ஆழ்த்துகிறது. இதுதான் கார்ல்மார்க்ஸின் அடிப்படைத் தத்துவம். அவர் சுரண்டல் என்னும் சொல்லை இங்கு பயன்படுத்துகிறார். இதற்கு கார்ல் மார்க்ஸ் கூறும் பரிகாரம், தீர்வு, மருந்து என்ன?

வறுமையைப் போக்குவதற்கும், ஒரு குறிப்பிட்ட வர்க்கம் துயரங்கள் அனுபவிப்பதற்கும் முடிவு கட்டத் தனியார் சொத்துரி மையை ஒழித்துக்கட்டுவது ஒன்றுதான் வழி என்று கார்ல் மார்க்ஸ் கூறுகிறார்.

எவரும் தனிச் சொத்துக்கள் வைத்திருக்கக்கூடாது, ஏனென்றால் தனிச் சொத்துரிமையால்தான் ஒருவன் எதையும் தனதாக்கிக் கொள்கிறான். உரிமையின்றிச் சொத்துக்களைக் கையாளுகிறான். அல்லது மோசடி செய்கிறான். கார்ல் மார்க்ஸின் மொழியில் கூறுவதானால் தொழிலாளர்கள்தான் உபரி மதிப்பை உற்பத்தி செய்கின்றனர். ஆனாலும் அது அவர்களுக்குக் கிடைப்பதில்லை. இது உரிமை யாளனால் அபகரித்துக் கொள்ளப்படுகிறது.

உழைக்கும் மனிதனின் முயற்சியால் உற்பத்தி செய்யப்படும் உபரி மதிப்பை உடைமையாளன் ஏன் அபகரித்துக்கொள்கிறான் என்ற கேள்வியை கார்ல் மார்க்ஸ் கேட்டார். இதற்கு ஒரே உடைமையாளன் அரசாங்கம்தான் என்பதே இதற்கு அவரது பதில். இதனாலேயே பாட்டாளி வர்க்க சர்வாதிகாரம் இருக்க வேண்டும் என்ற சித்தாந்தத்தை அவர் வலியுறுத்தினார். இது கார்ல் மார்க்ஸ் முன்வைத்த மூன்றாவது முன்மொழிவாகும்.

அரசாங்கம் சுரண்டப்பட்ட வர்க்கங்களாலன்றி சுரண்டும் வர்க்கங் களால் நிர்வகிக்கப்படக்கூடாது. அதாவது பாட்டாளி வர்க்க சர்வாதி காரம் நிலவ வேண்டும். இவைதான் கார்ல்மார்க்ஸின் அடிப்படையான கருத்துக்கள். ரஷ்யாவில் கம்யூனிஸத்துக்கு இவைதான் ஆதார அடிப் படையாக, அடித்தளமாக அமைந்தன. இவை மேலும் விரிவுபடுத்தப்

பட்டு கூடுதல் அம்சங்கள் சேர்க்கப்பட்டன என்பதில் ஐயமில்லை. எனினும் இவைதான் அடிப்படையான பிரச்னைகள்.

இப்போது ஒருகணம் பௌத்தத்துக்குச் செல்லுவோம். ஏழைகள் சுரண்டப்படும் விஷயத்திலிருந்துதான் கார்ல் மார்க்ஸ் தொடங்குகிறார். இதுபற்றி புத்தர் என்ன சொல்கிறார்? அவர் எங்கிருந்து தொடங்குகிறார்? அவர் தமது மதத்தின் கட்டமைப்பை எழுப்பியுள்ள அடித்தளம் என்ன?

அவர் சொன்னார் உலகில் துக்கம் இருக்கிறது. 'சுரண்டல்' எனும் சொல்லை அவர் பயன்படுத்தவில்லை. ஆனால் துக்கம் எனப்படுவதன் மீதுதான் அவர் தமது மதத்துக்கான அஸ்திவாரத்தை இட்டார். உலகில் துக்கம் இருக்கிறது. துக்கம் என்னும் சொல் பல்வேறு வகைகளில் அர்த்தம் செய்துகொள்ளப்படுகிறது என்பதில் ஐயமில்லை. மறுபிறவி, வாழ்க்கை சக்கரம் இதுதான் துக்கம் எனப் பொருள் கொள்ளப்படுகிறது. இதை நான் ஏற்பதற்கில்லை. வறுமை என்னும் பொருளில் துக்கம் என்னும் சொல் பௌத்த நூல்களில் பல இடங்களில் பயன்படுத்தப்பட்டிருக்கின்றது எனக் கருதுகிறேன். எனவே, அடித்தளம் என்பதைப் பொறுத்தவரையில் உண்மையில் எத்தகைய கருத்து வேறுபாடும் இல்லை என்பது தெள்ளத் தெளிவு.

அடித்தளம் பெறுவதற்கு பௌத்தர்கள் கார்ல் மார்க்ஸிடம் செல்வது அவசியமற்றது. தேவையற்றது. இந்த அடித்தளம் ஏற்கனவே இருக்கிறது. அது நன்கு இடப்பட்டுள்ளது. புத்தர் தமது முதல் விளக்கப் பேருரையான தர்ம சக்கர பரிவர்த்தன சுத்தத்தை எங்கு தொடங்குகிறாரோ அங்குதான் அந்த அடித்தளம் உள்ளது.

கார்ல் மார்க்ஸால் கவரப்பட்டிருப்பவர்களுக்கு ஒன்று சொல்லுகிறேன். தர்மசக்கர பரிவர்த்தன சுத்தத்தைப் படியுங்கள். அதில் புத்தர் என்ன சொல்லுகிறார் என்பதைத் தெரிந்து கொள்ளுங்கள். இந்தப் பிரச்னையில் நீங்கள் போதிய அளவு திருப்தி அடைவீர்கள். புத்தர் தமது மதத்துக்கான அடித்தளத்தை கடவுள் மீதோ அல்லது ஆன்மா மீதோ அல்லது இவைபோன்ற வேறு எந்த இயல்நிலை கடந்தவற்றின் மீதோ இடவில்லை.

மக்களின் துன்பங்கள் மீதே அவர் தலையாய முக்கிய கவனம் செலுத்தினார். எனவே மார்க்ஸியம் அல்லது கம்யூனிஸத்தைப் பொறுத்தவரையில் பௌத்தம் அதனைப் போதிய அளவில் பெற்றுள்ளது. மார்க்ஸ் சொன்னதை புத்தர் மார்க்ஸ் பிறப்பதற்கு 2000 ஆண்டுகளுக்கு முன்பே சொன்னார்.

சொத்து என்னும் விஷயத்தைப் பொறுத்தவரையில் புத்தர் கோட்

பாட்டுக்கும் கார்ல் மார்க்ஸ் போதித்த கோட்பாட்டுக்கும் இடையே நெருங்கிய உறவும் ஒருமைப்பாடும் இருப்பதைக் காண்பீர்கள். சுரண்டல் நடப்பதைத் தடுப்பதற்கு சொத்து அரசிடம் இருக்க வேண்டும் என்று கார்ல் மார்க்ஸ் கூறினார். நிலம் அரசாங்கத்துக்குச் சொந்தமாக இருக்க வேண்டும். தொழில்துறை அரசுக்கு சொந்தமாக இருக்க வேண்டும்; அப்போதுதான் எந்தத் தனி உடைமை உரிமையாளரும் குறுக்கிட்டுத் தொழிலாளியின் உழைப்பின் ஆதாயங்களைக் கொள்ளை யடிக்க முடியாது, அபகரிக்க முடியாது. இதைத்தான் மார்க்ஸியம் கூறியுள்ளது.

இனி நாம் பௌத்த சங்க விஷயத்துக்கு வருவோம். பௌத்தத் துறவிகளுக்கு புத்தர் வகுத்துத் தந்த வாழ்க்கை நியதிகளைப் பரிசீலிப் போம். புத்தர் வகுத்தளித்த விதிகள் என்ன? எந்தத் துறவியும் சொந்த மாக சொத்து ஏதும் வைத்திருக்கக்கூடாது என்று கூறினார். கொள்கைரீதியில் கூறினால் எந்தத் துறவியும் சொந்த சொத்து வைத்திருக்கலாகாது. இது சம்பந்தமாக இங்கும் அங்கும் சில பிறழ்வுகள் இருக்கலாம். சிலநாடுகளில் துறவிகள் சொத்துக்கள் வைத்திருப்பதைப் பார்த்தேன். எனினும் பெரும்பாலான சந்தர்ப் பங்களில் துறவிகள் சொத்துக்களை வைத்திருக்கவில்லை. உண்மையில் சங்கத்துக்கு வகுத்துத் தரப்பட்டுள்ள விதிமுறைகள், ரஷ்யாவில் கம்யூனிஸ்டுகள் வகுத்துத் தந்துள்ள விதிமுறைகளை விடக் கடுமையானவை. இதனை விவாதத்துக்கு அப்பாற்பட்ட ஒரு விஷயமாகவே எடுத்துக்கொள்கிறேன். இது குறித்து இதுவரை எவரும் விவாதிக்கவில்லை. எந்த முடிவுக்கும் வரவில்லை.

சங்கத்தைத் தோற்றுவிக்கும்போது இதில் புத்தருக்கு என்ன நோக்கம் இருந்தது? இதை ஏன் செய்தார்? புத்தர் இந்த மதத்தைப் பரப்பிக் கொண்டிருந்த வேளையில் பரிவ்ரஜாக்கள் புத்தருக்கு முன்னரே அதில் இருந்தனர். பரிவ்ரஜாக்கள் என்றால் வீடுவாசல் இல்லாதவன், தனது வீட்டை இழந்தவன் என்று பொருள்.

ஆரியர்கள் காலத்தில் ஆரிய இனத்தைச் சேர்ந்த பல்வேறு குலமரபுக் குழுக்கள், எல்லா குலமரபுக் குழுக்களையும் போலவே, தங்களுக்குள் சச்சரவிட்டுக் கொண்டிருந்தன. சில குலமரபுக் குழுக்கள் தாங்கள் வசிக்கும் இடங்களை இழந்து குறிக்கோளின்றி அலைந்து திரிந்து கொண்டிருந்தன. இந்த நாடோடிகள்தான் பரிவ்ராஜாக்கள் என்று அழைக்கப்பட்டனர்.

இந்நிலையில் இந்த பரிவ்ரஜாக்களுக்கு புத்தர் மாபெரும் உதவி செய்தார், அவர்களை ஓர் அமைப்பாக ஒன்று திரட்டினார். அவர்களுக்கு வாழ்க்கைவிதிகளைத் தயாரித்துக் கொடுத்தார். விநயாபிடிகத்தில்

இடம் பெற்றிருந்தவையே இந்த விதிகள். இந்த வழிகளின்படி ஒரு பிக்கு எந்தச் சொத்தும் வைத்திருக்க அனுமதிக்கப்படவில்லை. பௌத்த விதிகளின்படி ஒரு பிக்கு ஏழு பொருள்கள் மட்டுமே வைத்திருக்க அனுமதிக்கப்படுவார்.

ஒரு சவரக் கத்தி, தண்ணீர் குடிப்பதற்கு ஒரு சொம்பு, மூன்று சீவராக்கள், தையல் வேலைக்கு ஊசி முதலியவையே அவை. தனியார் சொத்துரிமையை மறுப்பதுதான் பொதுவுடைமை தத்துவத்தின் சத்தும் சாரமும் என்றால் தனியார் சொத்துரிமைப் பற்றி விநயாபிடிகத்தில் காணப்படுவது போன்ற மிகக் கடுமையான விதி வேறு ஏதேனும் இருக்க முடியுமா என்று நான் தெரிந்துகொள்ள விரும்புகிறேன். அப்படி ஒரு விதி இருப்பதாகத் தெரியவில்லை.

எனவே தனியார் சொத்துடைமை எதுவும் இருக்காது என்று கம்யூனிஸத் தத்துவத்தில் இடம் பெற்றுள்ள விதி எந்த இளம் மக்களையாவது கவர்ந்திழுக்குமானால் அத்தகைய விதி புத்தரின் தத்துவத்தில் இடம் பெற்றிருப்பதைக் காணலாம். இங்குள்ள ஒரே கேள்வி தனியார் சொத்துடைமையை மறுக்கும் விதி சமுதாயத்தில் எந்த அளவுக்கு நடைமுறைப்படுத்தப்படும் என்பதேயாகும். இது கல்வி சூழ்நிலையையும், காலத்தையும், சந்தர்ப்பத்தையும் மனித சமுதாயத்தின் வளர்ச்சிப் போக்கையும் பொறுத்திருக்கிறது. எனினும் சித்தாந்தத்தைப் பொறுத்தவரையில் தனியார் சொத்துரிமையை ரத்து செய்வதில் தவறேதும் இருக்கிறதா என்றால், இருக்காது. ஏனென்றால் பௌத்த சங்கத்தை அமைப்பதில் இந்தச் சலுகையை ஏற்கனவே அளித்துள்ளது.

இப்போது இந்த விஷயத்தின் இன்னொரு அம்சத்துக்கு வருவோம். கம்யூனிஸத்தைக் கொண்டுவரும் பொருட்டு எத்தகைய வழிமுறை களைக் கடைப்பிடிக்க கார்ல் மார்க்ஸோ கம்யூனிஸ்டு களோ விரும்பு கின்றனர்? இது முக்கியமான கேள்வி. துக்கம் இருந்து வருவதை அங்கீகரிப்பது, சொத்துரிமையை ஒழிப்பது என்ற அடிப்படையில் அமைந்த கம்யூனிஸத்தைக் கொண்டு வருவதற்கு வன்முறையையும் பகைவர்களைக் கொல்லுவதையும் வழிமுறையாகக் கடைப்பிடிக்க கம்யூனிஸ்டுகள் விரும்புகின்றனர்.

இதில்தான் புத்தருக்கும் கார்ல் மார்க்ஸுக்கும் இடையேயான அடிப்படை வேறுபாடு அமைந்துள்ளது. குறிப்பிட்ட கோட்பாடு களைக் கடைப்பிடிக்கும்படி மக்களைத் தூண்டுவதற்கு புத்தர் முன்வைக்கும் வழி ஒழுக்க போதனையும் அன்புமாகும்.

எதையும் அன்பு வெல்லுமே தவிர அதிகாரம் வெல்லாது என்ற சித்தாந் தத்தை, போதனையை எதிராளிக்கு ஊட்டி அவனைத் தன் பக்கம் ஈர்க்க அவர் விரும்புகிறார். இங்குதான் ஓர் அடிப்படையான வேறுபாடு

நிலவுகிறது. புத்தர் வன்முறையை அங்கீகரிக்கமாட்டார். கம்யூனிஸ்டுகள் அங்கீகரிப்பர். இதன்மூலம் கம்யூனிஸ்டுகள் உடனடியாகப் பலன் பெறுவார்கள் என்பதில் ஐயமில்லை. ஏனென்றால் மனிதர்களை ஒழித்துக்கட்டும் வழிமுறைகளை நீங்கள் கைக்கொள்ளும்போது, உங்களை எதிர்ப்பதற்கு அவர்கள் உயிரோடு இருப்பதில்லை.

உங்கள் சித்தாந்தம்போல் நீங்கள் நடந்து கொள்ளுங்கள். காரியம் சாதிப்பதற்கான வழிமுறைகளை உங்கள் விருப்பம்போல் கடைப் பிடியுங்கள். நான் ஏற்கெனவே கூறியதுபோல் புத்தரின் வழி நீண்ட வழி. மனச்சோர்வூட்டுகிற வழி என்றுகூடச் சிலர் கூறலாம். ஆனால், இதுதான் நிச்சயமான, சத்தியமான வழி என்பதில் எனக்கு எள்ளளவும் ஐயமில்லை.

என்னுடைய கம்யூனிஸ்டு நண்பர்களைச் சந்திக்கும்போது இரண்டு அல்லது மூன்று கேள்விகளுக்குப் பதிலளிக்கும்படி எப்போதும் அவர்களைக் கேட்டுக்கொள்வேன். ஆனால் அவர்களால் என் கேள்வி களுக்குப் பதிலளிக்க முடியாது என்பதைப் பச்சையாக பட்ட வர்த்தனமாக நான் கூறியாகவேண்டும்.

பாட்டாளி வர்க்க சர்வாதிகாரம் எனப்படுவதை வன்முறை மூலம் தான் அவர்கள் உருவாக்குகின்றனர். செல்வம் படைத்த அனைவரையும் அவர்கள் ஒட்டாண்டியாக்குகின்றனர். அவர்களது அரசியல் உரிமையைப் பறிக்கின்றனர். சட்டமன்றத்தில் அவர்கள் இடம் பெற முடியாது. வாக்களிக்கும் உரிமை அவர்களுக்கு இருக்காது. அவர்கள் நாட்டின் இரண்டாந்தர பிரஜைகளாகவே இருப்பார்கள். ஆளப்படுப வர்களாக இருப்பார்கள். ஆட்சியில் அல்லது அதிகாரத்தில் பங்கு கொள்ளக் கூடியவர்களாக இருக்க மாட்டார்கள்.

சர்வாதிகாரம் என்பது மக்களை ஆள்வதற்கு ஒரு சரியான முறை என்று நீங்கள் நினைக்கிறீர்களா என நான் கேட்கும்போது அவர்கள் என்ன பதில் சொல்லுகிறார்கள் தெரியுமா? 'இல்லை நாங்கள் அப்படி நினைக்கவில்லை, சர்வாதிகாரத்தை நாங்கள் விரும்பவில்லை.'

அப்படியானால் நீங்கள் எப்படி அதை அனுமதிக்கிறீர்கள் என்று நாம் கேட்டால் அதற்கு அவர்கள் என்ன பதில் கூறுகிறார்கள் என்று நினைக் கிறீர்கள். இது இடைக்கால கட்டம், இதில் சர்வாதிகாரம் இருந்தாக வேண்டும் என்கின்றனர். நாம் தொடர்ந்து அது சரி இந்த இடைக்கால கட்டம் என்பது எத்தனை ஆண்டுகள்... இருபது ஆண்டுகளா நாற்பது ஆண்டுகளா ஐம்பது ஆண்டுகளா என்று கேட்கிறோம். பதில் இல்லை. பாட்டாளி வர்க்க சர்வாதிகாரம் எப்படியோ தானாகவே மறைந்துவிடும் என்று அரைத்த மாவையே அரைப்பதுபோல் பதிலளிக்கின்றனர்.

நல்லது. அவர்கள் கூறுவதுபோல் சர்வாதிகாரம் அஸ்தமித்து விடும் என்றே வைத்துக்கொள்வோம். இங்கு நான் ஒரு கேள்வி கேட்கிறேன். சர்வாதிகாரம் மறைந்துவிடும்போது என்ன நடைபெறும்? அதனிடத்தில் எது இடம் பெறும்? மக்களுக்கு ஏதேனும் ஒருவகையான அரசாங்கம் தேவையில்லையா? இதற்கு அவர்களிடமிருந்து பதில் இல்லை.

பிறகு மீண்டும் புத்தரிடம் செல்லுகிறோம். அவருடைய தம்மம் பற்றிய இந்தக் கேள்வியைக் கேட்கிறோம். அவர் என்ன கூறுகிறார்? மனிதனது மனத்தையும் உலகத்தின் மனத்தையும் மாற்றினாலொழிய உலகத்தை சீர்படுத்தமுடியாது என்று புத்தர் உலகுக்குக் கூறியது மிகப் பெரிய விஷயமாகும். மனம் மாறினால், மனம் ஒரு விஷயத்தைத் தானாக ஏற்றுக்கொண்டால், அதனை விசுவாசத்தோடு நேசித்தால் அது நிரந்தரமாகிவிடுகிறது.

மனிதனைக் கட்டுப்பாட்டில் வைத்திருப்பதற்கு ஒரு படை வீரனோ காவல்துறை அதிகாரியோ தேவையில்லை. ஏன்? இதற்கான பதில் இதுதான். புத்தர் மனசாட்சியை ஊக்குவித்து நீங்கள் சரியான வழியில் செல்லுவதற்கு வழிகாட்டும் காவலாளியாக அதை மாற்றியிருக்கிறார். மனம் மாற்றப்பட்டு எந்த ஒரு விஷயமும் நிரந்தரமாகிவிடும்போது எத்தகைய இடர்ப்பாடும் ஏற்படுவதற்கு வாய்ப்பில்லை.

கம்யூனிஸ அமைப்பு வன்முறையை அடிப்படையாகக் கொண்டது. நாளைய தினம் ரஷ்யாவில் சர்வாதிகாரம் தோல்வியடைந்து அதன் தோல்விக்கான அறிகுறிகளை நான் காணும்போது என்ன நடக்கும்? கம்யூனிஸ அமைப்புக்கு என்ன நேரும் என்பதை உண்மையிலேயே நான் தெரிந்துகொள்ள விரும்புகிறேன்.

நாட்டின் சொத்தைக் கபளீகரம் செய்து கொள்வதற்கு ரஷ்ய மக்கள் தங்களுக்குள் சச்சரவிட்டுக்கொண்டு கொடிய ரத்தக் களறியில் ஈடுபடுவார்கள். இவ்வாறுதான் அதன் விளைவு இருக்கும். ஏன்? ஏனென்றால் அவர்கள் தாங்களாகவே முன்வந்து கம்யூனிஸ அமைப்பு முறையை ஏற்றுக்கொள்ளவில்லை. இதற்கு அவர்கள் கீழ்ப்படிந்து நடந்துகொள்கிறார்கள்.

ஏனென்றால் தூக்கிலிடப்பட்டுவிடுவோமோ என்ற அச்சம் அவர்களுக்கு. இத்தகைய அமைப்பு ஆழ வேரூன்ற முடியாது. இந்தக் கேள்விகளுக்கு கம்யூனிஸ்டுகள் பதிலளிக்க இயலவில்லை என்றால் அவர்களது அமைப்பு என்னவாகும்? வன்முறை மறைந்துவிடும்போது அதனைப் பின்பற்றுவதில் பயனேதும் இருக்காது. ஏனென்றால் மனம் மாறாதபோது வன்முறை தேவை. முடிவாக ஒன்று சொல்ல விரும்புகிறேன். புத்த மதத்தில் நான் காணும் மிக முக்கியமான அம்சம் அது ஒரு ஜனநாயக அமைப்பு முறை என்பதேயாகும். வஜ்ஜிகளை

வெற்றிகொள்ள அஜாத சத்ரு விரும்புகிறார் என்று அவரது பிரதமர் புத்தரிடம் சென்று கூறியபோது வஜ்ஜிகள் தங்களுடைய தொன்னெடுங் கால மரபுகளையும் பழக்கவழக்கங்களையும் பின்பற்றிவரும்வரை அவர்களை ஒருபோதும் உங்கள் மன்னரால் வெற்றிகொள்ள முடியாது என்று புத்தர் அவனிடம் கூறினார்.

தாம் சொன்னதன் பொருளை என்ன காரணத்தினாலோ புத்தர் விளக்கிக் கூறவில்லை. வஜ்ஜிகள் நடத்திவரும் ஜனநாயகக் குடியரசு முறையிலான அரசாங்கத்தை மனதில் வைத்தே அவர் இவ்வாறு கூறியிருக்கிறார் என்பதில் எள்ளளவும் ஐயமில்லை. அவர் சொன்னார் : வஜ்ஜிகள் தங்கள் ஜனநாயக ஆட்சி முறையைக் கடைப்பிடித்து வரும்வரை அவர்களை எவரும் வெல்ல முடியாது. புத்தர் ஒரு மாபெரும் ஜனநாயகவாதி என்பதிலும் அணுவளவும் ஐயமில்லை.

எனவே, ஜனாதிபதி என்னை அனுமதித்தால் பின்வருமாறு கூறுவேன். நான் அரசியல் துறை மாணாக்கனாக இருந்துள்ளேன். பொருளா தாரத்துறை மாணவனாக இருந்துள்ளேன். பொருளாதாரத் துறைப் பேராசிரியராக இருந்துள்ளேன். கார்ல் மார்க்ஸையும் கம்யூனி ஸத்தையும்பற்றி ஆராய்வதில் நான் நிறைய நேரத்தைச் செல விட்டுள்ளேன். அதேசமயம் புத்தரின் தம்மத்தைப் படிப்பதிலும் பெரிதும் ஆழ்ந்து ஈடுபட்டுள்ளேன். இரண்டையும் ஒப்பிட்டுப் பார்த்த பிறகு, ஒரு திட்டவட்டமான தீர்மானமான முடிவுக்கு வந்தேன். உலகை இன்று ஒரு மாபெரும் பிரச்னை எதிர்நோக்குகிறது. உலகில் துக்கம் நிலவுகிறது. அந்தத் துக்கம் அகற்றப்படவேண்டும் என்பதே அந்தப் பிரச்னை. இதற்குப் புத்தர் தெரிவித்துள்ள யோசனைகளும் பரிகாரமும் தான் மிகவும் பாதுகாப்பானது, ஆரோக்கியமானது. எனவே இதுவே சிறந்தது என்ற திட்டவட்டமான முடிவுக்கு வந்தேன்.

... இந்தப் பிரச்னையை நான் எந்தக் கண்ணோட்டத்திலிருந்து பார்க்க விரும்பினேனோ அதைத்தான் செய்துள்ளேன். கம்யூனிஸ்டுகளின் வெற்றிகளைக் கண்டு மயங்கிவிடாதீர்கள். புத்தரைப்போல் நாம் விழிப்படைவோமானால் அன்பு, நீதி, நல்லெண்ணம் என்னும் வழிமுறைகளைப் பின்பற்றி இதே சாதனையை நம்மாலும் புரிய முடியும் என்பதில் எனக்குப் பரிபூரண நம்பிக்கை உண்டு'- என்று முடிக்கிறார் அம்பேத்கர்.

அப்படியாக கம்யூனிஸம் வன்முறையை அடிப்படையாகவும் மதத்தை வெறுப்பதாகவும் இருக்கும் காரணத்தினால் தாழ்த்தப்பட்ட சமூகத்தவர்களை கம்யூனிஸ சித்தாந்தத்துக்கு ஆட்பட அம்பேத்கர் விடவில்லை.

கடைசியாக அவர் முன் நின்றது பௌத்தம்.

அத்தியாயம்

12

அ.மார்க்ஸ் எழுதிய 'அம்பேத்கர் வாழ்வில்' என்ற புத்தகத்தில் மிகப் பெரிய பொய்யை எழுதியிருக்கிறார். அவர் கூறுகிறார் : 'அம்பேத்கரின் முடிவை (மதமாற்ற முடிவை) இம்மூன்று மதங்களும் எவ்வாறு எதிர்கொண்டன என்பதும் முக்கியம். இஸ்லாம் ஒன்றே இரு கரங்களையும் நீட்டி அம்பேத்கரை வரவேற்றது. ஏற்கெனவே சாதியத்துக்குப் பலியாகியிருந்த கிறிஸ்தவமும் சீக்கியமும் பெருந்திரளாக தலித்துகள் உள்ளே நுழைந்தால் அவை ஒரு தலித் மதமாக மாறிவிடுமோ என அஞ்சின.'

அ.மார்க்ஸ் கூறுவது எவ்வளவு பெரிய பொய் என்பதை இப் புத்தகத்தைப் படிக்கும் வாசகர்கள் உணர்ந்திருப்பார்கள் என்று நம்புகிறேன். 1935 மதமாற்ற அறிவிப்புக்குப் பின் கிறிஸ்தவம், சீக்கியம், இஸ்லாம், பௌத்தம் என எல்லா மதங்களும் தங்கள் மதத்தில் சேர்ந்திடுமாறு கேட்டுக்கொண்டன. ஆனால் அ.மார்க்ஸோ இஸ்லாம் மட்டுமே தலித்துகளை வரவேற்றது என்று பொய் கூறுகிறார். அ.மார்க்ஸ் இஸ்லாத்தைப் பரப்பும் மதபோதகர் என்பது எல்லோருக்கும் தெரிந்த காரணத்தால் அதை விட்டுவிட்டு மேலே செல்வோம்.

1935 மதமாற்ற அறிவிப்புக்குப் பின் பௌத்தர்களும் அவர்களுக்கே உரிய வழியில் அம்பேத்கரை அவர்கள்பால் இழுத்திட முயன்றனர். லோகநாத் பௌத்த மிஷனை நிறுவிய இத்தாலிய பௌத்தத் துறவியான லோகநாதா (இயற்பெயர் ஸால்வடோர்) 1936 ஜூன் 10ம் நாள் பம்பாயில் தாதரில் இருந்த அம்பேத்கரின் இருப்பிடத்துக்கு வந்தார். பௌத்தத்தை ஏற்குமாறு அம்பேத்கரிடம் வேண்டினார். அம்பேத்கருடன் லோகநாதா பேசிய பின்னர் பத்திரிகையாளர்களுக்கு அவர் அளித்த பேட்டியில் பௌத்த நெறி அம்பேத்கரின் உள்ளத்தை ஈர்த்திருப்பதாகத் தெரிகிறது. பௌத்த மதத்தில் சேருவது பற்றிக் கவனமுடன் ஆராய்வதாக வாக்களித்தார். ஆயினும் உறுதியான பதில் எதையும் அவர் கூறவில்லை என்று சொன்னார்.

அம்பேத்கர் மதமாற்றத்துக்காகத் தேர்ந்தெடுக்கப்படும் மதமாக அன்று பௌத்தத்தை அவர் நினைக்கவில்லை. 1940-க்குப் பிறகு அவர் சிந்தனையில் பௌத்தம் துளிர்விட ஆரம்பித்தது. 7-5-1941 அன்று புத்தர் பிறந்தநாள் தொடர்பாக அம்பேத்கர் ஒரு தலையங்கம் எழுதினார். அதில் நால்வருணத்தை ஒழித்தேயாக வேண்டும் என்று குறிப்பிட்டார். 1943ல் அம்பேத்கர் மகாஸ்தவீர் சந்தராமமணியைக் குசிநராவில் சந்தித்தார். இப்போது அம்பேத்கர் மனதில் பௌத்தம் மேலும் துளிர்விட்டு வளர்ந்துகொண்டிருந்தது. 1946ல் தொடங்கிய கல்லூரிக்கு அம்பேத்கர் புத்தரின் பெயரை வைத்தார். 'சித்தார்த்தா கல்லூரி' பம்பாயில் செயல்படத் தொடங்கியது. பல ஆராய்ச்சிக்குப் பிறகு தீண்டப்படாதவர்கள் பௌத்தர்கள் என்ற கருத்து இப்போது அவர் மனதில் ஆழமாக உருப்பெற்றது. மகாபோதி இதழில் 'புத்தரும் பௌத்தத்தின் எதிர்காலமும்', 'இந்துப் பெண்களின் எழுச்சியும் வீழ்ச்சியும்' என்பன போன்ற பல்வேறு கட்டுரைகளை எழுதினார்.

மகாபோதி கழகத்தின் வெளியீடான மகாபோதி இதழில் மே 1950-ல் அம்பேத்கர் எழுதிய 'புத்தரும் அவருடைய சமயத்தின் எதிர்காலமும்' என்ற கட்டுரை முக்கியமான கட்டுரை. இந்தக் கட்டுரையில் புத்தர், இயேசு, முகம்மது நபி, கிருஷ்ணர் ஆகியோரின் ஆளுமைகளையும், தமது மதங்களைப் பிரசாரம் செய்வதில் அவர்கள் கடைபிடித்த நிலைகளையும் ஒப்பிட்டு விரிவாகவே அம்பேத்கர் அலசியுள்ளார்.

அந்தக் கட்டுரையில் 'புத்தரை மற்றவர்களிடமிருந்து பிரித்துக் காட்டும் முதலாவது அம்சம், அவருடைய தன்னல மறுப்புக் கொள்கையே. பைபிள் முழுவதிலும் இயேசு, தான் கடவுளின் மைந்தன் என்றும், தன்னைக் கடவுளின் மைந்தன் என்று அங்கீகரிக்காவிட்டால், கடவுளின் சாம்ராஜ்யத்தினுள் பிரவேசிக்க விரும்புபவர்கள் தோல்வியடைவார்கள் என்றும் வலியுறுத்துகிறார்.

முகம்மது நபியும் கடவுளின் ஒரே தூதர் என்று உரிமை கொண்டாடினார். ஆனால் அவர் ஒருபடி மேலே சென்று தன்னைக் கடவுளின் கடைசி தூதர் என்றும் வலியுறுத்தினார். அந்த அடிப்படையில் முக்தி அடைய விரும்புபவர்கள், தன்னைக் கடவுளின் தூதர் என்று ஏற்றுக்கொள்ள வேண்டுமென்பது மட்டுமின்றி, தான் கடவுளின் கடைசி தூதர் என்பதையும் ஏற்றுக்கொள்ளவேண்டும் என்றும் பிரகடனம் செய்தார்.

கிருஷ்ணர், இயேசுவுக்கும் முகம்மது நபிக்கும் அப்பால் சென்றார். அவர் கடவுளின் மைந்தன் என்றோ கடவுளின் தூதர் என்றோ இருப்பதோடு திருப்தியடைய மறுத்தார். கடவுளின் கடைசி தூதர் என்பதோடும் திருப்தியடையவில்லை. தன்னையே கடவுள் என்று கூறிக்கொண்டார். அதோடுகூட அவர் திருப்தியடையவில்லை. தான் பரமேஸ்வரன்

என்றும் அவரைப் பின்பற்றுபவர்கள் அவரைத் தேவாதி தேவர் என்று அழைப்பது போன்று, தாம் கடவுள்களுக்கெல்லாம் கடவுள் என்றும் உரிமை கொண்டாடினார்.

ஆனால், புத்தர் ஒருபோதும் அத்தகைய அந்தஸ்து (தகுதி) எதையும் தனக்குத்தானே சுவீகரித்துக் கொள்ளவில்லை. அவர் மனிதனின் ஒரு மகனாகப் பிறந்தார். ஒரு சாதாரண மனிதனாக இருப்பதிலேயே திருப்தி யடைந்தார். ஒரு சாதாரண மனிதனாகத் தன்னுடைய நன்னெறியைப் போதித்தார். இயற்கைக்கு அப்பாற்பட்ட பிறப்புடையவராகவோ தெய்விக சக்தி உடையவராகவோ அவர் உரிமை கொண்டாடவில்லை. அல்லது தனது தெய்விக சக்தியை நிரூபிப்பதற்கு அற்புதங்கள் எதையும் அவர் செய்யவில்லை.

மார்க்க தாதாவுக்கும் மோட்ச தாதாவுக்கும் இடையில் ஒரு தெளிவான வேறுபாட்டை எடுத்துக்காட்டினார். இயேசுவும் முகம்மது நபியும் கிருஷ்ணரும் மோட்ச தாதாக்கள் என்று தங்களுக்குத் தாங்களே உரிமை கொண்டாடிக் கொண்டனர். ஆனால் புத்தரோ மார்க்க தாதாவின் பாத்திரத்தை ஆற்றுவதோடு திருப்தியடைந்தார்.

இந்த நான்கு சமய போதனையாளர்களிடையில் மற்றொரு வேறுபாடும் உண்டு. இயேசுவும் முகம்மது நபியும் தாங்கள் போதிப்பது கடவுளின் சொல் என்றும், எனவே கடவுளின் சொல் என்ற வகையில் தாங்கள் போதிப்பது தவறாகவே முடியாது என்றும் கேள்விக்கு அப்பாற்பட்டதென்றும் உரிமை கொண்டாடினர். கிருஷ்ணர் தனது சொந்த அனுமானத்தின்படி கடவுள்களுக்கெல்லாம் கடவுள், எனவே, அவர் போதிப்பது கடவுளின் சொல் என்றும், கடவுளால் அருளப் பட்டது என்ற வகையிலும் அவை மூலமானதும் இறுதியானதுமாகும். எனவே, அங்கு பிழை என்ற பேச்சுக்கே இடமில்லை.

ஆனால் புத்தர், தான் போதிப்பதே இறுதி உண்மை என்ற எத்தகைய உரிமையும் கொண்டாடவில்லை. தனது மகா பரிநிர்வாண சத்தா என்ற போதனையில் அவர், ஆனந்தாவிடம், தனது சமயம் பகுத்தறிவையும் அனுபவத்தையும் அடிப்படையாகக் கொண்டதென்றும், தன்னைப் பின்பற்றுபவர்கள் தனது போதனையை அவற்றைத் தான் கூறியதா லேயே பிழையற்றது என்றும் கட்டுப்படுத்துபவை என்றும் ஏற்றுக் கொள்ளக்கூடாதென்றும் கூறினார்.

பகுத்தறிவையும் அனுபவத்தையும் அவை அடிப்படையாகக் கொண்டதால் அவை திருத்தப்படுவதற்கு முழு இடமுண்டு. அல்லது தனது போதனைகள் ஏதாவது, ஒரு குறிப்பிட்ட காலத்திலும் குறிப்பிட்ட சூழ்நிலையிலும் அவை பொருந்தாதவை என்று கண்டறியப்பட்டால் கைவிடப்படுவதற்கும் உரிமையுண்டு.

தனது சமயம் காலாவதியாகிப் போனவற்றினால் கட்டுப்படுத்தப் படக்கூடாது என்று அவர் விரும்பினார். அது என்றும் பசுமையாயிருக்க வேண்டுமென்றும் எல்லாக் காலங்களிலும் பயன்படக்கூடியதாயிருக்க வேண்டுமென்றும் விரும்பினார்.

அதனால்தான், அவர் குறிப்பிட்ட நிலைமையின் தேவைகளுக்கு ஏற்பத் தனது சமயம் துண்டாக்கப்படுவதற்கும் வெட்டிக் குறைக்கப்படு வதற்கும் தன்னைப் பின்பற்றுவோருக்கு சுதந்தரம் அளித்தார். வேறு எந்த சமய போதனையாளரும் இத்தகைய துணிவைக் காட்டியதில்லை. மறுபரிசீலனை செய்வதை அனுமதிப்பதற்கு அவர்கள் பயப்பட்டனர். அதற்கு அளிக்கும் உரிமை, தாங்கள் பேணி வளர்த்த கட்டுமானத்தை அழிப்பதற்குப் பயன்படுத்தலாம் என்று அவர்கள் அஞ்சினர். புத்தருக்கு அத்தகைய அச்சம் ஏதும் இருக்கவில்லை. தனது அடித்தளம் குறித்து அவருக்கு நம்பிக்கையிருந்தது. மிகவும் உக்கிரமான உருவ வழிபாட்டாளராலும்கூடத் தனது சமயத்தின் அடித்தளத்தை ஒழித்துவிட இயலாது என்று அறிந்திருந்தார். இதுதான் புத்தரின் தன்னிகரற்ற நிலையாகும்.'

இப்படி அலசுகிற அம்பேத்கர் அந்தக் கட்டுரையின் கடைசியாக இப்படி முடிக்கிறார் 'பலர் விஞ்ஞானரீதியான விசாரணையின் செல்வாக்கின் பயனாக, மதம் தவறானது என்றும் அது கைவிடப்பட வேண்டும் என்றும் முடிவுக்கு வந்துள்ளனர். வேறு பலர், மார்க்ஸிய போதனையின் பயனாக, மதம் என்பது அபினி; அது ஏழை மக்களை பணக்காரர்களின் ஆதிக்கத்துக்குக் கட்டுப்படும்படித் தூண்டுகிறது; எனவே அது கைவிடப்பட வேண்டுமென்ற முடிவுக்கு வந்துள்ளனர்.

காரணங்கள் எவையாக இருந்தபோதிலும், மதம் சம்பந்தமாக, விசாரணை செய்யும் மனதை மக்கள் வளர்த்துக் கொண்டிருக்கிறார்கள் என்பது மெய்யாகும். இந்த விஷயம் பற்றி சிந்திக்கும் துணிவு பெற்றுள்ளவர்களின் மனதில், மதம் அவசியம் தானா, அப்படியெனில் எந்த மதத்தைக் கடைப்பிடிப்பது நல்லது என்ற கேள்விகள் மேலோங் கியிருக்கின்றன, திடசித்தம் தேவைப்படும் காலம் வந்துவிட்டது.

புத்த சமயத்தைத் தழுவியுள்ள நாடுகள், புத்த சமயத்தைப் பரப்பு வதற்கான மன உறுதியை வளர்த்துக் கொள்வார்களேயானால் புத்த சமயத்தைப் பரப்பும் பணி கடினமாக இருக்காது. ஒரு பௌத்தரின் கடமை ஒரு நல்ல பௌத்தராக இருப்பது மட்டுமின்றி பௌத்தத்தைப் பரப்புவதும் அவரது கடமையாகும். பௌத்தத்தைப் பரப்புவது மனித குலத்துக்கு சேவை செய்வதாகும் என்பதை அவர்கள் உணர வேண்டும்' என்று எழுதினார்.

1950ல் இலங்கையில் உள்ள கொழும்புவுக்குச் சென்றார். அங்கு பௌத்த இளைஞர் சங்கத்தில் 'இந்தியாவில் பௌத்தத்தின் எழுச்சியும்

வீழ்ச்சியும்' என்ற தலைப்பில் கருத்து செறிவுமிக்கதோர் உரையாற்றினார்.

1951 ஜூலை அம்பேத்கர் பாரதிய புத்த ஜன சங்கத்தை ஏற்படுத்தினார்.

1954 டிசம்பர் 4-ம்தேதி சர்வதேச பௌத்த மாநாடு ரங்கூனில் (பர்மா) நடைபெற்றது. அம்மாநாட்டில் அம்பேத்கர் உரை நிகழ்த்தினார். அவர் தமது சொற்பொழிவின் விரிவடைந்த பகுதியை இரண்டு பாகங்களில் நினைவுக்குறிப்பு வடிவத்தில் தயாரித்துக்கொண்டு வந்திருந்தார். நினைவுக்குறிப்பின் முதல் பாகத்தில் இந்தியாவில் பௌத்த மதத்தைப் பிரசாரம் செய்யும் வேலை திட்டம் அடங்கியிருந்தது. அதில் அம்பேத்கர் குறிப்பிடும் விஷயம் மிக முக்கியமானது.

...இந்து மதத்தைவிட்டு வெளியேறி பௌத்த மதத்தைத் தழுவ விரும்பும் பல பகுதியினர் இந்துக்களில் இருக்கின்றனர். தீண்டப் படாதவர்களையும் பின்தங்கிய வகுப்பினர்களையும் இவ்வகையில் முக்கியமாகக் குறிப்பிட வேண்டும். படிநிலை அடிப்படையில் அமைந்த ஏற்றத்தாழ்வு சித்தாந்தத்தை இந்துமதம் கடைபிடிப்பதால் இம்மதத்தை அவர்கள் எதிர்க்கின்றனர். அறிவுத்துறை பெரிதும் வளர்ச்சியடைந்துள்ள இன்றைய கட்டத்தில் இந்த வகுப்பினர் இந்து மதத்துக்கு எதிராகப் போர்க்கொடி தூக்கினார்கள். அவர்களது அதிருப்தியைப் பயன்படுத்திக் கொள்வதற்கு இது நல்லதொரு சந்தர்ப்பமாகும். கிறிஸ்தவ மதத்தைவிட பௌத்தத்தை அவர்கள் விரும்புவதற்கு மூன்று காரணங்கள் உண்டு.

1. பௌத்தம் இந்தியாவுக்கு அந்நியமான ஒரு மதமல்ல.

2. பௌத்த மதத்தின் மிக முக்கியமான சித்தாந்தம் சமூக சமத்துவ மாகும். இதைத்தான் அவர்கள் விரும்புகிறார்கள்.

3. பௌத்தம் பகுத்தறிவு சார்ந்த மதம்.

அடுத்து அம்பேத்கர் புத்தமத வீழ்ச்சிக்கான காரணத்தை விளக்குகிறார்:

புத்தமதத்தின் சித்தாந்தங்கள் தவறானவை என்று தெரியவந்ததால் அல்லது மெய்ப்பிக்கப்பட்டதால் அந்த மதம் இந்தியாவிலிருந்து மறைந்துவிடவில்லை. இந்தியாவிலிருந்து புத்தமதம் மறைந்து போனதற்கான காரணங்கள் வேறுபட்டவை. முதலாவதாக புத்தமதம் பிராமணர்களால் அடக்கி ஒடுக்கப்பட்டது. அசோகச் சக்கரவர்த்தியின் வாரிசான கடைசி மௌரிய சக்கரவர்த்தியை, புஷ்யமித்ரா என்னும் பிராமணத் தளபதி படுகொலை செய்து, சிம்மாசனத்தைக் கைப்பற்றி, பிராமணியத்தை அரசாங்க மதமாகப் பிரசாரம் செய்தான். இந்தியாவில் புத்தமதம் ஒடுக்கப்படுவதற்கு இது வழிவகுத்தது. அது வீழ்வதற்கான காரணங்களில் இதுவும் ஒன்றாக இருந்தது.

பிராமணியத்தின் எழுச்சி இந்தியாவில் புத்தமதம் நசுக்கப்படு வதற்கு வழிவகுத்தது என்றால், இந்தியாவின் மீது முஸ்லிம் படையெடுப்பு, புத்தமதம் முற்றிலுமாக அழியவைத்தது. முஸ்லிம் படையெடுப் பாளர்கள் கொடிய வன்முறையைக் கையாண்டு பவுத்த விகாரைகளை அழித்தொழித்தனர். பௌத்தபிட்சுகளைக் கொன்று குவித்தனர்' என்றார்.

பல்வேறு ஆராய்ச்சிக்குப் பிறகு அம்பேத்கர் பௌத்தத்தைத் தேர்ந் தெடுத்தார். 24-5-1955ல் தாம் பௌத்த மதத்தில் சேரப்போவதாக பம்பாயில் அறிவித்தார். டில்லியில் தெகு சாலையில் புத்தரின் சிலையை அம்பேத்கர் நிறுவினார்.

புதுடெல்லி மகாபோதி கழகத்தின் சார்பில் 1956 பிப்ரவரி 5ஆம் தேதி புத்த விஹாரில் நடைபெற்ற கூட்டத்தில் டாக்டர் அம்பேத்கர் நிகழ்த்திய சொற்பொழிவில் ' கம்யூனிஸத்துக்குப் பதிலளிக்க முடியாத எந்த மதமும் நிலைத்திருக்க முடியாது. கம்யூனிஸத்துக்கு மாற்றாக இருக்கும் தகுதி படைத்த ஒரே மதம் புத்தமதம்தான். எல்லா மதங் களையும் நம்புவதும் ஒவ்வொன்றிலுமிருந்து சிலவற்றை எடுத்துக் கொள்வதுமான போக்கு எனக்கு உடன்பாடானதல்ல. இத்தகைய போக்கை இந்தியாவில் நாம் காண்கிறோம். எவரும் ஒன்றைத் தேர்ந்தெடுத்துக் கொண்டு அதனைப் பின்பற்றவேண்டும்.

...மறுபிறப்பில் எனக்கு முழுநம்பிக்கை உண்டு. மறுபிறப்பு என்பது தடுக்கமுடியாது என்பதை விஞ்ஞானிகளுக்கு என்னால் நிரூபித்துக் காட்டமுடியும். என்னுடைய கருத்தில் இயற்கை சக்திகள் மாறியிருக் கின்றனவே தவிர மனிதன் மாறவில்லை' என்று கூறினார்.

லண்டன் பிரிட்டிஷ் வானொலி நிலையத்திலிருந்து 1956ஆம் ஆண்டு மே மாதத்தில் அம்பேத்கரின் ஓர் உரை ஒலிபரப்பப்பட்டது. 'பௌத்தத்தை ஏன் விரும்புகிறேன்? இன்றைய சூழ்நிலையில் அது உலகுக்கு எவ்வாறு பயனளிக்கிறது? என்ற தலைப்பில் அம்பேத்கர் பேச்சு அமைந்திருந்தது.

அம்பேத்கர் கூறுகிறார் : '.... வேறு எந்தமதமும் செய்யாத விதத்தில் புத்தமதம் மூன்று கோட்பாடுகளை இணைத்துப் பிணைத்துத் தருகிறது. எல்லா மதங்களும் கடவுளையும், ஆன்மாவையும், மரணத்துக்குப் பிந்திய வாழ்க்கையையும் பற்றியே அதிகம் பேசிக்கொண்டிருக் கின்றன. புத்தமதம் பிரக்ஞையைப் (மூடநம்பிக்கையையும் இயற்கைக்கு அப்பாற்பட்டதில் நம்பிக்கையை வைப்பதையும் எதிர்ப்பதைப்) போதிக்கிறது. அது கருணையைப் போதிக்கிறது. அது சமதாவை (சமத்துவத்தை) போதிக்கிறது.'

அம்பேத்கர் எதற்கு பௌத்தத்தைத் தேர்ந்தெடுத்தார் என்பது இதன் மூலம் அறிந்து கொள்ளலாம். வேறு எந்த மதமும் (இந்து, கிறிஸ்தவம், இஸ்லாம், சீக்கியம்) இந்த மூன்று கோட்பாடுகளைக் கொண்டிருக்க வில்லை என்பது அம்பேத்கரின் முடிவு.

பௌத்தத்தைத் தேர்ந்தெடுத்ததற்கு மற்றுமொரு காரணம் அது பாரதப் பண்பாட்டில் - பாரத மண்ணில் தோன்றிய மதம். அதை அம்பேத்கரே கூறுவதைக் கேட்போம்.

அம்பேத்கர் கூறுகிறார் : 'நாங்கள் முழுமையான மனிதர்களாக ஆவதற்கு முயற்சிக்கிறோம். நான் ஒருமுறை காந்தியிடம் பேசிக் கொண்டிருந்தபோது தீண்டாமை ஒழிப்பு குறித்து உங்களுடைய கருத்துடன் நான் மாறுபட்ட கருத்தைக் கொண்டிருப்பினும் தீண்டாமையை ஒழிப்பதற்கான நடவடிக்கையை எடுக்கவேண்டிய நேரம் வரும்போது இந்நாட்டிற்கு மிகக் குறைந்த அளவில் கேடு தரக்கூடிய வழியையே நான் தேர்ந்தெடுப்பேன் என்று அவரிடம் கூறியிருக்கிறேன். அத்தன்மையில் இப்போது நான் பௌத்த மதத்தைத் தழுவுவதன் மூலம் இந்நாட்டுக்குப் பெரும் நன்மைச் செய்வதாகவே நினைக்கிறேன்.

ஏனெனில், பௌத்தம் பாரத நாட்டுக் கலாசாரத்தின் பிரிக்க முடியாத ஒரு கூறாக இருக்கிறது. என்னுடைய மதமாற்றத்தால் இந்நாட்டின் கலாசார மரபுகளும் வரலாறும் பாதிக்கப்படக்கூடாது என்பதில் மிகுந்த எச்சரிக்கையுடன் செயல்பட்டுள்ளேன்.'

ஆகவே அம்பேத்கர் பௌத்தத்தைத் தேர்ந்தெடுத்ததற்கு பௌத்தம் பாரத மண்ணில் தோன்றிய - பாரத நாட்டுக் கலாசாரத்தின் பிரிக்க முடியாத ஒரு கூறு என்பதுதான் காரணம்.

1955-1956 ஆண்டுகளில் அம்பேத்கர் பௌத்த மதத்தில் மாறுவது, பௌத்தம் பற்றிச் சொற்பொழிவாற்றுவது, பௌத்தத்தைப் பரப்புவது போன்ற வேலைகளில் ஈடுபட்டிருந்தார்.

இந்திய புத்தமத சொசைட்டி அம்பேத்கரால் மே 4, 1955-ல் மும்பையில் கம்பெனிகள் பதிவாளர் அலுவலகத்தில் பதிவு செய்யப்பட்டது. புத்தமதப் பிரசாரத்துக்காக இந்த சொசைட்டி அமைக்கப்பட்டதை பம்பாயில் நாரே பூங்காவில் மே 8, 1955ல் நடைபெற்ற நிகழ்ச்சி ஒன்றில் முறைப்படி அறிவித்தார்.

பிரபுத்தா பாரத் இதழில் 1956 மே 12ஆம் தேதி ஒரு கடிதம் பிரசுரிக்கப் பட்டிருந்தது. 2500 ஆவது புத்த ஜெயந்தியை இந்திய பௌத்தக் கழகத்தின் எல்லாக் கிளைகளும் கொண்டாடவேண்டும் என்று அதில் கேட்டுக் கொள்ளப்பட்டிருந்தது. இதன் பிரகாரம் 1956 மே 24ஆம் தேதி

பம்பாய் நரே பூங்காவில் வரலாற்றுச் சிறப்புமிக்க ஒரு கூட்டம் ஏற்பாடு செய்யப்பட்டிருந்தது. இக்கூட்டத்தில் சுமார் 75000 பேர் கலந்து கொண்டனர். பம்பாய் மாகாணத்தின் முன்னாள் பிரதமர் திரு. பாலா சாகேப் கெர் கூட்டத்துக்குத் தலைமை தாங்கினார். புத்தரின் வாழ்க்கையும் அவரது தம்மத்தைப் பற்றி அவர் உரையாற்றினார்.

அவரது உரைக்குப் பிறகு டாக்டர் அம்பேத்கர் பேசும்போது 1956 அக்டோபரில் புத்தமதத்தில் சேரப்போவதாக அறிவித்தார்.

மறுபடியும் 1956, செப்டம்பர், 23ல் மற்றொரு அறிக்கை மூலம் புத்தமதத்துக்குத் தாம் மாறுவதை புதுடில்லியிலிருந்து அம்பேத்கர் பிரகடனம் செய்தார். அந்த அறிக்கையில் 'புத்தமதத்தில் நான் சேருவதற்கான தேதியும் இடமும் இப்போது இறுதியாக முடிவு செய்யப்பட்டுவிட்டன. நாகபுரியில் துஷ்ஷெரா நானன்று (விஜயதசமி) அதாவது 1956 அக்டோபர் 14ஆம் தேதி அது நடைபெறும். மதமாற்ற நிகழ்ச்சி காலை 9 மணிக்கும் 11 மணிக்கும் இடையே நடைபெறும். அன்றைய தினம் மாலையில் நான் உரை நிகழ்த்துவேன்' என்று குறிப்பிட்டிருந்தார்.

இது சம்பந்தமாக நிகழ்ச்சி நிரலின் முழு விபரம் பிரபுத்த பாரத் வார இதழில் பிரசுரிக்கப்பட்டது. புத்தமதத்துக்கு மாறுபவர்கள் 19வயதுக்கு மேற்பட்டவர்களாக இருக்கவேண்டும் என்று அறிவிக்கப்பட்டது.

1956, செப்டம்பர், 24ல் டாக்டர் அம்பேத்கர் வணக்கத்துக்குரிய பிக்கு சந்திர மணிக்கு எழுதிய கடிதத்தில் இந்த மதமாற்ற நிகழ்ச்சியை நடத்தித் தரும்படிக்கேட்டுக் கொண்டார்.

அதன்படி 14-10-1956ம் நாளன்று காலை 9.30 மணிக்கு அம்பேத்தருக்கும் அவரது மனைவிக்கும் மகாஸ்தவீர் சந்திரமணி திரிசரணத்தையும் பஞ்சசீலத்தையும் பாலிமொழியில் பாராயணம் செய்து தீட்சை அளித்து புத்தமதத்தில் இணைத்தார். இதனைத் தொடர்ந்து அம்பேத்கர் புத்தர் சிலைக்கு மாலை அணிவித்து அதன் முன்னால் மூன்று முறை தலை வணங்கினார். இந்த நிகழ்ச்சியில் சுமார் ஐந்து லட்சம் முதல் ஆறு லட்சம் மக்கள் கலந்து கொண்டனர்.

அம்பேத்கர் புத்தமதத்தில் இணைந்த பின் இந்து மதத்தைத் துறந்து புத்தமதத்தைத் தழுவ விருப்பமுள்ளவர்கள் எழுந்து நின்று கைகளைக் கட்டிக்கொண்டு தன்னைத் தொடர்ந்து திரிசரணையும் பஞ்ச சீலத்தையும் ஒப்புவிக்கவேண்டும் என்று பிரகடனம் செய்தார். இந்தப் பிரகடனத்தைத் தொடர்ந்து கூட்டம் முழுவதும் எழுந்து நின்றது. அம்பேத்கர் அவர்களுக்கு தீட்சை அளித்து அவர்களைப் புத்த மதத்தில் இணைத்துக்கொண்டார். இந்தச் சடங்கின் ஒரு பகுதியாகக்

கூட்டத்தினரை 22 சூளுரைகளை எடுத்துக் கொள்ளச் செய்தார். அவை வருமாறு :

1. பிரம்மா, விஷ்ணு, மகேஸ்வரனிடம் எனக்கு நம்பிக்கை இல்லை; அவர்களைத் தொழுது வழிபடவும் மாட்டேன்.

2. ராமன், கிருஷ்ணனிடம் எனக்கு நம்பிக்கை இல்லை; அவர்களைத் தொழுது வழிபடவும் மாட்டேன்.

3. கௌரி, கணபதி மற்றும் இதர இந்து மத தெய்வங்களிடமும் பெண் தெய்வங்களிடமும் எனக்கு நம்பிக்கை இல்லை; அவர்களைத் தொழுது வழிபடவும் மாட்டேன்.

4. கடவுள்களின் அவதாரத் தத்துவத்தில் எனக்கு நம்பிக்கை இல்லை.

5. மகான் புத்தர் விஷ்ணுவின் அவதாரம் என்று நான் நம்பவில்லை; நம்பவும் மாட்டேன்.

6. நான் 'சிரார்த்தம்' செய்ய மாட்டேன். 'பிண்டதானமும்' தரமாட்டேன்.

7. புத்தரின் சித்தாந்தங்களுக்கும் போதனைகளுக்கும் மாறான முறையில் எவ்வகையிலும் செயல்படமாட்டேன்.

8. பிராமணர்களைக் கொண்டு எந்த சமயச் சடங்குகளையும் செய்ய மாட்டேன்.

9. மனித குலத்தின் சமத்துவத்தில் நான் நம்பிக்கை கொண்டுள்ளேன்.

10. சமத்துவத்தை நிலைநாட்டப் பாடுபடுவேன்.

11. புத்தர் போதித்த எண் வழி மார்க்கத்தைப் பின்பற்றுவேன்.

12. புத்தர் வகுத்துத் தந்த 'பத்து பரமிதாக்களை' பின்பற்றுவேன்.

13. அனைத்து ஜீவராசிகளிடமும் பரிவோடும் பாசத்தோடும் நடந்து கொள்வேன். அவற்றை அன்போடு பேணி வளர்ப்பேன்.

14. திருடமாட்டேன்.

15. பொய் சொல்லமாட்டேன்.

16. சிற்றின்பப் பாவங்களைச் செய்ய மாட்டேன்.

17. மது அருந்த மாட்டேன்.

18. பிரஜ்னியா (விவேகம்) சீல் (சீலம்) காருண்யா (கருணை) ஆகிய மூன்று புத்தமதக் கோட்பாடுகளுக்கு இணங்க என் வாழ்க்கையை நடத்த முயல்வேன்.

19. மனித குலத்தின் வாழ்வுக்கும் வளத்துக்கும் பாதகம் விளைவிக்கும், மனிதர்களைப் பாகுபடுத்திப் பார்த்து அவர்களைக் கீழ்த்தரமாக நடத்தும் எனது பழைய இந்து மதத்தை விட்டு புத்த மதத்தை இப்போது தழுவுகிறேன்.

20. புத்த தம்மம் சத் தம்மம் என்று உறுதியாக நம்புகிறேன்.

21. நான் ஒரு புதிய வாழ்க்கையில் அடியெடுத்து வைப்பதாகக் கருதுகிறேன்.

22. புத்தரின் போதனைகளின்படி இனி நடப்பதென இப்போது முதல் உறுதி மேற்கொள்கிறேன்.

இந்தச் சூளுரைகள் அம்பேத்கரால் மொழியப்பட்டது. இவை பௌத்தம் மாறும் தம் மக்கள் உள்ளங்களில் ஆழமாகப் பதிய வேண்டும் என்பதே அம்பேத்கரின் எண்ணம்.

இந்த நிகழ்ச்சியில் நீதிபதி பவானி சங்கர் நியோகி, பௌத்த சமிதியின் செயலாளரான வி.எம்.குல்கர்னி, ஔரங்காபாத் மிலிந்த் கல்லூரியின் முதல்வரான திரு. எம்.பி.சிட்னிஸ், திரு.பி.எஸ்.கபீர் ஆகியோரும் புத்த மதத்துக்கு மாறினர்.

மறுநாள் அதாவது அக்டோபர் 15ஆம் நாள் அம்பேத்கர் தாம் மதம் மாறியது சம்பந்தமாக உரை நிகழ்த்தினார்.

அம்பேத்கர் பேசுகிறார் : ‘பலர் பின்வரும் கேள்வியை என்னிடம் கேட்டனர். இந்த வைபவம் நடைபெறுவதற்கு நாகபுரியை நீங்கள் ஏன் தேர்ந்தெடுத்தீர்கள்? இந்த விழா ஏன் வேறு ஏதேனும் ஊரில் நடைபெறவில்லை? ஆர்.எஸ்.எஸ்.ஸின் ஒரு பெரிய பட்டாளம் நாகபுரியில் இருப்பதால் அவர்களைத் திக்குமுக்காடச் செய்யவே இந்த விழா இந்நகரில் ஏற்பாடு செய்யப்பட்டதாகச் சிலர் கூறுகின்றனர். இது உண்மை அல்ல. இந்தக் காரணத்துக்காக இந்த விழா நாகபுரியில் நடைபெறவில்லை. எங்கள் பணி பிரம்மாண்ட மானது. வாழ்க்கையின் ஒவ்வொரு நிமிடமும் அதற்கு மிக முக்கியமானது. எனது மூக்கைச் சொறிந்துகொண்டு சகுனம் சரியாக இல்லை என்று கூற எனக்கு நேரம் கிடையாது.

இந்த இடத்தைத் தெரிந்தெடுப்பதற்கான காரணம் வேறு. இந்தியாவில் புத்தமதத்தைப் பற்றிப் பிரசாரம் செய்தவர்கள் நாகா மக்களே என்பதை பௌத்த வரலாற்றைப் படிப்பவர்கள் தெரிந்துகொள்வார்கள். நாகர்கள் ஆரியர்களின் உக்கிரமான பகைவர்கள். ஆரியர்களுக்கும் ஆரியரல்லாத வர்களுக்கும் இடையே பல உக்கிரமான போர்கள் நடைபெற்றுள்ளன. நாகர்களை ஆரியர்கள் சுட்டெரித்த நிகழ்ச்சிகளை புராணங்களில்

படிக்கலாம். அகஸ்தியரால் ஒரே ஒரு நாகரை மட்டும் காப்பாற்ற முடிந்தது. அவரது வழித்தோன்றியவர்களே நாங்கள்.

மிகக் குரூரமான அடக்குமுறை, ஒடுக்குமுறையைச் சகித்துக்கொண்டு வந்த நாகா மக்களுக்கு இதிலிருந்து, மீள ஒரு மாமனிதர் தேவைப் பட்டார். அந்த மாமனிதரை அவர்கள் கௌதமபுத்தரில் கண்டனர். எனவே, அவர்கள் மகான் புத்தரின் போதனைகளை இந்தியா முழுவதிலும் பரப்பினர். அப்படிப்பட்ட நாகர்கள் நாங்கள். நாகா மக்களின் பிரதான உறைவிடம் நாகபுரியிலும் அதனைச் சுற்றிலுமே அமைந்திருந்தது. அதனால்தான் இந்த நகரம் நாகபுரி என்று அழைக்கப் படுகிறது. நாகர்களின் நகரம் என்று இதற்குப் பொருள்.

இந்த இடத்திலிருந்து சுமார் 27 மைல்தொலைவில் ஒரு குன்று இருக்கிறது. நாகார்ஜுன் குன்று என்பது அதன் பெயர். இதற்கு அருகில் ஓடும் நதியின் பெயர் நாகா நதி என்பதாகும். இங்கு வசிக்கும் மக்கள் காரணமாகவே இந்த நதி இப்பெயரைப் பெற்றது. நாகா மக்கள் வாழும் பிரதேசத்தின் வழியாகப் பிரவகித்துச் செல்லும் நதி நாகா நதியாகும். இந்த இடத்தை அதாவது நாகபுரியைத் தேர்ந்தெடுத் ததற்கான பிரதான காரணம் இதுதான். இதைத் தவிர வேறு எவரையும் சினம் கொள்ளச் செய்யும் நோக்கம் ஏதும் எனக்கு அறவே இல்லை. அதுவும் ஆர்.எஸ்.எஸ். பிரச்னை என் மனதில் துளிகூட இடம் பெறவில்லை. இந்த ரீதியில் எவரும் இதனை அர்த்தப்படுத்திக் கொள்ளக்கூடாது.'

... புத்தமதத்தில் 75 சதவீத பிக்குகள் பிராமணர்கள். 25 சதவீதத்தினர் சூத்திரர்களும் ஏனையோரும். ஆனால் பகவான் புத்தர் சொன்னார் : 'ஓ பிக்குகளே நீங்கள் பல்வேறு நாடுகளிலிருந்தும் சாதிகளிலிருந்தும் வந்திருக்கிறீர்கள். நதிகள் அவற்றின் மாகாணங்களில் பெருக்கெடுத்துச் செல்லும்போது தனியாகவே அவ்வாறு செல்கின்றன. ஆனால் அவை கடலில் கலந்து விடும்போது தமது தனித்தன்மையை இழந்து விடுகின்றன. ஆறும் கடலும் ஒன்றாகி விடுகின்றன. பௌத்த சங்கம் ஒரு மகா சமுத்திரம் போன்றது. இந்த சங்கத்தில் அனைவரும் சமத்துவ மானவர்கள். நதிகள் சமுத்திரத்தில் கலந்துவிடும்போது எது கங்கையின் நீர், எது மகாநதியின் நீர் என்று இனம் காண முடியாது. இதே போன்று தான் நாம் புத்த சங்கத்தில் சேர்ந்துவிடும்போது நாம் நமது சாதியை இழந்துவிடுகின்றோம். அனைவரும் சரிசமத்துவமாகிவிடுகிறோம்.' இத்தகைய சமத்துவத்தை ஒரேயொரு மாமனிதர்தான் போதித்தார். அவர்தான் புத்தர்பிரான்.

இதனைத் தொடர்ந்து அம்பேத்கர் '....மதம் ஏழைகளுக்கு அவசிய மானது. மதம் ஒடுக்கப்பட்ட மக்களுக்கு அவசியமானது. ஒரு மனிதன்

நம்பிக்கையை ஆதாரமாகக் கொண்டுதான் வாழ்கிறான். வாழ்க்கையின் ஆணிவேர் நம்பிக்கையில்தான் பொதிந்துள்ளது. இந்த நம்பிக்கை இழக்கப்படுமானால் வாழ்க்கை என்ன ஆவது? மதம் நம்பிக்கையை அளிக்கிறது. ஒடுக்கப்பட்ட மக்களுக்கு, ஏழை எளிய மக்களுக்கு ஒரு செய்தியைக் கூறுகிறது. பயப்படாதீர்கள், வாழ்க்கை நம்பிக்கை அளிப்பதாகவே இருக்கும். இதனால்தான் ஏழைகளும் அடக்கி ஒடுக்கப் பட்டவர்களும் மதத்தை அரவணைத்துக் கொண்டிருக்கிறார்கள்.

... புத்த மதத்தின் மூல அடித்தளம் எது? புத்தரின் மதத்துக்கும் ஏனைய மதங்களுக்கும் இடையே மிகப்பெரும் வேறுபாடு உள்ளது. மற்ற மதங்கள் மனிதனை கடவுளுடன் சம்பந்தப்படுத்துவதால் அவற்றில் மாற்றங்கள் செய்வது சாத்தியமில்லை. கடவுள் இயற்கையைப் படைத்தார் என்று இதர மதங்கள் போதிக்கின்றன. கடவுள் அனைத்து வானத்தையும் காற்றையும் சந்திரனையும் சூரியனையும் மற்றும் இதர பலவற்றையும் படைத்தார். நாம் செய்வதற்கு கடவுள் எவற்றையும் விட்டுவைக்கவில்லை. எனவே நாம் கடவுளை வழிபட வேண்டும் என்று அவை கூறுகின்றன. மரணத்துக்குப் பிறகு கடவுளின் தீர்ப்பு நாள் ஒன்று உள்ளது. அனைத்தும் அந்தத் தீர்ப்பையே பொறுத்துள்ளது என்று கிறிஸ்தவ மதம் கூறுகிறது. ஆனால் புத்த மதத்தில் ஆண்டவனுக்கோ, ஆன்மாவுக்கோ இடம் ஏதும் இல்லை. உலகெங்கும் துயரம் நிலவுகிறது. 90 சதவீத மக்கள் துயரத்தில் சிக்கி அவதிப் படுகின்றனர் என்று புத்தர் கூறினார். இந்த அழுத்தப்பட்ட பரிதாபத்துக்குரிய மக்களை துயரத்திலிருந்து விடுவிப்பதே புத்த மதத்தின் தலையாய பணியாகும். புத்தர் கூறியவற்றிலிருந்து மாறுபட்ட எதையும் கார்ல் மார்க்ஸ் கூறிவிடவில்லை. புத்தர் குறுக்குமறுக்குமாகச் சுற்றி வளைத்து எதையும் சொல்லவில்லை.

... ஒரு தனிநபர் என்ற முறையில் இந்த நாட்டில் நான் சாதிக்க முடியாதது எதுவும் இல்லை. வைசியர், சத்திரியர், பிராமணர் ஆகியோரைப்பற்றி உங்கள் மனதில் உள்ள கருத்துகள் எவ்வாறு சரிந்து விழுந்து அழிக்கப்படும் என்பதே இப்போதைய உண்மையான பிரச்னை. எனவே, இந்த மதத்தைப் பற்றிய விவரங்களை எல்லா அம்சங்களிலும் உங்களுக்குத் தருவது எனது கடமையாகும். இது சம்பந்தமாக பல நூல்களை எழுதி, உங்களது ஐயங்களையும் ஊசலாட்டங்களையும் போக்குவேன். இந்தப் பிரச்னையில் நீங்கள் முழு அளவுக்குத் தெளிவும் விளக்கமும் பெற எல்லா உதவிகளையும் செய்வேன். குறைந்த பட்சம் தற்போதைக்கு என்மீது நம்பிக்கை வையுங்கள்.

ஆனால் அதே சமயம் உங்களது பொறுப்பும் மிகப் பெரியது. மற்றவர்கள் உங்களை மதித்துப் போற்றும் வகையில் உங்களது

நடத்தை இருக்கவேண்டும். மதம் என்பது நமது கழுத்தைச் சுற்றிக் கட்டப்பட்டுள்ள ஒரு பிணம் என்று நினைக்காதீர்கள். புத்தமதத்தைப் பொறுத்தவரையில் நமது இந்திய நாடு அதற்கு அந்நியமல்ல. எனவே புத்த மதத்தை மிகச் சிறந்த முறையில் பின்பற்ற நாம் உறுதி பூண வேண்டும். மஹர் மக்கள் புத்தமதத்துக்கு அவக்கேட்டைக் கொண்டு வந்துவிட்டார்கள் என்ற பழிச்சொல்லுக்கு நாம் ஆளாகக்கூடாது. இது விஷயத்தில் நாம் உருக்கு போன்ற உறுதியோடு இருக்கவேண்டும். இதனை நாம் சாதித்தோமானால் நம் தேசமும் நாமும் வளமுறுவோம். செழித்தோங்குவோம். அதுமட்டுமல்ல உலகம் முழுவதற்குமே இந்த நற்பேறு கிட்டும். நீதி நிலைநாட்டப்பட்டாலொழிய உலகில் சமாதானம் நிலவாது.

...இப்போது இதற்கான செயல்திட்டத்தை நாம் வகுக்க வேண்டும். இந்த நிகழ்ச்சிக்குப் பிறகு ஒவ்வொருவரும் மற்றவருக்கு தீட்சை அளிக்க வேண்டும். ஒவ்வொரு பௌத்தருக்கும் தீட்சை அளிக்கும் உரிமை உண்டு என நான் பிரகடனம் செய்கிறேன்.'

இவ்வாறு பௌத்தர்களின் - அழைப்பாளர்களின் இடிமுழக்கம் போன்ற கையொலிகளுக்கிடையே புரட்சியாளர் அம்பேத்கர் தனது உரையை முடித்தார். அம்பேத்கர் புத்தமதத்தைப் பரப்பப் பல்வேறு திட்டங் களோடு இருந்தார். அதற்கான முயற்சிகளை எடுத்திருந்தார். 14-10-1956ம் நாள் அம்பேத்கர் புத்தமதம் மாறினார். 6-12-1956-ல் அம்பேத்கர் இறந்தார். புத்தமதம் மாறி அவர் உயிரோடு இருந்தது 54 நாட்கள் மட்டுமே. அதனால் புத்தமதத்தைப் பெரிய அளவில் அவரால் பரப்ப முடியாமல் போனது.

1956 டிசம்பர் 7ஆம் நாள் அம்பேத்கரின் பூத உடல் எரியூட்டப் பட்டு மறைவுற்றது. அதே நாளில்தான் புத்தரின் 2500ஆவது ஆண்டு பிறந்தநாள் விழாவை ஒட்டி எட்டு நாட்கள் நடைபெற்ற நிகழ்ச்சிகள், சாஞ்சியில் முடிவுற்றன!

முடிவாக, புரட்சியாளர் அம்பேத்கர் புத்தமதத்தைத் தேர்ந்தெடுத் ததற்கான காரணங்களை இங்கு தொகுத்துப் பார்த்தால் :-

பௌத்தம் கருணையைப் போதிக்கிறது.

பௌத்தம் சமத்துவத்தைப் போதிக்கிறது.

பௌத்தம் சுதந்தரத்தைப் போதிக்கிறது.

பௌத்தம் பாரத மண்ணில் தோன்றிய மதம்.

பௌத்தம் பாரத கலாசாரத்துக்கு எதிரான மதம் அல்ல.

பௌத்தம் பாரத தேசியத்துக்கு எதிரான மதம் அல்ல.

இவையே முக்கியமான காரணங்கள்.

இந்தக் காரணங்களினால் புரட்சியாளர் அம்பேத்கர் புத்த மதத்தைத் தாழ்த்தப்பட்ட மக்களுக்கான மதமாகத் தேர்ந்தெடுத்தார். அதுமட்டு மல்ல பாரதத்தில் இருக்கும் அனைவருக்குமான மதமாக புத்த மதத்தைப் பார்த்தார்.

அவர் நோக்கம் நிறைவேறுமா? காலமே பதில் சொல்லும்.